AF527345

உங்களுக்குள் இருக்கும் தலைமைத்துவத்தை வளர்த்தெடுக்க

நிர்வாகத்திற்கும் தலைமைத்துவத்திற்கும் இடையே உள்ள வித்தியாசம் குறித்துக் குழப்பத்தில் உள்ள மக்களுக்கு, பத்தோடு பதினொன்றாக இருக்கும் மேலாளர்களிடம் இருந்து தலைமைத்துவப் பண்புடன் விளங்கும் மேலாளர்கள் எவ்வாறு வேறுபடுகின்றனர் என்பதைப் பிரபல சர்வதேச நூலாசிரியரான ஜான் சி. மேக்ஸ்வெல் இப்புத்தகத்தில் தெள்ளத் தெளிவாக எடுத்துரைக்கிறார்.

தலைமைத்துவம் குறித்து வந்துள்ள மிகச் சிறந்த புத்தகங்களில் ஒன்றாகக் கருதப்படும் இப்புத்தகத்தில், தலைமைத்துவத்தின் ஐந்து நிலைகளில், பதவியால் வரும் தலைமைத்துவம் வெறும் முதலாவது படிதான் என்பது வெளிப்படுத்தப்படுகிறது.

நிலை 1
கட்டாயத்தின் காரணமாக ஒருவரைப் பின்பற்றுதல்

நிலை 2
விருப்பத்தின் காரணமாக ஒருவரைப் பின்பற்றுதல்

நிலை 3
நிறுவனத்திற்கு ஆற்றியுள்ள பங்களிப்பின் காரணமாக ஒருவரைப் பின்பற்றுதல்

நிலை 4
மக்களுக்குச் செய்துள்ள காரியங்களுக்காக ஒருவரைப் பின்பற்றுதல்

நிலை 5
தனிநபர்ச் சிறப்புகள் மற்றும் அவர் முன்வைக்கும் விஷயங்களின் காரணமாக ஒருவரைப் பின்பற்றுதல்

தலைமைத்துவத்தின் இந்த ஐந்து நிலைகளில், நீங்கள் ஒன்றிலிருந்து அடுத்ததற்கு வெற்றிகரமாக முன்னேறும்போது, மக்கள் தங்களுடைய சிறப்பான செயற்பாட்டை வெளிப்படுத்த ஊக்குவிக்கும் தலைவராக உங்களை அங்கீகரித்து, தேவையான மாறுதல்களைச் செய்ய உங்களுக்கு உதவுவார்கள்.

உங்களிடம் தலைமைத்துவம் குறித்தத் தணியாத தாகம் இருந்தால், ஒரு வெற்றிகரமான தலைவருக்குத் தேவையான முன்னோக்கு, மதிப்பு, தாக்கம் ஏற்படுத்துதல், மற்றும் ஊக்குவிப்பு ஆகியவற்றை நீங்கள் வளர்த்துக் கொள்ள ஜான் மேக்ஸ்வெல் உங்களுக்கு உதவுவார். இன்றும் சரி, நாளையும் சரி ஒரு தலைவராக நீங்கள் ஆக உதவும் புதிய கண்ணோட்டத்தை இப்புத்தகம் உங்களுக்கு அளிக்கும்.

உங்களுக்குள் இருக்கும் தலைமைத்துவத்தை வளர்த்தெடுக்க

ஜான் சி. மேக்ஸ்வெல்

தமிழில் : நாகலட்சுமி சண்முகம்

MANJUL

மஞ்சுள் பப்ளிஷிங் ஹவுஸ்

First published in India by

MANJUL

Manjul Publishing House

Corporate and Editorial Office

• 2nd Floor, Usha Preet Complex, 42 Malviya Nagar, Bhopal 462 003 - India

Sales and Marketing Office

• C-16, Sector 3, Noida, Uttar Pradesh 201301 - India

Website: www.manjulindia.com

Distribution Centres

Ahmedabad, Bengaluru, Bhopal, Kolkata, Chennai,
Hyderabad, Mumbai, New Delhi, Pune

Tamil translation of
Developing the Leader Within You, by John C. Maxwell

This edition first published in 2011
Ninth impression 2022

Copyright ©1993 by John C. Maxwell.
All rights reserved.
This Licensed work published under License.

Published by arrangement with Thomas Nelson,
a division of HarperCollins Christian Publishing, Inc.

This book is originally published in the United States
titled *Developing the Leader Within You* by *John C. Maxwell*.

ISBN 978-81-8322-231-0

Translated by Nagalakshmi Shanmugam
Edited by PSV Kumarasamy
Typeset by Jayasri Graphics, Madurai

Printed and bound in India by Parksons Graphics Pvt. Ltd.

All rights reserved. No part of this publication may be reproduced, stored in or introduced into a retrieval system, or transmitted, in any form or by any means (electronic, mechanical, photocopying, recording or otherwise) without the prior written permission of the publisher. Any person who does any unauthorized act in relation to this publication may be liable to criminal prosecution and civil claims for damages.

சமர்ப்பணம்

நான் வியந்து பாராட்டும் ஒரு மனிதனாய்,

தன் அரவணைப்பால் எனக்கு இதமளித்த என் நண்பனாய்,

தன் ஞானத்தால் எனக்கு வழிகாட்டிய என் ஆசானாய்,

தன் வார்த்தைகளால் என்னை உயர்த்திய ஊக்குவிப்பாளனாய்,

நான் பின்பற்ற விரும்பும் ஒரு தலைவனாய் விளங்கிய

என் தந்தை மெல்வின் மேக்ஸ்வெல்லிற்கு

இப்புத்தகம் சமர்ப்பணம்.

உள்ளடக்கம்

முன்னுரை

அந்தக் கணத்தை என்னால் ஒருபோதும் மறக்க முடியாது. நான் தலைமைத்துவத்தைப் பற்றி உரையாற்றிக் கொண்டிருந்தேன். அப்போதுதான் நாங்கள் ஒரு பதினைந்து நிமிட இடைவேளை எடுத்திருந்தோம். பாப் என்பவர் என்னை நோக்கி விரைந்து வந்து, "நீங்கள் என் வேலையைக் காப்பாற்றி விட்டீர்கள். மிக்க நன்றி," என்று கூறினார். அவர் திரும்பிச் செல்ல முயன்றபோது நான் அவரைத் தடுத்து நிறுத்தி, "நான் எப்படி உங்கள் வேலையைக் காப்பாற்றினேன்?" என்று கேட்டேன். அதற்கு அவர் இவ்வாறு பதிலளித்தார்: "எனக்கு 53 வயதாகிறது. கடந்த பதினேழு வருடங்களாக நான் தலைமைப் பொறுப்புடன்கூடிய ஒரு பதவியில் இருந்து வருகிறேன். தலைமைத்துவத் திறமைகளும் வெற்றியும் என்னிடம் இல்லாத காரணத்தால், சமீப காலம் வரையில் நான் போராடி வந்திருக்கிறேன். சென்ற வருடம் நான் உங்கள் தலைமைத்துவப் பயிலரங்கில் பங்கு கொண்டு, அதில் கூறப்பட்டக் கொள்கைகளைக் கற்றுக் கொண்டு, உடனடியாக அவற்றை என் வேலையில் நடைமுறைப்படுத்தத் துவங்கினேன். பின்னர், நான் நினைத்தது நிகழ்ந்தது. மக்கள் என் வழியைப் பின்தொடர ஆரம்பித்தனர். முதலில் மெதுவாகவும், ஆனால் இப்போது நிரந்தர மாகவும் அவர்கள் என்னைப் பின்பற்றுகின்றனர். எனக்கு ஏராளமான அனுபவம் இருந்தது, ஆனால் திறமை இருக்கவில்லை. என்னை ஒரு தலைவனாக உருவாக்கியதற்கு நன்றி."

பாப் போன்றவர்கள் அளித்த நற்சான்றிதழ்கள், தலைவர்களை உருவாக்குவதற்கு என் நேரத்தின் பெரும் பகுதியை அர்ப்பணிக்க எனக்கு உத்வேகமூட்டி வந்துள்ளன. அமெரிக்காவிலும் பிற நாடுகளிலும் ஒரு வருடத்தில் பத்துத் தலைமைத்துவப் பயிலரங்குகளை நான் நடத்தி வருவதற்குக் காரணம் இதுதான். இப்புத்தகத்தை நான் எழுதியதற்குக் காரணமும் இதுதான்.

மேற்கொண்டு நீங்கள் படிக்கவிருப்பது, இருபதாண்டு காலமாக மக்களை வழிநடத்தியதன் வாயிலாக நான் கற்றுக் கொண்ட திறமைகளின் உச்சக்கட்ட வெளிப்பாடு. இருபது வருடங்களுக்கும்

மேலாக நான் இத்தலைமைத்துவக் கொள்கைகளைக் கற்பித்து வந்துள்ளேன். இவற்றைக் கற்றுக் கொண்ட ஆண்களும் பெண்களும் பிறரை வழிநடத்திச் செல்வதில் மிகவும் ஆற்றல் வாய்ந்தவர்களாக ஆகி வருவதைப் பெரும் திருப்தியுடன் கண்டு வந்திருக்கிறேன். இப்புத்தகத்தின் மூலம், அதே கொள்கைகளை இப்போது நான் உங்களுடன் பகிர்ந்து கொள்வதற்கான வாய்ப்புக் கிட்டியுள்ளது.

ஒரு பெருமுயற்சியில் வெற்றி பெறுவதற்கான
திறவுகோல், பிறரை வெற்றிகரமாக வழிநடத்திச்
செல்லும் திறமையைப் பெற்றிருப்பதுதான்

எல்லாமே தலைமைத்துவத்தில்தான் துவங்குகின்றன, அதில்தான் எல்லாமே முடிவடைகின்றன. நான் எப்போதெல்லாம் அப்படிக் கூறுகிறேனோ, அதைக் கேட்டுக் கொண்டிருப்பவர்கள், "கிட்டத்தட்ட எல்லாமே தலைமைத்துவத்தில்தான் துவங்கு—கின்றன, அதில்தான் எல்லாமே முடிவடைகின்றன," என்று அதை மாற்றிக் கூற முனைவர். தாங்கள் தனிச்சிறப்புடன் திகழ வேண்டும் என்று விரும்புவதைவிட, பெரும்பாலான மக்கள் விதிவிலக்காக இருப்பதில் அதிக நாட்டம் கொண்டுள்ளனர்.

இக்கணத்தில் நீங்கள் ஒரு குறிப்பிட்ட அளவு திறமையில் பிறரை வழிநடத்திச் சென்று கொண்டிருக்கிறீர்கள். இக்கோட்பாட்டைக் கற்றுக் கொடுக்கும் பொருட்டு, 1 முதல் 10 வரையிலான அளவீட்டில், உங்கள் தலைமைத்துவத் திறமைகள் 6ம் நிலையில் இருப்பதாக வைத்துக் கொள்வோம். அப்படிப்பட்ட நிலையில், பிறரை வழிநடத்தும், பிறர்மீது தாக்கத்தை ஏற்படுத்தும் உங்கள் திறமையைக் காட்டிலும் அதிகமாக உங்கள் வேலைத்திறன் உயராது. உங்கள் தலைமைத்துவத்தைக் காட்டிலும் உயர்ந்த நிலையில் உங்களால் தொடர்ந்து இயங்க முடியாது. வேறு விதமாகக் கூறினால், உங்கள் தலைமைத்துவத் திறமைகள்தான் உங்கள் வெற்றி நிலையையும் உங்களைச் சுற்றிப் பணியாற்றுபவர்களின் வெற்றி நிலையையும் தீர்மானிக்கின்றன.

சமீபத்தில் நியூஸ்வீக் பத்திரிகையில் வெளிவந்த, ஹையட் ஹோட்டல்களின் தலைவருடைய அறிக்கையை நான் படித்தேன்: "சேவைத் துறையில் என் 27 வருட அனுபவத்தில் நான் ஏதாவது கற்றுக் கொண்டிருக்கிறேன் என்றால், அது இதுதான்: 99 சதவீத ஊழியர்கள் சிறப்பாக வேலை செய்யவே விரும்புகிறார்கள். அவர்களது செயற்திறன், அவர்கள் யார் தலைமையின்கீழ் வேலை செய்கின் றார்கள் என்பதன் பிரதிபலிப்புதான்."

கீழ்க்கூறப்பட்டுள்ள நகைச்சுவை கலந்த கதை, ஆற்றல் வாய்ந்த தலைமைத்துவத்தின் முக்கியத்துவத்தைச் சுட்டிக் காட்டுகிறது: ஒரு விற்பனையாளர்களின் சந்திப்புக் கூட்டத்தில், அவர்களது மோசமான விற்பனை குறித்து அவர்களது மேலாளர் அவர்களைக் கடுமையாகத் திட்டிக் கொண்டிருந்தார். "உங்களுடைய மோசமான செயற்திறனும் சாக்குப்போக்குகளும் எல்லை மீறி விட்டன. மதிப்பு மிக்கப் பொருட்களை விற்பதற்கான வாய்ப்பு உங்களுக்குக் கொடுக்கப் பட்டுள்ளது. உங்களால் விற்க முடியாவிட்டால், இப்பொருட்களை விற்கத் துடித்துக் கொண்டிருக்கும் விற்பனையாளர்கள் பலர் காத்துக் கிடக்கின்றனர்." பிறகு, புதிதாக வேலையில் சேர்ந்திருந்த, ஓய்வுபெற்றத் தொழில்முறைக் கால்பந்து வீரரைச் சுட்டிக்காட்டி, "ஒரு கால்பந்து அணி வெற்றி பெறவில்லை என்றால் என்ன நடக்கும்? விளையாட்டு வீரர்கள் மாற்றப்படுவார்கள். அப்படித்தானே?" என்று கேட்டார்.

சில நொடிகளுக்குக் கடும் மௌனம் நிலவியது. பின்னர் அந்த முன்னாள் கால்பந்து வீரர் இவ்வாறு பதிலளித்தார்: "உண்மையில், ஒட்டுமொத்த அணியும் பிரச்சனைக்கு உள்ளாகி— யிருந்தால், வழக்கமாக எங்களுக்குப் புதிய பயிற்றுவிப்பாளர் அனுப்பி வைக்கப்படுவார்."

தலைமைத்துவம் கற்பிக்கப்படக்கூடியது

தலைமைத்துவம் என்பது 'தலைமைத்துவத்தோடு பிறந்த' ஒரு தனிப்பட்டக் குழுவினருக்கானது அல்ல. தலைமைத்துவத்தின் அடித்தளமாக விளங்கும் பண்புநலன்கள் நம் வசப்படக்கூடியவை. அவற்றையும் ஆழ்ந்த விருப்பத்தையும் ஒன்றாக இணைத்தால், ஒரு தலைவராவதிலிருந்து உங்களை எதுவும் தடுத்து நிறுத்த முடியாது. தலைமைத்துவக் கொள்கைகளை இப்புத்தகம் உங்களுக்கு வழங்கும். அதற்கான விருப்பத்தை உருவாக்கிக் கொள்ள வேண்டியது உங்கள் பொறுப்பு.

ஒரு கண்கவர் கிராமத்தைச் சுற்றிப் பார்த்துக் கொண்டிருந்த ஒரு சுற்றுலாப் பயணியர் குழுவைப் பற்றி 'த லாஸ்ட் டேஸ் நியூஸ்லெட்டர்'ல் லியோனார்டு ரேவன்ஹில் கூறுகிறார். அவர்கள் ஒரு வேலியின் அருகே அமர்ந்திருந்த ஒரு முதியவரைத் தாண்டிச் சென்றபோது, பயணிகளில் ஒருவர் அவரிடம், "இக்கிராமத்தில் மாமனிதர்கள் யாரேனும் பிறந்துள்ளனரா?" என்று கேட்டார்.

"இல்லை, இங்கு குழந்தைகள் மட்டுமே பிறக்கின்றன," என்று அந்த முதியவர் பதிலளித்தார்.

தலைமைத்துவம் என்பது வளர்க்கப்படுவது, கண்டுபிடிக்கப் படுவதல்ல. உண்மையில், பிறக்கும்போதே சிலர் தலைமைத்துவப் பண்புநலன்களோடு பிறப்பதுண்டு. ஆனால், சிகரத்தில் நிலைத்து நிற்பதற்கு, இயல்பான தலைமைத்துவப் பண்புநலன்கள் வளர்க்கப்பட வேண்டும். தலைவர்களாக வேண்டும் என்று விருப்பம் கொண்ட பல்லாயிரக்கணக்கான மனிதர்களுடன் நான் பணியாற்றியதிலிருந்து, கீழே கொடுக்கப்பட்டுள்ள, தலைமைத்துவத்தின் நான்கு வகைகள் அல்லது நிலைகளில் ஏதாவது ஒன்றில் அவர்கள் அனைவரும் அடங்குவர் என்பதை நான் கண்டு கொண்டேன்:

வழிநடத்தும் தலைவர்:

- தலைமைத்துவப் பண்புநலன்களுடன் பிறந்தவர்
- வாழ்நாள் முழுவதும் தலைமைத்துவத்தின் பரிச்சயத்தைப் பெற்றுள்ளவர்
- பயிற்சியின் மூலம் கூடுதல் தலைமைத்துவத்தைக் கற்றுள்ளவர்
- ஒரு மாபெரும் தலைவராவதற்குரிய சுயஒழுக்கத்தைக் கொண்டவர்

குறிப்பு: மேற்கூறப்பட்ட நான்கு பண்புநலன்களில் மூன்று கைவசப்படுத்தப்படுவது.

கற்றறிந்த தலைவர்:

- வாழ்நாளின் பெரும் பகுதியில் தலைமைத்துவத்தின் பரிச்சயத்தைப் பெற்றுள்ளவர்
- பயிற்சியின் மூலம் தலைமைத்துவத்தைக் கற்றுள்ளவர்
- ஒரு மாபெரும் தலைவராவதற்குரிய சுயஒழுக்கத்தைக் கொண்டவர்

குறிப்பு: மேற்கூறப்பட்ட அனைத்துப் பண்புநலன்களும் கைவசப்படுத்தப்படுபவை.

மறைந்திருக்கும் தலைவர்:

- சமீபத்தில்தான் தலைமைத்துவத்தின் பரிச்சயத்தைப் பெற்றுள்ளவர்
- பயிற்சியில் மூலம் தலைவராவதற்குக் கற்றுக் கொண்டிருப்பவர்

- ஒரு நல்ல தலைவராவதற்குரிய சுயஒழுக்கத்தை உடையவர்

குறிப்பு: மேற்கூறப்பட்ட அனைத்துப் பண்புநலன்களும் கைவசப்படுத்தப்படுபவை.

வரம்பிற்குட்பட்டத் தலைவர்:

- தலைவர்கள் பற்றிய குறைந்த அளவு பரிச்சயத்தைக் கொண்டவர் அல்லது பரிச்சயமே இல்லாதவர்
- மிகக் குறைந்த தலைமைத்துவப் பயிற்சி பெற்றவர் அல்லது தலைமைத்துவப் பயிற்சியே பெறாதவர்
- ஒரு தலைவராவதற்கு விருப்பம் கொண்டவர்

குறிப்பு: மேற்கூறப்பட்ட அனைத்துப் பண்புநலன்களையும் கைவசப்படுத்த முடியும்.

தலைமைத்துவம் பற்றிய புத்தகங்கள் வெகு சிலவே உள்ளன; பெரும்பாலானவை நிர்வாகத்தைப் பற்றியவையே

'தலைமைத்துவம்' மற்றும் 'நிர்வாகம்' ஆகியவற்றிற்கு இடையே உள்ள வேறுபாடு குறித்து ஒரு பெரும் குழப்பம் நிலவுவதாகத் தோன்றுகிறது.

ஆரோக்கியம், கல்வி, மற்றும் பொதுநலம் ஆகிய துறைகளின் முன்னாள் அமெரிக்கச் செயலரும், அமெரிக்கத் தலைநகரான வாஷிங்டனில் ஒரு தலைமைத்துவக் கல்வித் திட்டப்பணியை வழிநடத்தியவருமான ஜான் டபிள்யூ. கார்ட்னர், தலைமை வகிக்கும் மேலாளர்களைச் சாதாரண மேலாளர்களிலிருந்து வேறுபடுத்திக் காட்டும் ஐந்து பண்புநலன்களைச் சுட்டிக் காட்டுகிறார்:

1. தலைமை வகிக்கும் மேலாளர்கள் அன்றாடப் பிரச்சனைகளையும் காலாண்டு அறிக்கைகளையும் தாண்டிப் பார்க்கும் தொலைநோக்கு கொண்ட நெடுங்காலச் சிந்தனையாளர்கள்.
2. தலைமை வகிக்கும் மேலாளர்களது விருப்பம் தாங்கள் தலைமை வகிக்கும் பிரிவுகளோடு நின்றுவிடுவதில்லை. தங்கள் நிறுவனத்தின் பிற துறைகள் ஒன்றையொன்று எவ்வாறு சார்ந்துள்ளன என்று தங்களுக்குத் தெரிந்திருக்க வேண்டும் என்று நினைப்பவர்கள். அவர்கள் தங்களது

குறிப்பிட்ட ஆதிக்க எல்லைகளையும் தாண்டி, தொடர்ந்து பங்களித்துக் கொண்டிருக்கின்றனர்.

3. குறிக்கோள்கள், மதிப்புகள், உத்வேகம் ஆகியவற்றை, தலைமை வகிக்கும் மேலாளர்கள் பெரிதும் வலியுறுத்துகின்றனர்.

4. தலைமை வகிக்கும் மேலாளர்கள், தங்கள் நிறுவனத்தின் பல்வேறு பிரிவுகளுக்கிடையேயான முரண்பாடுகளை அரசியல் நோக்குடன் அணுகும் திறமை பெற்றவர்கள்.

5. தலைமை வகிக்கும் மேலாளர்கள் தற்போது இருக்கும் நிலையை அப்படியே ஏற்றுக் கொள்வதில்லை.

நிர்வாகம் என்பது நிறுவனத்தின் திட்டங்களும் குறிக்கோள்களும் நடைமுறைப்படுத்தப்படுவதை உறுதி செய்யும் ஒரு செயல்முறை. மறுபுறம், தலைமைத்துவம் என்பது நோக்கங்களை முன்வைத்து, மக்களுக்கு ஊக்கமளிப்பது தொடர்பானது.

> தாங்கள் நிர்வகிக்கப்படுவதை மக்கள் விரும்புவதில்லை. வழிநடத்தப்படுவதையே அவர்கள் விரும்புகின்றனர். யாரேனும் ஓர் உலக நிர்வாகியைப் பற்றி நீங்கள் கேள்விப் பட்டிருக்கிறீர்களா? ஆனால், உலகத் தலைவரைப் பற்றிக் கண்டிப்பாகக் கேள்விப்பட்டிருப்பீர்கள். அரசியல் தலைவர், சமயத் தலைவர், சாரணர் தலைவர், சமூகத் தலைவர், தொழிலாளர் தலைவர், வணிகத் தலைவர் என்று பல தலைவர்களைப் பற்றி நிச்சயம் உங்களுக்குத் தெரிந்திருக்கும். அவர்கள் அனைவரும் வழிநடத்திச் செல்பவர்கள். அவர்கள் நிர்வாகம் செய்வதில்லை. உங்கள் குதிரையைக் கேட்டுப் பாருங்கள். தண்ணீர் இருக்கும் இடத்திற்கு உங்களால் உங்கள் குதிரையை வழிநடத்திச் செல்ல முடியும். ஆனால், அதைத் தண்ணீரைக் குடிக்க வைக்க உங்களால் முடியாது. நீங்கள் யாரையேனும் நிர்வகிக்க விரும்பினால், நீங்கள் உங்களை நிர்வகியுங்கள். அதைச் சிறப்பாகச் செய்யுங்கள். அப்போது, நிர்வாகம் செய்வதை நிறுத்திவிட்டு, வழிநடத்திச் செல்லத் தயாராகி விடுவீர்கள்.

- ஒரு வேலையை எப்படிச் செய்ய வேண்டும் என்று தெரிந்திருப்பது பணியாளரின் சாதனை.
- அதை எப்படிச் செய்வது என்பதை மற்றவர்களுக்குக் கற்றுத் தருவது ஓர் ஆசிரியரின் சாதனை.

- பிறரைக் கொண்டு ஒரு வேலையைச் செய்து முடிப்பது ஒரு மேலாளரின் சாதனை.
- சிறப்பாகப் பணியாற்றுவதற்கு மற்றவர்களுக்கு உத்வேகமூட்டுவது ஒரு தலைவரின் சாதனை.

என்னுடைய விருப்பமெல்லாம், நீங்கள் ஒரு தலைவராகச் சாதிக்க உங்களைத் தயார்படுத்திக் கொள்ள வேண்டும் என்பதுதான். இப்புத்தகம் அக்குறிக்கோளுக்காகச் சமர்ப்பிக்கப்—பட்டுள்ளது. நீங்கள் இப்புத்தகத்தைப் படித்து இதிலுள்ள தலைமைத்துவக் கொள்கைகளை நடைமுறைப்படுத்தத் துவங்கும்போது, புரூஸ் லார்சனை நினைவில் கொள்ளுங்கள். 'வின்ட் அன்ட் ஃபயர்' என்ற தனது புத்தகத்தில், சான்ட்ஹில் நாரைகளைப் பற்றிய சில சுவாரசியமான உண்மைகளை லார்சன் சுட்டிக் காட்டுகிறார்: "பல கண்டங்களைக் கடந்து நெடுந்தூரம் பறக்கும் இப்பெரும் பறவைகள் மூன்று குறிப்பிடத்தக்கப் பண்பு நலன்களைக் கொண்டுள்ளன. முதலாவதாக, சுழற்சி முறையில் குழுவிலுள்ள மற்ற நாரைகளுக்கும் அவை தலைமைப் பொறுப்பை அளிக்கின்றன. எல்லா நேரமும் ஒரே பறவையே முன்னால் பறந்து செல்வதில்லை. இரண்டாவதாக, கொந்தளிப்பான சூழல்களைச் சமாளிக்கும் திறமை பெற்றத் தலைவர்களை அவை தேர்ந்தெடுக் கின்றன. அதன் பிறகு, ஒரு பறவை வழிநடத்திச் செல்லும்போது, பிற பறவைகள் ஒத்திசைவுடன் அதை ஆமோதிக்கின்றன."

கூட்டத்தை வழிநடத்திச் செல்லும் தலைமையிடத்தை நீங்கள் ஏற்றுக்கொள்ளத் தேவையான தலைமைத்துவத்தைப் பற்றி நீங்கள் போதுமான அளவிற்குக் கற்றுக் கொள்வீர்கள் என்று நான் நம்புகிறேன். நீங்கள் அதற்கான முயற்சியை மேற்கொள்ளும்போது, மிகுந்த பெருமையோடும் மனத்திருப்தியோடும் நான் உங்களை ஆமோதித்துக் கொண்டிருப்பேன்.

ஒவ்வொரு காலகட்டத்திலும் ஒரு சூழ்நிலையைச் சமாளிப்பதற்காகத் தலைமைத்துவப் பொறுப்பை ஏற்க வேண்டிய நேரம் நிச்சயம் வரும். எனவே, தலைமையேற்று நடத்தக்கூடிய சாத்தியமுள்ளவர்களுக்கான வேளை கண்டிப்பாக வந்தே தீரும். அப்படிப்பட்ட வாய்ப்பு வரும்போது அதைச் சரியாகப் பயன்படுத்திக் கொள்ள உங்களைத் தயார் செய்து கொள்ளுங்கள்!

- ஜான் சி. மேக்ஸ்வெல்

ஒன்று

தலைமைத்துவம் என்றால் என்ன:

செல்வாக்கு

எல்லோரும் அதைப் பற்றிப் பேசுகின்றனர்; வெகு சிலரே அதைப் புரிந்து கொள்கின்றனர். பெரும்பாலான மக்கள் அதை விரும்புகின்றனர்; வெகு சிலரே அதை அடைகின்றனர். அதைப் பற்றி ஐம்பதிற்கும் மேற்பட்ட வரையறைகளும் விளக்கங்களும் என் தனிப்பட்டக் கோப்புகளில் இருக்கின்றன. இப்படிப் பல வழிகளில் நம் ஆவலைத் தூண்டும் அதன் பெயர் தலைமைத்துவம். அதைப் பற்றி இங்கு விரிவாகக் காணலாம்.

நம்மில் பெரும்பாலானோர் தலைவர்களாக ஆக விரும்பும் காரணத்தால், நாம் தலைமைத்துவத்தை வரையறை செய்ய முற்படும் போது மிகவும் உணர்ச்சிபூர்வமாக அதில் ஈடுபட்டு விடுகிறோம். அல்லது ஒருவேளை, யாரோ ஒரு தலைவரைப் பற்றி நாம் அறிந்திருக்கலாம். அதன் காரணமாக அவரது நடவடிக்கைகளை நாம் பின்பற்ற முயற்சித்து, தலைமைத்துவத்தை ஓர் ஆளுமை என்று விளக்குகிறோம். தலைமைத்துவத்தை வரையறை செய்யுமாறு பத்துப் பேரிடம் கேட்டுப் பாருங்கள். பத்து வெவ்வேறு விதமான பதில்கள் உங்களுக்குக் கிடைக்கக்கூடும். ஐம்பதாண்டுகளுக்கும் மேல் தலைமைத்துவத்தை என் குடும்பத்தில் பார்த்து வந்ததிலிருந்தும், என் சொந்தத் தலைமைத்துவத்தை நான் பல வருடங்களாக வளர்த்து வந்ததிலிருந்தும், நான் இந்த முடிவுக்கு வந்துள்ளேன்: தலைமைத்துவம் என்பது செல்வாக்கு. அவ்வளவுதான். எனக்கு மிகவும் பிடித்த, தலைமைத்துவத்தைப் பற்றியப் பழமொழி இது: தான் வழிநடத்திச் செல்வதாக நினைத்துக் கொண்டிருக்கும் ஒருவனைப் பின்தொடர்ந்து ஒருவரும் செல்லாத பட்சத்தில், அவன் வெறுமனே காலார நடந்து கொண்டிருக்கிறான்.

பார் ட்ரெயினிங் நிறுவனத்தின் ஜேம்ஸ் சி. ஜார்ஜஸ் என்பவர் சமீபத்தில் எக்ஸிகியூட்டிவ் கம்யூனிக்கேஷன்ஸிற்கு அளித்தப் பேட்டி ஒன்றில் தலைமைத்துவத்தைப் பற்றிச் சிறப்பாகக் குறிப்பிட்டுள்ளார்:

> தலைமைத்துவம் என்றால் என்ன? அதன் பின்னிருக்கும் ஒழுக்கம் தொடர்பான விஷயங்களை ஒரு கணம் ஒதுக்கி வைத்துவிட்டுப் பாருங்கள். அதற்கு ஒரே ஒரு வரையறை மட்டுமே உள்ளது: தலைமைத்துவம் என்பது நம்மைப் பின்பற்றுபவர்களைப் பெறக்கூடிய திறமை.
>
> ஹிட்லர் ஒரு தலைவர். அதேபோல், ஜிம் ஜோன்ஸும் ஒரு தலைவர். இயேசு கிறிஸ்து, மார்ட்டின் லூதர் கிங் ஜூனியர், வின்ஸ்டன் சர்ச்சில், மற்றும் ஜான் எஃப். கென்னடி ஆகியோரும் தலைவர்களாக இருந்தவர்கள். அவர்களது மதிப்புகளும் நிர்வாகத் திறமைகளும் வெகுவாக வேறுபட்டிருந்தபோதிலும், அவர்கள் ஒவ்வொருவரையும் பின்பற்றி நடக்கும் மக்கள் இருந்தனர்.
>
> தலைமைத்துவம் என்பது உங்களைப் பின்பற்றுபவர்களைப் பெறும் திறமை என்று வரையறுக்கப்பட்டுவிட்ட பிறகு, மக்களை எவ்வாறு வழிநடத்திச் செல்வது என்பதைக் கண்டறிய அங்கிருந்து பின்னோக்கிச் செயல்பட வேண்டும்.

பிரச்சனை அங்குதான் உள்ளது. தலைமைத்துவம் என்பது ஒரு பதவியை அடையும் திறன் என்றும், பின்பற்றுபவர்களைப் பெறுவது அதன் நோக்கமல்ல என்றும் பெரும்பாலான மக்கள் வரையறுக்கின்றனர். எனவே, அவர்கள் ஒரு பதவி, பட்டம், அல்லது அந்தஸ்தை நோக்கிப் பயணிக்கின்றனர். அதை அடைந்ததும், தாங்கள் ஒரு தலைவராகிவிட்டதாக நினைத்துக் கொள்கின்றனர். இத்தகைய சிந்தனை இரண்டு பிரச்சனைகளை உருவாக்குகிறது: ஒன்று, தலைவர் என்ற 'பொறுப்'பில் இருப்பவர்கள், தங்களைப் பின்பற்றுபவர்களின் எண்ணிக்கை மிகக் குறைவாக இருப்பதைக் கண்டு அடிக்கடி எரிச்சலடைகின்றனர். மற்றொன்று, முறையான பட்டங்களும் பதவிகளும் இல்லாதவர்கள், தங்களைத் தலைவர்களாகக் கருதுவதில்லை என்பதால், தங்கள் தலைமைத்துவத் திறமைகளை வளர்த்துக் கொள்வதில்லை.

தலைமைத்துவம் என்பது செல்வாக்கு (அதாவது, உங்களைப் பின்பற்றுபவர்களைப் பெறக்கூடிய திறமை) என்பதை உங்களை ஏற்றுக் கொள்ளச் செய்து, எவ்வாறு தலைமையேற்று வழிநடத்த வேண்டும் என்பதைக் கற்றுக் கொள்ள அங்கிருந்து பின்னோக்கிச் செயல்பட உங்களுக்கு உதவுவதுதான் இப்புத்தகத்தின் மூலம்

நான் அடைய விரும்பும் இலக்கு. ஒவ்வோர் அத்தியாயமும், உங்கள் தலைமைத்துவத்தை வளர்த்துக் கொள்ள உதவும் மற்றுமொரு கோட்பாட்டை உங்கள் கைகளில் தவழச் செய்யும் விதத்தில் வடிவமைக்கப்பட்டுள்ளது. இந்த முதல் அத்தியாயம் உங்களது செல்வாக்கை விரிவுபடுத்திக் கொள்ள உதவும் விதத்தில் வடிவமைக்கப்பட்டுள்ளது.

செல்வாக்கைப் பற்றிய உள்நோக்குகள்

ஒவ்வொருவரும் மற்றொருவர்மீது தாக்கத்தை ஏற்படுத்துகின்றனர்

பிறருடன் தாராளமாகக் கலந்து பழகாத, தன்னைப் பற்றி மட்டும் தனக்குள்ளேயே சிந்தித்துக் கொண்டிருப்பவர்கள்கூட, தங்கள் வாழ்நாளில் பத்தாயிரத்திற்கும் மேற்பட்டவர்கள்மீது தங்கள் தாக்கத்தை ஏற்படுத்துகின்றனர் என்று சமூகவியலாளர்கள் கூறுகின்றனர். இந்த வியப்பான புள்ளி விபரத்தை என் கூட்டாளி டிம் எல்மோர் என்னுடன் பகிர்ந்து கொண்டார். நாம் ஒவ்வொருவரும் பிறர்மீது தாக்கத்தை ஏற்படுத்தும் அதே நேரத்தில், பிறரும் நம்மீதும் தாக்கத்தை ஏற்படுத்துகின்றனர் என்ற முடிவுக்கு நானும் டிம்மும் வந்தோம். அதாவது, நாம் சில விஷயங்களில் வழிநடத்திச் செல்கிறோம், வேறு சில விஷயங்களில் வழிநடத்தப்படுகிறோம். ஒரு தலைவராகவோ அல்லது பின்பற்றுபவராகவோ இருப்பதிலிருந்து யாரும் விதிவிலக்கல்ல. உங்களுக்குள் இருக்கும் தலைமைத்துவ ஆற்றலை நீங்கள் உணர்ந்து கொள்வது உங்கள் பொறுப்பு. எல்லாச் சூழல்களிலும் எந்தவொரு குழுவிலும், செல்வாக்கு மிக்க முக்கியமான ஒருவர் கண்டிப்பாக இருப்பார். நான் சற்று விபரமாகக் கூறுகிறேன். காலையில் பள்ளி துவங்குவதற்கு முன், ஒரு குழந்தையின்மீது ஆழ்ந்த தாக்கத்தை ஏற்படுத்துவது அதன் தாயாக இருக்கலாம். அக்குழந்தை என்ன சாப்பிட வேண்டும், எதை உடுத்த வேண்டும் என்பதை அதன் தாய் தேர்ந்தெடுக்கக்கூடும். பள்ளிக்குச் செல்லுமுன் தன் தாயின் தாக்கத்திற்கு உள்ளான அக்குழந்தை, பள்ளிக்குச் சென்றவுடன் பிற குழந்தைகளிடம் செல்வாக்குடன் நடந்துகொள்ளக் கூடும். கணவனும் மனைவியும் மதிய உணவிற்காக ஓர் உணவு விடுதிக்குச் சென்றால், அன்றைய சிறப்பு உணவைப் பரிந்துரைக்கும் பணியாளர் அவர்கள் இருவர்மீதும் தாக்கத்தை ஏற்படுத்தலாம்.

ஒரு குழுவில் செல்வாக்குள்ள தலைவரை எளிதில் அடையாளம் காண முடியும். மக்கள் குழுமும்போது, அவர்களை வெறுமனே கண்காணியுங்கள். ஒரு விஷயத்தைப் பற்றி முடிவெடுப்பதற்கு யாருடைய கருத்து மிகவும் மதிக்கப்படுகிறது? ஒரு பிரச்சனை விவாதிக்கப்படும்போது, பிறரது கவனம் யார்மீது அதிகமாக இருக்கிறது? யாருடன் மக்கள் விரைவில் ஒத்துப் போகின்றனர்? மிக முக்கியமாக, யாரை மற்றவர்கள் பின்பற்றுகின்றனர்? இக்கேள்வி களுக்கான விடைகள், ஒரு குறிப்பிட்டக் குழுவில் உண்மையான தலைவர் யார் என்பதைத் தெளிவாக அறிந்துகொள்ள உங்களுக்கு உதவும்.

நாம் யார்மீது தாக்கத்தை ஏற்படுத்துகிறோம் அல்லது எவ்வளவு தாக்கத்தை ஏற்படுத்துகிறோம் என்று நமக்கு ஒருபோதும் தெரியாது

நாம் ஒரு மனிதர் அல்லது ஒரு நிகழ்வின் தாக்கத்தால் எத்தனை முறை மனம் நெகிழ்ந்திருக்கிறோம் என்று எண்ணிப் பார்ப்பது, செல்வாக்கின் சக்தியைப் பற்றிப் புரிந்து கொள்வதற்கான ஆற்றல் மிக்க வழியாகும். பெரும் நிகழ்வுகள் நம் எல்லோர் வாழ்விலும் நினைவுகளிலும் சுவடுகளை விட்டுச் செல்லும். உதாரணத்திற்கு, 1930க்கு முன் பிறந்த ஒருவரிடம், இரண்டாம் உலகப் போரின்போது அமெரிக்கத் துறைமுகமான 'பேர்ல் ஹார்பர்' தாக்கப்பட்டதைக் கேள்விப்பட்டபோது, அவர் என்ன செய்து கொண்டிருந்தார் என்று கேட்டால், அக்கொடுமையான செய்தியைக் கேள்விப் பட்டபோது தனக்குள் ஏற்பட்ட உணர்ச்சிகளையும் தான் இருந்த சூழல்களையும் அவர் விபரமாக விவரிப்பார். 1955க்கு முன் பிறந்த ஒருவரிடம், ஜான் எஃப். கென்னடி சுடப்பட்ட செய்தி வெளியான போது அவர் என்ன செய்து கொண்டிருந்தார் என்று கேட்டால், அங்கும் வார்த்தைகளுக்குப் பஞ்சம் இருக்காது. சேலஞ்சர் விண்கலம் உடைந்து தீப்பற்றி அழிந்த நாளைப் பற்றி இளைய தலைமுறை யினரிடம் கேட்டாலும் அதே போன்ற பதில் கிடைக்கும். இவை அனைத்தும் எல்லோரையும் நெகிழ வைத்தப் பெரும் நிகழ்வுகள்.

உங்கள்மீது தாக்கத்தை ஏற்படுத்திய சிறு விஷயங்கள் அல்லது மக்களைப் பற்றி எண்ணிப் பாருங்கள். என் சொந்த வாழ்வை அசைபோட்டுப் பார்க்கும்போது, சிறு வயதில் நான் பங்குகொண்ட ஒரு சாகச முகாம் என் நினைவிற்கு வருகிறது. பின்னாளில் நான் என்ன வேலை செய்ய வேண்டும் என்று தீர்மானிக்க அது எனக்கு எப்படி உதவியது என்பதையும் நான் எண்ணிப் பார்க்கிறேன். மேலும் நினைவுகூர்ந்தால், என் ஏழாம் வகுப்பு

ஆசிரியர் கிளென் லெதர்வுட், ஒவ்வொரு வருடமும் எனக்குக் கிறிஸ்துமஸ் உணர்வை ஊட்டிய எங்கள் வீட்டுக் கிறிஸ்துமஸ் மரத்தின் விளக்குகள், என் கல்லூரிப் பேராசிரியரிடமிருந்து கிடைத்த உற்சாகமூட்டும் சான்றிதழ் என்று பட்டியல் நீண்டு கொண்டே போகும். நம்மீது தாக்கத்தை ஏற்படுத்தக்கூடிய மனிதர்களை நம் வாழ்வில் நாம் தினமும் சந்தித்துக் கொண்டிருக்கிறோம். நாம் இன்று இருக்கும் மனிதர்களாக உருவாவதற்கு அவர்கள் பெரிதும் உதவியுள்ளனர். ஜே.ஆர்.மில்லர் இதை அழகாகக் கூறுகிறார்: "நம் வாழ்வில் அழியா நினைவுகளை விட்டுச் சென்றுள்ள, ஒரு கணம் மட்டுமே நிகழ்ந்துள்ள பல சந்திப்புகள் உண்டு. தாக்கம் என்று நாம் அழைக்கும் அந்தப் புரியாத புதிரை ஒருவராலும் புரிந்து கொள்ள முடியாது. ஆனாலும், நாம் ஒவ்வொருவரும் தொடர்ந்து தாக்கத்தை ஏற்படுத்திக் கொண்டேயிருக்கிறோம். அது குணமாக்குவதற்கு, ஆசீர்வதிப்பதற்கு, அல்லது அழகிய சுவடுகளை விட்டுச் செல்வதற்காக இருக்கலாம்; அல்லது பிறரைக் காயப்படுத்துவதற்கு, துன்புறுத்துவதற்கு, அல்லது அடுத்தவர்களுடைய வாழ்வில் கறைபடியச் செய்வதற்காகவும் இருக்கலாம்."

ஒரு தந்தை என்ற முறையில் என் செல்வாக்கை நான் உணரும் போது, இந்த உண்மை என்னை நிதானிக்கச் செய்கிறது. என் நண்பர் ஒருவர் எனக்கு வழங்கிய, கீழ்க்கண்ட கவிதை பொறிக்கப்பட்ட ஒரு பலகை என் மேசையை அலங்கரித்துக் கொண்டிருக்கிறது:

என்னைப் பின்தொடரும் அந்தச் சிறுவன்

நான் கவனத்துடன் இருக்க விரும்புகிறேன்,
ஒரு சிறுவன் என்னைப் பின்தொடர்கிறான்;
நெறி தவறிப் போகும் துணிச்சல் எனக்கு இல்லை
அவனும் அதே வழியைப் பின்தொடர்வான்
என்ற பயம்தான் காரணம்.

அவன் கண்களிலிருந்து நான் ஒருபோதும் தப்ப முடியாது.
நான் எதைச் செய்வதை அவன் பார்த்தாலும்,
அவனும் அதை முயற்சிக்கிறான்.
என்னைப்போல் ஆகப் போவதாக அவன் கூறுகிறான் -
என்னைப் பின்தொடரும் அந்தச் சிறுவன்.

கோடைச் சூரியன்களையும் குளிர்காலப் பனிகளையும்
சமாளித்துக்கொண்டு போகும்போது
நான் இதை நினைவில் கொள்ள வேண்டும்
நான் வருங்காலத்திற்காக இப்போது கட்டியெழுப்பிக் கொண்டிருக்கிறேன்-
என்னைப் பின்தொடரும் அந்தச் சிறுவனுக்காக!

இன்றைய முறையான செல்வாக்கு, எதிர்காலத்திற்கான சிறந்த முதலீடு

நீங்கள் யாரேனும் ஒருவர்மீது தாக்கத்தை ஏற்படுத்துகிறீர்களா இல்லையா என்பதல்ல பிரச்சனை. நாம் தீர்மானிக்க வேண்டியது, நீங்கள் எத்தகைய தாக்கத்தை ஏற்படுத்தக்கூடியவர் என்பதுதான். நீங்கள் உங்கள் தலைமைத்துவத் திறமைகளை வளர்த்துக் கொள்வீர்களா? "உண்மை என்னவென்றால், தலைமைத்துவ வாய்ப்புகள் ஏராளமாக உள்ளன — அதுவும் பெரும்பாலான மக்களின் கைக்கெட்டும் தூரத்திலேயே," என்று 'லீடர்ஸ்' என்ற புத்தகத்தில், பென்னிஸ் மற்றும் நேனஸ் கூறுகின்றனர்.

நீங்கள் அதை நம்ப வேண்டும்! இன்று ஒரு சிறந்த தலைவராக உருவாவதன்மூலம் எதிர்காலத்தில் சிறந்த மாற்றத்தை ஏற்படுத்த உங்களைத் தயார்படுத்த உதவுவதற்காக இவ்வத்தியாயத்தின் இனிவரும் பக்கங்கள் அர்ப்பணிக்கப்பட்டுள்ளன.

செல்வாக்கு என்பது உருவாக்கப்படக்கூடிய ஒரு திறமை

ஓர் உலகளாவிய மக்கள் தொடர்பு நிறுவனமான ஹில் அன்ட் நோல்டனின் தலைமை நிர்வாக அதிகாரி ராபர்ட் டிலென்ஷ்னைடர், நாட்டின் மாபெரும் செல்வாக்கு மிக்க நபர்களில் ஒருவர். சர்வதேச அளவில், அரசாங்கங்களும் பெரும்நிறுவனங்களும் சந்திக்கும் இடங்களில் அவர் தன் மந்திரத்தைத் திறம்படச் செயல்படுத்துகிறார். அவர் எழுதிய 'பவர் அன்ட் இன்ஃப்ளுயன்ஸ்' என்ற புத்தகத்தில், தலைவர்கள் முன்னேறிச் செல்வதற்கு உதவும் 'ஆற்றல் முக்கோணம்' என்னும் கருத்தைப் பகிர்ந்து கொள்கிறார். "கருத்துப் பரிமாற்றம், அங்கீகாரம், மற்றும் செல்வாக்கு ஆகியவையே இந்த முக்கோணத்தின் மூன்று அம்சங்கள். நீங்கள் ஆற்றலுடன் கருத்துப் பரிமாற்றம் செய்யுங்கள். இது அங்கீகாரத்திற்கு வழிவகுக்கும். அங்கீகாரம் செல்வாக்கிற்கு இட்டுச் செல்லும்," என்று அவர் கூறுகிறார்.

நம்முடைய செல்வாக்கையும், நமது தலைமைத்துவ ஆற்றலையும் நம்மால் அதிகரித்துக் கொள்ள முடியும். இந்த உறுதியான நம்பிக்கையுடன், பிறர் தங்கள் தலைமைத்துவ

நிலையைப் புரிந்துகொண்டு, தங்கள் செல்வாக்கை அதிகரித்துக்—கொள்ள உதவுவதற்காக நான் ஒரு பயிற்சிக் கருவியை உருவாக்கியுள்ளேன்.

தலைமைத்துவத்தின் ஐந்து நிலைகள்

முதல் நிலை: பதவி

இது தலைமைத்துவத்தின் அடிப்படை நுழைவு நிலை. பிறரிடம் உங்களுக்குள்ள ஒரே செல்வாக்கு, உங்கள் பதவியோடு வரும் அதிகாரம் மட்டும்தான். இந்நிலையில் உள்ள மக்கள், எல்லை அதிகாரம், ஒழுங்குமுறை, சம்பிரதாயம், நிறுவன அதிகார அமைப்பின் வரைபடம் ஆகியவற்றில் அதிகமாகக் கவனம் செலுத்துவர். அதிகாரத் திற்கும் செல்வாக்கிற்கும் அடிப்படையாக இவை அமையாதவரை, இவை எதிர்மறையானவை அல்ல. ஆனால், இவை தலைமைத்துவத் திறமைகளுக்கான மாற்று அல்ல.

ஒருவர் ஒரு பதவியில் அமர்த்தப்பட்டுள்ள காரணத்தால், அவர் எல்லாவற்றையும் தன் கட்டுப்பாட்டில் வைத்திருக்கக்கூடும். அந்நிலையில் அவரிடம் அதிகாரம் இருக்கக்கூடும். ஆனால், உண்மையான தலைமைத்துவம் என்பது அதிகாரத்தைவிட அதிகமானது. அது தொழிற்பயிற்சி பெற்றிருப்பதையும், முறையான செயல்முறைகளையும் பின்பற்றுவதையும்விட அதிகமானது. மற்றவர்கள் மகிழ்ச்சியோடும் உறுதியான நம்பிக்கையோடும் நம்மைப் பின்பற்றும் ஒரு மனிதராக இருப்பதுதான் உண்மையான தலைமைத்துவம். மேலதிகாரியாக இருப்பதற்கும் தலைவராக இருப்பதற்கும் இடையேயான வேறுபாட்டை ஓர் உண்மையான தலைவர் அறிவார். இது கீழே விளக்கப்பட்டுள்ளது:

> மேலதிகாரி தன் ஊழியர்களை வேலை வாங்குவார்; தலைவர் அவர்களுக்குப் பயிற்சியளிப்பார்.
>
> மேலதிகாரி அதிகாரத்தைச் சார்ந்திருப்பார்; தலைவர் நல்லெண்ணத்தைச் சார்ந்திருப்பர்;
>
> மேலதிகாரி அச்சத்தை ஏற்படுத்துவார்; தலைவர் உற்சாகமூட்டுவார்.
>
> 'நான்,' என்று மேலதிகாரி கூறுவார்; 'நாம்,' என்று தலைவர் கூறுவார்.

ஒரு பிரச்சனை ஏற்பட்டால், அதற்கான பழியை மேலதிகாரி யாரோ ஒருவர்மீது சுமத்துவார்; தலைவரோ, அப்பிரச்சனைக்குத் தீர்வு காண்பார்.

ஒரு வேலையை எப்படிச் செய்ய வேண்டும் என்று தெரிந்திருப்பவர் மேலதிகாரி; அதை எப்படிச் செய்ய வேண்டும் என்று செய்து காட்டுபவர் தலைவர்.

"செல்லுங்கள்," என்று மேலதிகாரி கூறுவார்; "நாம் போகலாம்," என்று தலைவர் கூறுவார்.

பதவி கொடுத்துள்ள அதிகாரத்தால் தலைவராக இருப்பவரின் இயல்புகள்

பாதுகாப்பு அவர் பதவியைச் சார்ந்தது, திறமையைச் சார்ந்ததல்ல. உதாரணத்திற்கு, முதலாம் உலகப் போரில் நடந்ததாகக் கூறப்படும் ஒரு கதையை எடுத்துக் கொள்ளலாம். போர்க்களத்தில், "அந்தத் தீக்குச்சியை அணையுங்கள்," என்று ஒரு சிப்பாய் கத்தினான். ஆனால் தவறு செய்தவர் ஜெனரல் "பிளாக் ஜாக்" பெர்ஷிங் என்று தெரிந்தவுடன் அந்தச் சிப்பாய் அரண்டு போனான். ஒரு சாதாரண சிப்பாயாக இருந்து கொண்டு, தன் மேலதிகாரியின் தவறைச் சுட்டிக் காட்டிய தனக்கு நிச்சயமாகக் கடுமையான தண்டனை கிடைக்கப் போகிறது என்று பயந்த அவன், அவரிடம் மன்னிப்புக் கோர முயன்றபோது, ஜெனரல் பெர்ஷிங் அவன் முதுகில் தட்டிக் கொடுத்து, "பரவாயில்லை! நான் இரண்டாவது லெஃப்டினன்ட் (சிப்பாய்க்கு அடுத்த உடனடி மேலதிகாரி) இல்லை என்பதை நினைத்து மகிழ்ச்சி கொள்," என்று கூறினார். நான் கூற வந்தது இப்போது உங்களுக்குத் தெளிவாகி இருக்கும். ஒரு மனிதரின் உண்மையான ஆற்றலும், அதன் விளைவாக ஏற்படும் செல்வாக்கும் எவ்வளவு உயர்ந்த நிலையில் உள்ளதோ, அவ்வளவு பாதுகாப்பாகவும் தன்னம்பிக்கையுடையவராகவும் அவர் விளங்குவார்.

இந்நிலை பெரும்பாலும் நியமனத்தால் பெறப்படுகிறது. மற்ற அனைத்து நிலைகளும் திறமையால் பெறப்படுகின்றன. வெஸ்ட் பாயின்டில் பேஸ்பால் விளையாடிக் கொண்டிருந்த 'ஜயன்ட்ஸ்' அணிக்குப் பயிற்சியளித்துக் கொண்டிருந்த லியோ டுரோச்சரைப் பார்த்து ஒரு பார்வையாளன் தொடர்ந்து கத்திக் கொண்டேயிருந்தான். லியோவை எரிச்சலூட்டுவதற்குத் தன்னாலான அனைத்தையும் செய்து கொண்டிருந்தான்.

"ஏய், டுரோச்சர், ஒன்றுக்கும் உதவாத நீ இத்தகைய பெரும் விளையாட்டுகளில் எப்படி உள்ளே நுழைந்தாய்?" என்று கத்தினான்.

"என் அரசாங்கம் என்னை நியமித்தது," என்று பதிலுக்கு லியோ கத்தினார்.

பதவி கொடுத்துள்ள அதிகாரத்தால் தலைவராக இருப்பவரை, அவரது அதிகார எல்லைக்கு வெளியே மக்கள் பின்பற்ற மாட்டார்கள். தேவையான நேரத்தில் தாங்கள் செய்ய வேண்டியவற்றை மட்டுமே அவர்கள் செய்வார்கள். அங்கு எப்போதும் குறைந்த மன உறுதியே நிலைகொண்டிருக்கும். தலைவரிடம் தன்னம்பிக்கை இல்லையென்றால், பின்பற்றுபவர்களிடம் அர்ப்பணிப்பு இருக்காது. பில்லி கிரஹாம் ஒருமுறை ஒரு சிறுவனிடம், அருகில் உள்ள அஞ்சல் நிலையத்திற்குச் செல்வதற்கான வழியைக் கேட்டார். அவன் அவருக்கு வழிகாட்டியவுடன் டாக்டர் கிரஹாம், "இன்று மாலை நீ என் கருத்தரங்கிற்கு வந்தால், எல்லோரும் சொர்க்கத்திற்குப் போவதற்கான வழியைப் பற்றி நான் பேச இருப்பதை நீ கேட்கலாம்," என்று தெரிவித்தார்.

"நான் அங்கு வருவேன் என்று எனக்குத் தோன்றவில்லை. அஞ்சலகத்திற்குச் செல்லும் வழிகூட உங்களுக்குத் தெரியவில்லை. சொர்க்கத்திற்குப் போகும் வழியை எப்படி உங்களால் கூற முடியும்?" என்று அவன் பதிலளித்தான்.

தன்னார்வத் தொண்டர்கள், அலுவலக ஊழியர்கள், மற்றும் இளைஞர்களுடன் வேலை செய்வதற்கு, பதவியினால் தலைவராக இருப்பவர் மிகவும் சிரமப்படுவார். தன்னார்வத் தொண்டர்கள் ஒரு நிறுவனத்தில் வேலை பார்ப்பதில்லை. எனவே, அவர்களைப் பண ஆசைகாட்டி ஒரு தலைவரால் வேலை வாங்க முடியாது. அலுவலகத்தில் வேலை பார்ப்பவர்கள், முடிவெடுக்கும் கலந்தாய்வுகளில் பங்குபெற்றுப் பழக்கப்பட்டவர்கள். அவர்கள் சர்வாதிகாரத் தலைமைத்துவத்தை வெறுக்கின்றனர். குறிப்பாக, இளைஞர்கள் அதிகாரச் சின்னங்களை முற்றிலுமாக விரும்புவதில்லை.

தலைமைத்துவம் என்பது ஒரு பதவி என்று நம்மில் பெரும்பாலானவர்களுக்குக் கற்பிக்கப்பட்டுள்ளது. ஆனால், நாம் நிஜ உலகிற்குள் நுழைந்தவுடன், நம் பதவிக்காகவும்

பட்டங்களுக்காகவும் நம்மைப் பின்பற்றுபவர்கள் வெகு சிலரே என்பதைக் கண்டவுடன் நம்முள் வெறுப்பு மேலோங்குகிறது. பிறரை வழிநடத்துவதில் நமக்குக் கிடைக்கும் மகிழ்ச்சியும் வெற்றியும், தலைமைத்துவத்தின் உயர்நிலைகளை நாம் தொடர்ந்து அடையும் நம் திறமையைச் சார்ந்தது.

இரண்டாம் நிலை: அனுமதி

“தலைமைத்துவம் என்பது மக்களை உங்களுக்காகப் பணியாற்றச் செய்வது — அது அவர்களுடைய கடமையாக இல்லாதபட்சத்தில் கூட!” என்று ஃபிரெட் சுமித் கூறுகிறார். செல்வாக்கின் இரண்டாம் நிலையை நீங்கள் அடைந்தால்தான் அது நிகழும். மக்கள்மீது நீங்கள் எவ்வளவு அக்கறை கொண்டுள்ளீர்கள் என்பது அவர்களுக்குத் தெரியாதவரை, நீங்கள் எவ்வளவு தெரிந்து வைத்துள்ளீர்கள் என்பதைப் பற்றி அவர்களுக்கு அக்கறை கிடையாது. தலைமைத்துவம் இதயத்திலிருந்து துவங்குகிறது, மூளையிலிருந்து அல்ல. ஓர் அர்த்தமுள்ள உறவால் அது தழைத்தோங்கும், அடக்குமுறையால் அல்ல.

‘பதவி’ நிலையில் உள்ள தலைவர்கள் பெரும்பாலும் அச்சுறுத்தல்மூலம் வழிநடத்துகின்றனர். இவர்கள் அனைவரும், இன்று அனைத்து விதமான சமூகக் கூட்டங்களையும் விளக்கப் பயன்படுத்தப்படும் ‘அதிகார அடுக்கு’க் கொள்கையை உருவாக்குவதற்கு நார்வே நாட்டைச் சேர்ந்த உளவியலாளர் டி.ஷெல்டெரப்—எப் பயன்படுத்திய கோழிக்குஞ்சுகளைப் போன்றவர்கள்.

எந்த ஒரு கோழிக் கூட்டத்திலும் வழக்கமாக ஒரு கோழி மற்ற அனைத்துக் கோழிகள்மீதும் ஆதிக்கம் செலுத்தும் என்று ஷெல்டெரப்—எப் கண்டுபிடித்தார். அது மற்ற எல்லாக் கோழிகளையும் தன் அலகால் கொத்தும்; ஆனால், பதிலுக்கு மற்ற கோழிகள் அதைக் கொத்தாது. இரண்டாவதாக ஒரு கோழி, இந்தத் தலைமைக் கோழியைத் தவிர்த்து ஏனைய அனைத்தையும் கொத்தும். இவ்வாறாக அனைத்துக் கோழிகளும் இறங்கு வரிசை அதிகார அடுக்கில் அமைக்கப்படிருக்கும். இறுதியில் எஞ்சி நிற்கும் ஒரே ஒரு கோழி மட்டும் மற்ற எல்லாக் கோழிகளாலும் கொத்தப்படும்; ஆனால், அதனால் யாரையும் கொத்த முடியாது.

இதற்கு மாறாக, ‘அனுமதி’ நிலையில் இருக்கும் ஒருவர், மனித உறவுகள்மூலம் வழிநடத்துவார். அதிகார அடுக்குக்குப்

பதிலாக, மக்கள் மேம்பாடு இங்கு மேலோங்கி நிற்கும். இந்நிலையில், நேரம், ஆற்றல், கவனம் ஆகியவை தனிநபர்த் தேவைகளின்மீதும் விருப்பங்களின்மீதும் நிலைநிறுத்தப்படும். மக்களையும் அவர்களது தேவைகளையும் ஏன் முதன்மைப்படுத்த வேண்டும் என்பதற்கான அற்புதமான விளக்கம், அமித்தாய் எட்சியானியின் 'மாடர்ன் ஆர்கனைசேஷன்ஸ்' என்னும் புத்தகத்தில் குறிப்பிடப்பட்டுள்ள ஹென்றி ஃபோர்டின் கதையில் காணப்படுகிறது:

> ஹென்றி ஃபோர்டு 'மாடல் டி' என்னும் கச்சிதமான காரை உருவாக்கினார். அந்தக் கார், வேறு எந்தக் காருக்கும் அவசியமில்லாமல் செய்துவிட்டது. அவரது கவனம் முழுவதும் தன் பொருளின்மீதே இருந்தது. அவர் இவ்வுலகம் முழுவதையும் 'மாடல் டி' கார்களால் நிரப்ப விரும்பினார். ஆனால், மக்கள் அவரிடம் வந்து, "ஃபோர்டு அவர்களே, எங்களுக்கு வேறு நிறத்திலுள்ள கார் வேண்டும்," என்று கேட்டபோது, அவர், "நீங்கள் எந்த நிறத்தை வேண்டுமானாலும் தேர்ந்தெடுத்துக் கொள்ளலாம் — அது கறுப்பு நிறமாக இருக்கும்வரை," என்று பதிலளித்தார். அங்கிருந்துதான் ஃபோர்டின் சரிவு துவங்கியது.

வலிமையான, நீடித்த உறவுகளை உருவாக்க முடியாத மக்கள், ஆற்றல்மிக்கத் தலைமைத்துவத்தில் நீடித்து நிலைத்திருக்க முடியாது என்பதை விரைவிலேயே கண்டறிவார்கள். ("தலைமைத்துவத்தின் மிகச் சிறந்த சொத்து: மக்கள்" என்று தலைப்பிடப்பட்டுள்ள, இப்புத்தகத்தின் ஏழாவது அத்தியாயத்தில் இவ்விஷயத்தைப் பற்றி விரிவாகக் காணலாம்.) மக்களை வழிநடத்திச் செல்லாமல் உங்களால் அவர்கள்மீது அன்பு செலுத்த முடியும், ஆனால், அன்பு செலுத்தாமல் மக்களை வழிநடத்த முடியாது என்பதைக் கூறத் தேவையில்லை.

ஒருநாள் என்கீழ் பணிபுரிபவர்களில் ஒருவரான டான் ரெய்லேன்டு, என்னுடன் பகிர்ந்து கொண்ட உள்நோக்கை என்னால் ஒருபோதும் மறக்க முடியாது: "முதலாம் நிலையான பதவிதான் தலைமைத்துவத்திற்கான கதவு என்றால், இரண்டாம் நிலையான அனுமதிதான் அதன் அடித்தளம்."

எச்சரிக்கை! இதில் கூறப்பட்டுள்ள நிலைகளில் எந்தவொரு நிலையையும் தவிர்த்துத் தாண்டிச் செல்லாதீர்கள். அடிக்கடித் தவிர்க்கப்படும் நிலை இரண்டாம் நிலையான அனுமதி. எடுத்துக்காட்டாக, ஒரு கணவன், திருமணத்தன்று கொடுக்கப்படும் 'பதவி' என்னும் ஒன்றாம் நிலையிலிருந்து, 'உற்பத்தி' என்னும் மூன்றாம் நிலைக்குச் செல்கிறான். அவன் தன் குடும்பத்தைக்

காப்பாற்றுவதற்காகக் கடுமையாக உழைக்கும் அதே நேரத்தில், ஒரு குடும்பத்தைக் கட்டுக்கோப்பாக வைத்திருக்க உதவும் முக்கியமான உறவுகளைப் புறக்கணித்து விடுகிறான். குடும்பம் சிதறிவிடுகிறது. கணவனின் தொழிலும் சிதறிவிடுகிறது. நீடித்த, நிரந்தரமான உற்பத்திக்குத் தேவையான இணைப்பு சக்தியை உறவுகள் கொடுக்கின்றன.

மூன்றாம் நிலை: உற்பத்தி

இந்நிலையில் எல்லா நல்ல விஷயங்களும் நிகழத் துவங்குகின்றன. இலாபம் அதிகரிக்கிறது. மன உறுதி உயர்ந்து நிற்கிறது. வேலையைவிட்டு நின்றுவிடும் ஊழியர்களின் எண்ணிக்கை குறைவாக உள்ளது. தேவைகள் பூர்த்தி செய்யப்படுகின்றன. இலக்குகள் எட்டப்ப டுகின்றன. இந்த வளர்ச்சியுடன் வேகமும் இணைந்து கொள்கிறது. வழிநடத்திச் செல்வதும், பிறர் மத்தியில் செல்வாக்குடன் திகழ்வதும் மகிழ்ச்சியளிக்கின்றன. குறைந்த முயற்சியில் பிரச்சனைகள் தீர்க்கப்படுகின்றன. நிறுவனத்தின் வளர்ச்சிக்கு உறுதுணையாக இருக்கும் கீழ்நிலை ஊழியர்களுடன் புதிய புள்ளிவிபரங்கள் பகிர்ந்து கொள்ளப்படுகின்றன. எல்லோரும் விளைவை இலக்காகக் கொண்டு வேலை செய்கின்றனர். உண்மையில், நடவடிக்கைகளுக்கான முக்கியக் காரணம் விளைவுகள்தான்.

இதுதான் இரண்டாம் நிலைக்கும் மூன்றாம் நிலைக்கும் உள்ள முக்கிய வேறுபாடு. ‘உறவு’ நிலையில், மக்கள் ஒன்றுகூடுவதற்குக் காரணம் ஒருவரை ஒருவர் வெறுமனே சந்திப்பதற்குத்தான். வேறு எந்த நோக்கமும் இல்லை. ‘விளைவுகள்’ நிலையில், ஒரு குறிக்கோளை அடைவதற்காக மக்கள் ஒன்றுகூடுகின்றனர். மற்றவர்களைச் சந்திப்பதற்காக ஒன்றுகூடுவதை அவர்கள் விரும்புகின்றனர். அதைவிட, ஒன்றைச் சாதிப்பதற்காக ஒன்றுகூடுவதை அவர்கள் பெரிதும் விரும்புகின்றனர். வேறு விதமாகக் கூறினால், அவர்கள் விளைவுகளை விரும்புகின்றனர்.

‘ஃபைவ் ஈசி பீசஸ்’ என்ற திரைப்படத்தில் ஜாக் நிக்கல்சன் ஏற்று நடித்தக் கதாபாத்திரத்தைப் போன்றவர்கள் இவர்கள். அத்திரைப்படத்தின் ஒரு பிரபலமான காட்சியில், ஜாக் ஒரு உணவகத்தில் பக்க உணவாக ப்ரெட் டோஸ்ட் வேண்டும் என்று கேட்பார். ஆனால், வெறும் பிரெட் டோஸ்ட் தர முடியாது என்று பணியாளர் மறுத்துவிடுவார். அதற்கு ஜாக் ஒரு சுவாரசியமான தீர்வைக் கண்டுபிடிப்பார். முதலில், டோஸ்ட்டில் சிக்கன் சாலட் சான்ட்விச் வேண்டும் என்று

கேட்பார். பிறகு, அவர் அப்பணியாளருக்கு இவ்வாறு கட்டளையிடுவார்: "மெயோனைஸ் வேண்டாம். ஆனால் அதற்குப் பதில் வெண்ணெய் வேண்டும். சிக்கனையும் நீக்கிவிடுங்கள்."

எனக்கு மிகவும் பிடித்த கதைகளில் ஒன்று, புதிதாக வேலைக்குச் சேர்ந்த, பல ஊர்களுக்குப் பயணம் செய்யும் விற்பனையாளன் ஒருவன், தன் முதல் விற்பனை அறிக்கையைத் தன் தலைமை அலுவலகத்திற்கு அனுப்பியதைப் பற்றியது. அந்த அறிக்கையைப் படித்தவுடன் மொத்த விற்பனைத் துறையும் அதிர்ச்சி அடைந்தது. ஏனெனில், அப்புதிய விற்பனையாளர் ஏதும் அறியாதவராக இருந்தார் என்பது வெளிப்படையாகத் தெரிந்தது. அந்த விற்பனையாளர் இவ்வாறு எழுதியிருந்தார்: "நான் பொருட்களை எடுத்துக் கொண்டு இங்கு வந்தேன். நம்மிடமிருந்து அவர்கள் எதையும் இதுவரை வாங்கியிருக்கவில்லை. அவர்களுக்கு நான் சில பொருட்களை விற்றேன். நான் இப்போது சிகாகோ போகிறேன்." அவர் எழுதியிருந்த கடிதத்தில் ஏகப்பட்ட எழுத்துப் பிழைகளும் இலக்கணப் பிழைகளும் இருந்தன.

விற்பனை மேலாளர் அவரை வேலையிலிருந்து நீக்குவதற்கு முன், சிகாகோவிலிருந்து மற்றுமொரு கடிதம் வந்தது: "நான் இங்கு வந்தேன். 5 இலட்சம் டாலருக்கு விற்றேன்." இக்கடிதத்திலும் எழுத்துப் பிழைகளும் இலக்கணப் பிழைகளும் இருந்தன.

இவ்வளவு மோசமாக எழுதும் அந்த விற்பனையாளரை வேலையிலிருந்து நீக்கினால் என்னவாகும் என்ற அச்சமும், நீக்காவிட்டால் என்ன நேரும் என்ற பயமும் விற்பனை மேலாளரைப் பந்தாடின. முடிவில், அவர் நிறுவனத் தலைவரிடம் பிரச்சனையைக் கொண்டு போனார். அடுத்த நாள் காலையில், அறிவிப்புப் பலகையில் அறியாமைமிக்க அந்த விற்பனையாளரின் இரு கடிதங்களும், அவற்றோடு நிறுவனத் தலைவரின் செய்திக்குறிப்பும் இடம்பெற்றிருப் பதைக் கண்ட விற்பனைத் துறை உறுப்பினர்கள் வியப்படைந்தனர். தலைவரின் கடிதம் இவ்வாறு இருந்தது: "நாம் விற்பனைக்குப் பதில் வார்த்தைகளில் அதிக நேரத்தைச் செலவிடுகிறோம். அதை விட்டுவிட்டு, நாம் விற்பனையில் கவனம் செலுத்துவது நல்லது. ஊர் ஊராகச் சென்று சிறப்பாக விற்கும் அந்த விற்பனையாளரின் இரண்டு கடிதங்களையும் நீங்கள் அனைவரும் படிக்க வேண்டும். வெளியே சென்று நீங்களும் அவரைப் போல் அமோகமாக விற்பனை செய்ய வேண்டும்."

விற்பனைத் திறமைகொண்ட, ஒழுங்காக எழுதப்படிக்கத் தெரிந்த விற்பனையாளரைத்தான் எந்தவொரு விற்பனை

மேலாளரும் விரும்புவார். ஆனால், 'தகுதி' இல்லாத பல மக்கள் பெரும் விளைவு களை ஏற்படுத்தியுள்ளனர் என்பது உண்மை.

நான்காம் நிலை: மக்கள் மேம்பாடு

ஒரு தலைவரை எப்படி அடையாளம் கண்டுகொள்வீர்கள்? அவர்கள் பல அளவுகளில், பல்வேறு வயதில், வடிவங்களில், சூழ்நிலைகளில் வருவார்கள் என்று ராபர்ட் டவுன்செண்ட் கூறுகிறார். சிலர் மோசமான நிர்வாகிகளாக இருப்பார்கள், சிலர் அதிக புத்திசாலித்தனமின்றி இருப்பார்கள். அதைக் கண்டுபிடிக்க ஒரு வழி உள்ளது: சில மக்கள் சராசரிக்கும் குறைவான செயற்திறன் கொண்டவர்களாக இருப்பதால், உண்மையான தலைவரை எளிதில் அடையாளம் கண்டுவிடலாம். ஏனெனில், தொடர்ந்து அவருடைய குழு உறுப்பினர்கள் எப்படியாவது சிறப்பான செயற்திறனை வெளிப்படுத்திக் கொண்டேயிருப்பார்கள்.

ஒருவர் சிறந்த தலைவராகத் திகழ்வதற்குக் காரணம் அவரது அதிகார பலம் அல்ல. மாறாக, பிறருக்கு அதிகாரம் வழங்கும் அவரது திறன்தான். வெற்றி பெற்ற ஒருவர், தனக்குப் பின் அதைப் பொறுப்பேற்று வெற்றிகரமாக நடத்தும் ஒருவரைத் தேர்ந்தெடுத்துத் தயார் செய்யாதபோது, அது தோல்விதான். ஒரு தொழிலாளரின் முக்கியமான பொறுப்பு, வேலையைப் பிறருக்குக் கற்றுக் கொடுத்து, அதைத் திறம்படச் செய்ய அவர்களை உருவாக்குவதுதான் (ஏழாவது அத்தியாயத்தைப் பாருங்கள்).

ஒரு தலைவரைப் பின்பற்றும் ஒருவர், அத்தலைவரின் பயிற்று விப்பால் தனிப்பட்ட முறையில் சிறந்த வளர்ச்சி அடையும்போதுதான் அத்தலைவர்மீது அவர் வைத்திருக்கும் விசுவாசம் உயர்ந்த நிலையை அடையும். வளர்ச்சி முறையைக் கவனியுங்கள்: இரண்டாம் நிலையில், பின்பற்றுபவர் தன் தலைவரை நேசிக்கிறார்; மூன்றாம் நிலையில் அவர் தன் தலைவரைப் போற்றிப் பாராட்டுகிறார்; நான்காம் நிலையில் அவர் தன் தலைவருக்கு விசுவாசமாக இருக்கிறார். ஏன்? ஒருவரது தனிப்பட்ட வளர்ச்சிக்கு உதவுவதன்மூலம்தான் உங்களால் மக்களின் இதயத்தில் இடம்பெற முடியும்.

என்னிடம் வேலை பார்க்கும் முக்கியமானவர்களில் ஷெரில் ஃப்லீஷரும் ஒருவர். அவர் முதன்முதலில் என் குழுவில் சேர்ந்தபோது, பிறரிடம் எளிதில் கலந்து பழகாதவராக இருந்தார்.

அவர் பிறருடன் இணைந்து பணியாற்றுவதில் திறம்படைத்தவராக உருவாகும்வரை நான் அவர்மீது அதிகமான கவனம் செலுத்தி வந்தேன். இன்று அவர் மற்றவர்களை வெற்றிகரமாக உருவாக்குகிறார். ஷெரில் என் தலைமைத்துவத்திற்கு விசுவாசமான பிணைப்பை வழங்கியுள்ளார். அதன் காரணம் எங்கள் இருவருக்கும் தெரியும். நான் அவருக்காக முதலீடு செய்த என்னுடைய நேரம் ஒரு நேர்மறையான மாற்றத்தை அவரிடம் ஏற்படுத்தியது. நான் அவருக்குச் செய்ததை அவர் ஒருபோதும் மறக்க மாட்டார். இதில் மகிழ்ச்சியான விஷயம் என்னவென்றால், பிறருடைய வாழ்வில் அவர் முதலீடு செய்துள்ள அவரது நேரம் எனக்குப் பெரிதும் உதவியுள்ளது. நானும் அவர் எனக்குச் செய்ததை ஒருபோதும் மறக்க மாட்டேன்.

உங்களால் மனம் நெகிழ்ந்த அல்லது ஏதோ ஒரு விதத்தில் தாங்கள் உருவாவதற்கு உங்கள் உதவி பெற்ற மக்கள், உங்களைச் சுற்றியிருக்கும் தலைவர்களாக இருக்க வேண்டும். அவ்வாறு நிகழ்ந்தால், உங்களுக்கு நெருக்கமாக இருப்பவர்கள் அன்பையும் விசுவாசத்தையும் வெளிப்படுத்துவதோடு, அவர்களால் உருவாக்கப்பட்டப் பிற மக்களும் அதே அன்பையும் விசுவாசத்தையும் வெளிப்படுத்துவார்கள்.

ஆனாலும், ஒரு தலைவர் என்ற முறையில், நீங்கள் உருவாக்கியுள்ள, உங்களைச் சுற்றி இருக்கும் மக்கட்குழுவின்மீது உங்கள் செல்வாக்கு உயர்ந்து, அவர்களோடு நீங்கள் சுகமாக வேலை செய்யத் துவங்கும்போது, ஒரு பிரச்சனை ஏற்படும் வாய்ப்புள்ளது. உங்கள் குழுவிலுள்ள பல புதிய ஊழியர்களோடு உங்களுக்கு நேரடித் தொடர்பு இல்லாத காரணத்தால், அவர்கள் உங்களைப் 'பதவி'யால் தலைமைத்துவம் பெற்ற தலைவர் என்ற கண்ணோட்டத்தில் பார்க்கின்றனர் என்பதை நீங்கள் உணர்ந்திருக்க மாட்டீர்கள். நீங்கள் மக்களை உருவாக்குபவராக ஆவதற்கு, கீழ்க்கண்ட ஆலோசனைகள் உங்களுக்கு உதவும்:

கூட்டத்தில் மெதுவாக நடந்து செல்லுங்கள். உங்களுடன் வேலை செய்யும் ஒவ்வொருவரிடமும் தொடர்ந்து ஏதோ ஒரு விதத்தில் தொடர்பு வைத்திருங்கள். நான் பாதிரியாராக இருந்தபோது, என் சபையில் இருந்த 5,000 பேருடனும் கீழ்க்கண்ட வழிகளில் நான் தொடர்பு வைத்திருந்தேன்:

- தேவாலயத்தில் இருந்த, படத்துடன்கூடிய பெயர்விபரக் கையேட்டிலிருந்து நான் சபையின் ஒவ்வோர் உறுப்பினருடைய பெயரையும் கற்றுக் கொண்டேன்.

தலைமைத்துவத்தின் ஐந்து நிலைகள்

5

தனிநபர்ச் சிறப்பு

மரியாதை: உங்கள் தனிநபர்ச் சிறப்புகள் மற்றும் நீங்கள் முன்வைக்கும் விஷயங்களின் காரணமாக மக்கள் உங்களைப் பின்பற்றுகின்றனர்.

குறிப்பு: மக்களையும் நிறுவனங்களையும் உருவாக்குவதற்குத் தங்கள் வாழ்நாளை அர்ப்பணித்துள்ள தலைவர்களுக்காக இந்நிலை ஒதுக்கப்பட்டுள்ளது. வெகு சிலரே இந்நிலையை அடைகின்றனர். இந்நிலையை அடைந்தவர்கள் விசுவரூபம் எடுப்பவர்கள்.

4

மக்கள் மேம்பாடு

மறுஉற்பத்தி: நீங்கள் அவர்களுக்குச் செய்துள்ள காரியங்களால் அவர்கள் உங்களைப் பின்பற்றுவார்கள்.

குறிப்பு: இங்குதான் நீண்டகால வளர்ச்சி ஏற்படுகிறது. தலைவர்களை உருவாக்குவதில் நீங்கள் கொண்டுள்ள அர்ப்பணிப்பு, நிறுவனமும் மக்களும் தொடர்ந்து வளர்வதை உறுதி செய்யும். இந்நிலையை அடைவதற்கும், இதில் நீடித்திருப்பதற்கும் தேவையான அனைத்தையும் செய்யுங்கள்.

3

உற்பத்தி

விளைவுகள்: நிறுவனத்திற்கு நீங்கள் ஆற்றியுள்ள பங்களிப்பின் காரணமாக மக்கள் உங்களைப் பின்பற்றுகின்றனர்.

குறிப்பு: இங்குதான் பெரும்பாலான மக்கள் வெற்றியை உணர்கின்றனர். உங்களையும், நீங்கள் ஆற்றும் பணியையும் அவர்கள் விரும்புகின்றனர். உத்வேகத்தின் காரணமாகப் பிரச்சனைகள் அனைத்தும் மிகக் குறைந்த முயற்சியிலேயே தீர்க்கப்பட்டு விடுகின்றன.

2

அனுமதி

உறவுகள்: விருப்பத்தின் காரணமாக மக்கள் உங்களைப் பின்பற்றுகின்றனர்.

குறிப்பு: உங்கள் அதிகார எல்லைக்கு அப்பாற்பட்டும் மக்கள் உங்களைப் பின்பற்றுவார்கள். இந்நிலையில் வேலை பார்ப்பது குதூகலமிக்கதாக இருக்கும்.
எச்சரிக்கை: அடுத்த உயர்நிலைக்குச் செல்லாமல் இந்நிலையிலேயே அதிக காலம் தங்கிவிடுவது, அதிக உத்வேகத்துடன் செயல்படும் மக்களுக்குப் பிரச்சனையாக அமையும்.

1

பதவி

உரிமைகள்: கட்டாயத்தின் காரணமாக மக்கள் உங்களைப் பின்பற்றுகின்றனர்

குறிப்பு: உங்கள் அதிகார எல்லைக்கு அப்பால் உங்களால் தாக்கத்தை ஏற்படுத்த முடியாது. நீங்கள் நெடுங்காலம் இந்நிலையில் இருந்தால், வேலையைவிட்டு நிற்பவர்களின் எண்ணிக்கை அதிகரிக்கும், ஊழியர்களின் மன உறுதி குறையும்.

- நான் தகவல் தொடர்பு அட்டைகளைச் சபைக்கு அளித்திருந்தேன். அவை சபை உறுப்பினர்களால் பூர்த்தி செய்யப்பட்டு என்னிடம் திரும்பி வரும்போது, நான் அவற்றைப் படிப்பேன் (வாரத்திற்கு சுமார் 250 அட்டைகள் வந்தன).
- உறுப்பினராவதற்கு விண்ணப்பித்த ஒவ்வொருவருடைய நேர்முகத் தேர்வுப் படிவங்களையும் நான் படிப்பேன்.
- எனக்கு வந்த கடிதங்களைப் படித்து, அவற்றிற்குப் பதில் அனுப்புவேன்.
- ஒவ்வொரு வருடமும் அனைத்து ஞாயிறு பள்ளி வகுப்புகளைத் தொடர்ந்து நடக்கும் ஒரு சமூக நிகழ்ச்சியில் கலந்து கொள்வேன்.

முக்கியத் தலைவர்களை உருவாக்குங்கள். நிறுவனத்திற்குள் செல்வாக்கு மிக்கவர்களை நான் கண்டறிந்து, அவர்களை முறையாகச் சந்தித்து, அவர்களுக்குப் பயிற்சியளிக்கிறேன். பிறகு, நான் கற்றுக் கொடுத்தவற்றை அவர்கள் மற்றவர்களுக்குக் கற்றுக் கொடுக்கின்றனர்.

ஐந்தாம் நிலை: தனிநபர்ச் சிறப்பு

இந்நிலையைப் பற்றி நாம் சிறிது நேரம் மட்டுமே கலந்துரையாடுவோம். ஏனெனில், நம்மில் பலர் இந்நிலையை வந்தடையவில்லை. நிரூபிக்கப்பட்ட, நீண்டகாலத் தலைமைத்துவம் மட்டுமே நாம் ஐந்தாம் நிலையில் வந்து அமர்ந்து, முழு திருப்தியளிக்கும் வெகுமதிகளைப் பெற நம்மை அனுமதிக்கும். என்றேனும் ஒருநாள் நான் இந்நிலையின் உச்சியில் அமர விரும்புகிறேன். அது சாதிக்கப்படக்கூடிய ஒன்றுதான்.

தலைமைத்துவத்திற்கான படிகளில் ஏறுதல்

தலைமைத்துவ நிலைகளின் செயல்முறை பற்றிய இன்னும் சில உள்நோக்குகள் இங்கு கொடுக்கப்பட்டுள்ளன:

எவ்வளவு அதிக உயரம் செல்கிறீர்களோ, அவ்வளவு அதிக நேரம் பிடிக்கும்

ஒவ்வொரு முறையும் நீங்கள் உங்கள் வேலையை மாற்றும்—போதும் சரி, அல்லது ஒரு புதிய நண்பர்கள் வட்டத்தில் சேரும்போதும் சரி, அடிமட்ட நிலையிலிருந்து துவங்கி, படிப்படியாக உயர்ந்த நிலையை அடைய நீங்கள் முயற்சி மேற்கொள்வீர்கள்.

எவ்வளவு அதிக உயரம் செல்கிறீர்களோ, அவ்வளவு அதிக அர்ப்பணிப்பு வேண்டியிருக்கும்

அதிகரிக்கும் அர்ப்பணிப்பு என்பது இருவழிப் பாதை. பெரும் அர்ப்பணிப்பு உங்களிடமிருந்து மட்டும் எதிர்பார்க்கப்படு—வதில்லை; ஈடுபட்டுள்ள மற்ற அனைத்துத் தனிநபர்களிடமிருந்தும் அது எதிர்பார்க்கப்படுகிறது. ஒரு தலைவரோ அல்லது அவரைப் பின்பற்றுபவரோ, ஒரு புதிய நிலையில் எதிர்பார்க்கப்படும் தியாகங்களைச் செய்வதற்கு விரும்பாதபோது, அவர்களது செல்வாக்கு குறையத் துவங்கும்.

எவ்வளவு அதிக உயரம் செல்கிறீர்களோ, வழிநடத்திச் செல்வது அவ்வளவு எளிது

இரண்டாம் நிலையிலிருந்து மூன்றாம் நிலைக்கு முன்னேறும் முறையைக் கவனியுங்கள். முதலில், மக்களின் கவனம் உங்கள்மீது இருக்கின்றது. அவர்கள் உங்களை விரும்புகின்றனர். பிறகு, சம்பந்தப்பட்ட அனைவரின் பொதுநலத்திற்காக நீங்கள் செய்யும் காரியங்களை அவர்கள் விரும்புகின்றனர். அதன் பின்னர், தனிப்பட்ட முறையில் நீங்கள் அவர்களுக்குச் செய்பவற்றை அவர்கள் விரும்புகின்றனர். ஒரு தலைவரும், அவரைப் பின்பற்றுபவர்களும் ஏறிச் செல்லும் ஒவ்வொரு நிலையும், மக்கள் அத்தலைவரைப் பின்பற்றுவதற்கான மற்றொரு காரணம்.

எவ்வளவு அதிக உயரம் செல்கிறீர்களோ, அவ்வளவு அதிக வளர்ச்சி ஏற்படும்

ஆற்றல்மிக்க மாற்றம் ஏற்படும்போதுதான் வளர்ச்சி சாத்திய—மாகும். தலைமைத்துவத்தின் நிலைகளை நீங்கள் படிப்படியாக அடையும்போது மாற்றங்கள் எளிதானவையாக விளங்கும்.

நீங்கள் உயர்நிலையை அடையும்போது, மற்றவர்கள் உங்களைப் பின்பற்ற விரும்புவார்கள். அதோடு, தேவையான மாற்றங்களை உருவாக்குவதில் உங்களுக்கு உதவவும் செய்வார்கள்.

நீங்கள் கீழ்நிலையைப் புறக்கணிக்க முடியாது

ஒவ்வொரு நிலையையும் அதன் கீழேயுள்ள நிலை தாங்கி நிற்கிறது. கீழ்நிலை புறக்கணிக்கப்பட்டால் பிற நிலைகள் ஆட்டம் கண்டுவிடும். உதாரணத்திற்கு, நீங்கள் அனுமதி (உறவுகள்) நிலையிலிருந்து உற்பத்தி (விளைவுகள்) நிலைக்குச் செல்லும்போது, உங்களைப் பின்பற்றுபவர்கள்மீதும், விளைவுகளை உருவாக்க உங்களுக்கு உறுதுணையாக இருப்பவர்கள்மீதும் நீங்கள் அக்கறை கொள்வதை நிறுத்திவிட்டால், உங்கள் சுயநலத்திற்காகத் தாங்கள் பயன்படுத்தப்பட்டுவிட்டதாக அவர்கள் உணரத் துவங்கி—விடுவார்கள். நீங்கள் உயர்ந்த நிலைக்குச் செல்லச் செல்ல, மக்களுடனான உங்கள் தலைமைத்துவம் ஆழமானதாகவும் வலிமையானதாகவும் அமையும்.

நீங்கள் ஒரு குழுவை வழிநடத்திச் செல்பவராக இருந்தால், உங்களால் எல்லோருடனும் ஒரே மாதிரியான நிலையில் இருக்க முடியாது

உங்கள் தலைமைத்துவத்தின்கீழ் உள்ள அனைவரும் ஒரே மாதிரியாக நடந்து கொள்ள மாட்டார்கள்.

நீங்கள் ஆற்றல்மிக்கத் தலைவராகத் தொடர்ந்து நீடிக்க வேண்டுமென்றால், உங்கள் குழுவிலுள்ள பிற செல்வாக்கு மிக்கவர்களையும் உங்களுடன் உயர்ந்த நிலைக்குக் கூட்டிச் செல்வது இன்றியமையாதது

உங்களுடைய மற்றும் பிற தலைவர்களின் கூட்டுச் செல்வாக்கு, மற்றவர்களை உடனழைத்து வரும். இது நிகழாவிட்டால், குழுவினருக்கிடையே விருப்பப் பிரிவினைகளும் விசுவாசப் பிரிவினைகளும் ஏற்படும்.

செல்வாக்கைப் பற்றிய முடிவுகள்

செல்வாக்கைப் பற்றிப் புரிந்து கொள்வதற்கும், அதை எவ்வாறு அதிகரிப்பது என்பதைத் தெரிந்து கொள்வதற்கும் இப்போது நம்மிடம் ஒரு வரைபடம் உள்ளது. இவ்வரைபடத்தின்படி,

நீங்கள் சிகரத்தை அடைய வேண்டுமென்றால், இரண்டு விஷயங்களைச் செய்தாக வேண்டும்:

1. இக்கணத்தில் நீங்கள் எந்த நிலையில் இருக்கிறீர்கள் என்பதைத் தெரிந்து கொள்ளுங்கள்

நீங்கள் வெவ்வேறு நிலைகளில் வெவ்வேறு மக்களுடன் வேலை செய்ய நேரிடும் என்பதால், எந்த நிலையில் யார் யார் இருக்கின்றனர் என்பதைத் தெரிந்து கொள்ளுங்கள். உங்கள் நிறுவனத்தில் செல்வாக்கு மிக்கவர்கள் மிக உயர்ந்த நிலையில் இருந்து, அவர்கள் உங்களுக்கு ஆதரவாக இருக்கும் பட்சத்தில், பிறரை நீங்கள் வெற்றிகரமாக வழிநடத்திச் செல்வது சாத்தியமாகும். அதிக செல்வாக்கு கொண்டவர்கள் உயர்நிலையில் இருந்து, உங்களுக்கு ஆதரவாக இல்லாத பட்சத்தில், விரைவில் பிரச்சனைகள் உருவாகும்.

2. ஒவ்வொரு நிலையிலும் வெற்றிகரமாகத் திகழத் தேவையான பண்புநலன்களை அறிந்து, அவற்றை நடைமுறைப்படுத்துங்கள்

அடுத்த நிலைக்கு நீங்கள் முன்னேறிச் செல்வதற்கு, ஏற்கனவே இருக்கும் இந்நிலையில் நீங்கள் சிறப்பாக வெளிப்படுத்த வேண்டிய சில பண்பியல்புகள் கீழே கொடுக்கப்பட்டுள்ளன.

முதல் நிலை: பதவி/ உரிமைகள்

- உங்கள் வேலையை முழுமையாகத் தெரிந்து வைத்திருங்கள்.
- நிறுவனத்தின் வரலாற்றை அறிந்து வைத்திருங்கள்.
- நிறுவனத்தின் வரலாற்றை அதன் மக்களுடன் தொடர்புபடுத்துங்கள் (அதாவது, குழுவின் நலனை முன்னிறுத்துங்கள்).
- பொறுப்பேற்றுக் கொள்ளுங்கள்.
- தொடர்ந்து உங்கள் வேலையைச் சிறப்பாகச் செய்யுங்கள்.
- எதிர்பார்க்கப்படுவதைவிட அதிகமாகச் செயலாற்றுங்கள்.
- மாற்றத்திற்கும் மேம்பாட்டிற்கும் தேவையான படைப்புச் சிந்தனைகளை வழங்குங்கள்.

இரண்டாம் நிலை: அனுமதி/ உறவு

- மக்களிடம் உண்மையான நேசம் கொள்ளுங்கள்.
- உங்களுடன் பணிபுரிபவர்களை வெற்றியடையச் செய்யுங்கள்.
- அடுத்தவர்களுடைய கண்ணோட்டத்திலிருந்து பாருங்கள்.
- செயல்முறைகளைவிட மக்களை அதிகம் நேசியுங்கள்.
- "உனக்கும் வெற்றி, எனக்கும் வெற்றி" என்ற நிலையில் செயல்படுங்கள். இல்லையேல், அதைச் செய்யாதீர்கள்.
- உங்கள் பயணத்தில் பிறரையும் சேர்த்துக் கொள்ளுங்கள்.
- சிரமமான மனிதர்களைப் புத்திசாலித்தனமாகச் சமாளியுங்கள்

மூன்றாம் நிலை: உற்பத்தி/விளைவு கள்

- வளர்ச்சிக்கான முயற்சியைத் துவங்கி, அதற்குப் பொறுப்பேற்றுக் கொள்ளுங்கள்.
- ஒரு குறிக்கோளை உருவாக்கி, எழுதி வைத்து, அதைப் பின்பற்றுங்கள்.
- உங்கள் வேலை குறித்த விளக்கத்தையும், உங்கள் ஆற்றலையும் குறிக்கோளின் பிரிக்க முடியாத அங்கங்களாக ஆக்குங்கள்.
- விளைவுகளுக்கான பொறுப்புகளை உருவாக்குங்கள். அது உங்களிலிருந்து துவங்கட்டும்.
- அதிக பதிலீட்டைத் தரும் விஷயங்களைத் தெரிந்து கொண்டு, அவற்றைச் செய்யுங்கள்.
- நிறுவனத்தின் உத்திகளையும் நோக்கத்தையும் பிறருக்குத் தெரியப்படுத்துங்கள்.
- மாற்றத்தின் காரணியாக மாறுங்கள்; சரியான கால நேரம் பற்றிப் புரிந்து கொள்ளுங்கள்.
- சிறந்த மாற்றங்களை உருவாக்கும் சிரமமான முடிவுகளை எடுங்கள்.

நான்காம் நிலை: மக்கள் மேம்பாடு/மறுஉற்பத்தி

- மக்கள்தான் மிகவும் மதிப்புவாய்ந்த உங்கள் சொத்து என்பதை உணருங்கள்.
- மக்கள் மேம்பாட்டிற்கு முதலிடம் வழங்குங்கள்.
- பிறர் பார்த்துப் பின்பற்றக்கூடிய முன்மாதிரியாக இருங்கள்.
- உங்கள்கீழுள்ள மேல்மட்ட 20 சதவீத மக்கள்மீது உங்கள் தலைமைத்துவ முயற்சிகளை மேற்கொள்ளுங்கள்.
- முக்கியமான தலைவர்களை வளர்ச்சி வாய்ப்புகளுக்குப் பரிச்சயப்படுத்துங்கள்.
- ஒரு பொதுவான இலக்கை அடைவதற்கு, பிற வெற்றியாளர்களையும் உற்பத்தியாளர்களையும் கவர்ந்திழுக்கும் திறன் மிக்கவராக இருங்கள்.
- உங்கள் தலைமைத்துவத்தை முழுமையாக்கும் மக்களை, உங்களைச் சுற்றி, உங்கள் நெருங்கிய வட்டத்திற்குள் வைத்திருங்கள்.

ஐந்தாம் நிலை: தனிநபர்ச் சிறப்பு/மரியாதை

- உங்களைப் பின்பற்றுபவர்கள் விசுவாசமானவர்களாகவும் தியாக மனப்பான்மை உடையவர்களாகவும் இருப்பார்கள்.
- தலைவர்களுக்குப் பயிற்சியளிப்பதிலும் அவர்களை உருவாக்குவதிலும் நீங்கள் பல வருடங்களைச் செலவிட்டுள்ளீர்கள்.
- நீங்கள் ஒரு சிறந்த ஆலோசகராக உருவாகியுள்ளீர்கள். அதனால், உங்கள் ஆலோசனைகளைப் பெற, பிறர் உங்களை அதிகமாக நாடுகின்றனர்.
- மற்றவர்கள் வளர்வதையும் உருவாவதையும் கண்டு உங்களுக்குப் பெருமகிழ்ச்சி ஏற்படுகிறது.
- நீங்கள் உங்கள் நிறுவனத்தைக் காட்டிலும் உயர்ந்து நிற்கிறீர்கள்.

நாம் ஒவ்வொருவருமே தலைவர்கள்தான். ஏனெனில், நாம் ஒவ்வொருவரும் யாரோ ஒருவர்மீது தாக்கத்தை ஏற்படுத்துகிறோம். எல்லோரும் தலைசிறந்த தலைவர்களாகிவிட முடியாது. ஆனால், நிச்சயமாக எல்லோராலும் ஒரு நல்ல தலைவராக உருவாக முடியும். இப்பொது, இரண்டு கேள்விகளுக்கு மட்டுமே நீங்கள்

விடையளிக்க வேண்டும்: ஒன்று, "உங்கள் தலைமைத்துவ ஆற்றலை நீங்கள் வெளிப்படுத்துவீர்களா?" இரண்டாவது, "மனிதகுலம் சிறப்புற, உங்கள் தலைமைத்துவத் திறமைகளை நீங்கள் பயன்படுத்துவீர்களா?" இவ்விரண்டையும் நீங்கள் செய்வதற்கு உதவுவதற்காகவே இப்புத்தகம் எழுதப்பட்டுள்ளது.

என் செல்வாக்கு

இன்றைய நாள் முடிவடைவதற்குள்
என் வாழ்வு பல வாழ்வுகளைத் தொட்டுச் செல்லும்.
மாலைச் சூரியன் மறைவதற்குள் - அது
எண்ணற்ற நல்ல அல்லது தீய சுவடுகளை விட்டுச் செல்லும்.

என் மனத்தில் எப்போதும் இருக்கும் ஆசை இதுதான்,
நான் எப்போதும் பிரார்த்திக்கும் பிரார்த்தனை இதுதான்:
கடவுளே, என் வாழ்வு, அது தொட்டுச் செல்லும்
ஒவ்வொருவரின் வாழ்விற்கும் உதவட்டும்.

தலைமைத்துவ ஆற்றலை வெளிப்படுத்துவதற்கு நீங்கள் மேற்கொள்ள வேண்டிய நடவடிக்கைகள்

பரிசீலனை:

1. *தலைமைத்துவம் என்பது* ____________________.

____

2. *தலைமைத்துவத்தின் ஐந்து நிலைகள்:*

(1)______________________________

(2)______________________________

(3)______________________________

(4)______________________________

(5) ______________________________

3. *தற்சமயம் பெரும்பாலான மக்களைப் பொறுத்தவரை நான் எந்த நிலையில் இருக்கிறேன்?*

____

4. செல்வாக்குமிக்க மற்றவர்களுடன் நான் தற்சமயம் எந்த நிலையில் இருக்கிறேன்?

பதிலளியுங்கள்:

1. உங்கள் நிறுவனத்தில் அதிக செல்வாக்கு கொண்ட முதல் ஐந்து நபர்களைக் குறிப்பிடுங்கள்.

   (i) அவர்களோடு ஒப்பிடுகையில் உங்கள் செல்வாக்கு எந்த நிலையில் உள்ளது?

   (ii) பிறரோடு ஒப்பிடுகையில் அவர்களது செல்வாக்கு எந்த நிலையில் உள்ளது?

2. செல்வாக்கு மிக்க அந்த முதல் ஐந்து நபர்கள் ஒவ்வொருவருடனும், மாதத்திற்கு ஒரு மணி நேரம் தனித்தனியாகச் செலவிட்டு, அவர்களுடன் நல்லுறவை வளர்த்துக் கொள்ளுங்கள்.

3. அதிக செல்வாக்கைக் கொண்டவர்களுடன் ஒரு குழுவாக, மாதத்திற்கு இரண்டு மணிநேரம் செலவிடுங்கள். அதில் ஒரு மணிநேரம், இப்புத்தகத்தின் ஏதாவது ஒரு அத்தியாயத்தைப் பரிசீலனை செய்யுங்கள். அடுத்த ஒரு மணிநேரம், உங்கள் நிறுவனத்தை மேம்படுத்த உதவும் ஏதேனும் ஒரு பணித்திட்டத்தை அனைவருமாக இணைந்து செயல்படுத்துங்கள்.

4. தலைமைத்துவத்தின் ஐந்து நிலைகளில் ஒவ்வொன்றின் பண்பியல்புகளையும் பரிசீலனை செய்து, நீங்கள் பலவீனமாக உள்ள, உங்களிடம் மேம்படுத்தப்பட வேண்டிய மூன்று பண்புகளை அதிலிருந்து தேர்ந்தெடுங்கள்.

   (1)

   (2)

   (3)

இரண்டு

தலைமைத்துவத்தின் திறவுகோல்:
முன்னுரிமைகள்

சமீபத்தில், நான் ஒரு கருத்தரங்கில் கலந்து கொண்டபோது, ஒரு பேச்சாளர் இவ்வாறு கூறுவதைக் கேட்டேன்: "மக்களை இரண்டு காரியங்களைச் செய்ய வைப்பது மிகவும் கடினம்: ஒன்று, அவர்களைச் சிந்திக்க வைப்பது; மற்றொன்று, செயல்களின் முக்கியத் துவத்திற்கேற்ப அவற்றை வரிசைப்படுத்த வைப்பது." இவ்விரண்டு விஷயங்கள்தான் ஒரு தொழில்முறைக் கலைஞனுக்கும், பொழுது போக்குக் கலைஞனுக்கும் இடையே உள்ள வேறுபாடுகள் என்று அவர் மேலும் கூறினார்.

ஒரு தலைவருக்கும், அவரைப் பின்பற்றுபவருக்கும் இடையே உள்ள மாபெரும் வேறுபாடுகள், முன்னோக்கிச் சிந்திப்பது மற்றும் பொறுப்புகளை முன்னுரிமைப்படுத்துவது என்று நானும் நம்புகிறேன். ஏனெனில்:

- தாங்கள் விரும்பியதை எப்படிப் பெறுவது என்பது யதார்த்தவாதிகளுக்குத் தெரியும்.
- தாங்கள் எதை விரும்ப வேண்டும் என்பது தத்துவவியலாளர்களுக்குத் தெரியும்.
- தாங்கள் எதை விரும்ப வேண்டும், விரும்பியதை எப்படிப் பெற வேண்டும் என்பது தலைவர்களுக்குத் தெரியும்.

> வெற்றி என்பது முன்கூட்டியே தீர்மானிக்கப்பட்ட ஓர் இலக்கின் படிப்படியான முன்னேற்றத்தின் வெளிப்பாடு

வெற்றியை, முன்கூட்டியே தீர்மானிக்கப்பட்ட ஓர் இலக்கின் படிப்படியான முன்னேற்றத்தின் வெளிப்பாடு என்று வரையறுக்க லாம். முக்கியவரிசைப்படுத்துவதில் ஒழுங்கும், நிர்ணயிக்கப்பட்ட ஓர்

இலக்கு நோக்கிச் செயலாற்றும் திறனும் ஒரு தலைவரின் வெற்றிக்கு மிகவும் இன்றியமையாதவை என்று இவ்விளக்கம் நமக்குத் தெரிவிக் கிறது. உண்மையில், அவைதான் தலைமைத்துவத்திற்கான திறவுகோல் என்று நான் நம்புகிறேன்.

பல வருடங்களுக்கு முன், வியாபாரம் தொடர்பான பட்டப்படிப்பில் நான் ஈடுபட்டிருந்தபோது, பரேட்டோ கொள்கை பற்றிப் படித்தேன். அது பொதுவாக, 20/80 கொள்கை என்று அழைக்கப்படுகிறது. அச்சமயத்தில் அக்கொள்கையைப் பற்றிக் குறைந்த அளவு தகவல்களே எனக்குக் கிடைத்திருந்தபோதிலும், நான் அதை என் வாழ்வில் செயல்படுத்தத் துவங்கினேன். இருபதாண்டுகளுக்குப் பின்னர், எந்தவொரு மனிதனின் வாழ்விற்கும் அல்லது நிறுவனத்திற்கும் முன்னுரிமைகளைத் தீர்மானிக்க உதவும் முக்கியக் கருவியாக அது விளங்குவதை நான் பார்க்கிறேன்.

பரேட்டோ கொள்கை

நீங்கள் உங்கள் நேரத்தையும், ஆற்றலையும், பணத்தையும், ஊழியர்களையும் நீங்கள் முன்னுரிமை கொடுக்கும் 20 சதவீத விஷயங்களில் செலவிட்டால், அது உங்களுக்கு 80 சதவீத உற்பத்தியைக் கொடுக்கும்

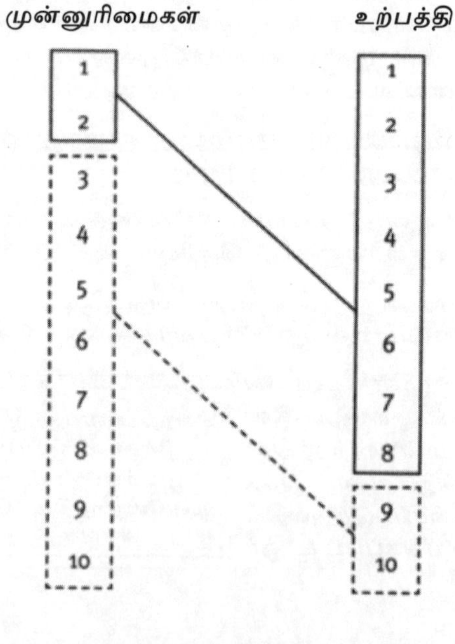

பரேட்டோ கொள்கை

20/80 கொள்கை

பக்கம் 42ல் உள்ள திடமான கோடுகள், தன் நேரத்தையும், ஆற்றலையும், பணத்தையும், ஊழியர்களையும் தனது மிக முக்கியமான முன்னுரிமைகளில் செலவிடும் ஒரு மனிதர் அல்லது ஒரு நிறுவனத்தைக் குறிக்கின்றன. இதன் விளைவாக, உற்பத்தி நான்கு மடங்காக உயர்கிறது. புள்ளியிட்டக் கோடுகள், தன் நேரத்தையும், ஆற்றலையும், பணத்தையும், ஊழியர்களையும் தனது குறைந்த முன்னுரிமைகளில் செலவிடும் ஒரு மனிதர் அல்லது ஒரு நிறுவனத்தைக் குறிக்கின்றன. இதன் விளைவாக, மிகக் குறைந்த பதிலீடு மட்டுமே கிடைக்கும்.

பரேட்டோ கொள்கைக்கான எடுத்துக்காட்டுகள்:

நேரம்	நம் 20 சதவீத நேரம் 80 சதவீத விளைவுகளை உருவாக்குகிறது
ஆலோசனை	20 சதவீத மக்கள் நமது 80 சதவீத நேரத்தை எடுத்துக் கொள்கின்றனர்
பொருட்கள்	20 சதவீதப் பொருட்கள் 80 சதவீத இலாபத்தை ஈட்டித் தருகின்றன
படித்தல்	ஒரு புத்தகத்தின் 20 சதவீதப் பக்கங்கள் 80 சதவீத விஷயங்களை உள்ளடக்கியுள்ளன
வேலை	நமது 20 சதவீத வேலை 80 சதவீதத் திருப்தியை நமக்கு அளிக்கிறது
பேச்சு	20 சதவீதப் பேச்சு 80 சதவீதத் தாக்கத்தை ஏற்படுத்துகிறது
நன்கொடைகள்	20 சதவீத மக்கள் 80 சதவீதப் பணத்தை அளிப்பார்கள்
தலைமைத்துவம்	20 சதவீத மக்கள் 80 சதவீத முடிவுகளை எடுப்பார்கள்
உல்லாசப் பயணம்	20 சதவீத மக்கள் 80 சதவீத உணவை உட்கொள்வார்கள்

தலைமைத்துவத்தைப் பொறுத்தவரை, ஒவ்வொரு தலைவரும் பரேட்டோ கொள்கையைப் புரிந்திருப்பது அவசியம்.

உதாரணத்திற்கு, ஒரு நிறுவனத்திலுள்ள 20 சதவீத மக்கள், அந்நிறுவனத்தின் 80 சதவீத வெற்றிக்குப் பொறுப்பாளர்களாக இருப்பார்கள். கீழே கொடுக்கப்பட்டுள்ள உத்தி, ஒரு நிறுவனத்தின் உற்பத்தியை அதிகரிக்கச் செய்ய அதன் தலைவருக்கு உதவும்.

1. மேல்மட்ட 20 சதவீத உற்பத்தியாளர்கள் யார் என்பதைத் தீர்மானித்துக் கொள்ளுங்கள்.
2. உங்கள் 'மக்கள் நேர'த்தின் 80 சதவீதத்தை மேல்மட்ட 20 சதவீதத்தினருடன் செலவிடுங்கள்.
3. உங்களது 80 சதவீத மக்கள் மேம்பாட்டுப் பணத்தை மேல்மட்ட 20 சதவீதத்தினர்மீது செலவிடுங்கள்.
4. எந்த 20 சதவீத வேலை 80 சதவீதப் பதிலீட்டைத் தருகிறது என்பதைத் தீர்மானித்து, குறைந்த ஆற்றல் வாய்ந்த 80 சதவீத வேலையைச் செய்ய ஓர் உதவியாளருக்குப் பயிற்சியளித்து, அதை அவர் பொறுப்பில் விட்டுவிடுங்கள். இதனால், தான் எதில் சிறந்தவரோ, அதைச் சிறப்பாகச் செய்வதற்கு அந்த உற்பத்தியாளருக்கு அதிகமான நேரம் கிடைக்கும்.
5. மேல்மட்டத்திலுள்ள 20 சதவீத மக்களை, அதற்கடுத்த 20 சதவீத மக்களுக்கு வேலையில் பயிற்சி அளிக்கச் செய்யுங்கள்.

நமக்குத் தெரிந்தவற்றை நாம் பிறருக்குக் கற்றுக் கொடுக்கிறோம்; நாம் எதுவாக இருக்கின்றோமோ, அதையே மறுஉற்பத்தி செய்கிறோம் என்பதை நினைவில் கொள்ளுங்கள். ஒத்தவை, ஒத்தவற்றையே உருவாக்கும்.

நான் பரேட்டோ கொள்கையைத் தலைமைத்துவக் கருத்தரங்குகளில் கற்பிக்கிறேன். மக்கள் என்னிடம் அதிகமாகக் கேட்கும் கேள்வி இதுதான்: "என் நிறுவனத்தின் மேல்மட்ட 20 சதவீத செல்வாக்குக்காரர்களையும் உற்பத்தியாளர்களையும் எவ்வாறு நான் கண்டறிவது?" அதை இப்படிச் செய்யலாம். உங்கள் நிறுவனத்தில் அல்லது துறையில் உள்ள அனைவரையும் பட்டியலிடுங்கள். பிறகு, ஒவ்வொரு தனிநபரையும் பற்றி நீங்கள் உங்களிடமே இக்கேள்வியைக் கேளுங்கள்: "இந்த நபர் என்மீது ஓர் எதிர்மறையான நடவடிக்கை எடுத்தாலோ அல்லது எனக்குள்ள

> செயற்திறன் என்பது தாக்குப்பிடித்து நிற்பதற்கான அடித்தளம். பயன் விளைவிக்கும் ஆற்றல் என்பது வெற்றிக்கான அடித்தளம்.

அவரது ஆதரவை விலக்கிக் கொண்டாலோ, அதனால் என்ன விளைவு ஏற்படக்கூடும்?" உங்களால் செயல்பட முடியாமல் போகும் என்று நீங்கள் நினைத்தால், அவரது பெயருக்கு அடுத்து ஒரு குறியிட்டுக் கொள்ளுங்கள். ஒருவேளை அந்நபர், உங்களுக்கு உதவுபவராகவோ அல்லது உங்களைக் காயப்படுத்துபவராகவோ இருந்து, ஆனால் முக்கியமான வேலைகளைச் செய்து முடிக்கும் உங்கள் திறனுக்கு எந்தவிதமான பாதகமும் ஏற்படுத்த முடியாது என்ற பட்சத்தில், அவர் பெயரையடுத்துக் குறியிடாதீர்கள். அனைத்துப் பெயர்களையும் பரிசீலனை செய்து, குறியிடுவதைத் தீர்மானித்த பிறகு பார்த்தால், 15 முதல் 20 சதவீதப் பெயர்களை நீங்கள் குறியிட்டிருப்பீர்கள். உங்கள் நிறுவனத்தின் வளர்ச்சிக்குத் தேவையான அனைத்து வளங்களையும் முறையாகக் கொடுத்து, நீங்கள் உருவாக்க வேண்டிய இன்றியமையாத உறவுகள் இவர்கள்தான்.

நீங்கள் எவ்வளவு கடினமாக உழைக்கிறீர்கள் என்பது பொருட்டல்ல; எவ்வளவு சாதுரியமாக உழைக்கிறீர்கள் என்பதுதான் கேள்வி

மிகவும் சிரமப்பட்டு உழைத்தால் பணக்காரனாக முடியும் என்று ஒருவனிடம் யாரோ கூறினார்கள். அவனுக்குத் தெரிந்து, மிகவும் சிரமமான வேலை என்பது மண்ணில் குழி தோண்டுவதுதான். எனவே, அவன் தன் வீட்டின் கொல்லைப்புறத்தில் பெரும் குழிகளைத் தோண்ட ஆரம்பித்தான். எவ்வளவு தோண்டியும் அவன் பணக்காரனாகவில்லை. முதுகுவலி வந்ததுதான் மிச்சம். அவன் சிரமப்பட்டு உழைத்தது என்னவோ உண்மைதான். ஆனால், எந்தவொரு முன்னுரிமைகளும் இல்லாமல் அவன் உழைத்தான்.

ஒழுங்குபடுத்துங்கள் அல்லது வேதனைப்படுங்கள்

ஒரே நேரத்தில் மூன்று அல்லது நான்கு முக்கிய முன்னுரிமைகள் கொண்ட பணித்திட்டங்களை வெற்றிகரமாகக் கையாளும் திறனைப் பெற்றிருப்பது ஒவ்வொரு தலைவருக்கும் மிகவும் அவசியம்.

ஒப்படைக்கப்பட்ட வேலைகளை முன்னுரிமைப்படுத்துங்கள்

அதிக முக்கியத்துவம் வாய்ந்தவை/ மிகவும் அவசரமானவை: இப்பணித்திட்டங்களை முதலில் சமாளியுங்கள்.

அதிக முக்கியத்துவம் வாய்ந்தவை/ குறைந்த அவசரமானவை: இவற்றை முடிப்பதற்கான காலக்கெடுவை நிர்ணயித்துக் கொள்ளுங்கள். இப்பணித்திட்டங்களை உங்கள் தினசரி அட்டவணையில் சேர்த்துக் கொள்ளுங்கள்.

குறைந்த முக்கியத்துவம் வாய்ந்தவை/ மிகவும் அவசரமானவை: தனிப்பட்ட முறையில் அதிகமாக அதில் ஈடுபடாமல், இவ்வேலைகளை விரைவாகவும் திறமையாகவும் செய்து முடிக்கும் வழிகளைக் கண்டுபிடியுங்கள். முடிந்தால், 'என்னால் முடியும்' என்ற மனப்போக்கைக் கொண்ட ஓர் உதவியாளரிடம் இவ்வேலையைப் பகிர்ந்தளியுங்கள்.

குறைந்த முக்கியத்துவம் வாய்ந்தவை/ குறைந்த அவசரமானவை: ஆவணங்களைக் கோப்புகளில் இடுவது போன்ற, திரும்பத் திரும்ப நிகழும் வேலைகள் இவை. ஆவணங்களையும் காகிதங்—களையும் அடுக்கி வைத்துக் கொண்டு, ஒவ்வொரு வாரமும் அரை மணி நேரம் இதற்காகச் செல—விடுங்கள். வேறு யாருக்கேனும் இந்த வேலையைப் பகிர்ந்தளித்து விடுங்கள் அல்லது இதைச் செய்யவே செய்யாதீர்கள். நீங்கள் இன்று செய்யக்கூடிய ஏதாவது ஒரு வேலையை நாளைக்குப் பார்த்துக் கொள்ளலாம் என்று தள்ளிப் போடுவதற்கு முன், அதைத் தெளிவாகப் படியுங்கள். அது ஒருவேளை, காலாகாலத்திற்கும் தள்ளிப் போடக்கூடியதாக இருக்கக்கூடும்.

சில வருடங்களுக்கு முன், பாஸ்டனில் ஒரு கருத்தரங்கில் நான் 20/80 கொள்கையைக் கற்றுக் கொடுத்துக் கொண்டிருந்தேன். சில வாரங்களுக்குப் பின் என் நண்பர், ஜான் போவென், என் சொற்பொழிவைத் தழுவித் தான் வடிவமைத்த ஒரு படிவத்தை எனக்கு அனுப்பி வைத்தார். அன்றிலிருந்து, என் சொந்த முன்னுரிமைப்படுத்தலுக்கு நான் அதைப் பயன்படுத்தி வந்துள்ளேன். உங்களுக்கும் அது மதிப்பு வாய்ந்ததாக இருக்கலாம் (அடுத்த பக்கத்தைப் பாருங்கள்).

பரேட்டோ கொள்கை

தேதி ____________________

தொலைபேசியில் தொடர்பு கொள்ளப்பட வேண்டியவர்கள்	பூர்த்தி
1.__________	☐
2.__________	☐
3.__________	☐
4.__________	☐

தொலைபேசியில் தொடர்பு கொள்ளப்பட வேண்டியவர்கள்	பூர்த்தி
1.__________	☐
2.__________	☐
3.__________	☐
4.__________	☐

20/80 நேரம்

முன்னுரிமைப்படி வரிசைப்படுத்துதல்	நிர்ணயிக்கப்பட்ட நேரம்	விளக்கம் *இப்போது செய்ய வேண்டியவற்றின் பட்டியல் (அதிக முக்கியத்துவம்; அதிக அவசரம்)*	பூர்த்தியானவை
1.__________			☐
2.__________			☐
3.__________			☐
4.__________			☐
5.__________			☐
6.__________			☐
7.__________			☐
8.__________			☐
9.__________			☐
10.__________			☐

செய்ய வேண்டியவை

(அதிக முக்கியத்துவம்; குறைந்த அவசரம்)

1.__________ ☐
2.__________ ☐
3.__________ ☐
4.__________ ☐
5.__________ ☐
6.__________ ☐
7.__________ ☐
8.__________ ☐

பிறரிடம் கொடுக்கப்பட வேண்டியவை

(குறைந்த முக்கியத்துவம்; அதிக அவசரம்)

1.__________ ☐
2.__________ ☐
3.__________ ☐
4.__________ ☐
5.__________ ☐
6.__________ ☐
7.__________ ☐
8.__________ ☐

தேர்ந்தெடுங்கள் அல்லது இழக்கத் தயாராக இருங்கள்

திட்டமிடுதலைப் பொறுத்தவரை ஒவ்வொருவரும், துவக்குபவர்களாக இருக்கின்றனர் அல்லது எதிர்வினையாற்றுபவர்களாக இருக்கின்றனர். நமது கால அட்டவணையை உதாரணமாக எடுத்துக் கொள்ளலாம். "என் கால அட்டவணை நிரம்பி வழியுமா?" என்பதல்ல கேள்வி. மாறாக, "என் அட்டவணை யாரால் நிரம்பி வழியும்?" என்பதுதான் கேள்வி. நாம் பிறரை வழிநடத்திச் செல்லும் தலைவர்களாக இருந்தால், "நான் மக்களைப் பார்ப்பேனா?" என்பது கேள்வியாகாது. மாறாக, "நான் யாரைப் பார்ப்பேன்?" என்பதுதான் கேள்வியாக இருக்கும். என் கண்காணிப்பின்படி, தலைவர்கள் துவக்குபவர்களாகவும், பின்பற்றுபவர்கள் எதிர்வினையாற்றுபவர்களாகவும் இருக்கக் கூடியவர்கள். இருவருக்கும் இடையே உள்ள வேறுபாட்டைக் கவனியுங்கள்.

தலைவர்கள்	பின்பற்றுபவர்கள்
துவக்குவார்கள்	எதிர்வினையாற்றுவார்கள்
வழிநடத்துவார்கள்; தொலைபேசியை எடுத்துத் தொடர்பு கொள்வார்கள்	கவனிப்பார்கள்; தொலைபேசி அழைப்புக்காகக் காத்திருப்பார்கள்
திட்டமிடுவதில் நேரத்தைச் செலவிடுவார்கள்; பிரச்சனையை எதிர்பார்ப்பார்கள்	அன்றாட வேலைகளைச் சமாளிப்பதில் நேரத்தைச் செலவிடுவார்கள்; பிரச்சனைக்கு நடவடிக்கை எடுப்பார்கள்
மக்களிடம் நேரத்தை முதலீடு செய்வார்கள்	மக்களுடன் நேரத்தைச் செலவிடுவார்கள்
கால அட்டவணையை முன்னுரிமைகளால் நிரப்புவார்கள்	கால அட்டவணையைக் கோரிக்கைகளால் நிரப்புவார்கள்

மதிப்பீடு செய்யுங்கள் அல்லது மாட்டிக் கொள்ளுங்கள்

பல வருடங்களாக, முடிவெடுப்பதில் வல்லவராகத் திகழ்ந்த ஒருவர் எனக்குக் கூறிய சிறிய, எளிய அறிவுரை இது: எதைச் செய்ய வேண்டும் என்று முடிவெடுத்து, அதைச் செய்யுங்கள்; எதைச் செய்யக்கூடாது என்று முடிவு செய்து, அதைச் செய்யாதீர்கள். முன்னுரிமைகளை மதிப்பீடு செய்வது

அப்படி ஒன்றும் எளிதானதல்ல. பல நேரங்களில் அவை தெளிவாகத் தெரிவதில்லை. எதை முதலில் போடுவது என்று தெரிந்து கொள்வதுதான், இருப்பதிலேயே மிகவும் சிரமமானது என்பதை நான் கண்டுகொண்டேன்.

கீழே கொடுக்கப்பட்டுள்ளக் கேள்விகள், உங்கள் வேலைகளை முன்னுரிமைப்படுத்துவதில் உங்களுக்கு உதவும்:

என்னிடம் என்ன எதிர்பார்க்கப்படுகிறது? ஒரு தலைவர், தன் இறுதிப் பொறுப்பைத் தவிர எதை வேண்டுமானாலும் விட்டுக் கொடுக்கலாம். ஒரு புதிய வேலையை ஏற்றுக் கொள்ளுமுன், பதிலளிக்கப்பட வேண்டிய கேள்வி, "என்னிடம் என்ன எதிர் பார்க்கப்படுகிறது?" என்பது. வேறு வார்த்தைகளில் கூறுவதானால், வேறு யாராலும் செய்ய முடியாத, ஆனால், என்னால் மட்டுமே இயன்ற, நான் செய்ய வேண்டிய காரியங்கள் எவை? அக்காரியங்கள் எதுவாக இருந்தாலும் சரி, முன்னுரிமைப் பட்டியலில் அவற்றுக்கு முதலிடம் வழங்கப்பட வேண்டும். நீங்கள் அவற்றைச் செய்யத் தவறினால், வேலையில்லாதோர் பட்டியலில் நீங்களும் சேர்ந்து கொள்ள வேண்டியதுதான். உங்கள் பதவியின்கீழ் உள்ள நிலைகளில் உங்களுக்குப் பல பொறுப்புகள் இருக்கும். ஆனால், அவற்றில் ஒரு சில பொறுப்புகள் மட்டும்தான் உங்கள் ஒருவரால் மட்டுமே செய்யக்கூடியவையாக இருக்கும். நீங்கள் செய்ய வேண்டிய வேலைகளையும், பிறரிடம் பகிர்ந்தளிக்கக்கூடிய வேலைகளையும் வேறுபடுத்துங்கள்.

உங்கள் வேலையில் உங்களிடம் எதிர்பார்க்கப்படுபவற்றைப் பட்டியலிடுங்கள் (முடிந்தால், முன்னுரிமைப்படி வரிசைப்படுத்துங்கள்).

1.

2.

3.

4.

எது எனக்குப் பெரும் பதிலீட்டைத் தரும்? மேற்கொள்ளப்பட்ட முயற்சிகள் கிட்டத்தட்ட எதிர்பார்த்த விளைவுகளைத் தர வேண்டும். நான் என்னையே அடிக்கடிக் கேட்டுக் கொள்ள வேண்டிய கேள்வி, "நான் எதில் சிறந்தவனோ

அதைச் சிறப்பாகச் செய்து, நிறுவனத்திற்கு நல்ல பதிலீட்டைப் பெற்றுத் தருகிறேனா?" பல நிறுவனங்களில் மூன்று பொதுவான பிரச்சனைகள் உள்ளன.

- வெகு சில ஊழியர்கள் மிக அதிகமாக வேலை செய்கின்றனர்.
- அதிகப்படியான ஊழியர்கள் மிகக் குறைவாக வேலை செய்கின்றனர்
- அதிகப்படியான ஊழியர்கள் தவறான காரியங்களைச் செய்கின்றனர்.

போ ஜாக்சன் தன் உயர்நிலைப் பள்ளியின் கால்பந்து அணிக்காக விளையாடினார். அவர் நல்ல விளையாட்டு வீரராக இருந்தும், தன் குழுவை வெற்றிக்கு வழிநடத்திச் செல்லவில்லை. உண்மையில், அவர்கள் அப்பருவத்தை மூன்று வெற்றிகளோடும் ஏழு தோல்விகளோடும் நிறைவு செய்தனர். ஆபர்ன் பல்கலைக்கழகத்தில் மூன்று விளையாட்டு வீரர்கள் காயப்பட்டபோது, அவர்கள் மீண்டும் ஆரோக்கிய நிலைக்குத் திரும்பும்வரை அவர்களுக்குப் பதிலாக ஜாக்சனை விளையாடுமாறு அவரது பயிற்சியாளர் கேட்டுக் கொண்டார். முதலில் சற்று பயந்தாலும், பிறகு அவர் ஒப்புக் கொண்டார். மீதி கதை எல்லோரும் அறிந்ததுதான். 'பதிலீடு' தொடர்பான கேள்விகளுக்குச் சிறந்த எடுத்துக்காட்டு இது.

உங்கள் வேலையில் உங்களுக்குப் பெரும் பதிலீட்டைத் தரக்கூடியவற்றைப் பட்டியலிடுங்கள்.

1.

2.

3.

4.

எது மிக அதிகமான வெகுமதியை வழங்குகிறது? வாழ்க்கை மிகவும் குறுகிய ஒன்று. எனவே, அதன் ஒவ்வொரு கணத்தையும் குதூகலத்துடன் வாழ வேண்டும். நாம் மகிழ்ச்சியாக இருக்கும்— போதுதான் சிறப்பாக வேலை செய்கிறோம். சிறிது காலத்திற்கு முன், நான் ஒரு தலைவர்கள் கருத்தரங்கில் உரையாற்றினேன். அப்போது நான் இக்கோட்பாட்டைக் கற்றுக் கொடுக்க முயற்சித்தேன். என் சொற்பொழிவின் தலைப்பு, "இந்த வேலையை

ஏற்றுக் கொண்டு, அதை நேசியுங்கள்." தாங்கள் செய்யும் வேலைக்கு எந்தவிதமான வெகுமதியோ அல்லது பதிலீடோ கிடைக்காவிட்டாலும்கூட, மகிழ்ச்சியுடன் தாங்கள் மிகவும் விரும்பிச் செய்யக்கூடிய ஏதோ ஒன்றைக் கண்டுபிடிக்குமாறு நான் பார்வையாளர்களை ஊக்குவித்தேன். பிறகு, அவ்வேலையைச் செய்ய மக்கள் உங்களுக்கு மகிழ்ச்சியுடன் ஊதியம் வழங்கும் அளவிற்கு அதைச் சிறப்பாகச் செய்யக் கற்றுக் கொள்ளுமாறு அறிவுறுத்தினேன். "நீங்கள் ஏதோ ஒன்றில் வெற்றியாளராகத் திகழ்ந்தால், அதை வேலை என்று கருத முடியாது. அது ஒரு வாழ்க்கை முறை. உங்களைக் குறித்து நீங்களே மகிழ்ச்சியடைவீர்கள். ஏனெனில், உலகிற்காக நீங்கள் பங்களித்துக் கொண்டிருக்கிறீர்கள்," என்று ஏன்டி கிரானட்டெல்லி கூறினார். நான் அதை நம்புகிறேன். உங்கள் வேலையில் உங்களுக்கு அதிகமாகத் திருப்தி அளிப்பவற்றை எழுதுங்கள்.

1.

2.

3.

4.

தேவைகள்/பதிலீடு/வெகுமதி ஆகிய மூன்றும் ஒரே மாதிரியாக இருந்தால், உங்கள் வேலையில் வெற்றி பெருமளவில் அதிகரிக்கும். வேறு வார்த்தைகளில் கூறினால், அதிக பதிலீட்டைத் தரும் என் வலிமைமிக்கத் திறமைகளும் என் வேலையின் தேவைகளும் ஒத்திருந்து, அத்தேவைகளைப் பூர்த்தி செய்வது எனக்குப் பெரும் மகிழ்ச்சியை ஏற்படுத்தும் என்ற பட்சத்தில், நான் என் முன்னுரிமைகள்மீது நடவடிக்கை எடுத்தால் நான் வெற்றியாளனாகத் திகழ்வேன்.

முன்னுரிமைக் கொள்கைகள்

முன்னுரிமைகள் எப்போதும் ஒரே இடத்தில் இருப்பதில்லை

முன்னுரிமைகள் தொடர்ந்து மாறிக் கொண்டேயிருக்கும்; நம் கவனத்தை எதிர்பார்த்திருக்கும். "கணத்திற்குக் கணம் உயர்நிலைக்குச் சென்று கொண்டிருக்கும் எந்தவொரு மிகச் சிறந்த, போற்றுதற்குரிய விஷயத்திற்காகவும் தொடர்ந்து போராடத் தயாராக இருக்க வேண்டும்," என்று எச். ராஸ் பெராட்

கூறுகிறார். சிறப்பாக அமைக்கப்பட்ட முன்னுரிமைகள் எப்போதும் முதன்மை நிலையில் இருக்கும்.

முன்னுரிமைகளைச் சரியான இடத்தில் வைக்க, இவற்றைப் பின்பற்றுங்கள்:

- தேவைகள்/பதிலீடு/வெகுமதி ஆகியவற்றை ஒவ்வொரு மாதமும் பரிசீலனை செய்யுங்கள்.
- நீங்கள் உங்களையே இவ்வாறு கேட்டுக் கொள்ளுங்கள்: "பிறர் செய்யக்கூடிய எந்த வேலையை நான் செய்து கொண்டிருக்கிறேன்?"
- இம்மாதம் நீங்கள் மேற்கொண்டிருக்கும் தலையாயப் பணிதிட்டங்கள் எவை? அவற்றைச் செய்து முடிக்க எவ்வளவு காலம் ஆகும்?

நடைமுறையில் உள்ள அனைத்தின் முக்கியத்துவமின்மையையும் நீங்கள் கூட்டி மதிப்பிட்டுவிட முடியாது

எனக்கு இக்கொள்கை மிகவும் பிடிக்கும். இது சற்று மிகைப்படுத்தப்பட்டுள்ளது, ஆனாலும் அவசியம் கூறப்பட வேண்டியது. அறிவுக் கலையுடன் விளங்குவது என்பது "எவற்றைக் கண்டுகொள்ளாமல் விட்டுவிட வேண்டும் என்று தெரிந்திருப்பது," என்று வில்லியம் ஜேம்ஸ் கூறியுள்ளார். சில்லறை விஷயங்களும் தினமும் நாம் வழக்கமாகச் செய்யும் அதே சாதாரண வேலைகளும் நம் நேரத்தின் பெரும் பகுதியைக் கொள்ளையடிக்கின்றன. நம்மில் பெரும்பாலானவர்கள் தவறான விஷயங்களுக்காக வாழ்ந்து கொண்டிருக்கிறோம்.

நடைமுறையில் உள்ள அனைத்தின் முக்கியத்துவ—மின்மையையும் நீங்கள் கூட்டி மதிப்பிட்டுவிட முடியாது

95 வயதிற்கு மேற்பட்ட ஐம்பது பேரிடம் நடத்தப்பட்ட ஒரு சமூக ஆய்வு பற்றி டாக்டர் ஆன்டனி கம்போலோ கூறுகிறார். அந்த ஐம்பது பேரிடமும் ஒரு கேள்வி கேட்கப்பட்டது: "நீங்கள் உங்கள் வாழ்க்கையை மீண்டும் ஆரம்பத்திலிருந்து வாழ ஒரு சந்தர்ப்பம் கிடைத்தால், வித்தியாசமாக என்ன செய்வீர்கள்?" இது ஒரு திறந்த முனைக் கேள்வியாதலால், பல்வகைப்பட்ட பதில்களில் சில, தொடர்ந்து மீண்டும் மீண்டும் வெளிப்பட்டு, ஆய்வின் விளைவுகள்மீது ஆதிக்கம் செலுத்தின. அதிலிருந்து மூன்று விடைகள் கீழே கொடுக்கப்பட்டுள்ளன:

- நான் வாழ்க்கையை மீண்டும் முதலிலிருந்து வாழ வேண்டியிருந்தால், நான் அதிகமாக சிந்திப்பேன்.
- நான் வாழ்க்கையை மீண்டும் முதலிலிருந்து வாழ வேண்டியிருந்தால், அதிகத் துணிச்சலான விஷயங்களில் ஈடுபடுவேன்.
- நான் வாழ்க்கையை மீண்டும் முதலிலிருந்து வாழ வேண்டியிருந்தால், நான் இறந்த பிறகும் நீடித்து நிற்கக்கூடிய விஷயங்களை அதிகமாகச் செய்வேன்.

ஓர் இளம் வயலின் கலைஞரிடம் அவளது வெற்றிக்கான இரகசியம் என்ன என்று கேட்கப்பட்டது. "திட்டமிடப்பட்டப் புறக்கணிப்பு," என்று அவள் பதிலளித்தாள். பிறகு, அவள் அதை இவ்வாறு விளக்கிக் கூறினாள்: "நான் பள்ளியில் படித்துக் கொண்டிருந்தபோது, ஏராளமான விஷயங்கள் என் நேரத்தை எடுத்துக் கொண்டன. காலை உணவிற்குப் பின், நான் என் அறைக்குச் சென்று, படுக்கையைச் சரிசெய்து, அறையில் உள்ள பொருட்களை ஒழுங்குபடுத்தி, தரையைச் சுத்தப்படுத்தினேன். அதோடு, என் கவனத்திற்கு வந்தவற்றையெல்லாம் செய்தேன். பிறகு என் வயலின் பயிற்சி வகுப்பிற்கு அவசர அவசரமாக ஓடினேன். நான் நினைத்த அளவிற்கு என் வாசிப்பில் முன்னேற்றம் ஏற்படவில்லை என்பதை நான் கண்டேன். அதனால், நான் வேலைகளை மாற்றிச் செய்தேன். என் பயிற்சிக் காலம் முடியும்வரை, மற்ற எல்லாவற்றையும் நான் வேண்டுமென்றே புறக்கணித்தேன். திட்டமிடப்பட்ட அந்தப் புறக்கணிப்புதான் என் வெற்றியின் இரகசியம் என்று நான் நம்புகிறேன்."

நல்லவை, சிறந்தவற்றிற்கு எதிரி

ஒரு செயல் சரியா தவறா என்று முடிவெடுக்க வேண்டிய சூழ்நிலையை எதிர்கொள்ளும்போது, பெரும்பாலான மக்களால் முன்னுரிமைப்படுத்த முடியும். ஆனால், இரண்டு நல்ல விஷயங்களில் ஒன்றை விருப்பத்தேர்வு செய்ய நேரும்போதுதான் சவால் எழுகிறது. இப்போது நான் என்ன செய்ய வேண்டும்? இரண்டு விஷயங்களுமே நம் வேலையின் தேவைகள், பதிலீடு, வெகுமதி ஆகியவற்றிற்குள் பொருந்தி இருந்தால் என்ன செய்வது?

இரண்டு நல்ல விருப்பத் தேர்வுக்கிடையே உள்ள சமநிலையை எவ்வாறு உடைத்தெறிவது

- உங்கள் சக ஊழியர் அல்லது மேற்பார்வையாளரின் விருப்பத்தைக் கேளுங்கள்.

- இந்த இரண்டில் ஏதேனும் ஒரு வேலையை வேறு யாராலும் செய்ய முடியமா? அப்படியானால், அதை அவர்களுக்குப் பகிர்ந்தளித்துவிட்டு, நீங்கள் மட்டுமே செய்யக்கூடிய மற்றொரு வேலையில் கவனம் செலுத்துங்கள்.
- இந்த இரண்டில், வாடிக்கையாளருக்கு எது அதிகமான பலனைத் தரும்? பல நேரங்களில், கடையைச் சுத்தமாக வைத்திருப்பதில் குறியாக இருந்து, வாசற்கதவையே திறக்காத வியாபாரியைப் போல் நாம் நடந்து கொள்கிறோம். கடை நடத்துவதற்கான முக்கியக் காரணம், வாடிக்கையாளர்கள் உள்ளே வருவதற்கன்றி, கடையைச் சுத்தமாக வைத்திருப்பதற்கு அல்ல.
- நீங்கள் முடிவெடுக்கும்போது உங்கள் நிறுவனத்தின் குறிக்கோளைத் தழுவி முடிவு செய்யுங்கள்.

பாறைகள் நிறைந்த கடற்கரையில் வேலை பார்த்து வந்த ஒரு கலங்கரை விளக்கப் பராமரிப்பாளருக்கு, கலங்கரை விளக்கத்தின் விளக்கைத் தொடர்ந்து எரிய வைப்பதற்காக மாதம் ஒரு முறை அதற்கான எண்ணெய் அனுப்பப்பட்டது. அவர் கடற்கரைக்கு மிக அருகிலேயே இருந்ததால், அவரைச் சந்திக்க அடிக்கடி விருந்தினர்கள் வந்துபோய்க் கொண்டிருந்தனர். ஒரு நாள் இரவு, தன் குடும்பத்தைக் குளிரிலிருந்து பாதுகாப்பதற்காகச் சிறிது எண்ணெய் தருமாறு ஒரு பெண் அவரிடம் கேட்டாள். இன்னொரு முறை, ஒரு பாதிரியார் தன் விளக்கிற்காகச் சிறிது எண்ணெய் கேட்டார். இன்னொருவருக்குத் தன் வண்டிச் சக்கரத்திற்குச் சிறிது எண்ணெய் தேவைப்பட்டது. எல்லோருடைய கோரிக்கைகளும் நியாயமானதாகத் தோன்றியதால், எல்லோரையும் திருப்திப்படுத்தி அவர்களுடைய கோரிக்கைகளை அவர் நிறைவேற்ற முயன்றார். மாதக் கடைசியில், எண்ணெய் மிகவும் குறைவாக இருப்பதைக் கண்டார். விரைவில் அதுவும் தீர்ந்துவிட்டது. அதனால் கலங்கரை விளக்கத்தின் வழிகாட்டி விளக்கு அணைந்துவிட்டது. அன்றிரவு பல கப்பல்கள் சேதமடைந்து, பல உயிர்கள் பலியாகின. அதிகாரிகள் அவரிடம் விசாரணை செய்தபோது, அவர் தன் தவறுக்காக மிகவும் வருந்தினார். அவரது சாக்குப்போக்குகளுக்கும் கெஞ்சல்களுக்கும் அதிகாரிகள் அளித்த பதில்: "உனக்கு எண்ணெய் கொடுக்கப்பட்டது ஒரே ஒரு நோக்கத்திற்காகத்தான் — தொடர்ந்து விளக்கை எரியச் செய்வதற்கு!"

உங்களால் எல்லாவற்றையும் வசப்படுத்த முடியாது

என் மகன் ஜோயல் போர்ட்டர் சிறுவனாக இருந்த சமயத்தில், ஒவ்வொரு முறையும் நாங்கள் ஒரு கடைக்குள் நுழையும்போது, "எல்லாவற்றையும் நீ வாங்க முடியாது," என்று நான் அவனிடம் கூறுவேன். பலரைப் போலவே, தேவையற்ற விஷயங்களைத் தன் வாழ்விலிருந்து நீக்குவதற்கு அவன் மிகவும் சிரமப்பட்டான். எந்தவொரு விஷயத்தை நீங்கள் சாதிப்பதாக இருந்தாலும், அதன் வெற்றியில் 95 சதவீதம், உங்களுக்கு என்ன வேண்டும் என்று தெரிந்திருப்பதைச் சார்ந்துள்ளது.

பிரான்ஸ் நாட்டின் ஆல்ப்ஸ் மலைத் தொடரில் உள்ள மான்ட் பிளாங்க் மலையின் உச்சிக்குச் செல்ல ஒரு குழு தயாராகிக் கொண்டிருந்தது. மலையேறுவதற்கு முதல்நாள் மாலை, வெற்றிக்கான முக்கியத் தேவையை ஒரு பிரெஞ்சு வழிகாட்டி சுட்டிக்காட்டினார். "மலை உச்சியை அடைய வேண்டுமென்றால், மலையேறுவதற்குத் தேவையான கருவிகளை மட்டுமே நீங்கள் சுமந்துவர வேண்டும். தேவையற்ற பிற அனைத்துப் பொருட்களையும் கீழேயே விட்டுவிட்டு வர வேண்டும். இது சற்று சிரமமான மலையேற்றம்," என்று அவர் கூறினார்.

ஓர் ஆங்கிலேய இளைஞன் அதை ஒப்புக் கொள்ளவில்லை. அடுத்த நாள் காலை, சற்றுக் கனமான, பளிர்வண்ணப் போர்வை, சில பெரிய சீஸ் துண்டுகள், ஒரு பாட்டில் ஒயின், சில சாக்லேட் கட்டிகள், கழுத்தில் தொங்கிக் கொண்டிருந்த ஓரிரு கேமராக்கள் மற்றும் பல லென்சுகள் சகிதமாக அவன் வந்து சேர்ந்தான். வழிகாட்டி அவனைப் பார்த்து, "இவற்றைச் சுமந்துகொண்டு உங்களால் மலை உச்சியை அடையவே முடியாது. அத்தியாவசியப் பொருட்களை மட்டும் உங்களுடன் கொண்டுவந்தால்தான் உங்களால் மலையேற முடியும்," என்று கூறினார்.

அந்த இளைஞன் இறுமாப்புடன், தன்னால் முடியும் என்று நிரூபிப்பதற்காக, குழுவிற்கு முன்னால் தன்னந்தனியாக மலையேறத் துவங்கினான். பிறகு, குழுவிலுள்ள மற்றவர்கள், வழிகாட்டியின் அறிவுரைப்படி அத்தியாவசியப் பொருட்களுடன் வழிகாட்டியைப் பின்தொடர்ந்தனர். மான்ட் பிளாங்க்கின் உச்சிக்குச் செல்லும் வழியில், வழி நெடுகிலும் யாரோ ஒருவர் சில பொருட்களை விட்டுச் சென்றுள்ளதை அவர்கள் கண்டனர். முதலில், அவர்கள் ஒரு பளிர்வண்ணப் போர்வையைப் பார்த்தனர். பிறகு, சில சீஸ் துண்டுகள், ஒரு பாட்டில் ஒயின், கேமராக் கருவிகள், மற்றும் சாக்லேட் கட்டிகளைப் பார்த்தனர். இறுதியில், அவர்கள் மலை உச்சியை வந்தடைந்தபோது, அந்த வெள்ளைக்கார

இளைஞனைக் கண்டனர். புத்திசாலித்தனமாக அவன், தேவையற்ற அனைத்தையும் வழிநெடுகிலும் உதறித் தள்ளிவிட்டு வந்திருந்தான்.

ஏகப்பட்ட முன்னுரிமைகள் நம்மை முடக்கிவிடும்

ஒரே நேரத்தில் நம் மேசைகள் செய்திக்குறிப்புகளாலும் காகிதங்களாலும் நிறைந்திருப்பதையும், தொலைபேசி மணி ஒலிப்பதையும், கதவு திறப்பதையும் நாம் அனைவரும் அனுபவித்திருக்கிறோம். இவற்றால் மலைத்து, சப்தநாடியும் ஒடுங்கி, முடங்கிப் போன உணர்வு நம்மை ஆட்கொண்டது நினைவிருக்கிறதா?

விலங்குகளைப் பழக்குபவர்கள், சிங்கங்கள் உள்ள ஒரு கூண்டிற்குள் செல்லும்போது ஏன் ஒரு ஸ்டூலைக் கொண்டு செல்கின்றனர் என்பதை வில்லியம் எச். ஹின்சன் நமக்குக் கூறுகிறார். அவர்கள் கையில் ஒரு சாட்டையும், இடுப்பில் துப்பாக்கியும் கண்டிப்பாக இருக்கும். ஆனாலும், அவர்கள் ஒரு ஸ்டூலையும் கொண்டு போவார்கள். அந்த ஸ்டூல்தான் பழக்குபவர்களின் மிக முக்கியமான கருவி. பழக்குபவர், ஸ்டூலின் மேற்பகுதியைக் கையில் பிடித்தபடி, அதன் கால்களை அந்தக் காட்டு விலங்கின் முகத்தை நோக்கி பலமாகத் தள்ளுவார். அந்த விலங்கு ஒரே நேரத்தில் ஸ்டூலின் நான்கு கால்களிலும் கவனத்தைக் குவிக்க முயற்சிக்கும் என்று விபரம் தெரிந்தவர்கள் கூறுகின்றனர். நான்கு கால்களிலும் கவனம் செலுத்தும் முயற்சியில், அந்த விலங்கை ஒருவிதமான முடக்கம் ஆட்கொள்ளும். அதன் கவனம் துண்டு துண்டாகச் சிதறியதால், அது பலமிழந்து, செயலிழந்துவிடும். பின்பு, அவ்விலங்கு நன்கு பழக்கப்படுத்தப்—பட்டுவிடும். (நமக்கு இப்போது சிங்கங்கள்மீது அதிகமாகப் பரிதாபம் ஏற்படும்.)

ஒருநாள், எங்கள் குழுவின் மிகவும் ஆக்கபூர்வமான உறுப்பினர்களில் ஒருவரான ஷெரில், என்னைச் சந்திக்க வந்தார். அவர் மிகவும் களைத்துக் காணப்பட்டார். அவர் அதிக வேலைச் சுமையால் சிரமப்படுவதை நான் அறிந்தேன். அவரது "செய்ய வேண்டியவை" பட்டியல் நீண்டுகொண்டே போனது. நான் அவரது அனைத்துப் பணித்திட்டங்களையும் பட்டியலிடும்படி அவரிடம் கூறினேன். நாங்கள் இருவரும் சேர்ந்து அவற்றை முன்னுரிமைப் படுத்தினோம். பாரம் குறையத் துவங்கியவுடன் அவர் முகத்தில் தென்பட்ட நிம்மதி உணர்வு இப்போதும் என் கண்முன் தெரிகிறது.

உங்கள் வேலைச் சுமை அதிகமாக இருந்தால், உங்கள் மேலதிகாரியிடம் செல்வதற்கு முன், உங்கள் முன்னுரிமைகளை ஒரு தனிக் காகிதத்தில் எழுதிக் கையோடு எடுத்துச் செல்லுங்கள். அவர் எவற்றை முன்னுரிமைகளாகத் தேர்ந்தெடுக்கிறார் என்பதைப் பாருங்கள்.

ஒவ்வொரு மாதக் கடைசியிலும், அடுத்த மாதத்திற்கான முன்னுரிமைகளை நான் திட்டமிட்டு, அவற்றைத் தயாரித்து வைத்துக் கொள்வேன். பிறகு, என் உதவியாளர், பார்பராவுடன் உட்கார்ந்து, அப்பணித்திட்டங்களை அட்டவணைப்படுத்தச் செய்வேன். மாதந்தோறும் நூற்றுக்கணக்கான விஷயங்களை அவர் எனக்காகக் கையாள்கிறார். ஆனாலும், ஏதேனும் அதிக முக்கியத்துவம் வாய்ந்த அல்லது அதிக அவசரமிக்க வேலை இருந்தால், அதை அவருக்குத் தெரியப்படுத்துவேன். அது மற்ற அனைத்து வேலைகளுக்கும் முன்னால் வைக்கப்பட்டுவிடும். உண்மையான அனைத்துத் தலைவர்களும் சிறந்தவற்றுக்கு ஆம் என்று சொல்வதற்காக, நல்லவற்றுக்கு இல்லை என்று கூறக் கற்றுக் கொண்டுள்ளனர்.

சிறு சிறு முன்னுரிமைகள் நம்முடைய அதிகமான நேரத்தை எடுத்துக் கொள்ளும்போது, பெரும் பிரச்சனைகள் மேலெழும்

“நமது பெரும் இலக்குகள் எட்டப்படாததற்குக் காரணம், இரண்டாம் நிலையிலுள்ள விஷயங்களை நாம் முதலில் செய்வதற்கு நம் நேரத்தைச் செல்விடுவதுதான்,” என்று ராபர்ட் ஜே. மெக்கெயின் கூறியுள்ளார்.

சில வருடங்களுக்கு முன், முன்னூறு திமிங்கலங்கள் திடீரென்று இறந்தது தலைப்புச் செய்தியாக வெளியாகியிருந்தது. அத்திமிங்கலங்கள் சார்டீன் என்னும் கடல்மீனைத் துரத்திச் சென்று ஒரு நீர்நிலையில் மாட்டிக் கொண்டன. ஃப்ரெடரிக் புரோவன் அதற்கு இவ்வாறு கருத்தளித்தார்: “சிறிய மீன்கள் பெரும் பலம் கொண்ட அசுர மீன்களை அவற்றின் சாவிற்கு ஈர்த்துச் சென்றன. சிறிய இலக்குகளுக்காகப் பெரும் சக்திகளை விரயம் செய்து, அவற்றைத் துரத்திச் சென்ற அத்திமிங்கலங்கள், கொடூரமான மரணத்தைச் சந்தித்தன.”

அடிக்கடி, நம் வாழ்வில் உள்ள சிறு விஷயங்கள்தான் நம்மைத் தடுமாறச் செய்யும். புளோரிடா மாநிலத்தின் எவர்கிளேட்ஸில் மோதி விபத்துக்குள்ளான ஈஸ்டர்ன் ஏர்லைன்சின் ஜம்போ ஜெட் விமானம், இதற்கு ஒரு துயரமான எடுத்துக்காட்டு.

இப்போது பிரபலமாக இருக்கும் 'விமானம் *401*'தான் விபத்துக்குள்ளான அந்த விமானம். விடுமுறைப் பயணிகளால் நிறைந்திருந்த அந்த விமானம் நியூ யார்க்கிலிருந்து மயாமி விமான நிலையத்தை நோக்கிச் சென்று கொண்டிருந்தது. மயாமி விமான நிலையத்தில் தரையிரங்குவதற்காக அதை நோக்கி வந்து கொண்டிருந்தபோது, விமானத்தின் முன்சக்கரங்கள் கீழிறங்கிவிட்டதை உணர்த்தும் சமிக்கை விளக்கு வேலை செய்யவில்லை. விமானம் தரையிறங்காமல் எவர்கிளேட்ஸின் சதுப்பு நிலங்கள்மீது வட்டமடித்துப் பறந்து கொண்டிருந்தது. அதே நேரத்தில், விமானத்தின் முன்சக்கரங்கள் உண்மையிலேயே கீழிறங்கவில்லையா அல்லது அதை உணர்த்தும் சமிக்கை விளக்குப் பழுதுபட்டுள்ளதா என்பதை விமானப் பணிக்குழு பரிசோதித்துக் கொண்டிருந்தது.

விமானத்தின் பொறியாளர் அந்த விளக்கை அகற்ற முயன்றபோது, அது வெளிவர மறுத்தது. பணிக்குழுவின் பிற உறுப்பினர்கள் அவருக்கு உதவ முயன்றனர். பல்புடன் போராடிக் கொண்டிருக்கும் போது, விமானம், பறக்கும் உயரத்தை இழந்து கொண்டிருந்ததை யாரும் கவனிக்கவில்லை. விமானம் நேராகச் சதுப்பு நிலத்திற்குள் சென்று விழுந்தது. அந்த மோதலில் பல உயிர்கள் பலியாகின. அனுபவமிக்க விமானிகள் ஒரு விளக்குடன் மல்லுக்கு நின்றபோது, பயணிகளுடன்கூடிய விமானம் நேராகத் தரையில் வந்து மோதியது.

காலக்கெடுகளும் அவசர வேலைகளும் முன்னுரிமைப்படுத்த நம்மைக் கட்டாயப்படுத்தும்

நாம் இதைப் பார்க்கின்சனின் விதியில் காணலாம்: நீங்கள் ஒரே ஒரு கடிதம் எழுத வேண்டியிருந்தால், ஒரு நாள் முழுவதையும் எடுத்துக் கொள்வீர்கள். ஆனால் இருபது கடிதங்கள் எழுத வேண்டியிருந்தால், ஒரே நாளில் அவற்றைச் செய்து முடிப்பீர்கள்.

நம் வேலையில் நாம் எந்த நேரத்தில் அதிக செயற்திறனுடன் செயல்படுகிறோம்? விடுமுறைக்கு முந்தைய வாரம்! விடுமுறைக்காக அலுவலகத்தைவிட்டுச் செல்வதற்கு முந்தைய வாரம் நாம் வேலை செய்வதைப்போல ஏன் நம்மால் எப்போதும் வாழ்க்கை நடத்த முடிவதில்லை? முடிவுகள் எடுத்தல், மேசையை ஒழுங்குபடுத்திச் சுத்தப்படுத்துதல், தொலைபேசியில் பதிலளிக்க வேண்டியவர்களுக்குப் பதிலளித்தல் என்று ஏன் நம்மால் நம் வேலைகளை எல்லா நேரங்களிலும் செய்ய முடிவதில்லை? இயல்பான சூழ்நிலைகளில் நாம் செயற்திறனுடன் இருக்கிறோம்

(வேலைகளைச் சரியாகச் செய்கிறோம்). காலக்கெடு நெருங்கும்—போதும், அவசர வேலைகள் நம்மை நெருக்கும்போதும், பயன்தரும் வகையில் செயல்படுகிறோம் (சரியான வேலைகளைச் செய்கிறோம்). செயற்திறன் என்பது தாக்குப்பிடித்து நிற்பதற்கான அடித்தளம். பயன் விளைவிக்கும் ஆற்றல் என்பது வெற்றிக்கான அடித்தளம்.

1912ஆம் ஆண்டு ஏப்ரல் 14ஆம் தேதி இரவில், டைட்டானிக் என்ற மாபெரும் உல்லாசக் கப்பல் அட்லான்டிக் பெருங்கடலில் உள்ள ஒரு பனிப்பாறையின்மீது மோதி, கடலுக்குள் மூழ்கி, ஏராளமான உயிர்களைப் பலி வாங்கியது பற்றி நம்மில் பெரும்பாலோர் அறிவோம். அந்த அழிவிலிருந்து கிடைத்த ஒரு சுவாரசியமான கதை, தப்பிச் செல்வதற்காக உயிர்க்காப்புப் படகு ஒன்றில் இடம் கிடைக்கப் பெற்ற ஒரு பெண்ணைப் பற்றியது.

ஏதோ ஒன்றை எடுத்து வருவதற்குத் தன் அறைக்குச் சென்றுவரலாமா என்று அவர் கேட்டபோது, அவருக்கு மூன்று நிமிடங்கள் கொடுக்கப்பட்டன. அவர் வேக வேகமாக நடைபாதையைக் கடந்து சென்றபோது, தரை முழுதும் கொட்டிக் கிடந்த, பதற்றத்தில் மக்கள் விட்டுச் சென்ற பணம், விலையுயர்ந்த கற்கள் ஆகியவற்றின்மீது ஏறி மிதித்துச் சென்றார். தன் அறையிலும் அவர் தன் சொந்த நகைகளைக் கண்டுகொள்ளாமல் விட்டுவிட்டு, மாறாக மூன்று ஆரஞ்சுப் பழங்களை எடுத்துக் கொண்டார். பிறகு, அவர் விரைவாகத் தன் படகில் வந்து அமர்ந்தார்

ஒரு வைரக் கல்லைக் கொடுத்து, பதிலுக்கு ஒரு கூடை ஆரஞ்சுப் பழங்களை அவர் ஏற்றுக் கொண்டிருப்பார் என்று சில மணிநேரத்திற்கு முன் நினைத்துப் பார்த்திருந்தால்கூட, அது நகைப்புக்கு இடம் கொடுத்திருக்கும். ஆனால், சூழ்நிலைகள் திடீரென்று கப்பலில் இருந்த அனைத்துப் பொருட்களின் மதிப்பையும் மாற்றிவிட்டன. அவசர நிலை, அவரது முன்னுரிமைகளைத் தெளிவுபடுத்திவிட்டிருந்தது.

எது உண்மையிலேயே முக்கியமானது என்பதை நாம் அடிக்கடி மிகவும் தாமதமாகவே கற்றுக் கொள்கிறோம்

நகரத்தின் சத்தத்தையும் போக்குவரத்தையும் கண்டு மனம் நொந்துபோய், நாட்டுப்புறத்திற்குக் குடிபெயர்ந்து, அங்கு பரந்து விரிந்து கிடக்கும் திறந்த வெளியில் வாழ்ந்து பார்க்கலாம் என்று முடிவு செய்த குடும்பத்தைப் போன்றவர்கள் நாம். கால்நடைகளை வளர்க்கலாம் என்று நினைத்து அவர்கள் ஒரு

பண்ணையை வாங்கினர். ஒரு மாதத்திற்குப் பின் அவர்களைச் சந்திக்க சில நண்பர்கள் வந்தனர். பண்ணைக்கு என்ன பெயரிட்டுள்ளீர்கள் என்று அவர்கள் கேட்டபோது,"நான் அதை ஃப்ளையிங்—கீ என்று அழைக்க விரும்பினேன். என் மனைவி சூசி—னி என்று அழைக்க விரும்பினார். ஆனால் எங்கள் மகன்களில் ஒருவன் பார்—யி என்றும், இன்னொருவன் லேசி—சீ என்றும் அழைக்க விரும்பினர். எனவே எல்லோருமாக ஓர் உடன்படிக்கைக்கு வந்து, எங்கள் பண்ணைக்கு ஃப்ளையிங்—கீ, சூசி—னி, பார்—யி, லேசி—சீ பண்ணை என்று பெயரிட்டுள்ளோம்," என்று அந்தத் தந்தை பதிலளித்தார். அவருடைய நண்பர், "உங்கள் கால்நடைகள் எங்கே?" என்று கேட்டார். அதற்கு அவர், "எங்களிடம் இப்போது கால்நடைகள் எதுவும் இல்லை. இவ்வளவு பெரிய பெயரை அவற்றின்மீது சூடு வைத்ததை அவை ஒன்றுகூடத் தாக்குப்பிடிக்கவில்லை," என்று பதிலளித்தார்.

யாரோ ஒரு நூலாசிரியர் இவ்வாறு கூறியுள்ளார்: "ஒரு பச்சிளம் குழந்தை இறுக்கமாக மூடிய கையுடன் பிறக்கிறது; ஒரு மனிதன் திறந்த கையுடன் இறக்கிறான். மிகவும் முக்கியம் என்று நாம் கருதும் பொருட்களை நம் கைகளிலிருந்து பிடுங்கி எறிவதற்கு, வாழ்க்கை தனக்கென்று ஒரு வழியைக் கொண்டுள்ளது."

மசாச்சூசெட்ஸைச் சேர்ந்த செனட்டர் பால் சோங்காஸைப் பற்றிய இக்கதையை கேரி ரெட்டிங் கூறுகிறார். 1984ஆம் ஆண்டு ஜனவரி மாதம், தான் செனட்டில் இருந்து ஓய்வு பெறப் போவதாகவும், மீண்டும் தேர்தலில் போட்டியிடப் போவதில்லை என்றும் சோங்காஸ் அறிவித்தார். அவர் வளர்ந்து வரும் ஒரு பிரபலமான அரசியல் புள்ளி. மீண்டும் தேர்ந்தெடுக்கப்படக்கூடிய செல்வாக்கு நிறைந்த அவர், எதிர்காலத்தில் அமெரிக்காவின் தலைவர் அல்லது துணைத் தலைவராகத் தேர்ந்தெடுக்கப்படக்கூடிய ஆற்றல் மிக்கவராகப் பெரிதும் பேசப்பட்டார்.

அறிவிப்பிற்கு சில வாரங்களுக்கு முன், குணப்படுத்த முடியாத, ஆனால் சிகிச்சை அளிக்கப்படக்கூடிய ஒருவகைப் புற்றுநோய் தனக்கு இருப்பதை அவர் அறிந்தார். ஆனால், அது அவரது உடற்திறனையோ அல்லது வாழ்நாளையோ அதிகம் பாதிக்காது என்பது தெரிந்தது. அவரது நோய் அவரை செனட்டிலிருந்து ஓய்வு பெற நிர்ப்பந்திக்கவில்லை. ஆனால் தன் சொந்த மரணத்தின் யதார்த்தத்தை எதிர்கொள்ள அவரை நிர்ப்பந்தப்படுத்தியது. அவர் தன் வாழ்நாளில் செய்ய விரும்பிய அனைத்தையும் செய்ய முடியாது என்றாலும், தன் வாழ்வில் மிஞ்சியுள்ள

நேரத்தில் அவர் உண்மையிலேயே என்னவெல்லாம் செய்ய விரும்பினார்?

எல்லாம் தனக்குக் கிடைக்காது என்ற பட்சத்தில், தன் வாழ்வில் தான் மிகவும் விரும்புவது, எக்காரணத்தைக் கொண்டும் விட்டுக் கொடுக்க விரும்பாதது, தன் குடும்பத்தினருடன் இருந்து, தன் குழந்தைகள் வளர்வதைப் பார்ப்பது என்று அவர் முடிவு செய்தார். நாட்டின் சட்டங்களை ஒழுங்குபடுத்துவதைவிடவும், தன் பெயர் வரலாற்றில் பொறிக்கப்படுவதைவிடவும் தன் குடும்பத்துடன் நேரத்தைச் செலவிடுவதை அவர் பெரிதும் விரும்பினார்.

தன் முடிவை அறிவித்த சிறிது நாட்களில், அவர் தன் முன்னுரிமைகளைச் சரியாக வைத்திருப்பதைப் பாராட்டி அவரது நண்பர் அவரை வாழ்த்தி ஒரு குறிப்பை அனுப்பியிருந்தார்: "மரணப் படுக்கையில் இருக்கும் எவரும், 'நான் என் தொழிலில் இன்னும் அதிக நேரம் செலவிட்டிருந்தால் நன்றாக இருந்திருக்கும்,' என்று ஒருபோதும் கூறியதில்லை."

மூன்று

தலைமைத்துவத்தின் முக்கிய அம்சம்:

நாணயம்

நாணயம் என்பது ‘முழுமையான, ஒன்றுபட்ட நிலை’ என்று அகராதி வரையறுக்கிறது. நான் நாணயமாக இருக்கும்போது என் வார்த்தைகளும் என் நடவடிக்கைகளும் ஒத்திருக்கும். நான் எங்கிருந்தாலும் சரி, யாருடன் இருந்தாலும் சரி, நான் நானாகவே இருப்பேன்.

நாணயம் இன்று காணாமல் போய்க் கொண்டிருக்கும் ஒரு பொருள் என்பது வருத்தத்திற்குரிய விஷயம். தனிமனித இன்பம் மற்றும் வெற்றிக்கான குறுக்கு வழிகளின் பின்னால் தீவிரமாக அலைந்து கொண்டிருக்கும் இவ்வுலகில், தனிமனிதத் தரங்கள் சுக்கு நூறாக நொறுங்கிக் கொண்டிருக்கின்றன.

வேலைக்கான ஒரு விண்ணப்பத்தில், “நீங்கள் எப்போதேனும் கைது செய்யப்பட்டுள்ளீர்களா?” என்று ஒரு கேள்வி இருந்தது. அக்கேள்விக்கு, “இல்லை” என்று விண்ணப்பதாரர் பதிலளித்தார். முதல் கேள்வியின் தொடர்ச்சியாக, இரண்டாவது கேள்வி, “ஏன்?” என்று இருந்தது. இதற்கு விடையளிக்க வேண்டியதில்லை என்பதை உணர்ந்திராத அந்த “நேர்மை”யான, வெகுளியான விண்ணப்பதாரர், “ஏனென்றால், நான் ஒருபோதும் பிடிபடவில்லை என்று நினைக்கிறேன்,” என்று எழுதினார்.

ஜெஃப் டான்சிகரின் கேலிச்சித்திரம் ஒன்றில், ஒரு நிறுவனத் தலைவர் தன் ஊழியர்களிடம், “நேர்மைதான் நமது இந்த

வருடத்தியக் கொள்கை," என்று அறிவிக்கிறார். மேசையின் ஒரு பக்கத்திலிருந்த துணைத் தலைவர் மூச்சைப் பிடித்தவாறு, "அற்புதம்," என்று கூறுகிறார். அவரது எதிர்ப்புறம் அமர்ந்திர்ந்த மற்றொரு துணைத் தலைவர், "ஆனால், மிகவும் சவாலான ஒன்று," என்று முணுமுணுக்கிறார்.

நியூ யார்க்கர் பத்திரிகையில் வெளிவந்த ஒரு கேலிச்சித்திரத்தில், சுத்தமாகச் சவரம் செய்யப்பட்ட இரு நடுத்தர வயது ஆண்கள் ஒரு சிறைக்குள் ஒன்றாக அமர்ந்திருக்கின்றனர். ஒரு கைதி அடுத்தவரைப் பார்த்து, "நம் நேர்மையின்மை நிலை நம் சமூகத்தின் தரத்திற்கு உட்பட்டுத்தான் இருக்கிறது என்று நான் இதுவரை நினைத்திருந்தேன்," என்று கூறுகிறார்.

வெள்ளை மாளிகை, பென்டகன், கேப்பிட்டல் ஹில், தேவாலயம், விளையாட்டு அரங்கம், கலைக்குழு, மற்றும் குழந்தைகள் காப்பகம் உட்பட, அனைத்தும் பெரும் அவதூறுக்கு உள்ளாகியுள்ளன. இவை ஒவ்வொன்றின் விஷயத்திலும், இவை மக்களின் நம்பிக்கையை இழந்ததற்கு ஒரே காரணம்தான் இருந்தது — இவற்றில் பணியாற்றிய தனிநபர்களின் நாணய நிலை வீழ்ச்சியடைந்து இருந்தது.

நாணயமான ஒரு மனிதரிடம் பிரிவினை விசுவாசம் இருப்பதில்லை (அது வஞ்சகமாகிவிடும்); அவர்கள் நடிப்பதுமில்லை (அது உள்ளொன்று வைத்துப் புறமொன்று பேசுவதாகிவிடும்). நாணயமான மனிதர்கள் 'முழுமை'யான மனிதர்கள். அவர்களது ஒருமுகப்படுத்தப்பட்ட நோக்கத்தின்மூலம் அவர்களை அடையாளம் கண்டு கொள்ளலாம். நாணயமான மனிதர்களிடம் மறைப்பதற்கோ பயப்படுவதற்கோ ஏதும் இருப்பதில்லை. அவர்கள் வாழ்க்கை ஒரு திறந்த புத்தகம். "ஒரு நாணயமான மனிதர் என்பவர், மொத்த வாழ்வையும் மதிப்பீடு செய்யும் மதிப்புகள் அமைப்பு ஒன்றை உருவாக்கியுள்ளவர்," என்று வி. கில்பர்ட் பீயர்ஸ் கூறுகிறார்.

நாணயம் என்பது நாம் என்ன செய்கிறோம் என்பதல்ல; மாறாக, நாம் எப்படிப்பட்டவர்கள் என்பதுதான். நாம் எப்படிப்பட்டவர்களாக இருக்கிறோம் என்பது நாம் என்ன செய்கிறோம் என்பதைத் தீர்மானிக்கும். நமது மதிப்புகள் அமைப்பு, நம்மிடமிருந்து பிரிக்க முடியாத அளவிற்கு நம்மில் ஒரு பெரும் அங்கமாகத் திகழ்கிறது. அது நம்மை வழிநடத்தும் 'வழிகாட்டும் அமைப்'பாகச் செயல்படுகிறது. அது நம் வாழ்வில் முன்னுரிமைகளை நிலைப்படுத்தி, நாம் எதை ஏற்றுக் கொள்வோம், எதை நிராகரிப்போம் என்பதைத் தீர்மானிக்கிறது.

நாம் அனைவரும் முரண்பட்ட விருப்பங்களை எதிர்கொள்கிறோம். யாராலும் இப்போராட்டத்திலிருந்து தப்ப முடியாது, அவர் எவ்வளவு தூரம் 'ஆன்மீகவாதி'யாக இருந்தாலும் சரி. நாணயம்தான் எது நிலைத்து நிற்கும் என்பதைத் தீர்மானிக்கும் காரணி. நாம் எதைச் செய்ய விரும்புகிறோம், நாம் எதைச் செய்ய வேண்டும் ஆகியவற்றுக்கிடையே ஒன்றை முடிவு செய்ய வேண்டிய சூழ்நிலை களுடன் நாம் தினமும் போராடுகிறோம். இந்த மன இறுக்கங்களிலிருந்து விடுபடத் தேவையான அடிப்படை விதிகளை நாணயம் நிலைப்படுத்துகிறது. முரண்பாடு ஏற்படுவதற்கு முன்பே, நாம் யார் என்பதையும் நாம் எவ்வாறு செயல்விடை அளிப்போம் என்பதையும் அது தீர்மானிக்கிறது. நாம் பேசுவது, சிந்திப்பது, செயல்படுவது ஆகியவற்றை ஒன்றிணைப்பதன் மூலம் நாணயம் மனிதனை முழுமையாக்குகிறது. இந்த மூன்றில் ஏதாவது ஒன்று பிரண்டுவிட அங்கு சாத்தியமில்லை.

நாணயம் நம்மைப் பிணைத்து, நமக்குள் ஒருவிதமான தன்னிறைவை ஊக்குவிக்கிறது. நம் இதயத்திற்கு எதிராக நம் உதடுகள் பேசுவதை அது அனுமதிக்காது. நாணயம் நமது நடுவராக இருக்கும்போது, நாம் முரண்பாடின்றிச் செயல்படுவோம்; நம் நடத்தை நமது நம்பிக்கைகளைப் பிரதிபலிக்கும். செழிப்பான நேரத்திலும் சரி, துரதிர்ஷ்டமான நேரத்திலும் சரி, நாம் பிறர் கண்ணில் தென்படும் விதத்திற்கும், நாம் உண்மையிலேயே எப்படிப்பட்டவர்கள் என்று நம் குடும்பத்தார் நம்மைத் தெரிந்து வைத்திருப்பதற்கும் இடையே எந்தவித முரண்பாடும் இருக்காது. சூழ்நிலைகள் எதுவாக இருந்தாலும் சரி, ஈடுபட்டுள்ள மனிதர்கள் யாராக இருந்தாலும் சரி, நாம் சோதிக்கப்படும் இடங்கள் எதுவாக இருந்தாலும் சரி, நாம் எப்படி நடந்து கொள்வோம் என்பதை நாம் முன்கூட்டியே தீர்மானிக்க நாணயம் நமக்கு அனுமதியளிக்கிறது.

நாணயம் என்பது இரு விருப்பங்களுக்கு இடையேயான நடுவர் மட்டுமல்ல, அது மகிழ்ச்சியான மனிதருக்கும் குழம்பிய நிலையில் உள்ளவருக்கும் இடையே உள்ள முக்கியப் புள்ளி. நம் வழியில் எது வந்தாலும், நாம் முழுமையான மனிதர்களாக விளங்கும் சுதந்திரத்தை அது நமக்கு அளிக்கிறது.

"மாபெரும் மனிதராவதற்கான முதல் திறவுகோல், நாம் பிறர் கண்ணுக்கு எவ்வாறு தோற்றமளிக்கிறோமோ, உண்மையில் நாம் அவ்வாறே இருப்பது," என்று சாக்ரட்டீஸ் நமக்கு நினைவூட்டுகிறார். பிறருடைய நம்பிக்கையைப் பெறுவதற்கு ஒரு தலைவர் நாணயமாக நடந்துகொள்ள வேண்டும். ஒரு

நல்ல இசைத் தொகுப்பு என்றால் வார்த்தைகளும் இசையும் ஒத்திருக்க வேண்டும். அதுபோல, நம்பிக்கைக்கு உகந்த ஒரு தலைவராகத் திகழ வேண்டுமென்றால், அவரது வார்த்தைகளும் நடவடிக்கைகளும் ஒத்துப்போக வேண்டும்.

நான் சொல்வதும், நான் செய்வதும் ஒன்றாக இருந்தால், விளைவுகள் முரண்பாடின்றிச் சீராக இருக்கும். உதாரணத்திற்கு:

நான் ஊழியர்களிடம் இவ்வாறு கூறுகிறேன்: “குறித்த நேரத்தில் வேலைக்கு வர வேண்டும்.”	நான் குறித்த நேரத்தில் வேலைக்கு வருகிறேன்.	அவர்கள் குறித்த நேரத்தில் வந்து விடுவார்கள்.
நான் ஊழியர்களிடம் இவ்வாறு கூறுகிறேன்: “நன்னம்பிக்கை மனப்போக்குடன் இருங்கள்.”	நான் நன்னம்பிக்கை மனப்போக்கை வெளிப்படுத்துகிறேன்.	அவர்கள் நன்னம்பிக்கை மனப்போக்குடன் நடந்து கொள்வார்கள்.
நான் ஊழியர்களிடம் இவ்வாறு கூறுகிறேன்: “வாடிக்கையாளர்களை முன்னிறுத்துங்கள்.”	நான் வாடிக்கையாளர்களை முன்னிறுத்துகிறேன்.	அவர்கள் வாடிக்கையாளர்களை முன்னிறுத்துவார்கள்.

நான் சொல்வதும், நான் செய்வதும் மாறுபட்டு இருந்தால், விளைவுகள் முரண்பட்டிருக்கும். உதாரணத்திற்கு:

நான் ஊழியர்களிடம் இவ்வாறு கூறுகிறேன்: “குறித்த நேரத்தில் வேலைக்கு வர வேண்டும்.”	நான் தாமதமாக வேலைக்கு வருகிறேன்.	சிலர் குறித்த நேரத்தில் வந்து விடுவார்கள்; சிலர் வர மாட்டார்கள்.

நான் ஊழியர்களிடம் இவ்வாறு கூறுகிறேன்: "நன்னம்பிக்கை மனப்போக்குடன் இருங்கள்."	நான் எதிர்மறையான மனப்போக்கை வெளிப்படுத்துகிறேன்.	சிலர் நன்னம்பிக்கை மனப்போக்குடன் இருப்பார்கள்; சிலர் அப்படி இருக்க மாட்டார்கள்.
நான் ஊழியர்களிடம் இவ்வாறு கூறுகிறேன்: "வாடிக்கையாளர்களை முன்னிறுத்துங்கள்."	நான் என்னை முன்னிறுத்துகிறேன்.	சிலர் வாடிக்கையாளர்களை முன்னிறுத்துவார்கள்; சிலர் அவ்வாறு செய்யமாட்டார்கள்.

நாணயம் என்பது நாம் என்ன செய்கிறோம் என்பதல்ல; மாறாக, நாம் எப்படிப்பட்டவர்கள் என்பதுதான்.

மக்கள் 89 சதவீதம் காட்சித் தூண்டுதல் மூலமாகவும், 10 சதவீதம் செவித் தூண்டுதல் மூலமாகவும், 1 சதவீதம் பிற உணர்வுகள் மூலமாகவும் கற்றுக் கொள்கின்றனர். எனவே, தலைவர்களைப் பின்பற்றுபவர்கள், தங்கள் தலைவர்கள் செயலிலும் சொல்லிலும் முரண்பாடின்றிச் சீராக நடந்து கொள்வதை அதிகமாகப் பார்க்கும்போதும் கேட்கும்போதும், அவர்களும் அதிக சீராகவும் அதிகமான விசுவாசத்துடனும் நடந்து கொள்கின்றனர் என்ற கருத்து ஏற்புடையதாகப்படுகிறது. தாங்கள் கேட்பதை அவர்கள் புரிந்து கொள்கின்றனர். தாங்கள் பார்ப்பதை அவர்கள் நம்புகின்றனர்.

அடிக்கடி, நாம் நம்மைப் பின்பற்றுபவர்களை மேலோட்டமான, சிறிது காலமே தாக்குப்பிடிக்கக்கூடிய ஏமாற்று வித்தைகளால் உற்சாகப்படுத்த முயற்சிக்கிறோம். மக்களுக்குத் தேவை, அவர்கள் மனப்பாடம் செய்வதற்கான வழிகாட்டிக் கொள்கையல்ல. அவர்களுக்குத் தேவை, தாங்கள் பார்த்துப் பின்பற்றக்கூடிய ஒரு முன்மாதிரி மனிதர்தான்.

நம்பிக்கைக்கான திராவகப் பரிசோதனை

நீங்கள் எவ்வளவு அதிகம் நம்பிக்கைக்கு உகந்தவராக இருக்கிறீர்களோ, மக்கள் உங்கள்மீது அவ்வளவு அதிக நம்பிக்கை வைத்து, தங்கள் வாழ்வில் நீங்கள் தாக்கம் ஏற்படுத்த உங்களுக்கு

வாய்ப்பளிப்பார்கள். நீங்கள் குறைந்த அளவு நம்பத்தக்கவராக இருந்தால், மக்களும் உங்கள்மீது குறைந்த அளவு நம்பிக்கையே வைப்பர்; அதி விரைவிலேயே நீங்கள் உங்கள் செல்வாக்கை இழந்துவிடுவீர்கள்.

> பிம்பம் என்பது மக்கள் உங்களைப் பற்றிக் கொண்டிருக்கும் எண்ணம். நாணயம், நாம் உண்மையிலேயே எப்படிப்பட்டவர்களாக இருக்கிறோம் என்பது.

என் கருத்தரங்குகளில் பங்குகொண்டுள்ள பல தலைவர்கள் என்னிடம், "நான் என் நிறுவனத்தை எப்படி மாற்றுவது என்பதற்கு எனக்கு சில உள்நோக்குகளை உங்களால் தர முடியும் என்று நம்புகிறேன்," என்று கூறியுள்ளனர். எப்போதும் என் பதில் இதுதான்: "என் இலட்சியம், நீங்கள் மாறுவதற்கு உங்களை உத்வேகப்படுத்துவது; அது நிகழ்ந்தால், உங்கள் நிறுவனமும் மாறும்." நான் எப்போதும் கூறி வருவதுபோல, தலைமைத்துவத்தில்தான் எல்லாமே எழுகின்றன, அதில்தான் எல்லாமே வீழ்கின்றன. எழுவதற்கும், ஆனால் விழுந்துவிடாமல் இருப்பதற்குமான இரகசியம் நாணயம்தான். நாணயம் ஏன் அவ்வளவு முக்கியத்துவம் வாய்ந்தது என்பதற்கான சில காரணங்களைப் பார்க்கலாம்.

1. நாணயம் நம்பிக்கையை வளர்க்கிறது

டுவைட் ஐசன்ஹோவர் இவ்வாறு கூறியுள்ளார்:

> "ஒருவர் தலைவராக இருப்பதற்கு அவரைப் பின்பற்றுபவர்கள் இருக்க வேண்டும். பின்பற்றுபவர்களைப் பெறுவதற்கு, அவர் அவர்களது நம்பிக்கையைப் பெற வேண்டும். எனவே கேள்விக்கு இடமின்றி, ஒரு தலைவருக்குத் தேவையான ஒப்புயர்வற்றப் பண்பு நாணயம்தான். அது இல்லாமல், எதிலும் உண்மையான வெற்றியைப் பெறுவது சாத்தியமல்ல — அது ஒரு இருப்புப் பாதையில் பணிபுரியும் பணிக்குழுவாக இருந்தாலும் சரி, ஒரு கால்பந்து மைதானமாக இருந்தாலும் சரி, அல்லது அலுவலகமாக இருந்தாலும் சரி. ஒருவன் நேர்மையற்றவன், நாணயமற்றவன் என்பதை அவனது கூட்டாளிகள் கண்டறிந்தால், அவன் தோற்றுவிடுவான். அவனது போதனைகளும் நடவடிக்கைகளும் ஒத்திருக்க வேண்டும். எனவே, பெரும் தலையாய தேவை, நாணயமும் உயர்ந்த குறிக்கோளும்தான்."

"ஆதிக்கம் என்பது ஒரு மேலதிகாரி தன்னிடம் வேலை பார்ப்பவர்கள்மீது கொண்டிருக்கும் அதிகாரம் அல்ல. மாறாக, அந்த அதிகாரத்தை அவர்கள் அங்கீகரித்து ஏற்றுக் கொள்ளும் விதத்தில் தன் ஊழியர்களிடம் செல்வாக்குடன் விளங்கும் திறன்," என்று டச் நிர்வாக வல்லுனர் பீட்டர் பிரையன் கூறுகிறார். அவர் அதை ஒருவிதமான 'பேரம்' என்று அழைக்கிறார்: தாங்கள் ஏற்றுக் கொள்ளத்தக்கத் தலைமைத்துவத்தைத் தங்கள் மேலதிகாரி தங்களுக்கு வழங்கினால், தாங்களும் அவரைத் தங்கள் மேலதிகாரியாக ஏற்றுக் கொள்ளத் தயார் என்று மக்கள் மௌனமாக ஒப்புக் கொள்கின்றனர். பிரையனின் கருத்து என்ன சொல்ல வருகிறது? சாதாரணமாகக் கூறினால், ஒரு மேலதிகாரி தன்னிடம் வேலை பார்ப்பவர்களிடம் தன்னைப் பற்றிய நம்பிக்கையை உருவாக்கி, தொடர்ந்து அதைத் தக்க வைத்துக் கொள்ள வேண்டும். தங்கள் மேலதிகாரி தங்களிடம் விசுவாசத்துடன் நடந்து கொள்வார் என்று அவரது ஊழியர்கள் நம்ப வேண்டியது அவசியம்.

அடிக்கடி, வழிநடத்திச் செல்லும் பொறுப்பில் இருப்பவர்கள், தங்களைப் பின்பற்றுவது மக்களின் கடமை என்று நிறுவனம் அவர்களுக்குக் கட்டளையிட வேண்டும் என்று நினைக்கின்றனர். கீழ்ப்படியாமையை ஒழித்துக் கட்ட அவர்கள் ஒரு புதிய பட்டம், இன்னொரு பதவி, மற்றும் ஒரு புதிய கொள்கை ஆகியவற்றைக் கேட்கின்றனர். ஆனால், ஆற்றலுடன் வழிநடத்துவதற்குத் தேவையான அதிகாரம் அவர்களுக்கு ஒருபோதும் கிடைக்காமல் போய்விடுவது வருத்தத்திற்குரிய விஷயம். ஏன்? பிரச்சனை தங்களுக்கு உள்ளே இருக்கும்போது, அவர்கள் அதை வெளியே தேடிக் கொண்டிருக்கின் றனர். அவர்களிடம் நாணயம் இல்லாத காரணத்தால், அதிகாரமும் இல்லாமல் போய்விடுகிறது.

கார்னெகி—மெலன் ஆய்வின்படி, 400 மேலாளர்களில் 45 சதவீதத்தினரே தங்கள் உயர்மட்ட நிர்வாகத்தின்மீது நம்பிக்கை கொண்டுள்ளனர்; மூன்றில் ஒரு பகுதியினர் தங்கள் நேரடி மேலதிகாரிகளை நம்புவதில்லை. நம்பிக்கை மற்றும் நாணயத்தை இவ்வளவு விஷயங்கள் சார்ந்திருக்கும்போது, ஒவ்வொரு நிறுவனத்திலும் உள்ள யாரேனும் ஒருவர் இந்த எண்ணிக்கைகளை மேம்படுத்தத் தேவையான தலைமைத்துவத்தை அளிக்க வேண்டும்.

கேவட் ராபர்ட்ஸ் இவ்வாறு கூறியுள்ளார்: "என் மக்கள் என்னைப் புரிந்து கொண்டால், நான் அவர்களது கவனத்தை ஈர்ப்பேன். என் மக்கள் என்மீது நம்பிக்கை கொண்டால், நான் அவர்களைச் செயலாற்ற வைப்பேன்." வழிநடத்துவதற்கான அதிகாரத்தைப் பெற ஒரு தலைவருக்கு, அவரது பதவியைவிட

மேலான ஒன்று தேவை. அவரைப் பின்பற்றுபவர்கள், அவர்மீது நம்பிக்கை கொண்டிருக்க வேண்டும்.

2. நாணயத்திற்கு உயர்ந்த செல்வாக்கு உள்ளது

எமர்சன் இவ்வாறு கூறியுள்ளார்: "ஒவ்வொரு மாபெரும் நிறுவனமும் ஓர் ஒற்றை மனிதரின் நீட்டிக்கப்பட்ட நிழல். அவரது நடத்தை அந்நிறுவனத்தின் நடத்தையைத் தீர்மானிக்கும்." இது, "மக்களின் மனங்கள், அவர்கள் பார்ப்பவற்றால் மாறுகின்றன, விவாதங்களால் அல்ல," என்ற வில் ரோஜர்ஸின் வார்த்தைகளோடு ஒத்துப் போகிறது. தாங்கள் எதைப் பார்க்கிறார்களோ, மக்கள் அதையே செய்கிறார்கள்.

தொழிலில் வெற்றி பெற அதிகம் தேவைப்படும் மனிதப் பண்பு நாணயம் என்று சமீபத்தில் மேற்கொள்ளப்பட்ட ஆய்வில் 1,300 முதுநிலை உயரதிகாரிகள் கருத்துத் தெரிவித்தனர். அவர்களில் 71 சதவீதத்தினர், ஓர் உயரதிகாரியின் ஆற்றலை மேம்படுத்தக் காரணமான பதினாறு பண்புகள் இடம்பெற்றிருந்த ஒரு பட்டியலில், நாணயத்திற்கு முதலிடம் அளித்தனர்.

வீட்டில் நாணயத்தின் செல்வாக்கு எவ்வளவு உயர்ந்தது என்பதை நாம் மறந்து போவது வருத்தப்பட வேண்டிய விஷயம். பல வருடங்களுக்கு முன் ஜெர்மனியில் வளர்ந்த ஓர் இளம் யூத இனச் சிறுவனைப் பற்றி 'அப்ஜெக்ஷன்ஸ் ஆன்சர்டு' என்ற தன் புத்தகத்தில் ஆர்.சி.ஸ்புரௌல் கூறுகிறார். அச்சிறுவன் தன் தந்தையின்மீது ஆழ்ந்த அபிமானம் கொண்டிருந்தான். தங்கள் மதத்தின் வழக்கங்களைச் சுற்றியே குடும்பத்தில் உள்ள அனைத்தும் நடைபெற வேண்டும் என்பதில் தந்தை கண்டிப்பாக இருந்தார். அவர் தன் குடும்பத்தாரைத் தங்கள் மத வழக்கப்படி யூதர்களின் கோவிலுக்கு வழிபாட்டிற்காக விசுவாசத்துடன் அழைத்துச் சென்றார்.

அவன் விடலைப் பருவத்தை அடைந்தபோது, அவனது குடும்பம் ஜெர்மனியில் உள்ள வேறொரு நகரத்திற்கு இடம்பெயர வேண்டிய நிலை ஏற்பட்டது. அந்நகரத்தில் யூதக் கோவில்கள் ஏதும் இல்லை. ஒரு கிறித்தவத் தேவாலயம் மட்டுமே இருந்தது. அந்த சமூகத்தின் வாழ்க்கை, தேவாலயத்தைச் சுற்றியே இருந்தது. அச்சமூகத்தில் இருந்த முக்கியமானவர்கள் அனைவரும் அதில் உறுப்பினர்களாக இருந்தனர். திடீரென்று, தாங்கள் அனைவரும் தங்கள் யூதப் பாரம்பரியத்தை உதறித் தள்ளிவிட்டு, கிறித்தவத் தேவாலயத்தில் சேரப் போவதாக அந்தத் தந்தை அறிவித்தார்.

அதிர்ச்சியடைந்த அவருடைய குடும்பத்தார், அதற்கான காரணத்தைக் கேட்டபோது, அது தன் வியாபாரத்திற்கு நன்மை பயக்கும் என்று அவர் விளக்கினார். சிறுவன் மனம் குழம்பித் தடுமாறினான். அவனுக்கு ஏற்பட்ட ஆழ்ந்த ஏமாற்றம், கோபமாக வெளிப்பட்டு, மிகுந்த மனக்கசப்பை ஏற்படுத்தி, அவனை வாழ்நாள் முழுதும் பாதித்தது.

பின்னர், படிப்பதற்காக அவன் ஜெர்மனியிலிருந்து இங்கிலாந்திற்குச் சென்றான். ஒவ்வொரு நாளும் அவன் பிரிட்டிஷ் அருங்காட்சியகத்திற்குச் சென்று, தனக்கென்று புதிய கருத்துக்களை உருவாக்கி, ஒரு புத்தகத்தைப் படைத்தான். அப்புத்தகத்தில் அவன் ஒரு முழுமையான புதிய உலகக் கண்ணோட்டத்தை அறிமுகப் படுத்தினான். உலகை மாற்றக் கூடிய ஒரு புதிய இயக்கத்தையும் கருத்துருவாக்கினான். மதத்தை அவன், ‘மக்களின் அபின்’ என்று விவரித்தான். தன்னைப் பின்பற்றியவர்களை, அவன் கடவுள் இல்லாத வாழ்க்கைக்கு வழிகாட்டினான். அவனது கருத்துக்கள் கிட்டத்தட்ட உலகிலுள்ள பாதி மக்களை ஆளும் அரசாங்கங்களின் கோட்பாடாக மாறியது. அவனது பெயர்? கார்ல் மார்க்ஸ், கம்யூனிச இயக்கத்தின் நிறுவனர். ஒரு தந்தை தன் மதிப்புகள் சிதைந்துபோக அனுமதித்ததால், இருபதாம் நூற்றாண்டின் வரலாறும், அதைத் தாண்டிய காலகட்டங்களும் குறிப்பிடத்தக்க மாற்றங்களைக் கண்டன.

3. நாணயம் உயர்ந்த தரங்களை எளிதாக்குகிறது

பின்பற்றுபவர்களைக் காட்டிலும் அவர்களுடைய தலைவர்கள் உயர்ந்த தரங்களைத் கொண்டிருக்க வேண்டும். இக்கண்ணோட்டம், தலைமைத்துவத்தைப் பற்றிப் பெரும்பாலான மக்கள் கொண்டுள்ள சிந்தனைகளுக்கு எதிரானது. வெற்றிப் படிகளில் ஏறும்போது உடன் வரும் சலுகைகளும் இதர பயன்களும் நிறைந்துள்ள உலகத்தில், மேல்நோக்கிய பயணத்தின் பொறுப்புகள் பற்றி அதிகம் சிந்திக்கப்படுவதில்லை. தங்களுக்காகவோ அல்லது தங்கள் நிறுவனங்களுக்காகவோ, தலைவர்கள் தங்கள் பொறுப்புகளைத் தவிர எதை வேண்டுமானாலும் விட்டுக் கொடுக்கலாம். ஜான் டி. ராக்கஃபெல்லர் ஜூனியர் இவ்வாறு கூறியுள்ளார்: “ஒவ்வோர் உரிமையும் ஒரு பொறுப்பைக் குறிக்கிறது; ஒவ்வொரு வாய்ப்பும் ஒரு கடப்பாட்டைக் குறிக்கிறது; ஒவ்வொரு உடைமையும் ஒரு கடமையைக் குறிக்கிறது என்று நான் நம்புகிறேன்.” கீழே கொடுக்கப்பட்டுள்ள வரைபடம் இக்கோட்பாட்டை விளக்குகிறது:

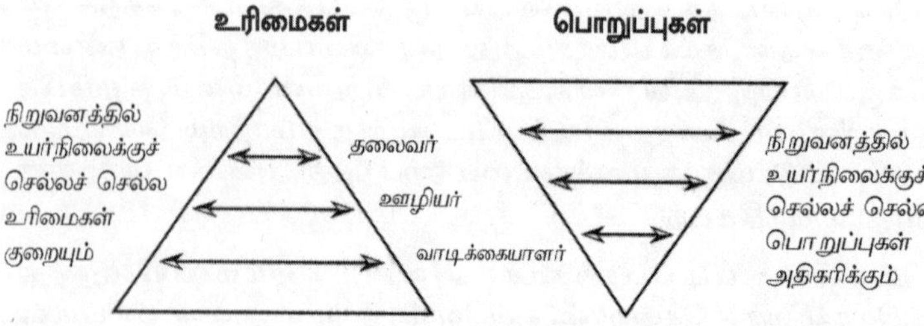

ஏராளமான மக்கள் தங்கள் உரிமைகளை நிலைநாட்டத் தயாராக உள்ளனர். ஆனால், பொறுப்புகளைச் சுமக்கத் தயாராக இருப்ப தில்லை. 'அன் ஓப்பென் ரோடு' புத்தகத்தில் ரிச்சர்டு எல். எவான்ஸ் இப்படிக் குறிப்பிடுகிறார்:

> "பொறுப்புகளை ஏற்றுக் கொண்டு, மேற்கொண்ட நடவடிக்கை களை நிறைவேற்றிவிட்டு, கடைசிவரை சென்று அது நிறைவேறியதை உறுதி செய்யும் ஒருவரைக் கண்டுபிடிப்பதும், ஒருவர் ஒரு வேலையை ஏற்றுக் கொண்டால், அதைப் பயன் தரும் வகையில், மனசாட்சிக்கு உட்பட்டு நிறைவேற்றி விடுவார் என்று அறிந்து கொள்வதும் விலை மதிக்க முடியாதவை. ஆனால், பாதி முடிக்கப்பட்ட ஒரு வேலை, சரிபார்க்கப்படுவதற்கும், உறுதிப்படுத்தப்படுவதற்கும், திருத்தியமைக்கப்படுவதற்கும், நம் சிந்தனையை இடையூறு செய்வதற்கும், தொடர்ந்து அதன்மீது கவனம் செலுத்தப்படுவதற்கும் நம்மிடமே திரும்பி வந்து கொண்டிருந்தால், யாரோ 'முழுமை பெற்ற வேலை'க்கான கோட்பாட்டைப் பின்பற்றத் தவறிவிட்டனர் என்பது வெளிப்படை."

"நீங்கள் வாழும் காலகட்டம் உங்களைப் பலி வாங்காமல் பார்த்துக் கொள்ளுங்கள். நம் சமூகத்தைவிடக் காலம் நம்மைக் கீழே தள்ளாது. இன்று, தனிநபர்கள் தங்கள் தார்மீகப் பொறுப்பிலிருந்து தவறும்போது அவர்கள் மன்னிக்கப்படுவதோடு, சமூகச் சூழலுக்குப் பலியானவர்கள்போல் நடத்தப்படுவதும் ஒரு போக்காக மாறி வருகிறது. நீங்கள் அதை ஒத்துக் கொண்டால், அதற்காக மிகப் பெரிய விலையை நீங்கள் கொடுக்க வேண்டி வரும். முறையான நடத்தையின்மைதான் மக்களை மட்டுப்படுத்துகிறது," என்று டாம் ராபின்ஸ் கூறியுள்ளார். தலைவர்களின் பண்புநலன்கள் குறைவாக இருக்கும்போது, அவர்களது தரங்களும் குறைந்தே இருக்கும்.

4. நாணயம் உயர்மதிப்பைப் பெற்றுத் தரும், வெறும் பிம்பத்தை அல்ல

பிம்பம் என்பது மக்கள் உங்களைப் பற்றிக் கொண்டிருக்கும் எண்ணம். நாணயம், நாம் உண்மையிலேயே எப்படிப்பட்டவர்களக இருக்கிறோம் என்பது.

இரண்டு வயதான பெண்கள், இங்கிலாந்திலுள்ள, சற்றுக் கூட்டமாக இருந்த ஒரு தேவாலயத்தின் முற்றத்தில் காலாற நடந்து கொண்டிருந்தபோது ஒரு கல்லறைக் கல்லைக் கண்டனர். அதில், "ஓர் அரசியல்வாதியும், நேர்மையான மனிதருமாகிய ஜான் சுமித் இங்கு துயில் கொள்கிறார்," என்ற வாசகம் பொறிக்கப் பட்டிருந்தது.

அதைப் படித்தவுடன், ஒரு பெண் மற்றொருவரிடம், "கடவுளே! இரண்டு மனிதர்களை ஒரே கல்லறையில் புதைக்க வேண்டியிருந்தது எவ்வளவு மோசமான விஷயம்," என்று அங்கலாய்த்தார்.

அகமும் புறமும் ஒன்றாக இல்லாத மனிதர்களை நாம் அனைவரும் அறிந்திருப்போம். வருந்தத்தக்க வகையில், நாணயத்திற்குப் பதிலாகத் தங்கள் பிம்பத்தை நிலைநிறுத்துவதற்காகக் கடினமாக உழைத்தப் பலரும், தாங்கள் திடீரென்று 'விழும்'போது அதற்கான காரணம் என்னவென்று புரியாமல் தவிக்கின்றனர். அவர்களைப் பற்றித் தங்களுக்கு நன்றாகத் தெரியும் என்று நினைத்த அவர்களது நண்பர்கள்கூட ஆச்சரியப்பட்டு நிற்கின்றனர்.

பண்டைய சீனாவில், வடக்கிலிருந்த காட்டுமிராண்டிக் கும்பல்களிலிருந்து தங்களைப் பாதுகாத்துக் கொள்வதற்காக மக்கள் சீனப் பெருஞ்சுவரைக் கட்டினர். அது அவ்வளவு உயரமாகவும் தடிமனாகவும் இருந்ததால், யாரும் அதன்மீது ஏற முடியாது, எதுவும் அதை உடைக்க முடியாது என்று அவர்கள் நம்பினர். பாதுகாப்பாக வாழ்வதற்கு அவர்கள் ஆயத்தமாயினர். அந்தச் சுவர் கட்டப்பட்ட அடுத்த நூறு ஆண்டுகளுக்குள் சீனாவின்மீது மூன்று முறை படையெடுக்கப்பட்டது. ஒருமுறைகூட அந்தக் காட்டுமிராண்டிக் கூட்டம் அச்சுவர்மீது ஏறவுமில்லை, அதை உடைக்கவுமில்லை. ஒவ்வொரு முறையும், அதன் வாயிற் காப்பாளனுக்கு அவர்கள் இலஞ்சம் கொடுத்து, வாசல் வழியாகப் படையெடுத்து வந்தனர். கற்சுவர்கள்மீது அதிகமாக நம்பிக்கை கொண்டிருந்த சீனர்கள், தங்கள் குழந்தைகளுக்கு நாணயத்தைக் கற்றுக் கொடுக்க மறந்துவிட்டிருந்தனர்.

கீழே கொடுக்கப்பட்டுள்ள கேள்விகளுக்கு நீங்கள் அளிக்கும் விடைகள், நீங்கள் நாணயத்திற்குப் பதிலாக பிம்பத்தை உருவாக்குவதில் ஈடுபட்டுள்ளீர்களா என்பதைத் தீர்மானிக்கும்:

சீரான நிலை: நீங்கள் யாருடன் இருந்தாலும் சரி, நீங்கள் அதே மனிதர்தானா?

விருப்பத் தேர்வுகள்: உங்களுக்குப் பயன் தரும் வேறொரு விருப்பத்தேர்வு இருக்கும்போது, மற்றவர்களுக்கு உதவும் முடிவுகளை நீங்கள் எடுக்கிறீர்களா?

அங்கீகாரம்: உங்கள் வெற்றிக்குப் பாடுபட்டவர்களின் முயற்சிகளுக்காகவும் பங்களிப்புகளுக்காகவும் நீங்கள் அவர்களை அங்கீகரிக்கத் துடிப்புடன் இருக்கிறீர்களா?

"தான் செய்வது ஒருவராலும் கண்டுபிடிக்கப்பட முடியாது என்ற நிலையிலும் ஒருவன் என்ன செய்வானோ, அதுவே அவனது உண்மையான நடத்தைக்கான அளவீடு," என்று தாமஸ் மெக்காலே கூறியுள்ளார். வாழ்க்கை ஒரு குறடு போன்றது; சில சமயங்களில் அது நம்மைப் பிழிந்தெடுத்துவிடும். அந்த அழுத்தமான கணங்களில், நம்முள் இருப்பது கண்டுபிடிக்கப்—பட்டுவிடும். நம்மிடம் இல்லாதவற்றை நம்மால் கொடுக்க முடியாது. பிம்பம் வாக்குறுதியளிக்கும், ஆனால் சிறிதளவே உற்பத்தி செய்யும். நாணயம் ஒருபோதும் நம்மை ஏமாற்றாது.

5. நாணயம் என்பது பிறரை வழிநடத்துவதற்குமுன், நான் அதை என் வாழ்வில் நடைமுறைப்படுத்துவது

நாம் முன்னேறி வந்துள்ள இடத்திற்கு அப்பால், நம்மால் பிறரை வழிநடத்த முடியாது. பல நேரங்களில், பொருட்கள்மீதுள்ள அதிகமான அக்கறை காரணமாக, நாம் செயல்முறையைக் குறைக்க முயற்சிக்கிறோம். நாணயத்தைப் பொறுத்தவரை, சுருக்கு வழி ஏதும் கிடையாது. இறுதியில், உண்மை எப்போதும் வெளிப்படுத்தப்—பட்டுவிடும்.

பல மாபெரும் அமெரிக்க நிறுவனங்களில் ஆலோசகராகப் பணியாற்றும் ஒருவரை, அவற்றின் தரக்கட்டுப்பாடு குறித்து ஒருவர் பேட்டி கண்டார். அந்த ஆலோசகர், "தரக்கட்டுப்பாட்டில், நாங்கள் பொருட்களைப் பற்றிக் கவலைப்படுவதில்லை. செயல்முறையில்தான் நாங்கள் அக்கறை கொண்டுள்ளோம். செயல்முறை சரியாக இருந்தால், பொருளுக்கு உத்தரவாதம்

உள்ளது," என்று கூறினார். இதே கருத்து நாணயத்திற்கும் பொருந்தும். நாணயம், நம்பிக்கைக்கு உத்தரவாதம் அளிக்கிறது.

நிறுத்துங்கள்! எனக்கு நீச்சல் தெரியாது!

சேலஞ்சர் விண்கலம் வெடித்தபோது, அது விண்ணில் செலுத்தப்படுவதற்கு முழுவதுமாகத் தயாரான நிலையில் இல்லை என்று தரக்கட்டுப்பாட்டினர் நாசாவை எச்சரித்திருந்தது கண்டறியப்பட்டவுடன் அமெரிக்கா அதிர்ச்சி அடைந்தது. ஆனால், தயாரிப்புக் குழுவினர், "திட்டமிட்டபடி நிகழ்ச்சி நடந்தே ஆக வேண்டும்," என்று கூறினர். பல தலைவர்களைப்போல இங்கும் வீழ்ச்சி ஏற்பட்டது.

எங்கள் கூடைப்பந்துப் பயிற்சியாளர், டான் நெஃப், "நீங்கள் எவ்வாறு பயிற்சி செய்கிறீர்களோ, அவ்வாறே விளையாடுவீர்கள்; நீங்கள் எவ்வாறு பயிற்சி செய்கிறீர்களோ, அவ்வாறே விளையாடுவீர்கள்," என்று எங்கள் குழுவிற்கு மீண்டும் மீண்டும் வலியுறுத்தியது இன்றும் என் நினைவில் உள்ளது. நாம் இக்கோட்பாட்டைப் பின்பற்றத் தவறும்போது, நமது தனிநபர் ஆற்றல்களை அடையத் தவறிவிடுகிறோம். தலைவர்கள் இக்கோட்பாட்டைப் பின்பற்றத் தவறும்போது, இறுதியில் தங்கள் நம்பகத்தன்மையை இழந்து விடுகின்றனர்.

6. ஒரு தலைவர் புத்திசாலியாக மட்டுமல்லாமல் நம்பத்தக்கவராக இருப்பதற்கும் நாணயம் உதவும்

நான் ஒருமுறை ஃபிரெட் சுமித்துடன் உணவருந்திக் கொண்டிருந்தேன். புத்திச்சலித்தனமாக இருப்பதற்கும், நம்பத்தக்கவராக இருப்பதற்கும் இடையேயான வேறுபாட்டை இந்த அறிவார்ந்த தொழிலதிபர் என்னுடன் பகிர்ந்து கொண்டார். புத்திசாலித் தலைவர்கள் நீடித்திருப்பதில்லை என்று அவர் கூறினார். அவரது கூற்று எனக்குப் பீட்டர் டிரக்கரின் வார்த்தைகளை நினைவூட்டின. தேவாலயத்தின் முக்கியமான விஷயங்கள் குறித்துக் கலந்தாலோசிப்பதற்காக அங்கு குழுமியிருந்த பாதிரியார்கள் மத்தியில் பீட்டர் டிரக்கர் உரையாற்றினார்:

> "ஆற்றல் மிக்கத் தலைமைத்துவத்திற்கான இறுதித் தேவை, பிறரது நம்பிக்கையைப் பெறுவது. இல்லை—யென்றால், அவர்களைப் பின்பற்றுவதற்கு ஒருவரும் இருக்க மாட்டார்கள். தலைவர் என்பவருக்கு, தன்னைப் பின்பற்றுபவர்கள் இருக்க வேண்டும். ஒரு தலைவரை நம்புவதற்கு, அவருடன் ஒத்துப் போக வேண்டும் என்ற அவசியமில்லை. ஒரு தலைவர் தான் என்ன நினைக்கிறாரோ, அதையே கூறுகிறார் என்ற உறுதிதான் நம்பிக்கை. அது 'நாணயம்' என்ற பழைய நாகரீகத்தில் உள்ள விசுவாசம். ஒரு தலைவரின் நடவடிக்கைகளும் அவரது வெளிப்படையான நம்பிக்கைகளும் முழுவதுமாக ஒத்திருக்க வேண்டும் அல்லது பொருத்தமானவையாக இருக்க வேண்டும். ஆற்றல் மிக்கத் தலைமைத்துவம், புத்திசாலித்தனத்தைச் சார்ந்ததல்ல; அடிப்படையில், அது முரண்பாடின்றிச் சீராக இருப்பதைச் சார்ந்தது — இதுவும் பழைய அறிவார்ந்த கூற்றுதான்."

நேர்மையான தலைவர்கள் அதை விளம்பரப்படுத்தத் தேவையில்லை. அவர்கள் செய்யும் அனைத்திலும் அது வெளிப்பட்டு, விரைவில் அது எல்லோருக்கும் தெரிய வரும். அதேபோல், நேர்மையின்மையையும் மூடி மறைக்க முடியாது — அந்த மேலாளர் வேறு எல்லா விதத்திலும் எவ்வளவு தகுதி வாய்ந்தவராக இருந்தாலும் சரி.

உங்களுடன் வேலை பார்ப்பவர்களின் நல்லெண்ணத்தையும் நன்மதிப்பையும் நீங்கள் பெறுவதற்கு ஒரே வழி, அதற்கான தகுதியை அடைவதுதான். எல்லோரையும் எல்லா நேரத்திலும்

ஒருவரால் முட்டாளாக்க முடியாது. இறுதியில் நாம் ஒவ்வொருவரும், நாம் எப்படிப்பட்டவர்களாக இருக்கிறோம் என்பதற்காகவே அங்கீகரிக்கப்படுகிறோம் — நாம் யாராக இருக்க முயற்சிக்கிறோம் என்பதற்காக அல்ல.

ஆன் லேன்டர்ஸ் இவ்வாறு கூறியுள்ளார்: "நாணயமான மக்கள் தாங்கள் நம்பப்பட வேண்டும் என்று எதிர்பார்க்கின்றனர். அவர்களது எதிர்பார்ப்பு சரி என்பதைக் காலம் நிரூபிக்கும் என்பதும் அவர்களுக்குத் தெரியும். அதற்காக அவர்கள் காத்திருக்கத் தயாராக உள்ளனர்."

7. நாணயம் என்பது சிரமப்பட்டு எட்டப்படும் சாதனை

நாணயம் என்பது எல்லோருடைய வாழ்விலும் தானாக வரும் ஒன்றல்ல. அது சுயஒழுக்கம், உள்ளார்ந்த நம்பிக்கை, மற்றும் எந்தச் சூழ்நிலையிலும் தவறாத நேர்மை என்ற ஒரு முடிவு ஆகியவற்றின் விளைவு. துரதிர்ஷ்டவசமாக இன்றைய உலகில், சிறந்த குணநலன் அரிதான ஒன்றாகிவிட்டது. அதன் விளைவாக, தற்காலத்தில் நாணயத்தின் முன்மாதிரிகளாக வெகு சிலரே உள்ளனர். நீடித்து நிலைத்திருக்கும் சில சாதனையாளர்கள் மற்றும் நன்னடத்தைக்கான உதாரணப் புருஷர்கள் ஒருசிலரை மட்டுமே நம் கலாச்சாரம் உருவாக்கியுள்ளது. நம் நாட்டில், பிறரைப் பார்த்து அவர்களைப்போல் நடிப்பவர்கள் அதிகரித்துவிட்டனர். ஆனால், வெகு சில தலைவர்களே, பிறர் பார்த்துப் பின்பற்றக்கூடிய தகுதி யுடையவர்களாக இருக்கின்றனர்.

நாணயம் என்பதன் பொருள் அரிக்கப்பட்டுள்ளது. நாணயம் என்ற வார்த்தையை ஹாலிவுட், வால் ஸ்ட்ரீட், ஏன், மெயின் ஸ்ட்ரீட்டில் போய்க் கூறிப் பாருங்கள். வெறித்த பார்வைகள்தான் பதிலாகக் கிடைக்கும். பெரும்பாலான அமெரிக்கர்களுக்கு, இவ்வார்த்தை, புறத்தோற்றத்தில் அதீத அக்கறை அல்லது குறுகிய மனப்பான்மை ஆகிய கருத்துக்களைத்தான் அவர்களது மனக்கண்முன் கொண்டுவந்து நிறுத்தும். வார்த்தைகளின் அர்த்தங்கள் மாற்றிக் கையாளப்படும் ஓர் உலகில், அடிப்படை மதிப்புகளான நாணயம் போன்றவை இரவோடு இரவாக அழிந்துபோகக்கூடியவையாகவே விளங்குகின்றன.

நாணயம் நம் காலத்திற்கு முரணானது. நம் கலாச்சாரத்தை வழிநடத்தும் வாழ்க்கைத் தத்துவம், பொருள்ரீதியான, நுகர்வோர் மனப்போக்கைச் மையமாகக் கொண்டு அமைந்துள்ளது. இப்போதையத் தேவை குறித்த அதீத விருப்பம், அழியா

முக்கியத்துவம் வாய்ந்த மதிப்புகளைக் கருத்தில் கொள்வதை அகற்றிவிடுகிறது.

நம் வாழ்வின் மதிப்புகளை நாம் மற்றவர்களிடம் விற்கும்போது, நாம் நம்மையே விற்று விடுகிறோம்.

பில்லி கிரஹாம், "நாணயம் என்பது நம் வாழ்க்கை முறையை ஒன்றாக இணைக்கும் ஒட்டுப் பசை. நமது நாணயத்தைக் கட்டுக்கோப்பாக வைத்திருப்பதற்கு நாம் தொடர்ந்து கடுமையாக முயற்சிக்க வேண்டும். செல்வம் தொலைந்தால், எதுவும் தொலைந்து போகாது; ஆரோக்கியம் தொலைந்தால், ஏதோ ஒன்று தொலைந்திருக்கும்; ஆனால் நடத்தை தொலைந்தால், எல்லாமே தொலைந்துவிடும்," என்று கூறியுள்ளார்.

அடுத்து, 'நம்பிக்கையான அறிவுரையாளர் பரிசோதனை'யை மேற்கொள்ளுங்கள். அது, "நான் என் தலைவனிடம் உண்மையாக நடந்து கொள்கிறேனா?" என்று கேட்கிறது. முப்பதுக்கும் மேற்பட்ட உயர்மட்ட நிர்வாகிகளை ஜோசப் பெய்லி பேட்டி கண்டார். அவர்கள் அனைவரும் ஓர் அனுபவமிக்க நம்பிக்கையான அறிவுரையாளரிடமிருந்து நேரடியாகக் கற்றுள்ளனர் என்பதை பெய்லி கண்டறிந்தார். ரால்ஃப் வால்டோ எமர்சன் இவ்வாறு கூறியுள்ளார்: "நாம் என்னவாக ஆக முடியுமோ, அவ்வாறு நம்மை மாற்றும் ஒருவர்தான், வாழ்வில் நம் தலையாய விருப்பம்." அந்த நபரைக் கண்டுபிடித்தவுடன், "எனக்குக் கிடைத்துக் கொண்டிருக்கும் படிப்பினைகளை நான் முழுமையாக என் வாழ்வில் பயன்படுத்துகிறேனா?" என்ற கேள்வியை நம்மை நாமே கேட்டுக் கொண்டு, நம் வளர்ச்சியை ஒழுங்காகச் சரிபார்க்க வேண்டும். இச்செயல்முறையில் நீங்கள் குறுக்கு வழிகளை மேற்கொள்வது, உங்களையும் உங்கள் அறிவுரையாளரையும் காயப்படுத்தும்.

இறுதியாக, 'மக்கள் பரிசோதனை'யை மேற்கொள்ளுங்கள். "நான் என்னைப் பின்பற்றுபவர்களுக்கு உண்மையானவனாக இருக்கிறேனா?" என்று அது கேட்கிறது. தலைவர்கள் என்ற முறையில், நாம் எடுக்கும் தவறான முடிவுகள் நம்மை மட்டுமல்லாமல், நம்மைப் பின்பற்றுபவர்களையும் பாதிக்கிறது என்பதை நாம் விரைவிலேயே புரிந்து கொள்கிறோம். இருந்தாலும், தவறான நோக்கங்களுக்காக ஒரு மோசமான முடிவெடுப்பது முற்றிலும் வேறுபட்ட விஷயம். தலைமைத்துவ அதிகாரத்தை அடைவதற்கு முன், நாம் அறிந்துள்ளதை நாம் பிறருக்குக் கற்றுத் தருகிறோம் என்பதையும், நாம் என்னவாக இருக்கிறோமோ அதையே மறுஉற்பத்தி செய்கிறோம் என்பதையும் உணர்ந்து

கொள்ள வேண்டும். நாணயம் என்பது நமக்குள் நடைபெறும் வேலை.

பின்பற்றுபவர்களின் நம்பிக்கைக்கு உகந்த முன்மாதிரியாக இருக்க வேண்டும் என்பதை வலியுறுத்தும் ஜேம்ஸ் எம்.கோசஸ் மற்றும் பேரி பாஸ்னர், 'த லீடர்ஷிப் சேலஞ்ச்' என்ற தங்கள் புத்தகத்தில் இவ்வாறு குறிப்பிட்டுள்ளனர்: "பின்பற்றுபவர்கள் தங்கள் தலைவர்களிடம் நான்கு விஷயங்களை எதிர்ப்பார்க்கின்றனர்: நேர்மை, தகுதி, தொலைநோக்கு, உத்வேகம்."

வாழ்வில் நீங்கள் மதிப்பவற்றை எழுதுங்கள். உறுதி என்பது நீங்கள் ஒழுங்காகப் பின்பற்றும், அதற்காக உங்கள் உயிரை விடக்கூடத் தயாராக இருக்கும் ஒரு நம்பிக்கை அல்லது கொள்கை. நீங்கள் எவற்றில் உறுதியாக இருக்கிறீர்கள்?

உங்களை நன்றாகத் தெரிந்த ஒருவரிடம் உங்களைப் பற்றிய இரண்டு கேள்விகளைக் கேளுங்கள்: உங்கள் வாழ்வில் நீங்கள் எவற்றில் முரண்பாடின்றிச் சீராகச் செயல்படுவதாக அவர்கள் பார்க்கின்றனர் (நீங்கள் எதைச் சொல்கிறீர்களோ, அதைச் செய்கிறீர்கள்)? எவற்றில் முரண்பாடுகள் தென்படுவதாக அவர்கள் கூறுகின்றனர் (நீங்கள் கூறுவதை எல்லா நேரங்களிலும் ஒன்றுபோல் நீங்கள் பின்பற்றுவதில்லை)?

நீங்கள் இப்போது என்னவாக ஆகிக் கொண்டிருக்கிறீர்களோ அதுவாகவே ஆவீர்கள்

நண்பரே, உங்களால் வாழ்க்கையின் கடந்தகாலத்திற்குச் சென்று
ஒரு புத்தம் புதிய துவக்கத்தை ஏற்படுத்த முடியாதென்றாலும்,
இப்போதிலிருந்து துவங்கி உங்களால்
ஒரு புத்தம் புதிய முடிவை ஏற்படுத்த முடியும்.

நான்கு

தலைமைத்துவத்தின் உச்சக்கட்டப் பரீட்சை:

மாற்றம்

தலைவரை மாற்றுங்கள், நிறுவனம் தானாகவே மாறும். தலைமைத்துவத்தில்தான் எல்லாமே தொடங்குகின்றன, எல்லாமே முடிகின்றன. ஆனாலும், தலைவர்களை மாற்றுவது அவ்வளவு எளிதானதல்ல என்பதை நான் கண்டுகொண்டேன். உண்மையில், தங்களைப் பின்பற்றுபவர்களைப் போலவே, தலைவர்களும் மாற்றத்தை எதிர்க்கின்றனர். இதன் விளைவு? மாறாத தலைவர்கள் மாறாத நிறுவனத்திற்குச் சமம். மக்கள் எதைப் பார்க்கின்றனரோ, அதையே செய்கின்றனர்.

பிரச்சனைக்குள்ளான ஒரு தலைவரின் வாழ்க்கைக் குறிப்பு

கீழே கொடுக்கப்பட்டுள்ள பட்டியலில், தலைவர்கள் பிரச்சனைக்கு உள்ளாகும் பன்னிரண்டு விஷயங்களில் ஐந்து விஷயங்கள், அவர்கள் மாற விரும்பாதது தொடர்பானது. அது நிறுவனத்திற்குப் பிரச்சனை ஏற்படுவதற்கான அறிகுறி.

- மக்களைச் சரியாகப் புரிந்து கொள்ளாதவர்
- கற்பனை வளம் இல்லாதவர்
- சொந்தப் பிரச்சனைகளை உடையவர்
- பிரச்சனையை அடுத்தவரிடம் தள்ளிவிடுபவர்
- பாதுகாப்பாகவும் திருப்தியாகவும் உணர்பவர்
- ஒழுங்கு இல்லாதவர்
- பெருங்கோபத்தை வெளிப்படுத்துபவர்
- துணிச்சலான செயலில் இறங்காதவர்
- பாதுகாப்பின்றி இருப்பதாக உணர்பவர், தன்னைக் காத்துக் கொள்ளப் போராடுபவர்

- வளைந்து கொடுக்காதவர்
- குழுவின் ஒட்டுமொத்த வெற்றி குறித்த அக்கறையில்லாதவர்
- மாற்றத்தை எதிர்த்துப் போராடுபவர்

நிக்கோலோ மாச்சியாவெல்லி இவ்வாறு கூறியுள்ளார்: “ஒரு புதிய ஒழுங்குமுறையை அறிமுகப்படுத்துவதைக் காட்டிலும், கையாள்வதற்குக் கடினமான, செயல்படுத்துவதற்கு ஆபத்தான, வெற்றி குறித்த உறுதியற்ற விஷயம் எதுவும் இல்லை.”

மாற்றப்பட வேண்டிய விஷயங்கள் வரிசையில் முதலாவதாக இருப்பது தலைவராக இருக்கும் நான்தான். என்னை மாற்றிக் கொள்வது எவ்வளவு கடினமாக உள்ளது என்பதை நான் உணர்ந்து கொண்ட பிறகு, மற்றவர்களை மாற்ற முயற்சிப்பதில் உள்ள சவாலை நான் புரிந்து கொள்வேன். இதுதான் தலைமைத்துவத்தின் உச்சக்கட்டப் பரீட்சை.

ஒரு மத்தியக் கிழக்கு யோகி இவ்வாறு கூறியுள்ளார்:

> “நான் இளைஞனாக இருந்தபோது ஒரு புரட்சியாளனாக விளங்கினேன். அப்போது கடவுளிடம் நான் செய்த பிரார்த்தனை இதுதான்: ‘கடவுளே, உலகத்தை மாற்றுவதற்கான ஆற்றலை எனக்குக் கொடு.’ நான் நடுத்தர வயதை நெருங்கிக் கொண்டிருந்தபோது, ஓர் ஆன்மாவைக்கூட மாற்றாமல் என் பாதி வாழ்க்கை போய்விட்டதை நான் உணர்ந்தேன். பிறகு, என் பிரார்த்தனையை, ‘கடவுளே, என் குடும்பத்தார் மற்றும் என் நண்பர்கள் என்று என்னிடம் நெருங்கிய தொடர்பு வைத்திருப்பவர்களை மட்டும் மாற்றும் அருளை எனக்குக் கொடு. நான் திருப்தியடைவேன்,’ என்று மாற்றினேன். இப்போது எனக்கு வயதாகி, என் நாட்கள் எண்ணப்பட்டுவிட்ட நிலையில், நான் எவ்வளவு முட்டாள்தனமாக நடந்து கொண்டுள்ளேன் என்பதைப் பார்க்கத் தொடங்குகிறேன். இப்போது என்னுடைய ஒரே பிரார்த்தனை: ‘கடவுளே, என்னை மாற்றுவதற்கு எனக்கு அருள் கொடு.’ நான் துவக்கத்திலிருந்தே இதற்காகப் பிரார்த்தித்திருந்தால், என் வாழ்க்கையை வீணடித்திருக்க மாட்டேன்.”

ஹோவர்டு ஹென்ரிக்ஸ், ‘டீச்சிங் டு சேன்ஞ் லைஃப்ஸ்’ என்ற தன் புத்தகத்தில், தலைவராகக்கூடிய சாத்தியமுள்ள ஒவ்வொருவருக்கும் ஒரு சவால் விடுகிறார்:

> "இப்பக்கத்தின் ஏதேனும் ஓர் ஓரத்தில் இக்கேள்விக்கான பதிலை எழுதுங்கள்: சமீப காலமாக நீங்கள் எப்படி மாறியிருக்கிறீர்கள்? சென்ற வாரத்தில் என்று வைத்துக் கொள்ளலாமா? அல்லது, சென்ற மாதத்தில்? சென்ற வருடத்தில்? உங்களால் குறிப்பிட்டுச் சொல்ல முடியுமா? அல்லது மழுப்பலாக விடையளிக்கப் போகிறீர்களா? நீங்கள் வளர்ந்து கொண்டிருக்கிறீர்கள் என்று கூறுகிறீர்கள். அது சரி, ஆனால் எப்படி? 'எல்லா வகையிலும்,' என்று நீங்கள் கூறுகிறீர்கள். பிரமாதம்! ஒன்றைக் குறிப்பிட்டுச் சொல்லுங்கள். ஒரு மாறிய மனிதர்மூலம்தான் பயன் விளைவிக்கும் படிப்பினை வரும். நீங்கள் எவ்வளவு அதிகமாக மாறுகிறீர்களோ, அவ்வளவு அதிக அளவில் பிறரது வாழ்வில் மாற்றத்தை ஏற்படுத்துவதற்கான ஒரு கருவியாக நீங்கள் உருவாவீர்கள். மாற்றத்திற்கான காரணியாக நீங்கள் மாற விரும்பினால், நீங்களும் மாற வேண்டும்."

ஹென்ரிக்ஸ் இதையும் கூறியிருக்கலாம்: "நீங்கள் தொடர்ந்து வழிநடத்திச் செல்ல விரும்பினால், நீங்கள் தொடர்ந்து மாறிக் கொண்டேயிருக்க வேண்டும்." பல தலைவர்கள் இப்போது வழிநடத்துவதில்லை. அவர்கள், ராபர்ட் லேசி எழுதிய 'ஃபோர்டு: த மேன் அன்ட் த மெஷின்' என்ற ஹென்றி ஃபோர்டின் வாழ்க்கை வரலாற்றுப் புத்தகத்தில் விவரிக்கப்பட்டுள்ள ஹென்றி ஃபோர்டைப் போல ஆகிவிட்டனர். ஒரு திருகாணியைக்கூட மாற்ற விரும்பாத அளவிற்குத் தன் 'மாடல் டி' காரை மிகவும் நேசித்தவர் ஹென்றி ஃபோர்டு என்று லேசி குறிப்பிடுகிறார். 'மாடல் டி' காரின் சகாப்தம் முடியப் போவதாக எண்ணிய அவரது முதன்மைத் தயாரிப்பாளர் வில்லியம் நட்செனைக்கூட ஃபோர்டு தன் நிறுவனத்திலிருந்து தூக்கியெறிந்தார். இது நடந்தது 1912ல். அப்போது அந்தக் கார் வெளிவந்து நான்கு வருடங்களே ஆகியிருந்தன. அக்காரின் புகழ் உச்சகட்டத்தில் இருந்தது. ஃபோர்டு அப்போதுதான் ஐரோப்பாவைச் சுற்றிவிட்டு வந்திருந்தார். மிச்சிகனிலுள்ள ஹைலேன்ட் பார்க்கின் வாகனப் பழுதுபார்ப்புப் பட்டறையில் நட்சென் உருவாக்கியிருந்த புதிய வடிவத்தைப் பார்த்தார்.

> தலைவரை மாற்றுங்கள், நிறுவனம் தானாகவே மாறும்.

அதைக் கண்டவுடன் அவர் சிறிது நேரம் ஒரு பைத்தியக் காரனைப்போல் நடந்து கொண்டதை அப்பட்டறையில் இருந்த

பழுது பார்ப்பவர்கள் நினைவுகூர்ந்தனர். தன் 'மாடல் டி' காரைத் தழுவி உருவாக்கப்பட்டிருந்த ஒரு புதிய, உயரம் குறைந்த, பளிச்சிட்டச் சிவப்பு வண்ணக் காரை அவர் அங்கு கண்டார். தன் நேசத்திற்குரிய 'மாடல் டி' வடிவத்தின் அருவருக்கத்தக்கப் பதிப்பாக அந்தக் காரைக் கருதினார். "ஃபோர்டு மூன்று அல்லது நான்கு முறை அந்தக் காரைச் சுற்றி நடந்தார். அதில் நான்கு கதவுகள் இருந்தன. மேற்புறம் மூடப்பட்டு இருந்தது. இறுதியில், காரின் இடப்பக்கம் சென்று, கதவைப் பிடித்து வேகமாக இழுத்தார். கதவு கையோடு வந்துவிட்டது. அவர் அதை எப்படிச் செய்தார் என்று எனக்குத் தெரியாது. அவர் மறுபக்கமாகக் குதித்தார்; அடுத்தக் கதவும் கையோடு வந்தது. காற்றுத் தடுப்பானும் பறந்தது. பின்னிருக்கையின்மேல் குதித்து, அதன் மேற்பாகத்தைக் கைகளால் வேகமாகக் குத்தத் துவங்கினார். தன் காலணியின் குதிங்கால் பகுதியைக் கொண்டு, மேற்புறத்தைக் கிழித்து எறிந்தார். தன்னால் இயன்ற அளவு அந்தக் காரைச் சேதப்படுத்தினார்," என்று அதைப் பார்த்த சாட்சி ஒருவர் கூறினார்.

நெட்சென் ஜெனரல் மோட்டார்ஸ் நிறுவனத்தில் சேர்ந்தார். ஃபோர்டு தன் 'மாடல் டி'யைப் பேணிப் பாதுகாத்து வந்தார். ஆனால், சக போட்டியாளர்களின் புதிய வடிவங்கள், அவரது காரின் வடிவத்தை மிகவும் பழைய பாணியாக்கிவிட்டன. போட்டியின் காரணமாக, அவர் 'மாடல் கி' என்ற வடிவத்தை உருவாக்கும் நிலைக்குத் தள்ளப்பட்டார். ஆனால், அவர் இதயம் அதில் ஒருபோதும் இருக்கவில்லை. ஜெனரல் மோட்டார்ஸ் நிறுவனத்தின் போட்டி குறிப்பிடத்தக்க அளவு இருந்தபோது, ஃபோர்டு அதை ஏற்றுக் கொள்ளும் மனநிலையில் இருக்கவில்லை.

இக்கருத்தை வலியுறுத்தி, டீயர் அன்ட் கம்பெனியின் தலைவர் வில்லியம் ஏ. ஹீவிட் இவ்வாறு கூறியுள்ளார்: "ஒரு தலைவராக இருக்க வேண்டுமென்றால், புதிய கருத்துக்களை ஏற்றுக் கொள்ளும் மனப்போக்கை உங்கள் வாழ்க்கை முழுவதும் நீங்கள் கொண்டிருக்க வேண்டும். நீங்கள் அளிக்கக்கூடிய தலைமைத்துவத்தின் தரம், புதிய கருத்துக்களை மதிப்பீடு செய்யும் உங்கள் திறனையும், மாற்றம் ஏற்பட வேண்டும் என்பதற்காக ஏற்படும் மாற்றத்திலிருந்து, மக்களுக்காக ஏற்படும் மாற்றத்தைப் பிரித்தறியக்கூடிய திறனையும் சார்ந்திருக்கும்."

தலைவர் ஒரு மாற்றத்தின் காரணி

ஒரு தலைவர் தனிப்பட்ட முறையில் மாறி, புதுமையான மாற்றத்திற்கும் தேவையான மாற்றத்திற்கும் இடையேயான வேறுபாட்டைப் பிரித்தறிந்த பிறகு, அவர் மாற்றத்தின் காரணியாக ஆக வேண்டும். தொடர்ச்சியின்மைகளும் வேகமான மாற்றங்களும் நிறைந்த இவ்வுலகத்தில், ஒரு தலைவர், மாற்றத்தையும் வளர்ச்சியையும் மக்கள் ஏற்றுக் கொள்ள முன்னின்று அவர்களை உற்சாகப்படுத்தி, அதை நடைமுறைப்படுத்துவதற்கான வழியையும் அவர்களுக்குக் காட்ட வேண்டும். மாற்றத்தைக் கொண்டு வருவதற்கான இரு முன்தேவைகளை அவர் முதலில் புரிந்து கொள்ள வேண்டும்: ஒன்று, மாற்றத்திற்கான தொழில்நுட்பத் தேவைகளை அறிந்திருத்தல்; மற்றொன்று, மாற்றத்தைக் கொண்டு வருவதால் விளையும் மக்களின் மனப்போக்கு மற்றும் உத்வேகத் தேவைகளைப் புரிந்திருத்தல்.

> நீங்கள் மாறுவதை நிறுத்திவிட்டால், உங்கள் வளர்ச்சியும் நின்றுவிடும்.

இரண்டு தேவைகளுமே முக்கியத்துவம் மிக்கவை. பெரும்பாலான சமயங்களில், விளைவுகளில் மாற்றம் ஏற்படத் தவறும்போது, அது தொழில்நுட்பத் தகுதியின் குறைவால் அல்லாமல், பொருத்தமற்ற அல்லது போதுமான அளவு உத்வேகம் இல்லாததால்தான் ஏற்படுகின்றது.

பொதுவாக ஒரு மேலாளர், மாற்றத்தின் தொழிநுட்பத் தேவைகளில் திறமை வாய்ந்தவராக இருப்பார். ஆனால் ஒரு தலைவர், தன்னைப் பின்பற்றுபவர்களுக்குத் தேவைப்படும் மனப்போக்கு மற்றும் உத்வேகத்தின் எதிர்பார்ப்புகளைப் பற்றிய சிறந்த புரிதலைக் கொண்டிருப்பார். வேறுபாட்டைக் கவனியுங்கள்: துவக்கத்தில், ஒரு தலைவரின் திறமைகள் இன்றியமையாதவையாக இருக்கும். மக்களின் உளத் தேவைகள் பூர்த்தி செய்யப்படவில்லை என்றால், ஒருபோதும் எந்த மாற்றமும் ஏற்படாது. ஆனால், மாற்றம் துவங்கியவுடன், தேவையான அந்த மாற்றத்தைப் பேணிப் பராமரிக்க ஒரு மேலாளரின் திறமைகள் மிகவும் அவசியம்.

'இன்கிரீஸிங் யுவர் லீடர்ஷிப் கான்ஃபிடென்ஸ்' என்ற தன் புத்தகத்தில், பாப் பியல் இவ்வாறு அதைக் குறிப்பிடுகிறார்: "பகுத்தறிவுரீதியாகப் பார்த்தால், மாற்றம் தேவையான ஒன்றாகத் தோன்றும். ஆனாலும், உளவியல் பரிமாணத்தில் அது மக்களின் மனக்கலக்கத்திற்கு வழிவகுக்கும். ஒவ்வொருவருக்கும் தங்களைப் பொருத்திக் கொள்ள ஏதுவான ஒரு சூழல் தேவை. நாம்

அதில் வசதியாக நம்மைப் பொருத்திக் கொண்ட பின் அச்சூழல் மாறினால், அது மன இறுக்கத்தையும் பாதுகாப்பின்மையையும் விளைவிக்கும். எனவே, மாற்றத்தை அறிமுகப்படுத்துவதற்குமுன், உளவியல் பரிமாணத்தைக் கருத்தில் கொள்ள வேண்டும்."

நீங்கள் மாற்றத்தை எதிர்கொள்ளும்போது மேற்கொள்ளக்கூடிய ஒரு நல்ல பயிற்சி இது: மாற்றத்தால் விளையும் பகுத்தறிவுரீதியான நன்மைகளையும் பிரச்சனைகளையும் ஒரு பட்டியலிட்டுக் கொள்ளுங்கள். அதேபோல், மாற்றத்தால் ஏற்படும் உளவியல் தாக்கத்தையும் இன்னொரு பட்டியலிடுங்கள். இவற்றை எழுத்துபூர்வமாக ஒரு காகிதத்தில் பார்ப்பது அதிக தெளிவைத் தரும். "நான் இப்போது கூறப் போவதை ஒத்துக்கொள்ள விரும்பவில்லை. ஆனாலும், அந்த மாற்றம் அறிவுரீதியாகச் சரி என்று தோன்றினாலும், இக்கணத்தில் நான் பாதுகாப்பின்றி உணர்கிறேன்," என்று நீங்கள் கூறக்கூடும்.

இன்னொரு சாத்தியக்கூறு, நீங்கள் கருதும் மாற்றம் உங்கள் உளப் பாதுகாப்பைப் பாதிக்காமல் இருக்கலாம்; ஆனால், அதன் நன்மைகளையும் பிரச்சனைகளையும் ஆராய்ந்து பார்த்தால், அறிவுரீதியாக அது அர்த்தமற்றதாகத் தோன்றும். எந்த மாற்றம் ஏற்படும்போதும், அதன் அறிவுரீதியான அம்சங்கள் மற்றும் உளவியல்ரீதியான அம்சங்களுக்கு இடையேயான வேறுபாட்டைப் புரிந்து கொள்வது இங்கு தலையாயது.

மாற்றத்திற்கு ஏற்பட்ட எதிர்ப்புகள் பற்றிய வரலாற்றுக் குறிப்புகள்

ஒரு மாற்றத்தை அறிமுகப்படுத்துவதைக் காட்டிலும் கையாள்வதற்குக் கடினமான, செயல்படுத்துவதற்கு ஆபத்தான, வெற்றி குறித்த உறுதியற்ற விஷயம் எதுவும் இல்லை. ஏன்? பழைய சூழ்நிலைகளில் சிறப்பாகச் செயல்பட்டவர்கள் அனைவரும் மாற்றத்தால் தலைவரின் எதிரிகளாகிவிடுகின்றனர். புதிய சூழ்நிலைகளில் தங்களால் சிறப்பாகச் செயல்பட முடியும் என்று நம்பும் ஒருசிலர் மட்டுமே தலைவருடன் ஓரளவு ஒத்துப் போகின்றனர்.

> மாற்றம் வளர்ச்சிக்குச் சமம்

மாற்றத்திற்கு உண்டாகும் எதிர்ப்பு உலகளாவிய ஒன்று. அது எல்லா வகுப்பினரையும் கலாச்சாரத்தையும் ஊடுருவியுள்ளது. அது ஒவ்வொரு தலைமுறையினரையும் கழுத்தைப் பிடித்து நிறுத்தி, முன்னேற்றத்தை நோக்கி அவர்கள் எடுத்து வைக்கும் ஒவ்வோர் அடியையும் தடுத்து நிறுத்த

முயற்சிக்கிறது. சிறப்பாகப் படித்துப் பட்டம் பெற்றுள்ள பலர், இந்த உண்மையைத் தெரிந்து கொண்ட பிறகும் தங்கள் மனத்தை மாற்றிக் கொள்ள விரும்பவில்லை.

உதாரணத்திற்கு, ஓர் உயரமான இடத்திலிருந்து கீழே போடப்படும் ஒரு பொருள் எவ்வளவு கனமானதாக இருக்கிறதோ, அவ்வளவு விரைவாக அது நிலத்தில் வந்து விழும் என்று அரிஸ்டாட்டில் கூறியதைப் பல நூற்றாண்டுகளாக மக்கள் நம்பி வந்துள்ளனர். அரிஸ்டாட்டில் எல்லாக் காலங்களிலும் மிகச் சிறந்த சிந்தனாவாதி என்று கருதப்பட்டவர். எனவே, நிச்சயமாக அவரது கூற்று தவறாக இருக்காது. ஆனால், அதைச் சோதித்துப் பார்க்க, ஒரு துணிச்சலான மனிதன் ஒரு கனமான பொருளையும் ஒரு லேசான பொருளையும் எடுத்துக் கொண்டுபோய், ஒரு பெரும் உயரத்திலிருந்து இரண்டையும் கீழே போட்டிருந்தால், கனமான பொருள் முதலில் தரையைத் தொட்டதா இல்லையா என்பதைக் கண்கூடாகப் பார்த்துத் தெளிவடைந்திருக்கலாம். ஆனால், அரிஸ்டாட்டில் இறந்து கிட்டத்தட்ட இரண்டாயிரம் ஆண்டுகள்வரை யாரும் அதற்கு முன்வரவில்லை. 1589இல், கற்றறிந்த பேராசிரியர்கள் சிலரைப் பீஸா கோபுரத்தின் அடியில் வந்து நிற்குமாறு கலீலியோ கேட்டுக் கொண்டார். பிறகு, அவர் கோபுரத்தின்மேல் ஏறிச் சென்று, பத்துப் பவுண்டுகள் கனம் கொண்ட ஓர் எடையையும், ஒரு பவுண்டு கனம் வாய்ந்த ஓர் எடையையும் அங்கிருந்து கீழே தள்ளினார். இரண்டும் ஒரே நேரத்தில் தரையில் வந்து விழுந்தன. ஆனால், தாங்கள் கண்கூடாகப் பார்த்ததை மறுக்கும் அளவுக்கு அப்பேராசிரியர்கள் தாங்கள் கேள்விப்பட்டு வந்துள்ள பொதுவான அறிவில் நம்பிக்கை கொண்டிருந்தனர். அவர்கள் தொடர்ந்து அரிஸ்டாட்டில் கூறியதுதான் சரி என்று கூறி வந்தனர்.

கலீலியோ தன் தொலைநோக்கி மூலம், 'பூமி, பேரண்டத்தின் மத்தி அல்ல; பூமியும் பிற கோள்களும் சூரியனைச் சுற்றி வருகின்றன' என்ற கோப்பர்நிக்கஸின் கொள்கையை நிரூபித்தார். இருந்தாலும், மக்களின் நம்பிக்கைகளை அவர் மாற்ற முயன்றபோது, சிறையில் அடைக்கப்பட்டு, தன் வாழ்நாள் முழுவதும் வீட்டுக் கைதியாக இருந்தார்.

மாற்றத்தை எதிர்ப்பது, நம்மையும் அறியாமல் நம் ஆரோக்கியத்தையும் நம் வாழ்க்கையையும் பாதிக்கும் என்பதை இனிவரும் குறிப்பு விளக்குகிறது. ஸ்கர்வி என்ற வைட்டமின் 'சி' பற்றாக்குறை நோயைப் பற்றி ஹிப்பாக்ரேட்ஸ் பண்டையக் காலங்களிலேயே விளக்கியுள்ளார். நெடுங்காலமாக முற்றுகையிடப் பட்டிருந்த பகுதிகளில் தங்கியிருந்த இராணுவப் படையினரையே

அந்த வியாதி குறிப்பாகத் தாக்கியது. பின்னாளில், அமெரிக்கா கண்டறியப்பட்டதைத் தொடர்ந்து, நீண்டநாள் கடற்பயணங்கள் வழக்கமான நிகழ்வுகளானபோது, மாலுமிகளிடையே இந்நோய் தலைவிரித்து ஆடியது. இந்நோய் பற்றிய விலாவாரியான கொள்கைகளும் அதற்கான தீர்வுகளும் பரிந்துரைக்கப்பட்டபோதும், அது எதனால் ஏற்பட்டது, அதை எப்படிக் குணப்படுவது போன்றவற்றின் தகவல் குறைவாகவே இருந்தது. ஒன்றுகூட முழுமையான பலனைத் தரவில்லை. பெரும்பாலானவை பயனற்றவையாக இருந்தன.

1553இல், கார்ட்டியர் இரண்டாவது முறையாக நியூஃபவுன்ட்லேன்டிற்குக் கடற்பயணம் மேற்கொண்டார். 103 பேர் அடங்கிய அவரது குழுவில், 100 பேர் ஸ்கர்வி நோயால் பெரும் அவதியுற்றனர். 'வியப்பூட்டும் குணமாதல்' என்று கூறப்பட்ட ஒரு சிகிச்சை முறையுடன் கியூபெக் பகுதியைச் சேர்ந்த இரக்கோய்ஸ் இந்தியர்கள் வந்தபோது, மாலுமிகள் கடுமையான வேதனையில் துடித்துக் கொண்டிருந்தனர். இரக்கோய்ஸ் இந்தியர்கள் தேவதாரு மரப் பட்டைகள் மற்றும் அதன் இலைகள் அடங்கிய ஒரு கரைசலை அவர்களுக்குக் கொடுத்தனர். மாலுமிகள் குணமடைந்தனர்.

1553இல், தன் வாழ்நாளில் தனக்குக் கீழே பணியாற்றிய பத்தாயிரத்திற்கும் மேற்பட்ட மாலுமிகள் ஸ்கர்வி நோயால் மடிந்ததாகக் கடற்படை அதிகாரி சர் ரிச்சர்டு ஹாக்கின்ஸ் குறிப்பிட்டுள்ளார். தன் அனுபவத்தில், புளித்த ஆரஞ்சுப் பழங்களும் எலுமிச்சம் பழங்களும் அந்நோயைக் குணப்படுத்துவதில் மிகவும் பயனுள்ளதாக விளங்கியதாக அவர் மேலும் பதிவு செய்துள்ளார். ஆனாலும், ஸ்கர்வி நோயை எப்படித் தடுப்பது என்பது குறித்த விழிப்புணர்வை இவற்றால் ஏற்படுத்த முடியாமல் போனது. இந்த அதிகாரியின் குறிப்புகளும் கண்டுகொள்ளப்படவில்லை.

பின்னாளில், இங்கிலாந்தில் இருக்கும் போர்ட்ஸ்மௌத்தில் உள்ள கப்பற்படை மருத்துவமனையில் தலைமை மருத்துவராகப் பணியாற்றிய ஜேம்ஸ் லின்ட் என்ற அறுவைச் சிகிச்சை மருத்துவர் 1753இல் ஒரு புத்தகத்தை வெளியிட்டார். அதில் அவர், மாலுமிகளுக்கு வெறும் எலுமிச்சைச் சாறு கொடுப்பதன் மூலம் ஸ்கர்வி நோயை ஒழித்துவிடலாம் என்று குறிப்பிட்டிருந்தார். கப்பலில் அறுவைச் சிகிச்சை மருத்துவராகப் பணியாற்றியபோது தான் சிகிச்சை அளித்தவர்களைப் பற்றிய அனுபவங்களை அவர் சுட்டிக் காட்டினார். கடுகு இலைகள், புளி, ஆரஞ்சு, எலுமிச்சை ஆகியவை ஸ்கர்வி நோயைத் தடுக்கும் என்று

அவர் நிரூபித்தார். உண்மையில், வைட்டமின் 'சி' சத்தைக் கொண்டுள்ள அனைத்தும் ஸ்கர்வி நோய் வராமல் தடுக்கும். இச்சத்து அதிக அளவில் உள்ள, தக்காளிகள் போன்ற சிட்ரஸ் வகைப் பழங்களும் இதில் அடங்கும். பெரும்பாலான பச்சைக் காய்கறிகளிலும் பிற பழங்களிலும்கூட இச்சத்து கணிசமான அளவில் உள்ளது.

இந்த மாபெரும் பங்களிப்பிற்காக டாக்டர் லின்டிற்குப் பாராட்டுகளும், உயர்ந்த மரியாதைகளும் கிடைத்திருக்கும் என்று நீங்கள் எதிர்பார்த்திருக்கலாம். ஆனால், உண்மை அதற்கு நேர்மாறானது. அவர் பரிகாசத்திற்கு ஆளானார். அதனால் மனம் வெறுத்த அவர், "உயிரைப் பலி வாங்கும், அனைவரையும் நடுங்கச் செய்யும் ஒரு நோயை எளிய வழிகளில் குணப்படுத்த முடியும் அல்லது தவிர்க்க முடியும் என்பதைச் சில மனிதர்களை நம்பச் செய்வது இயலாதது," என்று வருத்தத்துடன் குறிப்பிட்டார். 'ஸ்கர்வி நோய்தீர்க்கும் தங்க பஸ்பம்' அல்லது அது போன்ற பகட்டான தலைப்பு வழங்கப்பட்டு, மதிப்பு உயர்த்தப்பட்ட ஒரு விரிவான கலவையாக இருந்திருந்தால், அதன்மீது இவர்கள் அதிக நம்பிக்கை கொள்வார்கள். "சில மனிதர்கள்" என்று அவர் குறிப்பிட்டது கடற்படைத் தலைமைப் பிரபுக்கள் மற்றும் பிற மருத்துவர்களைத்தான். உண்மையில், அவர்கள் டாக்டர் லின்டின் ஆலோசனையை நாற்பது வருடங்களாகப் புறக்கணித்தனர். ஆனால், ஒரே ஒரு கப்பற்தலைவர் மட்டும் அவரது அறிவுரையை ஏற்றுக் கொண்டார். அவர் தன் கப்பல்கள் முழுக்கப் புதிய பழங்களைக் குவித்திருந்தார். அவர்தான் பிரபல மாலுமி ஜேம்ஸ் குக்.

1776இல், கப்பற்தலைவர் குக்கிற்கு அவரது வெற்றிக்காக ராயல் சொசைட்டி மரியாதை செலுத்தியது. ஆனால், கடற்படையின் பிற அதிகாரிகள் அவரது அறிக்கையை உதாசீனப்படுத்தினர். 1794இல் டாக்டர் லின்ட் இறந்த பிறகு, ஒரு கடற்பயணத்தில் தங்களுடன் எடுத்துச் செல்வதற்காக ஒரு பிரிட்டிஷ் கடற்படைக் குழுவினருக்கு எலுமிச்சைச் சாறு வழங்கப்பட்டது. இருபத்து மூன்று வாரங்கள் நீடித்த அப்பயணத்தில், ஒருவரைக்கூட ஸ்கர்வி நோய் தாக்கவில்லை. அதற்குப் பத்து ஆண்டுகளுக்கும் பிறகுதான், கடலில் பயணம் மேற்கொள்ளும் மாலுமிகள் தினமும் ஒரு குறிப்பிட்ட அளவு எலுமிச்சைச் சாறு உட்கொள்ள வேண்டும் என்று ஒழுங்கு முறைகள் வகுக்கப்பட்டன. இதன் பிறகு, ஸ்கர்வி நோய் பிரிட்டிஷ் கடற்படையிலிருந்து முற்றிலுமாக மறைந்தது.

மக்கள் கூட்டங்கள் மாற்றத்தை எதிர்த்ததால் பல உயிர்கள் அநியாயமாகப் பலியானது மிகவும் துரதிர்ஷ்டவசமானது. அது மிகவும் கொடுமையானது. மாற்றம் குறித்த உங்கள் மனப்போக்கும், அதைத் தவிர்ப்பதென்று நீங்கள் முன்கூட்டியே எடுத்த முடிவும், ஒரு தலைவர் என்ற முறையில், உங்கள் சொந்தத் தனிப்பட்ட வெற்றிக்கு ஊறு விளைவிப்பதற்கு இடம் கொடுக்காதீர்கள்.

'மனப்போக்கு' என்ற வார்த்தையை நீங்கள் எப்படி எழுதுவீர்கள்?

செயல்முறை:

1. 'மனப்போக்கு' என்ற வார்த்தையை இடதுபுறம் உள்ள கோட்டில் உங்கள் எழுதும் கையால் எழுதுங்கள்.
2. 'மனப்போக்கு' என்ற வார்த்தையை வலதுபுறம் உள்ள கோட்டில் உங்கள் மறு கையால் எழுதுங்கள்.

____________________	____________________
உங்கள் எழுதும் கையால் எழுதப்பட்ட 'மனப்போக்கு' என்ற வார்த்தை	உங்களது மறு கையால் எழுதப்பட்ட 'மனப்போக்கு' என்ற வார்த்தை

பயன்பாடு:

உங்களது மறு கையால் எழுத்தப்பட்ட மனப்போக்கு என்ற வார்த்தை, நாம் ஏதேனும் புதிதாக ஒன்றைச் செய்ய முயற்சிக்கும்போது வழக்கமாகக் கொண்டிருக்கும் மனப்போக்கைப் பிரதிபலிக்கும்.

மக்கள் ஏன் மாற்றத்தை எதிர்க்கின்றனர்

'பீனட்ஸ்' என்ற கேலிச்சித்திரத்தில், சார்லி பிரவுன் லைனஸிடம், "லைனஸ், உன்னால் என் கேள்விக்கு விடையளிக்க முடியும். உன்னை யாருக்குமே பிடிக்கவில்லை என்று நீ உணர்ந்தால், நீ என்ன செய்வாய்?" என்று கேட்பான். அதற்கு லைனஸ், "நான் என்னைப் பாகுபாடின்றி அலசுவேன். பிறகு, என்னை மேம்படுத்திக் கொள்ள என்னால் என்ன செய்ய முடியும் என்று பார்ப்பேன். சார்லி பிரவுன், இதுதான் என் பதில்," என்று கூறுவான். அதற்கு சார்லி, "நான் அந்த பதிலை வெறுக்கிறேன்," என்று பதிலளிப்பான்.

சார்லி பிரவுனைப் போல நம்மில் பலர், மாற்றத்தை எதிர்ப்பதற்குப் பல காரணங்கள் உள்ளன.

மாற்றம் ஒருவரிடம் சுயமாகத் துவங்கப்படுவதில்லை

ஒரு கருத்து தங்கள் சொந்தக் கருத்தாக இல்லாதபட்சத்தில், அது தங்களுக்கு நன்மை விளைவிக்கக்கூடியது என்றபோதிலும், வழக்கமாக மக்கள் அதை எதிர்ப்பார்கள். பிறரால் கட்டுப்படுத்தப்படுவதையும், ஓர் அமைப்பில் பகடைக் காய்களாக இருப்பதையும் அவர்கள் வெறுக்கின்றனர். புத்திசாலித்தனமான தலைவர்கள், தங்களைப் பின்பற்றுபவர்கள் அவர்களது கருத்துக்களைக் கூறுவதற்கு அனுமதியளித்து, மாற்றத்தைக் கொண்டுவருவதில் அவர்களையும் ஈடுபடுத்திக் கொள்கின்றனர். பெரும்பாலான சமயங்களில் மாற்றம் குறித்த என் மனப்போக்கு, அந்த மாற்றத்தை நான் துவக்குகிறேனா (அப்படியானால். நான் அதை மனதார ஏற்றுக் கொள்வேன்) அல்லது வேறு யாரோ அதை என்மீது திணிக்கிறார்களா (அது என்னை அதிகமாக எதிர்க்கத் தூண்டும்) என்பதைப் பொறுத்து அமையும்.

மாற்றம் வழக்கமான வேலைகளுக்கு இடையூறு ஏற்படுத்துகிறது

நாம் அதிகமாக சிந்திக்காமல் ஒன்றைச் செய்வதற்கு, பழக்கங்கள் நமக்கு இடம் தருகின்றன. அதனால்தான் நம்மில் பெரும்பாலானவர்களிடம் ஏராளமான பழக்கங்கள் உள்ளன. பழக்கங்கள் என்பது உள்ளுணர்வுகள் அல்ல. அவை நம்மால் கைவசப்படுத்தப்படும் பதில் நடவடிக்கைகள். அவை திடீரென்று ஏற்படுவதில்லை, ஆனால், விளைவிக்கப்படுகின்றன. முதலில் நாம் பழக்கங்களை உருவாக்குகிறோம், பிறகு அவை நம்மை உருவாக்குகின்றன. மாற்றம் நம் பழக்கங்களை அச்சுறுத்தி, நமது கடந்தகால நடவடிக்கைகளைப் பற்றி சிந்திக்கவும், மறுமதிப்பீடு செய்யவும், அல்லது சில சமயம் ஒட்டுமொத்தமாக ஒழித்துக்கட்டவும் நம்மைக் கட்டாயப்படுத்துகிறது.

நான் இளைஞனாக இருந்தபோது, எனக்குக் கோல்ப் விளையாட்டின்மீது நாட்டம் ஏற்பட்டது. வருந்தத்தக்க வகையில், பயிற்சி வகுப்புகளுக்குச் செல்லாமல் அந்த விளையாட்டை நானே எனக்குக் கற்றுக் கொடுத்துக் கொண்டேன். சில வருடங்களுக்குப் பிறகு, அறியாமல் கைவசப்படுத்திய பல தவறான விளையாட்டுப் பழக்கங்களுடன், ஒரு சிறந்த கோல்ப் வீரருடன் நான் ஒருமுறை விளையாடினேன். அந்தச் சுற்றின் முடிவில், பந்தை நான் அடித்து முடித்தப் பிறகும் அது எனக்கு

மிக அருகிலேயே இருப்பதுதான் என் பிரச்சனை என்று அவர் விளையாட்டாக என்னிடம் கூறினார். பிறகு, அவர் உண்மையிலேயே எனக்கு உதவ முன்வந்தார். என் கோல்ப் விளையாட்டில் மேம்பாடு ஏற்பட வேண்டுமென்றால், நான் எவ்வாறு சில மாற்றங்களை ஏற்படுத்த வேண்டும் என்பதை நேர்மையுடன் என்னிடம் பகிர்ந்து கொண்டார். நான் என்னென்ன மாற்றங்களைச் செய்ய வேண்டும் என்று அவரிடம் கேட்டபோது, “எல்லாவற்றையும் மாற்ற வேண்டும்!” என்று அவர் பதிலளித்தார். அடுத்த ஒரு வருடத்திற்கு, நான் என் பழைய பழக்கங்கள் அனைத்தையும் ஒழிக்க வேண்டியிருந்தது. நான் கடினமாக உழைத்தும்கூட இன்னும் மோசமாக விளையாடுவதிலிருந்து தற்காலிக நிவாரணம் பெறுவதற்காக, பல சமயங்களில் நான் என் பழைய பழக்கங்களை நோக்கிச் செல்லத் தூண்டப்பட்டேன்.

மாற்றம், அறியாதவை குறித்த பயத்தை உருவாக்குகிறது

மாற்றம் என்பது ஆராயப்படாத நீர்நிலைகளில் பயணிப்பதைப் போன்றது. இது நம் பாதுகாப்பின்மையை அதிகரிக்கச் செய்கிறது. எனவே, பெரும்பாலான மக்கள் புதிய தீர்வுகளைக் காட்டிலும் தங்கள் பழைய பிரச்சனைகளுடன் வசதியாக உள்ளனர். இவர்கள், ஒரு புதிய கட்டிடம் தேவைப்பட்டும் அதற்கான முயற்சி எடுப்பதற்குப் பயந்த பிரார்த்தனைக் குழுவினரைப் போன்றவர்கள். ஒருமுறை பிரார்த்தனையின்போது, கூரைச் சுவரிலிருந்த சில சுண்ணாம்புப் பூச்சுகள் உதிர்ந்து நிர்வாகசபைத் தலைவர்மீது விழுந்தன. உடனே ஒரு சந்திப்புக் கூட்டம் ஏற்பாடு செய்யப்பட்டு, கீழ்க்கண்ட முடிவுகள் எடுக்கப்பட்டன:

ஒன்று: நாம் ஒரு புதிய தேவாலயத்தைக் கட்டுவோம்.

இரண்டு: பழைய தேவாலயம் இருந்த அதே இடத்தில் நாம் புதியதைக் கட்டுவோம்.

மூன்று: பழைய தேவாலயத்தின் பொருட்களைக் கொண்டு புதிய தேவாலயத்தைக் கட்டுவோம்.

நான்கு: புதிய தேவாலயம் கட்டி முடிக்கப்படும்வரை, பழைய தேவாலயத்தில் பிரார்த்தனை செய்வோம்.

தங்களுக்கு இடைஞ்சல் ஏற்படாதவரை, தாங்கள் எதையும் இழக்க நேரிடாதவரை, சில மக்கள் மாற்றத்தை ஏற்றுக் கொள்ளத் தயாராக உள்ளனர்.

மாற்றத்திற்கான நோக்கம் தெளிவாக இல்லை

மாற்றம் நேரடியாகத் தெரிவிக்கப்படாமல், வேறு யார் மூலமாகவோ ஊழியர்களுக்குத் தெரிய வந்தால், அவர்கள் அதை எதிர்க்கின்றனர். ஒரு முடிவு எடுக்கப்பட்டவுடன், அது ஊழியர் களிடம் தெரிவிக்கப்படுவதற்கு அதிக காலம் எடுத்துக் கொள்ளும் போதும், விரும்பப்படும் மாற்றத்திற்கும் அதை முடிவு செய்தவருக்கும் இடையே அதிக இடைவெளி இருக்கும்போதும், அந்த மாற்றம் அதிக எதிர்ப்பை சந்திக்க நேரிடும். அதனால்தான் முடிந்தவரை, கீழ்மட்ட நிலையிலேயே முடிவுகள் எடுக்கப்பட வேண்டும். முடிவெடுப்பவர், பிரச்சனைக்கு மிக அருகாமையில் இருக்கும் காரணத்தால், ஒரு சிறந்த முடிவை எடுப்பார். அந்த முடிவால் பாதிக்கப்படக்கூடிய மக்கள், தங்களுக்கும் தங்கள் பிரச்சனைக்கும் மிக நெருக்கமாக உள்ள ஒருவரிடமிருந்து அந்த முடிவைப் பற்றிக் கேள்விப்படுவார்கள்.

மாற்றம், தோல்வி குறித்த பயத்தை உருவாக்குகிறது

ஒரு மனிதன் செய்யக்கூடிய மாபெரும் தவறு, ஒரு தவறைச செய்வதற்குப் பயப்படுவது என்று எல்பர்ட் ஹப்பார்டு கூறியுள்ளார். வெற்றி "என் தலைக்கேறிவிட்டது" என்றால், அது துயரமானது. அதைவிடத் துயரமானது, தோல்வி என் தலைக்கேறுவது. இது ஏற்படும்போது, நான் சான்டியாகோ பட்ரெஸ் அணியின் விளையாட்டு வீரர் லேரி ஆன்டர்சனுடன் ஒத்துப் போகத் துவங்குகிறேன். அவர் இவ்வாறு கூறியுள்ளார்: "முதலில் நீங்கள் வெற்றி பெறவில்லை என்றால், தோல்விதான் உங்கள் தலையெழுத்து." தோல்விதான் தங்கள் தலையெழுத்து என்று நினைத்து பயப்படும் பல மக்கள், தங்களுக்கு வசதியானவற்றை விட்டுக்கொடுக்க முடியாமல் அவற்றை இறுகப் பற்றிக் கொண்டு, தொடர்ந்து மாற்றத்தை எதிர்க்கின்றனர்.

மாற்றத்திற்குக் கிடைக்கும் வெகுமதிகள், மாற்றத்திற்குத் தேவைப்படும் முயற்சிகளுக்கு ஈடாவதில்லை

மாற்றத்தால் ஏற்படும் நன்மைகள், தற்போதைய நிலையில் உள்ளவற்றைத் தொடர்ந்து செய்வதால் ஏற்படும் தீமைகளைக் காட்டிலும் அதிகம் என்பதை மக்கள் உணராதவரை, அவர்கள் மாற மாட்டார்கள். பின்பற்றுபவர்கள் எப்போதும் ஒரு விஷயத்தின் நன்மை/தீமைகளை அலசும்போது, அவர்கள் தங்கள் சொந்த இலாப நஷ்டத்தின் கண்ணோட்டத்தில்தான் அதைப்

பார்க்கின்றனரே தவிர, நிறுவனத்தின் இலாப நஷ்டக் கண்ணோட்டத்தில் அல்ல என்பதைத் தலைவர்கள் சில சமயம் புரிந்து கொள்ளத் தவறிவிடுகின்றனர்.

தற்போதைய நிலை குறித்து மக்கள் பெரும் திருப்தி அடைந்துவிடுகின்றனர்

'நீதிக்கதை'களிலிருந்து வரும், கீழே கொடுக்கப்பட்டுள்ளக் கதை வெளிப்படுத்துவதுபோல், பல நிறுவனங்களும் மக்களும் மாற்றத்தைத் தேர்ந்தெடுப்பதற்குமுன் மரணத்தைத் தேர்ந்தெடுக்கத் தயாராக இருக்கின்றனர்.

1940களில், சுவிட்சர்லாந்து கைக்கடிகாரங்கள்தான் உலகிலேயே பெரும் மதிப்பு மிக்க, சிறந்த தரம் வாய்ந்த கைக்கடிகாரங்களாக இருந்தன. உலகில் விற்பனையான 80 சதவீதக் கைக்கடிகாரங்கள் சுவிட்சர்லாந்தில் தயாரிக்கப்பட்டவையாக இருந்தன. 1950களின் பிந்தையக் காலத்தில், சுவிட்சர்லாந்து கைக்கடிகார நிறுவனத்தின் தலைவர்களுக்கு எண்முறைக் கடிகாரம் அளிக்கப்பட்டது. தங்களிடம் ஏற்கனவே தலைசிறந்த கைக்கடிகாரமும், தலைசிறந்த கைக்கடிகாரத் தயாரிப்பாளர்களும் உள்ளனர் என்று அவர்கள் கருதியதால், இப்புதிய கருத்தை அவர்கள் நிராகரித்தனர். நேரத்தை வெறும் எண்களால் காட்டும் முட்களற்ற எண்முறைக் கடிகாரத்தை உருவாக்கியவர், பிறகு அந்த யோசனையை சீக்கோ நிறுவனத்திடம் விற்றார்.

1940இல் சுவிட்சர்லாந்து கைக்கடிகாரத் தயாரிப்பு நிறுவனங்கள் 80,000 மக்களை வேலைக்கு அமர்த்தியிருந்தன. இன்று அவர்கள் 18,000 மக்களை வேலையில் வைத்துள்ளனர். 1940இல் உலகில் விற்பனையான 80 சதவீதக் கைக்கடிகாரங்கள் சுவிட்சர்லாந்தில் தயாரிக்கப்பட்டவை. இன்று 80 சதவீதக் கைக்கடிகாரங்கள் எண்முறைக் கடிகாரங்கள். பல நிறுவனங்களுக்கும் மக்களுக்கும் என்ன நிகழ்கிறது என்பதை இக்கதை எடுத்துக்காட்டுகிறது: நாம் மாற்றத்தைத் தேர்ந்தெடுப்பதற்குப் பதில் மரணத்தைத் தேர்ந்தெடுக்கத் தயாராக உள்ளோம்.

மக்கள் எதிர்மறையான சிந்தனையில் ஈடுபட்டால் மாற்றம் நிகழாது

அவரது தற்போதைய நிலை எப்படி இருந்தாலும், எதிர்மறையான சிந்தனை கொண்ட ஒருவர் எதிர்காலத்தில் ஏமாற்றத்தையே சந்திக்க நேரிடும். ஓர் எதிர்மறையான மனிதரின்

கல்லறைக் கல்லில் இந்த வாசகம்தான் பொறிக்கப்பட வேண்டும்: "நான் இதை எதிர்பார்த்தேன்." பல வருடங்களுக்கு முன் நான் ஓர் அலுவலகக் கட்டிடத்தில் பார்த்த ஒரு சுவர் அலங்கார அட்டையைக் கொண்டு, இத்தகைய சிந்தனையைச் சிறப்பாக விளக்கலாம்:

பார்க்காதீர்கள் — நீங்கள் உற்று நோக்கக்கூடும்.

கேட்காதீர்கள் — நீங்கள் கவனிக்கக்கூடும்.

சிந்திக்காதீர்கள் — நீங்கள் கற்றுக் கொள்ளக்கூடும்.

முடிவெடுக்காதீர்கள் — நீங்கள் தவறு செய்யக்கூடும்.

நடக்காதீர்கள் — நீங்கள் தடுமாறக்கூடும்.

ஓடாதீர்கள் — நீங்கள் விழக்கூடும்.

வாழாதீர்கள் — நீங்கள் இறக்கக்கூடும்.

மனச்சோர்வை ஏற்படுத்தும் இப்பட்டியலில் நான் இன்னொன்றையும் சேர்த்துக் கொள்ள விரும்புகிறேன்:

மாறாதீர்கள் — நீங்கள் வளரக்கூடும்!

ஊழியர்களுக்குத் தங்கள் தலைவர்மீது மரியாதை இல்லை

மாற்றத்தைக் கண்காணிக்கும் தலைவரை, அவரைப் பின்பற்றுபவர்களுக்குப் பிடிக்கவில்லை என்றால், அந்த மாற்றத்தைப் பாகுபாடின்றி அலசி ஆராய அவர்களது உணர்ச்சிகள் அவர்களை அனுமதிக்காது. வேறு வார்த்தைகளில் கூறுவதானால், மாற்றத்திற்கான காரணியை அவர்கள் எப்படிப் பார்க்கின்றனரோ, மாற்றத்தையும் அவர்கள் அப்படியே பார்க்கின்றனர்.

நான் தலைமைத்துவக் கருத்தரங்குகளில் பகிர்ந்துகொள்ளும் ஒரு கொள்கை இது: "நீங்கள் அவர்களை வழிநடத்துவதற்கு முன், அவர்களை நேசிக்க வேண்டும்." நீங்கள் உங்களைப் பின்பற்றுபவர்களை உண்மையாகவும் சரியாகவும் நேசித்தால், அவர்கள் உங்களை மதித்து, பல மாற்றங்களில் உங்களைப் பின்தொடர்வார்கள்.

தலைவர்கள் தனிநபர் விமர்சனங்களால் உணர்ச்சிவசப்படக்கூடியவர்கள்

சில சமயங்களில் தலைவர்கள் மாற்றத்தை எதிர்க்கின்றனர். உதாரணத்திற்கு, ஒரு தலைவர் ஒரு திட்டத்தை உருவாக்கியிருந்து, வேறோரு சிறந்த திட்டம் அதற்குப் பதிலாக அமல்படுத்தப்படும்—போது, அந்த மாற்றம் தன்னை நோக்கி ஏவப்பட்டத் தனிப்பட்டத் தாக்குதல் என்று அவர் நினைத்து, தன்னைத் தற்காத்துக் கொள்ளும் வகையில் அவர் நடந்து கொள்வார்.

வளர்ச்சிக்கும், தொடர்ந்து பயன் விளைவிப்பதற்கும், ஒவ்வொரு நிறுவனமும் தொடர்ச்சியான, நான்கு நிலைகள் கொண்ட ஒரு சுழற்சியைச் செயல்படுத்த வேண்டும்: உருவாக்குதல், பாதுகாத்தல், விமர்சித்தல், மாற்றுதல். கீழே கொடுக்கப்பட்டுள்ள படம் அச்சுழற்சியை எடுத்துக்காட்டுகிறது.

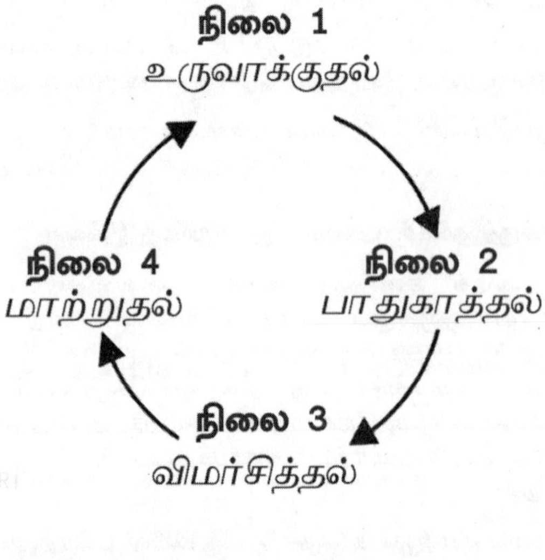

ஒன்றாம் நிலையும் நான்காம் நிலையும் ஒரு நிறுவனத்தின் எதிர்ப்பு நடவடிக்கைகள். இரண்டாம் நிலையும் மூன்றாம் நிலையும் தற்காப்பு நடவடிக்கைகள். மாற்றங்களை உருவாக்குபவர்கள் விமர்சனங்களை நல்ல கண்ணோட்டத்தில் எடுத்துக் கொண்டு, தேவையான மாற்றங்களை அதில் ஏற்படுத்த வேண்டும். இல்லையென்றால், மாற்றங்களை ஏற்றுக் கொள்பவர்கள் அவர்களை நீக்கிவிட்டு, அவர்களுக்குப் பதிலாகப் படைக்கத் துவங்கிவிடுவார்கள்.

மாற்றம் சில தனிப்பட்ட இழப்புகளைக் கொண்டுவரக்கூடும்

விரைவில் மாற்றம் ஏற்படப்போவது உறுதியான பிறகு, எல்லோருடைய மனத்திலும் இருக்கும் கேள்வி, "இது என்னை எவ்வாறு பாதிக்கும்?" என்பது. வழக்கமாக, ஒரு நிறுவனத்தில் மக்கள் மூன்று குழுக்களாக இருப்பார்கள்: (1) இழப்பை சந்திக்க இருப்பவர்கள் (2) எந்த மாற்றத்திற்கும் ஆளாகாதவர்கள் (3) பயனடையப் போகிறவர்கள். ஒவ்வொரு குழுவும் வேறுபட்டது. எனவே, அவர்களை உணர்வுரீதியாகக் கவனமாகவும், அதே சமயத்தில், உண்மையாகவும் வெளிப்படையாகவும் கையாள வேண்டும்.

மாற்றத்திற்குக் கூடுதல் அர்ப்பணிப்பு தேவை

பலருக்கு நேரம்தான் மிகவும் விலைமதிப்புள்ள பொருள். மாற்றம் நிகழவிருக்கும்போதெல்லாம், அது நம் நேரத்தை எப்படிப் பாதிக்கும் என்பதை நாம் பார்க்க ஆவலுடன் இருப்போம். பொதுவாக, அதிகரிக்கும் மாற்றங்கள் நம்மிடம் அதிகமான நேர அர்ப்பணிப்பை எதிர்பார்க்காதவரை எந்தப் பிரச்சனையும் இல்லை என்று நாம் முடிவு செய்கிறோம். நமக்கு என்ன வேண்டும் என்று தெரிந்து கொள்வதில் பாதி, அதைப் பெறுவதற்குமுன் நாம் எதை இழக்க வேண்டியிருக்கும் என்று தெரிந்திருப்பது என்று சிட்னி ஹோவர்டு கூறுகிறார். மாற்றத்திற்காக அதிகமான நேரத்தை இழக்க வேண்டிய நிலை ஏற்பட்டால், பலரும் மாற்றத்தை எதிர்ப்பார்கள்.

நேரத்தை அர்ப்பணிப்பதைப் பொறுத்தவரை, ஒருவர் மாற விரும்பவில்லையா அல்லது அவரால் மாற முடியவில்லையா என்பதை அவரது தலைவர்தான் தீர்மானிக்க வேண்டும். விருப்பம் என்பது மனப்போக்கைப் பொறுத்தது. உங்களைப் பின்பற்றுபவர்கள் தங்கள் மனப்போக்கின் காரணமாக மாற்றத்திற்கு எதிர்ப்புத் தெரிவித்தால், உங்களால் அதிகமாக ஒன்றும் செய்துவிட முடியாது. ஆனால், மாறும் திறன் என்பது கண்ணோட்டத்தைச் சார்ந்தது. மாறுவதற்குப் பலர் தயாராக உள்ளனர். ஆனால், தங்கள் தற்போதைய சூழ்நிலைகள்மீதும் பொறுப்புகள்மீதும் தாங்கள் கொண்டிருக்கும் கண்ணோட்டத்தால், அவர்களால் மாற முடிவதில்லை. இச்சமயத்தில், வேலைகளை முன்னுரிமைப்—படுத்துவதன் மூலமும், தேவையில்லாத வேலைகளை நீக்குவதன் மூலமும், மாற்றத்தின் விளைவால் ஏற்படும் மதிப்பின்மீது கவனம் செலுத்துவதன் மூலமும் ஒரு தலைவரால் அவர்களுக்கு உதவ முடியும்.

குறுகிய மனப்பான்மை புதிய கருத்துக்களை ஏற்றுக்கொள்வதைத் தடுக்கும்

1993இல், கிட்டத்தட்ட 1,600 பேர் அமெரிக்காவின் சர்வதேச சமதள பூமி ஆய்வு அமைப்பில் இருந்தனர். அதன் தலைவர் சார்லஸ் கே. ஜான்சன், தன் வாழ்நாள் முழுவதும் அந்த அமைப்பில் உறுப்பினராக இருந்து வருவதாகத் தெரிவித்தார். அவர், "நான் என் பள்ளியில் உலக உருண்டையைப் பார்த்தபோது, அப்போது அதை ஏற்றுக் கொள்ளவில்லை. இப்போதும் நான் அதை ஏற்றுக் கொள்ளவில்லை," என்று கூறினார்.

பாரம்பரியம் மாற்றத்தைத் தடுக்கிறது

எனக்கு மிகவும் பிடித்த நகைச்சுவைத் துணுக்கு இது: "ஒரு விளக்கை மாற்ற எத்தனை பேர் தேவை?" அதன் விடை: "நான்கு. விளக்கை மாற்ற ஒருவர், பழைய விளக்கு எவ்வளவு நன்றாக இருந்தது என்று நினைத்துப் பார்க்க மூவர்."

இம்மாதிரி மக்கள், மிச்சிகனில் உள்ள ஒரு முகாமின் நிர்வாகத் தலைமையகத்திலுள்ள புல்வெளியைப் பராமரிக்கும் பொறுப்பிலிருந்த ஒரு வயதான இராணுவ அதிகாரியை எனக்கு நினைவூட்டுகின்றனர். அவர் அந்த வேலையை ஒரு சிப்பாய்க்குப் பகிர்ந்தளித்துவிட்டு, தினமும் மாலை ஐந்து மணிக்குப் புல்லுக்குத் தண்ணீர் விடவேண்டும் என்று அந்தச் சிப்பாயிடம் கூறினார். ஒரு நாள் கடும் இடிமின்னற்புயல் ஏற்பட்டது. அந்த அதிகாரி வந்து பார்த்தபோது, சிப்பாய் ஓய்வெடுத்துக் கொண்டிருந்தான்.

"உனக்கு என்ன ஆயிற்று? மாலை ஐந்து மணியாகிவிட்டது. நீ இந்நேரம் வெளியில் சென்று புல்லுக்குத் தண்ணீர் பாய்ச்சிக் கொண்டிருக்க வேண்டும்!" என்று கத்தினார்.

குழப்பத்துடன் அந்தச் சிப்பாய், "ஆனால், மழை பெய்து கொண்டிருக்கிறது. இடிமின்னற்புயலைப் பாருங்கள்," என்று கூறினான்.

"அதனால் என்ன? உன்னிடம் குடை இருக்கிறதல்லவா?" என்று கேட்டார்.

மாற்றத்திற்கான பரிசோதனைப் பட்டியல்

ஒரு நிறுவனத்திற்குள் மாற்றத்தை ஏற்படுத்த முயற்சிப்பதற்கு முன், கீழே கொடுக்கப்பட்டுள்ள கேள்விகளை நீங்கள் பரிசீலனை செய்ய வேண்டும். இக்கேள்விகளுக்கு 'ஆம்' என்று விடையளிக்க

முடிந்தால், மாற்றம் எளிதானதாக இருக்கும். 'இல்லை' அல்லது 'இருக்கலாம்' என்று பதிலளிக்கப்படும் கேள்விகள் பொதுவாக, மாற்றம் சற்று சிரமம் என்பதைக் குறிக்கும்.

ஆம்	இல்லை	
_____	_____	இந்த மாற்றம் என்னைப் பின்பற்றுபவர்களுக்குப் பலன் தருமா?
_____	_____	இந்த மாற்றம் நிறுவனத்தின் குறிக்கோளுடன் பொருந்தி உள்ளதா?
_____	_____	இந்த மாற்றம் திட்டவட்டமாகவும் தெளிவாகவும் உள்ளதா?
_____	_____	மேல்மட்ட 20 சதவீதத்தினர் (செல்வாக்கு மிக்கவர்கள்) இந்த மாற்றத்தை ஆதரிக்கின்றனரா?
_____	_____	இதை முழுமையாக நடைமுறைப்படுத்துவதற்கு முன், பரிசோதனை ஓட்டம் மேற்கொள்ள முடியுமா?
_____	_____	இந்த மாற்றத்தை ஏற்படுத்துவதற்கான பௌதீக, நிதி, மற்றும் மனித வளங்கள் உள்ளனவா?
_____	_____	இந்த மாற்றத்தைத் தலைகீழாக்கி, மீண்டும் பழைய நிலையைக் கொண்டுவர முடியுமா?
_____	_____	இந்த மாற்றம்தான் தேவையான அடுத்தக்கட்ட நடவடிக்கையா?
_____	_____	இந்த மாற்றத்தால் குறுகிய கால மற்றும் நீண்டகாலப் பலன்கள் ஏற்படுமா?
_____	_____	இந்த மாற்றத்தைக் கொண்டுவரும் ஆற்றல் தலைமைத்துவத்திடம் உள்ளதா?
_____	_____	இது மாற்றத்திற்கான சரியான நேரம்தானா?

"இது மாற்றத்திற்கான சரியான நேரம்தானா?" என்ற கேள்விதான் மாற்றத்தை நடைமுறைப்படுத்துவதற்கு நீங்கள் கருத்தில் கொள்ள வேண்டிய உச்சக்கட்டக் கேள்வி. சரியான நேரத்தில் நடைமுறைப் படுத்தப்பட்டால் மட்டுமே ஒரு தலைவரால் அடுத்தவர்களிடத்தில் மாற்றத்தைக் கொண்டு—வருவதில் வெற்றி பெற முடியும். 'வின்னிங் அட்டிட்டியூடு' என்ற என் புத்தகத்தில் இவ்விஷயம் சுருக்கமாக விவாதிக்கப்பட்டுள்ளது:

தவறான நேரத்தில் எடுக்கப்படும் தவறான முடிவு பேரழிவைக் கொண்டுவரும்.

சரியான நேரத்தில் எடுக்கப்படும் தவறான முடிவு தவறாக அமையும்.

தவறான நேரத்தில் எடுக்கப்படும் சரியான முடிவு ஏற்றுக்கொள்ளப்படாது.

சரியான நேரத்தில் எடுக்கப்படும் சரியான முடிவு வெற்றி பெறும்.

மக்கள் மூன்று சூழ்நிலைகளில் மாறுவார்கள்: (1) தாங்கள் போதுமான அளவு காயப்பட்ட பிறகு, மாறித்தான் ஆக வேண்டும் என்ற கட்டாயத்தில் இருக்கும்போது (2) போதுமான அளவு கற்றவுடன், மாற வேண்டும் என்ற விருப்பம் தோன்றும்போது (3) போதுமான உதவி பெற்றதால், மாறக்கூடிய திறனைப் பெறும்போது. மக்கள் இந்த மூன்று சூழ்நிலைகளில் எதில் இருக்கின்றனர் என்பதைத் தலைவர்கள் அடையாளம் காண வேண்டும். உண்மையில், மேல்மட்டத் தலைவர்கள், இந்த மூன்றில் ஏதேனும் ஒன்றை விளைவிக்கக்கூடிய சூழ்நிலையை அவர்களாகவே உருவாக்குவார்கள்.

மாற்றத்தின் பரிணாம வளர்ச்சி

மாற்றத்தைப் பரிணாம வளர்ச்சியாகவும் (முன்பு இருந்ததைவிட மேம்பட்டது) பார்க்க முடியும், புரட்சிகரமான ஒன்றாகவும் (முன்பு இருந்ததைவிட முற்றிலும் மாறுபட்டது) பார்க்க முடியும் என்பதை நினைவில் கொள்வது உங்களுக்கு உதவும். மாற்றத்தை, நாம் முன்பு பின்பற்றி வந்துள்ள முறையின் எளிய மேம்பாடு என்று கூறுவது, அது ஏதோ பெரிய, புதிய, முற்றிலும் வேறுபட்ட முறை என்று கூறுவதைவிட எளிதானது. ஒரு நிறுவனத்தில் மாற்றத்திற்கான கோரிக்கை அறிமுகப்படுத்தப்படும்போது, மக்களது செயல்விடையைப் பொறுத்து அவர்களை ஐந்து வகையாகப் பிரிக்கலாம்.

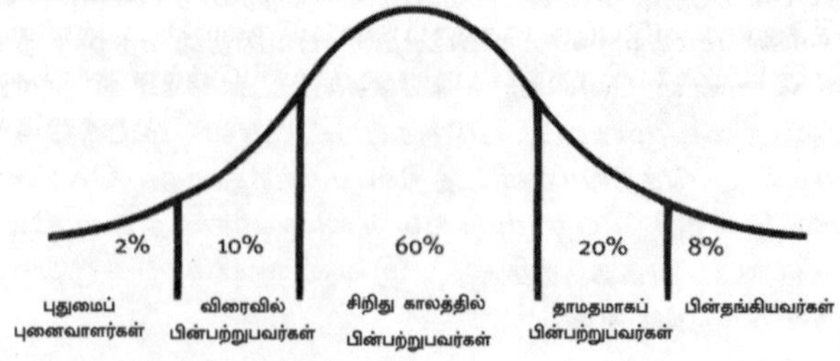

புதுமைப் புனைவாளர்கள் கனவு காண்பவர்கள்

இவர்கள்தான் புதிய கருத்துக்களையும் யோசனைகளையும் உருவாக்குபவர்கள். பொதுவாக, இவர்கள் தலைவர்களாகவோ அல்லது கொள்கை வகுப்பாளர்களாகவோ அங்கீகரிக்கப்படுவ—தில்லை.

விரைவில் பின்பற்றுபவர்கள், ஒரு நல்ல யோசனையைப் பார்க்கும்போது, அது நல்லது என்பதை அறிந்து கொள்பவர்கள்

நிறுவனத்தில் இவர்களது கருத்துக்கள் பெரிதும் மதிக்கப்படுகின்றன. இவர்கள் அந்த யோசனையை உருவாக்கியிருக்காவிட்டாலும்கூட, பிறர் அதை ஏற்றுக் கொள்வதற்கு அவர்களை நம்ப வைக்க முயற்சிப்பார்கள்.

பெரும்பாலானவர்கள் சிறிது காலத்தில் பின்பற்றுபவர்கள்

இவர்கள் பிறருடைய கருத்துக்களுக்குச் செயல்விடை அளிப்பார்கள். பொதுவாக, இவர்கள் ஒரு புதிய யோசனையைப் பாரபட்சமின்றி நியாயமாக அலசி ஆராய்பவர்களாக இருந்தாலும்கூட, தற்போதைய நிலையை உடனடியாக மாற்றிக் கொள்வதில் விருப்பமில்லாதவர்கள். நிறுவனத்தில் நேர்மறையான அல்லது எதிர்மறையான செல்வாக்குடன் விளங்குபவர்களின் தாக்கத்திற்கு ஆளாகக்கூடியவர்கள்.

தாமதமாகப் பின்பற்றுபவர்கள் ஒரு புதிய யோசனையைக் கடைசியாக ஆதரிப்பவர்கள்

இவர்கள் முன்மொழியப்பட்ட மாற்றங்களுக்கு எதிராக அடிக்கடிப் பேசுவார்கள். மாற்றங்களை ஏற்றுக்கொள்வதாக ஒருபோதும் வாய்வழி ஒப்புதல் அளிக்க மாட்டார்கள். பொதுவாக, நிறுவனத்திலுள்ள பெரும்பாலானவர்கள் புதிய யோசனைக்கு ஆதரவை வெளிப்படுத்தும் போது, இவர்களும் அதைப் பின்பற்றுவார்கள்.

பின்தங்கியவர்கள் எப்போதும் மாற்றத்தை எதிர்ப்பார்கள்

கடந்த காலமும் தற்போதையை நிலையும்தான் இவர்கள் கோட்டை. நிறுவனத்திற்குள் பிளவுகளை ஏற்படுத்த இவர்கள் அடிக்கடி முயற்சி செய்வார்கள்.

ஒரு நிறுவனத்திற்குள் ஏற்படும் வெற்றிகரமான மாற்றத்தின் பரிணாம வளர்ச்சியை, விரும்பமான மாற்றம் மற்றும் அதன் விளைவுகள் குறித்த அறியாமையிலிருந்து துவங்கி, அந்த மாற்றத்தை ஏற்றுக் கொள்ளும், புதுமையைப் புகுத்தும் மனநிலைக்கு மாறும்வரை அந்த நிறுவனம் கடந்து செல்லவிருக்கும் எட்டுப் படிகளில் தொகுத்துக் கூறலாம்.

ஒன்றாவது படி:	அறியாமை. பின்பற்றுபவர்களிடையே ஒருமித்தப் போக்கோ அல்லது முன்னுரிமைகளோ உணரப்படுவதில்லை. அவர்கள் “இருட்டில்” இருக்கின்றனர்.
இரண்டாவது படி:	தகவல். மக்களுக்குப் பொதுவான தகவல்கள் கொடுக்கப்படுகின்றன. துவக்கத்தில், மாற்றம் குறித்த யோசனைகள் ஏற்றுக் கொள்ளப்படுவதில்லை.
மூன்றாவது படி:	ஊடுருவல். தற்போதைய நிலைக்குள் புகுத்தப்படும் புதிய கருத்துக்கள் அக்கறையின்மை, பாரபட்சம், பாரம்பரியம் ஆகியவற்றை எதிர்கொள்ள வேண்டி—யிருக்கும். பிரச்சனைகள்மீது கவனம் செலுத்துவதுதான் பொதுவான போக்காக இருக்கும்.
நான்காவது படி:	தனிநபர் மாற்றம். ‘விரைவில் பின்பற்றுபவர்கள்,’ முன்மொழியப்பட்டுள்ள மாற்றத்தால் ஏற்படும் நன்மைகளைப் பார்க்கத் துவங்கி, அவற்றை ஏற்றுக் கொள்வார்கள். தனிப்பட்ட உறுதி சுயதிருப்தியை ஒதுக்கி வைத்துவிடும்.
ஐந்தாவது படி:	நிறுவன மாற்றம். பிரச்சனையின் இரு பக்கங்களும் கலந்து ஆலோசிக்கப்—படுகின்றன. முன்வைக்கப்பட்டுள்ள மாற்றங்கள் குறித்து, திறந்த மனத்துடனும் குறைந்த தற்காப்புத் தன்மையுடனும் பிரச்சனைகள் அலசப்படுகின்றன.
ஆறாவது படி:	திறமையற்ற நடைமுறைப்படுத்துதல். மாற்றங்கள் நடைமுறைப்படுத்தப்—பட்டவுடன் சில தோல்விகளும் சில வெற்றிகளும் நிகழ்கின்றன. மக்கள் வேகமாகக் கற்றுக் கொள்கின்றனர்.

ஏழாவது படி: ஒருங்கிணைப்பு. திறமையின்மை குறையத் துவங்குகிறது. ஏற்பு நிலை அதிகரிக்கிறது. சாதனை மனப்போக்கு வளர்கின்றது. இரண்டாம் கட்ட விளைவுகளும் வெற்றிகளும் ஏற்படுகின்றன.

எட்டாவது படி: புதுமைப் புனைவு. குறிப்பிடத்தக்க விளைவுகள் உறுதியான நம்பிக்கையையும் துணிச்சலான காரியங்களைச் செய்யும் விருப்பத்தையும் ஏற்படுத்துகின்றன.

எட்டாவது படியைக் கடந்தவுடன், ஒட்டுமொத்த நிறுவனமும் இந்த எட்டுப் படிகளையும் மீண்டும் எதிர்கொள்ள அதிக விருப்பம் கொள்கின்றன. நிறுவனத்திலுள்ள பெரும்பான்மையினருக்குத் தொடர்ந்து இப்புதிய கருத்து பரிச்சயமாகும்போது, இச்செயல்முறையால் அதிக விளைவுகள் ஏற்படும்.

முதல் பரிச்சயம்:

“நான் அந்த எண்ணத்தை நிராகரிக்கிறேன். ஏனெனில், அது நான் முன்கூட்டியே தீர்மானித்து வைத்திருக்கும் என் கருத்துகளுடன் முரண்படுகிறது.”

இரண்டாவது பரிச்சயம்:

“எனக்கு அது புரிகிறது. ஆனால் என்னால் அதை ஏற்றுக்கொள்ள முடியாது.”

மூன்றாவது பரிச்சயம்:

“நான் அந்த யோசனையை ஒத்து கொள்கிறேன். ஆனால் அதன் பயன்பாடு குறித்த முழு திருப்தி எனக்கு ஏற்படவில்லை.”

நான்காவது பரிச்சயம்:

“நான் இவ்விஷயத்தைப் பற்றி எப்படி உணர்கிறேனோ, இந்த யோசனை கிட்டத்தட்ட அதே உணர்வை வெளிப்படுத்துகிறது.”

ஐந்தாவது பரிச்சயம்:

“நான் அந்த யோசனையை இன்று பயன் படுத்தினேன். பிரமாதம்!”

ஆறாவது பரிச்சயம்:

"நான் அந்த யோசனையை வேறொருவருக்குக் கொடுத்தேன். உண்மையைக் கூறுவதென்றால், அந்த யோசனை இப்போது எனக்கு சொந்தம்."

மாற்றத்திற்கான சூழ்நிலையை உருவாக்குதல்

அடிப்படையில் மக்கள் மாற்றத்தை எதிர்ப்பதில்லை; 'மாற்றப்படுவதை'த்தான் எதிர்க்கின்றனர் என்று மனித நடத்தைகளைப் பற்றிய ஆய்வுகள் தெரிவிக்கின்றன. பிறரை மாறுவதற்கு ஊக்கப்படுத்தும் சூழ்நிலையை எப்படி உருவாக்குவது என்பதைப் பற்றி இப்பகுதி வலியுறுத்தும். மக்கள் மாறாதவரை, மாற்றம் ஏற்படாது. இந்த அத்தியாயத்தின் முதல் வாக்கியம், "தலைவரை மாற்றுங்கள், நிறுவனம் தானாக மாறும்," என்று இருந்தது. இப்போது நாம் தலைவரிலிருந்து துவங்கி, நிறுவனத்திற்கான ஓர் உத்தியை உருவாக்குவோம்.

தலைவர் தன்னைப் பற்றிய நம்பிக்கையை மக்களிடத்தில் உருவாக்க வேண்டும்

தங்கள் தலைவர்மீது மக்கள் நம்பிக்கை கொள்ளும்போது அற்புதமாக இருக்கிறது. தலைவர் தன் மக்களிடம் நம்பிக்கை கொள்ளும்போது இன்னும் அற்புதமாக இருக்கிறது. இரண்டுமே யதார்த்தமாகும்போது, பரஸ்பர நம்பிக்கை விளைகிறது. மக்கள் தங்கள் தலைவரை எவ்வளவு அதிகமாக நம்புகிறார்களோ, அவர் முன்வைக்கும் மாற்றங்களை ஏற்றுக்கொள்ள அவ்வளவு அதிக விருப்பம் கொள்வார்கள். "நம்பிக்கை என்பது தலைவர்—களையும், அவரைப் பின்பற்றுபவர்களையும் இணைக்கும் உணர்ச்சிப் பசை," என்று வாரன் பென்னிஸ் மற்றும் பெர்ட் நேனஸ் கூறுகின்றனர். ஆபிரகாம் லிங்கன் இவ்வாறு கூறியுள்ளார்: "நீங்கள் ஒரு மனிதரை உங்கள் பக்கம் இழுக்க வேண்டுமானால், முதலில் நீங்கள் அவரது உண்மையான நண்பன் என்று அவரை நம்பச் செய்யுங்கள். அடுத்து, அவர் எதைச் சாதிக்க விரும்புகிறார் என்பதை விசாரித்துக் கண்டறியுங்கள்."

ஒரு நிறுவனத்தில் மாற்றங்களை ஏற்படுத்த விரும்பும் ஒரு தலைவரிடம் நான் எப்போதும் கேட்கும் கேள்வி இதுதான்: "உங்கள் மக்களுடனான உங்கள் உறவு எப்படிப்பட்டது?" அந்த

உறவு நேர்மறையான உறவாக இருந்தால், அடுத்த அடியை எடுத்து வைக்க அத்தலைவர் தயாராக இருக்கிறார்.

ஒரு தலைவர் பிறரை மாறச் சொல்வதற்குமுன், தன்னிடம் தனிப்பட்ட மாற்றங்களை ஏற்படுத்திக்கொள்ள வேண்டும்

வருந்தத்தக்க வகையில், பல தலைவர்கள் என் நண்பரைப் போன்றவர்கள். என் நண்பர் புது வருட உறுதிகளை ஒரு பட்டிய லிட்டார்: மக்களிடம் இனிமையாக நடந்து கொள்வது; சத்தான உணவை உட்கொள்வது; நண்பர்களுக்கு அதிகமாக உதவுவது; இனிப்புகளையும் கொழுப்புச்சத்து நிறைந்தவற்றையும் குறைத்துக் கொள்வது; பிறரைப் பற்றி அதிகம் விமரிசனம் செய்யாமல் இருப்பது.

அப்பட்டியலை அவர் என்னிடம் காட்டினார். அது என்னைக் கவர்ந்தது. அவை அனைத்தும் சிறந்த இலக்குகள். "ஆனால், உன்னால் எல்லாவற்றையும் நிறைவேற்ற முடியும் என்று நினைக்கிறாயா?" என்று அவரிடம் கேட்டேன்.

"நான் ஏன் நிறைவேற்ற வேண்டும்? இந்தப் பட்டியல் உங்களுக்காக!" என்று பதிலளித்தார்.

ஆன்ட்ரூ கார்னெகி, "என் வயது ஏற ஏற, மக்கள் என்ன கூறுகிறார்கள் என்பதில் நான் குறைந்த கவனம் செலுத்துகிறேன்; அவர்கள் என்ன செய்கிறார்கள் என்றுதான் நான் பார்க்கிறேன்," என்று கூறினார். பெரும் தலைவர்கள் என்ன செய்யப்பட வேண்டும் என்பதைப் பிறரிடம் கூறுவதோடு, அதைச் செய்தும் காட்டுவார்கள்!

நல்ல தலைவர்கள் நிறுவனத்தின் வரலாற்றைப் புரிந்திருப்பார்கள்

எவ்வளவு அதிக காலமாக நிறுவனம் மாற்றத்தைச் சந்தித்திருக்க வில்லையோ, அவ்வளவு அதிக முயற்சி மாற்றத்தை அறிமுகப்படுத்து வதற்குத் தேவைப்படும். அதோடு, மாற்றம் நடைமுறைப்படுத்தப்பட்ட பிறகு, விளைவு எதிர்மறையானதாக இருந்தால், நிறுவனத்திலுள்ள மக்கள் எதிர்காலத்தில் ஏற்படக்கூடிய மாற்றங்களை முழு நம்பிக்கையுடன் ஏற்றுக்கொள்ள முன்வர மாட்டார்கள். இதற்கு நேர்மாறானதும் உண்மைதான். கடந்த காலத்தில் நிகழ்ந்த வெற்றிகரமான மாற்றங்கள் இன்னும் அதிகமான மாற்றங்களை விரும்பி ஏற்றுக் கொள்ள மக்களைத் தயார்படுத்தும்.

ஜி.கே.செஸ்டர்டன் இவ்வாறு பரிந்துரைக்கிறார்: "ஒரு வேலி எதற்காகப் போடப்பட்டது என்பதைத் தெரிந்து கொள்வதற்கு முன், அதை அகற்றி விடாதீர்கள்." எதிர்காலத்திற்கான மாற்றங்களை ஏற்படுத்துவதற்குமுன், கடந்த காலத்தில் என்ன நிகழ்ந்தது என்பதை அறிந்து கொள்வது முக்கியம்.

செல்வாக்கு மிக்கவர்களைத் தலைமைத்துவப் பதவிகளில் அமர்த்துங்கள்

தலைவர்களிடம் இரண்டு பண்புக்கூறுகள் இருக்கின்றன. முதலில், அவர்கள் கண்டிப்பாக ஏதோ ஓரிடத்திற்குச் செல்கின்றனர். இரண்டாவது, தாங்கள் செல்லும் இடத்திற்குத் தங்களுடன் வர மற்றவர்களையும் சம்மதிக்க வைக்கின்றனர். இவர்கள், ஒரு சந்திப்புக் கூட்டத்திற்குத் தாமதமாகப் போன ஒரு நிறுவனத் தலைவரைப் போன்றவர்கள். அவர் சந்திப்பு நடக்கும் அறைக்குள் வேகமாக நுழைந்து, தன்னுடைய வழக்கமான இடத்திற்குச் செல்லாமல் அருகிலிருந்த ஓர் இடத்தில் அமர்ந்தார். அவரது இளம் உதவியாளர்—களில் ஒருவர், "தயவு செய்து, நீங்கள் மேசையின் தலைமையிடத்தில் அமர வேண்டும்," என்று கூறினார். நிறுவனத்தில் தன்னுடைய இடத்தை ஆரோக்கியமான முறையில் புரிந்து வைத்திருந்த அவர், "நான் எங்கு அமர்கிறேனோ, அதுவே தலைமை இடம்," என்று பதிலளித்தார்.

'உங்கள் சட்டைப்பையில் உள்ள சில்லறையை'ச் சரிபார்த்துக் கொள்ளுங்கள்

ஓர் உறவைத் துவங்குவதற்கு முன் ஒவ்வொரு தலைவருக்கும் ஒரு குறிப்பிட்ட அளவு 'சில்லறை' (உணர்ச்சிரீதியான ஆதரவு) கொடுக்கப்படுகிறது. அந்த உறவு பலவீனமடைந்தால், நிறுவனத்துடன் அவர் திவாலாகும்வரை அவர் அந்தச் 'சில்லறை'யைப் பண்டமாற்று செய்வார். அந்த உறவு வலிமையடைந்தால், நிறுவனத்துடன் அவர் செல்வாக்கு மிக்கவராக ஆகும்வரை அவர் அந்தச் 'சில்லறை'யைப் பெற்றுக் கொண்டிருப்பார். இதை எப்போதும் நினைவில் கொள்ளுங்கள்: மாற்றத்தை உருவாக்குவதற்குச் 'சில்லறை' தேவை. தலைவரின் பையில் எவ்வளவு அதிகமான சில்லறை உள்ளதோ, அவ்வளவு மாற்றங்களை அவர் மக்களின் வாழ்வில் ஏற்படுத்த முடியும். வருந்தும் வகையில், இதற்கு நேர்மாறானதும் உண்மைதான்.

மாற்றம் அனைவருக்கும் அறிவிக்கப்படுமுன், நல்ல தலைவர்கள் செல்வாக்கு மிக்கவர்களின் ஆதரவை வேண்டி நிற்பார்கள்

ஒரு மாற்றத்தை நடைமுறைப்படுத்துவதற்குத் தன் நிறுவனத்தில் அதிக செல்வாக்குடன் விளங்குபவர்களின் ஆதரவை வேண்டும்போது, ஒரு தலைவர் மேற்கொள்ளும் நடவடிக்கைகளை இப்பரிசோதனைப் பட்டியல் உள்ளடக்கியுள்ளது.

1. உங்கள் நிறுவனத்திலுள்ள முக்கியமான குழுக்களில் பெரும் செல்வாக்குடன் விளங்குபவர்களைப் பட்டியலிடுங்கள்.
2. இந்த மாற்றத்தால் எத்தனை பேர் நேரடியாகப் பாதிக்கப்— படுவார்கள்? (இவர்கள்தான் மிக முக்கியமான குழுவினர்)
3. இந்த மாற்றத்தால் எத்தனை பேர் மறைமுகமாகப் பாதிக்கப்படுவார்கள்?
4. எத்தனை பேர் நேர்மறையாக நடந்து கொள்வார்கள்?
5. எத்தனை பேர் எதிர்மறையாக நடந்து கொள்வார்கள்?
6. எந்தக் குழு பெரும்பான்மை பெற்றுள்ளது?
7. எந்தக் குழு அதிக செல்வாக்கு நிறைந்தது?
8. நேர்மறையானவர்களைக் கொண்ட குழு வலிமைமிக்கதாக இருந்தால், அதில் செல்வாக்குடன் விளங்குபவர்களைக் கலந்தாய்விற்கு ஒன்றுதிரட்டுங்கள்.
9. எதிர்மறையானவர்களைக் கொண்ட குழு வலிமைமிக்கதாக இருந்தால், அதில் செல்வாக்குடன் விளங்குபவர்களைத் தனித்தனியாக சந்தியுங்கள்.
10. செல்வாக்கு மிக்க ஒவ்வொருவருக்கும் அவர்களுக்கு முக்கியமானது எது என்பதைத் தெரிந்து கொள்ளுங்கள்.

மாற்றத்திற்கு உதவக்கூடிய, சந்திப்பிற்கான நிகழ்ச்சி நிரலை உருவாக்குங்கள்

ஒவ்வொரு புதிய யோசனையும் மூன்று நிலைகளைக் கடந்து செல்ல வேண்டும்: அது வேலை செய்யாது; அதற்கு அதிக செலவாகும்; இது ஒரு நல்ல யோசனை என்று நான் இதுவரை நினைத்து வந்திருந்தேன்.

ஒரு புத்திசாலித்தனமான தலைவர், ஒரு செயல்முறையின் ஊடாக மக்கள் மாறுவார்கள் என்பதைப் புரிந்துகொண்டு,

அச்செயல்முறையை மேம்படுத்த ஒரு நிகழ்ச்சி நிரலை உருவாக்குவார். நான் பதினைந்து வருடங்களாகப் பயன்படுத்தி வந்துள்ள ஒரு நிகழ்ச்சி நிரல் மிகவும் ஆற்றல் வாயந்ததாகவும் பயன் விளைவிப்பதாகவும் உள்ளதாக நிரூபிக்கப்பட்டுள்ளது.

தகவல் தொடர்பானவை:	கூட்டத்தில் பங்குகொள்பவர்கள் விரும்பும் விஷயங்கள்; மன உறுதியை மேம்படுத்தக் கூடிய நேர்மறையான விஷயங்கள். (கூட்டம் சிறந்த முறையில் துவங்க இது மிகவும் உதவும்.)
படிக்க வேண்டியவை:	கலந்தாய்வு செய்யப்பட வேண்டிய, ஆனால், வாக்களிக்கத் தேவையில்லாத விஷயங்கள். (ஒரு குறிப்பிட்டக் கண்ணோட்டத்தைப் பிரதிநிதித்துவப்—படுத்த வேண்டிய கட்டாயமின்றி, யோசனைகளைப் பகிர்ந்துகொள்ள அனுமதிக்கிறது.)
நடவடிக்கை எடுக்க வேண்டியவை :	முன்பு படிக்கப்பட வேண்டிய விஷயங்களாக இருந்த, இப்போது மக்களால் வாக்களிக்கப்பட வேண்டிய விஷயங்கள். (ஏற்கனவே விவாதிக் கப்பட்ட விஷயங்களை, மேற்கொண்டு விவாதிக்க இது அனுமதியளிக்கும். ஒரு முக்கியமான மாற்றம் தேவைப்பட்டால், மக்கள் அதை ஏற்றுக் கொள்வதற்குப் போதுமான நேரம் கொடுக்கப்படும்வரை இவ்விஷயத்தை, படிக்க வேண்டிய விஷயங்கள் வரிசையில் வைத்து விடுங்கள்.)

பிறர்மீது தாக்கத்தை ஏற்படுத்த செல்வாக்கு மிக்கவர்களை வழக்கத்திற்கு அப்பாற்பட்ட முறையில் உற்சாகப்படுத்துங்கள்

பெரும் மாற்றங்கள் மக்களை வியக்க வைக்கக்கூடாது. அவற்றைத் துளித் துளியாக, நாசூக்காக மக்களுக்குத் தெரியப்படுத்துவது, சம்பிரதாய சந்திப்பிற்கு அவர்களைத் தயார்படுத்தும்.

ஒவ்வொரு வருடமும் நான் என் முக்கியத் தலைவர்களிடம் ஒரு விஷயத்தைத் தவறாமல் கூறுவேன்: ஒவ்வொரு தலைவரும் இரண்டு வாளிகளைத் தங்களுடன் சுமந்து செல்கிறார்கள்.

ஒரு வாளியில் பெட்ரோலும் மற்றொரு வாளியில் தண்ணீரும் நிரப்பப்பட்டுள்ளன. நிறுவனத்தில் மாற்றத்திற்கான சாத்தியக்கூறைக் கண்டு மக்கள் பயந்து, எப்போதெல்லாம் விவாதம் என்னும் 'சிறிய நெருப்பு' ஏற்படுகிறதோ, செல்வாக்கு நிறைந்தவர்கள்தான் முதலில் அதைப் பற்றிக் கேள்விப்படுகின்றனர். சம்பவம் நடந்த இடத்திற்கு அவர்கள் வந்தவுடன், ஒன்று, வாளியில் நிரப்பப்பட்டுள்ள பெட்ரோலை வீசியெறிந்து, உண்மையிலேயே ஒரு பிரச்சனையை உருவாக்கலாம்; அல்லது மற்றொரு வாளியில் உள்ள தண்ணீரை அந்த நெருப்பில் வீசி எறிந்து, பிரச்சனையைத் தீர்க்கலாம். வேறு வார்த்தைகளில் கூறினால், செல்வாக்குடன் விளங்குபவர்கள் ஒரு தலைவரின் சொத்தாகவும் இருக்கலாம் அல்லது சுமையாகவும் இருக்கலாம்.

மாற்றங்கள் துளித் துளியாக, நாசூக்காக மக்களுக்குத் தெரியப்படுத்துவதற்குத் திட்டமிடப்பட வேண்டும்; இச்செயல்முறை நேர்மறையானதாக இருக்க வேண்டும். மாற்றங்கள் சம்பிரதாய முறையில் அறிமுகப்படுத்தப்படவிருக்கும் சந்திப்புக் கூட்டத்திற்கு மக்களை இவை தயார்படுத்த வேண்டும்.

மாற்றம் எவ்வாறு தங்களுக்குப் பயனளிக்கும் என்பதை மக்களுக்கு எடுத்துக் காட்டுங்கள்

ஊகம்: திட்டமிடப்பட்ட மாற்றம் மக்களுக்கு நன்மை பயப்பதாக இருக்க வேண்டும், தலைவருக்கு அல்ல. மக்கள்தான் முன்னிறுத்தப்பட வேண்டும்.

ஒரு பேருந்து நிலையத்தின் கதவில் இவ்வாறு எழுதப்பட்டிருந்தது: "பிறரது வசதிக்காக, தயவு செய்து கதவை மூடுங்கள்." ஆனால், அந்த அறிவிப்பு, "உங்கள் சொந்த வசதிக்காக, தயவு செய்து கதவை மூடுங்கள்," என்று மாற்றப்படும்வரை பெரும்பாலான சமயங்களில் திறந்தே இருந்தது. அறிவுப்பு மாற்றப்பட்டதிலிருந்து, கதவு எப்போதும் மூடியே இருந்தது. பெரும்பாலான நேரங்களில் தலைவர்கள் தங்கள் நிறுவனத்தின் கண்ணோட்டத்திலிருந்துதான் சிந்திக்கவும் வழிநடத்தவும் செய்கின்றனர், மக்களின் கண்ணோட்டத்திலிருந்து அல்ல.

மக்களுக்கு மாற்றத்திற்கான உரிமையைக் கொடுங்கள்

தலைவர்கள் திறந்த மனத்துடன் செயல்பட்டால், மாற்றங்களுக்கு மக்கள் உரிமை கொண்டாடுவார்கள். உரிமை

இன்றி, மாற்றங்கள் குறைந்த காலமே தாக்குப் பிடிக்கும். மக்களுடைய பழக்கங்களையும் சிந்தனை முறைகளையும் மாற்றுவது என்பது பனிப்புயலின்போது பனியில் விதிமுறைகளை எழுதுவதைப் போன்றது. விதிமுறைகளுடன் உரிமையும் சேர்த்து வழங்கப்படாதவரை, ஒவ்வொரு இருபது நிமிடங்களுக்கும் அவ்விதிமுறைகள் மீண்டும் மீண்டும் எழுதப்பட்டாக வேண்டும்.

மாற்றத்தின் உரிமையைப் பிறருக்கு வழங்குவது எப்படி

1. மாற்றங்களை மக்களுக்கு முன்கூட்டியே தெரியப் படுத்துங்கள். இது, மாற்றங்களால் ஏற்படக்கூடியவற்றைப் பற்றியும், அவை எவ்வாறு தங்களைப் பாதிக்கும் என்பதைப் பற்றியும் சிந்திக்க அவர்களுக்குப் போதுமான நேரத்தைக் கொடுக்கும்.

2. மாற்றத்திற்கான காரணங்களையும், மாற்றங்கள் எப்படி, எப்போது நிகழும் என்பதையும், அவற்றிற்கான ஒட்டுமொத்தக் குறிக்கோள்களையும் விளக்குங்கள்.

3. மாற்றம் எவ்வாறு தங்களுக்குப் பயனளிக்கும் என்பதை மக்களுக்கு எடுத்துக் காட்டுங்கள். மாற்றத்தின் விளைவாகப் பணியிலிருந்து நீக்கப்பட வாய்ப்புள்ள ஊழியர்களிடம் நேர்மையுடன் நடந்து கொள்ளுங்கள். அவர்களை முன்கூட்டியே எச்சரித்து விடுங்கள். தேவைப்பட்டால், வேறு வேலை தேடிக் கொள்வதற்கு அவர்களுக்கு உதவுங்கள்.

4. மாற்றத்தால் பாதிக்கப்படும் அனைவரையும், அதன் செயல்முறையின் அனைத்து நிலைகளிலும் பங்குகொள்ளும் படிக் கேட்டுக் கொள்ளுங்கள்.

5. கருத்துப் பரிமாற்றத்திற்கான வாய்ப்புகளை எப்போதும் திறந்த நிலையில் வைத்திருங்கள். மாற்றத்தைப் பற்றி விவாதிக்க மக்களுக்கு வாய்ப்பளியுங்கள். கேள்விகளையும், அபிப்பிராயங்களையும், கருத்துக்களையும் அளிக்க மக்களை உற்சாகப்படுத்துங்கள்.

6. மாற்றம் நடைமுறைப்படுத்தப்படும் காலம் முவமுதும் வளைந்து கொடுத்து, இணங்கத்தக்க வகையில் இருங்கள்.

7. மாற்றத்தின்மீது உங்களுக்குள்ள நம்பிக்கையையும் அர்ப்பணிப்பையும் தொடர்ந்து வெளிப்படுத்துங்கள். மாற்றத்தை நடைமுறைப்படுத்துவதற்கான அவர்களது

திறனில் நீங்கள் கொண்டுள்ள நம்பிக்கையை அவர்களுக்குச் சுட்டிக்காட்டுங்கள்.

8. மாற்றத்தை நடைமுறைப்படுத்துபவர்களுக்கு உற்சாகத்தையும், உதவியையும், பாராட்டுதல்களையும், அங்கீகாரத்தையும் வழங்குங்கள்.

மாற்றம் நிச்சயம் நிகழும்

“நாம் என்றேனும் மாறுவோமா?” என்பது கேள்வியாக அமையக்கூடாது. “எப்போது, எவ்வளவு மாறுவோம்?” என்பதுதான் கேள்வியாக இருக்க வேண்டும். மாற்றத்தைத் தவிர எதுவும் ஒரே மாதிரி இருப்பதில்லை. ஆரம்ப காலத்திலும்கூட, சொர்க்கத்திற்கு அழைத்துச் செல்லப்படும் வழியில் ஆதாம் ஏவாளிடம், “நாம் மாறும் காலத்தில் வாழ்கிறோம்,” என்று கூறியதாகத் தெரிவிக்கப்படுகிறது.

என்சிஆர் நிறுவனத்தின் தலைமை நிர்வாக அதிகாரி சார்லஸ் எக்ஸ்டீ இவ்வாறு கூறியுள்ளார். “நான் முப்பத்தாறு வருடங்களாகத் தொழில் உலகில் இருந்து வருகிறேன்; ஏராளமானவற்றைக் கற்றுள்ளேன். ஆனால், அவற்றில் பெரும்பாலானவை இப்போது நடைமுறைக்கு ஒத்து வராது.”

எழுத்தாளர் லிங்கன் பார்னெட் ஒருமுறை பிரின்ஸ்டன் பல்கலைக்கழகத்தின் ‘இன்ஸ்டிட்டியூட் ஃபார் அட்வான்ஸ்டு ஸ்ட்டி’யில் நடைபெற்ற ஓர் இயற்பியல் சொற்பொழிவில் கலந்துகொண்டுவிட்டு வெளியே வரும்போது, உடனிருந்த மாணவர்களில் ஒருவர் அவரிடம், “சொற்பொழிவு எப்படி இருந்தது?” என்று உற்சாகத்துடன் கேட்டார்.

“அற்புதம்! கடந்த வாரம் நாம் அறிந்த அனைத்தும் இப்போது உண்மையல்ல,” என்று அவர் பதிலளித்தார்.

நடப்புகால மாற்றங்களை அறிந்திருப்பதும், அவற்றைத் தன் நிறுவனத்துடன் தொடர்புபடுத்துவதும் ஒரு தலைவருக்கு நிரந்தரமான சவால். டாக்டர் ரிச்சர்டு கால்டுவெல்லின் கட்டுரையில் சுட்டிகாட்டப்பட்ட, கீழ்க்கண்ட தகவல்கள் போன்றவற்றைப் பற்றித் தலைவர்கள் அறிந்திருப்பது மிகவும் அவசியம். 1950களில் மதிக்கப்பட்டவற்றையும் 1990களில் மதிக்கப்பட்டவற்றையும் டாக்டர் கால்டுவெல் வேறுபடுத்திக் காட்டுகிறார்.

1950களில்	1990களில்
சேமித்தல்	செல்வழித்தல்
தாமதமான வெகுமதி	உடனடி வெகுமதி
உறுதியான நிலை	தயக்க நிலை
மரபு சார்ந்த போக்கு	மரபில் நம்பிக்கையற்றப் போக்கு
அக்கம்பக்கத்தார்	வாழ்க்கை முறை
நடுத்தர வர்க்கம்	உயர் வர்க்கம்
ஏற்றுமதி	இறக்குமதி
பொதுநலன்	தனிநபர் மேம்பாடு
தாயும் தந்தையும்	குழந்தைக் காப்பாளரும், குழந்தைகள் காப்பகமும்
பத்திரிகையாளர் மாநாடு	புகைப்படம் எடுத்துக் கொள்ளும் வாய்ப்பு
சாதனை	புகழ்
அறிவு	அறிமுக ஆவணங்கள்
உற்பத்தி செய்தல்	சேவை
கடமை	விவாகரத்து
'நாம்'	'நான்'

எல்லா மாற்றங்களும் மேம்பாட்டைத் தருவதில்லை, ஆனால் மாற்றங்கள் இன்றி மேம்பாடு ஏற்படுவதில்லை

மாற்றம் = வளர்ச்சி

அல்லது

மாற்றம் = துயரம்

மாற்றம் வாய்ப்புக்கான சாத்தியக்கூறையும் குறிக்கும், இழப்பிற்கான சாத்தியக்கூறையும் குறிக்கும். நான் கவனித்து வந்துள்ளபடி, மாற்றம் எப்போது துயரமானதாகும் என்றால்:

- முன்வைக்கப்பட்டுள்ள மாற்றம் ஒரு மோசமான யோசனையாக இருக்கும்போது

- முன்வைக்கப்பட்டுள்ள மாற்றம் செல்வாக்கு மிக்கவர்களால் ஏற்றுக் கொள்ளப்படாதபோது
- முன்வைக்கப்பட்டுள்ள மாற்றம் பயன் விளைவிக்கும் வகையில் மக்களுக்கு அறிமுகப்படுத்தப்படாதபோது
- முன்வைக்கப்பட்டுள்ள மாற்றம் தலைவர்களுக்கு மட்டுமே பயனளிப்பதாக உள்ளபோது
- முன்வைக்கப்பட்டுள்ள மாற்றம் கடந்தகாலத்தை மட்டுமே அடிப்படையாகக் கொண்டு அமைந்துள்ளபோது
- முன்வைக்கப்பட்டுள்ள மாற்றங்கள் ஏராளமானவையாகவும், வெகு விரைவிலேயே நிகழ்பவையாகவும் இருக்கும்போது

1950இல், ஃபார்ச்சூன் பத்திரிகை புகழ்பெற்றப் பதினோரு அமெரிக்கர்களிடம் 1980களில் வாழ்க்கை எப்படி இருக்கும் என்று கணிக்கும்படிக் கேட்டது. அந்த நாட்களில், அமெரிக்கா மூன்று பில்லியன் டாலர்களை வர்த்தக உபரியாக ஈட்டிக் கொண்டிருந்தது. எனவே, முப்பது வருடங்களுக்குப் பிறகு வர்த்தக இழப்பு ஏற்படும் என்பதை யாரும் கணித்திருக்கவில்லை. 1980க்குள் கப்பல்கள், விமானங்கள், புகை வண்டிகள், மற்றும் தனிநபர் வாகனங்கள் அனைத்தும் அணுசக்தியால் எரியூட்டப்—படும் என்பதில் ஆர்சிஏவின் தலைவர் டேவிட் சார்னாஃப் உறுதியாக இருந்தார். வீடுகளில் அணுமின் உலைகள் இருக்கும் என்றும், இலக்கு நிர்ணயிக்கப்பட்ட ஏவுகணைகள் அஞ்சல்களையும் பிற சரக்குப் பொருட்களையும் அதிக தூரமுள்ள இடங்களுக்கு எடுத்துச் செல்லும் என்றும் அவர் கூறினார். 1980க்குள் ஏழ்மை ஒழிக்கப்பட்டுவிடும் என்று டைம் பத்திரிகையின் தலைமைப் பதிப்பாசிரியர் ஹென்றி ஆர். லூஸ் கணித்தார். முப்பது வருடங்களுக்குப் பிறகு ஆற்றல் இலவசமாகக் கிடைக்கும் என்று கணித வல்லுனர் ஜான் வான் நியூமேன் எதிர்பார்த்தார்.

மாறுவதற்கு இன்னும் நேரமிருக்கிறது

மேக்ஸ் டிப்ரீ இவ்வாறு கூறியுள்ளார்: "முடிவில், நாம் எப்படி இருக்கிறோமோ, தொடர்ந்து அப்படியே இருந்து கொண்டிருந்தால், நாம் என்னவாக ஆக வேண்டுமோ அதுவாக ஆக முடியாது என்பதை நினைவில் கொள்வது முக்கியம்." நீங்கள் மாறுவதை நிறுத்திவிட்டால், உங்கள் வளர்ச்சியும் நின்றுவிடும் என்பது முற்றிலும் உண்மை.

ஆல்ஃபிரெட் நோபல் என்ற பெயரைக் கேட்கும்போது நீங்கள் என்ன நினைக்கிறீர்கள்? அமைதிக்கான நோபல் பரிசு உங்கள் நினைவிற்கு வரக்கூடும். ஆனாலும், அது அவரது கதையின் இரண்டாம் அத்தியாயம் மட்டும்தான். ஆல்ஃபிரெட் நோபல் சுவீடன் நாட்டைச் சேர்ந்த ஒரு வேதியியல் வல்லுனர். அவர் டைனமைட் மற்றும் பிற சக்திமிக்க வெடிபொருட்களைக் கண்டுபிடித்ததன் மூலம் பெரும் சொத்துக்களைக் குவித்தார். அவரது சகோதரர் இறந்தபோது, ஒரு செய்தித்தாள் அவரது சகோதரருக்குப் பதிலாக அவருடைய இரங்கல் செய்தியைத் தவறுதலாக வெளியிட்டு விட்டது. இறந்துபோனவர், இதற்குமுன் பார்த்திராத அளவில் மக்கள் ஒருவரை ஒருவர் கொல்வதை ஊக்குவித்ததன் மூலம் பணக்காரரானவர் என்று அவரைப் பற்றி அது விளக்கியிருந்தது. இக்கணிப்பால் தடுமாறிப் போன நோபல், அன்றிலிருந்து தன் சொத்துக்களை மனிதகுலத்தின் நன்மைக்குப் பயன்படுத்தப் போவதாக உறுதி பூண்டார். தான் இறந்த பிறகு பிறர் தன் வாழ்வை அலசி ஆராய்ந்து மதிப்பீடு செய்வதை, தான் உயிரோடு இருக்கும்போதே காணக்கூடிய ஓர் அரிய வாய்ப்பை அவர் பெற்றிருந்ததோடு, அதை முழுமையாக மாற்றியமைக்கும் வகையில் நீண்ட காலம் வாழும் பாக்கியத்தையும் பெற்றிருந்தார்.

உங்கள் இரங்கல் செய்தியை நீங்கள் பத்திரிகையில் படிக்க முடியும் என்று நான் நம்பவில்லை. இருந்தாலும், மாறுவதற்கு உங்களால் இன்று முடிவெடுக்க முடியும். மாற்றம் வெற்றியடைந்தால், நீங்கள் திரும்பிப் பார்த்து, அதை வளர்ச்சி என்று கூறுவீர்கள்.

ஐந்து

தலைமைத்துவத்தை விரைவில் அடைவதற்கான வழி: தீர்வு காணல்

தாங்கள் எவ்வாறு செயலாற்ற வேண்டுமோ, அவ்வாறு மக்கள் செயலாற்றாததற்கு நான்கு பொதுவான காரணங்கள் உள்ளன என்று 'கோச்சிங் ஃபார் இம்ப்ரூவ்டு பெர்ஃபாமன்ஸ்'ல் ஃபோர்னீஸ் கூறுகிறார்.

1. தாங்கள் என்ன செய்ய வேண்டும் என்பது அவர்களுக்குத் தெரிவதில்லை.
2. தாங்கள் அதை எப்படிச் செய்ய வேண்டும் என்பது அவர்களுக்குத் தெரிவதில்லை.
3. தாங்கள் ஏன் அதைச் செய்ய வேண்டும் என்பது அவர்களுக்குத் தெரிவதில்லை.
4. அவர்களது கட்டுப்பாட்டையும் மீறிய தடைகள் உள்ளன.

மக்கள் தங்கள் முழு ஆற்றலுடன் செயல்படாததற்கான இக்காரணங்கள் அனைத்திற்கும் தலைமைத்துவம்தான் பொறுப்பு ஏற்க வேண்டும். முதல் மூன்று காரணங்களும் ஒரு வேலையைத் துவங்குவது தொடர்பானவை. ஒரு பயிற்சித் திட்டம், வேலை விளக்கம், முறையான கருவிகள், நோக்கம், மற்றும் நல்ல கருத்துப் பரிமாற்றத் திறமை ஆகியவை, முதல் மூன்று விஷயங்களை ஆற்றலுடன் தீர்த்து வைப்பதில் பெரும் பங்கு வகிக்கும்.

பல மக்கள் தங்கள் முழு செயற்திறனை அடைவதில் தோல்வியை ஏற்படுத்தும் இந்த நான்காவது காரணத்தைப் பற்றி இந்த அத்தியாயத்தில் பார்க்கலாம். வேலையில், வீட்டில்,

வாழ்வில் என்று எல்லா இடங்களிலும் பிரச்சனைகள் தொடர்ந்து ஏற்பட்டுக் கொண்டுதான் இருக்கும். நான் பார்த்தவரையில், பிரச்சனைகளை மக்கள் விரும்புவதில்லை; அவற்றால் விரைவில் சோர்வுற்று—விடுகின்றனர்; அவற்றிலிருந்து தப்பி ஓட அவர்கள் எதை வேண்டுமானாலும் செய்வார்கள். இச்சூழ்நிலை அவர்களைத் தலைமைத்துவத்தின் கடிவாளத்தை உங்கள் கையில் ஒப்படைக்கச் செய்கிறது — நீங்கள் விரும்பினால் அவர்களது பிரச்சனையைத் தீர்க்கலாம் அல்லது பிரச்சனைகளுக்குத் தீர்வு காண அவர்களுக்குப் பயிற்சியளிக்கலாம். பிரச்சனைகளுக்குத் தீர்வு காணும் உங்கள் திறமை எப்போதும் தேவைப்படும். ஏனெனில், மக்களுக்கு எப்போதும் பிரச்சனைகள் இருந்துகொண்டே இருக்கும். பிரச்சனைகள் ஏற்படும்போது அவற்றுக்குத் தீர்வு காண அவர்கள் எங்கே போகின்றனர் என்பதைக் கவனியுங்கள் (கீழே கொடுக்கப்பட்டுள்ள வரைபடத்தைப் பாருங்கள்).

பெரும்பாலும் மக்கள் ஒரு பிரச்சனையை எடுத்துக் கொண்டு செல்லுமிடம்

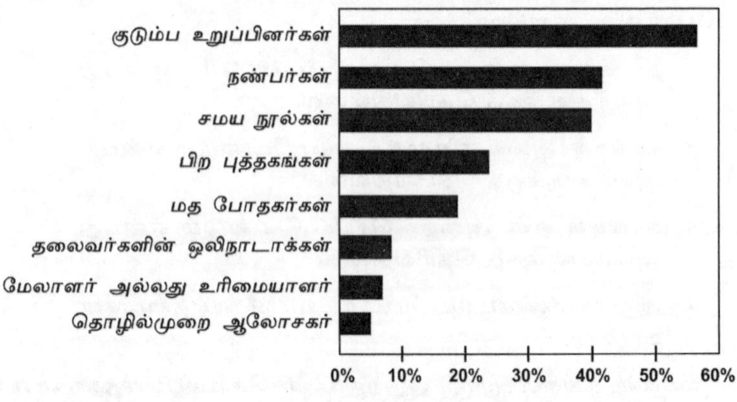

பிரச்சனைகளை ஆற்றலுடன் தீர்ப்பதற்குத் தேவையான இரண்டு விஷயங்களைப் பற்றி இந்த அத்தியாயம் எடுத்துரைக்கும்: சரியான மனப்போக்கு மற்றும் சரியான திட்ட நடவடிக்கை.

இந்த இரண்டையும் மேலும் ஆராய்வதற்கு முன், மக்களையும் அவர்கள் பிரச்சனைகளையும் பற்றி நான் நான் பார்த்துள்ளவற்றை உங்களுடன் பகிர்ந்து கொள்ள விரும்புகிறேன்.

நம் எல்லோருக்கும் பிரச்சனைகள் இருக்கின்றன

சில சமயங்களில், பிரச்சனைகள் நம்மை மூழ்கடித்துவிடுகின்றன. என் நண்பர் ஜோவிற்கும் இதுதான் நிகழ்ந்தது. ஜோ தன் வீட்டைவிட்டுக் கிளம்பி வேலைக்குச் செல்வதற்குள் அவருக்கு நான்கு தொலைதூரத் தொலைபேசி அழைப்புகள் வந்துவிட்டன. அவரைச் சுற்றி இருந்த அனைவரும் பிரச்சனைக்குள்ளாகி இருந்ததுபோல் தோன்றியது. ஜோ அன்றே விமானத்தில் கிளம்பி வந்து தங்களுக்கு உதவ வேண்டும் என்று அவர்கள் ஒவ்வொருவரும் விரும்பினர். கடைசியில், ஜோ தன் மனைவியிடம் தனக்குக் காலை உணவு வேண்டாம் என்று கூறிவிட்டு, வீட்டைவிட்டு விரைவாக வெளியேறினார். தன் காரைக் கிளப்ப முயற்சித்தபோது, கார் கிளம்பவில்லை. எனவே ஒரு டாக்ஸியை அழைத்தார். டாக்ஸிக்காகக் காத்துக் கொண்டிருக்கும்போது, இன்னொரு பிரச்சனையுடன் இன்னொரு அழைப்பு வந்தது. இறுதியில், டாக்ஸி வந்ததும் ஜோ வெளியே விரைந்தார். டாக்ஸியின் பின் இருக்கைக்குள் புகுந்து, “சரி, போகலாம்,” என்று கத்தினார்.

“நீங்கள் எங்கே போக வேண்டும்?” என்று ஓட்டுனர் கேட்டார்.

“அதைப் பற்றி எனக்குக் கவலையில்லை. எங்காவது போங்கள். எனக்கு எல்லா இடங்களிலும் பிரச்சனைகள் இருக்கின்றன,” என்று கத்தினார்.

சில சமயங்களில் கடந்தகாலச் சந்ததியினரைவிட நமக்கு அதிகமான பிரச்சனைகள் இருப்பதாக நாம் நினைக்கிறோம். ‘வாட் இஸ் ரைட் வித் அமெரிக்கா’வில் டுவைட் பாம்பேக்கின் வார்த்தைகளை நினைத்துப் பார்த்த பிறகு, என்னுடைய இந்த எண்ணத்தை நினைத்து நான் சிரித்தேன்.

> 1929இல் பல குடும்பங்களைச் சீரழித்தப் பெரும் பங்குச் சந்தை வீழ்ச்சி ஏற்பட்டபோதும் அமெரிக்காவின் வயது முதிர்ந்தவர்கள் அதைச் சமாளித்து வாழ்க்கை நடத்தினர்; அதன் தொடர்ச்சியாகப் ஏற்பட்டப் பொருளாதாரச் சரிவுகள்; வாஷிங்டனில் இராணுவப் படைகளால் விரட்டியடிக்கப்பட்ட, அனுபவம் வாய்ந்த இராணுவ வீரர்களின் ‘போனஸ் அணிவகுப்பு’; ‘நியூ டீல்’ என்று அழைக்கப்பட்ட, தொடர்ச்சியான பொருளாதாரத் திட்டங்கள் நடைமுறைப்படுத்தப்—பட்ட வருடங்கள்; பேர்ல் ஹார்பர்; பிலிப்பைன்ஸில் ஏற்பட்ட இழப்புகள்; 1940களில் இராணுவத்தில்

பணிபுரிந்த, நீண்ட நாட்களையும் இரவுகளையும் கொண்ட வருடங்கள்; ஐரோப்பாவிலும் பசிபிக் பெருங்கடலிலும் நடந்த சண்டைகள்; பல்ஜ் போர்; ஜப்பான் சரணடைந்த நாள்; அமெரிக்காவில் நம்பிக்கையுடன் துவக்கப்பட்ட ஐக்கிய நாடுகள் சபை; அணுகுண்டு; ஐரோப்பாவில் மார்ஷல் திட்டம்; கொரியப் போர்; பிக்ஸ் விரிகுடா ஆக்கிரமிப்பு; கியூபா ஏவுகணைப் பிரச்சனை; அதிபர் கென்னடி, பாபி கென்னடி, மார்ட்டின் லூதர் கிங் ஜூனியர் ஆகியோரது படுகொலை; உரிமைப் போராட்டம்; வியட்னாம் போர்; நிலவில் அமெரிக்கர்கள்; வாட்டர்கேட் மோசடியும், அதிபர் மற்றும் துணை அதிபரின் பதவி விலகல்களும்; ஆற்றல் நெருக்கடி; 'மூன்று—மைல்' தீவு; ஈரான் பிணைக்கைதிகள்; 1981இல் ஒரு புதிய அதிபர் சுடப்பட்டது; லெபனானில் அமெரிக்கத் தூதரகத்திலும் நூற்றுக்கணக்கான மாலுமிகள்மீதும் குண்டுகள் போடப்பட்டது; வரலாற்றிலேயே அதிக வர்த்தக இழப்புடன் நாடு கடனுக்குள்ளானது; எப்படிப்பட்டக் காலகட்டம்!

நாம் பால் ஹார்வீயின் வார்த்தைகளை நினைவில் கொள்ள வேண்டும்: "இது போன்ற சமயங்களில், இது போன்ற சமயங்கள் முன்பும் இருந்திருக்கின்றன என்று நாம் நினைத்துப் பார்ப்பது நமக்கு மிகவும் உதவும்."

பிரச்சனைகள் வாழ்க்கைக்கு ஓர் அர்த்தத்தைக் கொடுக்கின்றன

ஓர் அறிவார்ந்த தத்துவவியலாளர் இவ்வாறு கூறியுள்ளார்: ஒரு கழுகு பெரும் வேகத்துடன் எளிதாகப் பறப்பதற்கு, அது தகர்த்தெறிய வேண்டிய ஒரே முட்டுக்கட்டை காற்று மட்டும்தான். ஆனால், அந்தக் காற்று முழுவதும் உறிஞ்சப்பட்டிருக்கும் வெற்றிடத்தில் அந்தப் பெருமைமிகு பறவை பறக்க நேருமானால், அது அக்கணமே கீழே விழுந்துவிடும். எந்தப் பொருள் பறப்பதற்குத் தடையாக உள்ளதோ, அதே பொருள்தான் பறப்பதற்கேற்ற சூழலாகவும் அமைகிறது.

> மக்கள் தங்கள் கண்ணோட்டங்களை மாற்ற வேண்டும், தங்கள் பிரச்சனைகளை அல்ல.

ஒரு விசைப்படகு எதிர்கொள்ள வேண்டிய முக்கியமான தடை, அதன் சுழல்விசிறியை எதிர்த்து வரும்

தண்ணீர்தான். ஆனால், அந்தத் தண்ணீர் இல்லாமல், அந்தப் படகால் நகரக்கூட முடியாது.

முட்டுக்கட்டைகள்தான் வெற்றிக்கான சூழ்நிலைகள் என்ற இதே விதி மனித வாழ்விலும் உண்மை. முட்டுக்கட்டைகளும் சிரமங்களும் இல்லாத வாழ்க்கை, எல்லா சாத்தியக்கூறுகளையும் சக்திகளையும் ஒன்றுமில்லாமல் செய்துவிடும். வாழ்க்கையிலிருந்து பிரச்சனைகளை முற்றிலுமாக நீக்கிவிட்டால், வாழ்க்கை தன் படைப்பு சக்தியை இழந்துவிடும். அதிகமான மக்களின் அறியாமை எனும் பிரச்சனை, கல்விக்கு ஓர் அர்த்தத்தைக் கொடுக்கிறது. ஆரோக்கியம் குறித்த பிரச்சனை மருத்துவத்திற்கு அர்த்தத்தைக் கொடுக்கிறது. சமூகச் சீர்கேடுப் பிரச்சனை அரசாங்கத்திற்கு அர்த்தத்தைக் கொடுக்கிறது.

அமெரிக்காவின் தென்பகுதியில், பஞ்சு கொடிகட்டிப் பறந்து கொண்டிருந்தபோது, பால் வீவில் என்னும் பூச்சியினம் மெக்சிகோவிலிருந்து அமெரிக்காவுக்கு வந்து, மொத்தப் பஞ்சுப் பயிர்களையும் நாசம் செய்தது. இதனால், விவசாயிகள் சோயாபீன்ஸ், நிலக்கடலை போன்ற பல வகைப்பட்டப் பயிர்களை வளர்க்க வேண்டிய கட்டாயத்திற்கு உள்ளானார்கள். தங்கள் நிலத்தில் கால்நடைகள், கோழிகள், பன்றிகள் ஆகியவற்றை வளர்க்கக் கற்றுக் கொண்டனர். இதன் விளைவாக, விவசாயிகள் பஞ்சை மட்டும் உற்பத்தி செய்து கொண்டிருந்த காலத்தைவிடச் செழிப்பாக வாழ்ந்தனர்

இதனால் மிகவும் மகிழ்ச்சியடைந்த அலபாமா மாநிலத்திலுள்ள என்டர்பிரைஸ் எனும் ஊரில் இருந்த மக்கள், 1910இல் பால் வீவில் பூச்சிக்கு ஒரு நினைவுச் சின்னத்தை எழுப்பினர். ஓரினப் பயிர் முறையிலிருந்து கலப்பினப் பயிர்களை வளர்க்கத் துவங்கியவுடன், அவர்கள் செல்வந்தர்களானார்கள். அந்த நினைவுச் சின்னத்தில் பொறிக்கப்பட்டிருக்கும் வாசகம் இது: "எங்கள் வாழ்வில் செழிப்பைக் கொண்டு வருவதற்கு ஏராளமானவற்றைச் செய்ததற்காகப் பால் வீவில்களுக்கு எங்கள் ஆழ்ந்த பாராட்டுக்கள்."

பிரச்சனைகளையும் பொறுப்புகளையும் நம் வாழ்விலிருந்து முற்றிலுமாக நீக்கிட வேண்டும் என்ற மனப்போக்கை நாம் நம் வாழ்நாள் முழுவதும் கொண்டிருக்கிறோம். அப்படிப்பட்டத் தூண்டுதல் ஏற்படும்போது, ஒரு தனிமையான, வயதான மனிதரைக் கேள்வி கேட்ட இளைஞனை நினைத்துக் கொள்ளுங்கள்: "வாழ்வில் மிகவும் கடினமான சுமை எது?"

என்று அவன் அவரிடம் கேட்டான். அதற்கு அவர், "சுமப்பதற்கு ஒன்றும் இல்லாதது!" என்று வருத்தத்துடன் பதிலளித்தார்.

ஈடு இணையற்றப் பல மக்கள் தங்கள் வாழ்வில் பிரச்சனைகளைத் தாண்டி வந்துள்ளனர்

எல்லாக் காலங்களில் மாபெரும் சிந்தனையாளர்களின் மாபெரும் சிந்தனைகள் நெருப்பைக் கடந்து செல்ல வேண்டியிருந்தன. புன்யன், 'பில்கிரிம்ஸ் புரோக்ரஸ்' என்ற புத்தகத்தைத் தான் சிறையிலிருந்தபோது எழுதினார். தன் படுக்கையைவிட்டு எழுந்திருக்க முடியாதபடி நோய்வாய்ப்பட்டிருந்த புளோரன்ஸ் நைட்டிங்கேல் இங்கிலாந்திலுள்ள மருத்துவமனைகளை ஒழுங்குபடுத்தினார். பாதி முடக்கப்பட்ட நிலையிலும், நிரந்தரமான வாதத்தாலும் அல்லலுற்ற லூயி பாஸ்டர், நோய்களை ஒடுக்குவதில் தளராத உறுதியுடன் இருந்தார். அமெரிக்க வரலாற்றாசிரியர் பிரான்சிஸ் பார்க்மேன், தன் வாழ்நாளின் பெரும் பகுதியில், தொடர்ந்து ஐந்து நிமிடம்கூட வேலை செய்ய முடியாமல் பெரிதும் துன்புற்றார். அவரது கண் பார்வை மிகவும் மோசமடைந்திருந்தது. அவரால் பெரிய அளவில் இருந்த வார்த்தைகளை மட்டுமே தட்டுத் தடுமாறிப் படிக்க முடிந்தது. இருந்தாலும், வரலாற்றின் இருபது அற்புதமான புத்தகத் தொகுதிகளை அவர் எழுதியுள்ளார்."

> திட்டங்கள் பல; கொள்கைகள் வெகு சில. திட்டங்கள் மாறும்; கொள்கைகள் ஒருபோதும் மாறுவதில்லை.

பென்சில்வேனியாவிலுள்ள வேலி ஃபோர்ஜ் என்னுமிடத்தில் உள்ள பனியில் ஒரு மனிதரைப் புதையுங்கள், ஒரு ஜார்ஜ் வாஷிங்டன் தோன்றுவார். அந்நபரை மோசமான ஏழ்மையில் வளர்த்தெடுங்கள், ஓர் ஆபிரகாம் லிங்கன் உருவெடுப்பார். அவரைக் குழந்தைப் பருவ முடக்குவாதத்தால் தாக்குங்கள், அவர் ஒரு ஃபிராங்க்ளின் ரூஸ்வெல்ட்டாக மாறுவார். அவரது கால்களை நெருப்பில் வாட்டியெடுங்கள், 1934இல் ஓட்டத்தில் உலக சாதனை புரிந்த கிளென் கன்னிங்காம் கிடைப்பார். அவரை இனப்பாகுபாடு நிறைந்த ஒரு சமூகத்தில் கறுப்பராகப் பிறக்கச் செய்யுங்கள், ஒரு புக்கர் டி. வாஷிங்டன், ஒரு மேரியன் ஆன்டர்சன், ஒரு ஜார்ஜ் வாஷிங்டன் கார்வர், அல்லது ஒரு மார்ட்டின் லூதர் கிங் ஜூனியர் கிடைப்பார்கள். அவரைப் பைத்தியக்காரன் என்றும், மெதுவாகக் கற்பவர் என்றும், கற்றுக்

கொள்ளவே முடியாதவர் என்றும் கூறுங்கள், ஆல்பர்ட் ஐன்ஸ்டீன் தோன்றுவார்.

இவை அனைத்தையும் டாலி பார்ட்டன் இவ்வார்த்தைகளில் தொடுத்துக் கூறுகிறார்: "நான் இதை எப்படிப் பார்க்கிறேன் என்றால், உங்களுக்கு வானவில் வேண்டுமென்றால், நீங்கள் மழையைப் பொறுத்துக் கொண்டுதான் ஆக வேண்டும்."

என் பிரச்சனை, என் பிரச்சனை அல்ல

ஒரு பெரும் பிரச்சனையில் உள்ள ஒருவருக்கும், ஒரு பெரும் பிரச்சனையை உருவாக்குபவருக்கும் இடையே வானளவு வேறுபாடு உள்ளது. பல வருடங்கள், நான் ஒரு வாரத்திற்கு இருபது முதல் முப்பது மணிநேரம்வரை மக்களுக்குக் கருத்துரை வழங்குவதில் ஈடுபட்டிருந்தேன். என்னைப் பார்க்க வந்த மக்கள் உண்மையிலேயே பெரும் பிரச்சனையைக் கொண்டவர்களாக இருக்க வேண்டுமென்பதில்லை என்பதை நான் விரைவிலேயே கண்டுகொண்டேன். அவர்கள் அனைவரும் பிரச்சனைகளைப் பற்றித் தேவைக்கு அதிகமாகவே விழிப்புணர்வுடன் இருப்பவர்கள் என்பதையும், தங்கள் கஷ்டங்களால் மன இறுக்கத்திற்கு ஆளாகியிருப்பவர்கள் என்பதையும் நான் அறிந்தேன். துவக்கத்தில் வெகுளித்தனமாக, நான் அவர்களது பிரச்சனைகளைத் தீர்க்க முயல்வேன் பிறகு பார்த்தால், அவர்கள் வெளியில் சென்று இன்னொரு பிரச்சனையுடன் திரும்பி வருவார்கள்.

அவர்களுடைய 'பிரச்சனைகள்' அவர்களது உண்மையான பிரச்சனைகள் அல்ல. அவர்களுடைய பிரச்சனை என்னவென்றால், 'பிரச்சனைகளுக்கு' அவர்கள் தவறான முறையில் செயல்விடை அளித்து, அதன்மூலம் தங்கள் 'பிரச்சனைகளை' உண்மையான பிரச்சனைகளாக்குகின்றனர். எனக்கு என்ன ஏற்படுகிறது என்பது முக்கியமல்ல; எனக்குள் என்ன ஏற்படுகிறது என்பதுதான் முக்கியம்.

> உங்களுக்கென்று வரையறுத்துக் கொண்டுள்ள உயர்ந்த இலட்சியப் பாதையிலேயே எப்போதும் செல்லுங்கள்.

ஃபிராங்க்ளின் ரூஸ்வெல்ட், ஹெலன் கெல்லர், வின்ஸ்டன் சர்ச்சில், ஆல்பர்ட் ஸ்வைட்சர், மகாத்மா காந்தி, ஆல்பர்ட் ஐன்ஸ்டீன் போன்ற மிகவும் வெற்றிகரமான முன்னூறு மனிதர்களைப் பற்றிய ஆய்வு, கீழ்க்கண்ட முடிவை வெளிப்படுத்தியது: அவர்களில் நான்கில் ஒரு பகுதியனர்

பார்வையின்மை, செவிட்டுத் தன்மை, அல்லது வாதத்தால் முடக்கப்பட்டக் கால்கள் போன்ற குறைபாடுகளுடன் இருந்தனர். நான்கில் மூன்று பகுதியினர் ஏழ்மையிலும், சிதைவுபட்டக் குடும்பங்களிலிருந்தும், அல்லது அளவுக்கு அதிகமான நெருக்கடியான சூழ்நிலைகளிலிருந்தும் வந்துள்ளனர்.

பல்லாயிரக்கணக்கான மக்கள் தங்கள் பிரச்சனைகளிலிருந்து வெளிவர முடியாமல் இருக்கும்போது, இந்த சாதனையாளர்களால் மட்டும் எப்படி அவற்றைத் தாண்டி வர முடிந்தது? தோல்விக்கான பொதுவான சாக்குப்போக்குகளைப் பற்றிக்கொள்ள அவர்கள் மறுத்தனர். முட்டுக்கட்டைகளை முன்னேற்றத்திற்கான படிகளாக அவர்கள் மாற்றினர். வாழ்வில் அனைத்து சூழ்நிலைகளையும் தங்களால் தீர்மானிக்க முடியாது என்பதை அவர்கள் உணர்ந்திருந்தனர். ஆனால், ஒவ்வொரு சூழ்நிலையிலும் தாங்கள் எந்த மனப்போக்கைத் தேர்ந்தெடுக்க வேண்டும் என்பதை அவர்கள் தீர்மானித்தனர்.

ஒரு தேவாலயப் பாடற்குழு ஓர் இசைப் போட்டியில் கலந்து கொள்வதற்குப் பணம் திரட்டுவதற்காகப் பிறரது கார்களைக் கழுவித் தருவதாக அறிவித்தது. சுறுசுறுப்பான காலை வேளைக்குப் பின், மதிய நேரத்தில் மழை கொட்டத் துவங்கியது. எனவே, வாடிக்கையாளர்களின் வரவு நின்றுவிட்டது. இறுதியில், ஒரு பெண் இந்த சுவரொட்டியை அச்சிட்டார்: “நாங்கள் கழுவுகிறோம்; [வானத்தை நோக்கி வரையப்பட்ட ஓர் அம்புக்குறியுடன்] அவர் அலசுகிறார்.”

சமீபத்தில், லாஸ் ஏஞ்சலிஸ் பத்திரிகை இந்த மேற்கோளை வெளியிட்டது: “ஏதேனும் ஒன்று தவறாகப் போகும்போது உங்களால் புன்னகைக்க முடிந்தால், நீங்கள் ஒரு முட்டாள் அல்லது பழுது நீக்குபவர்.” நான் இதையும் சேர்த்துக் கொள்வேன்: அல்லது ஒரு தலைவராக உருவாகிக் கொண்டிருப்பவர் — உங்களுக்கு இருக்கும் ஒரே பிரச்சனை உங்களுடைய தவறான பதில்நடவடிக்கையால் ஒரு விஷயத்தைப் பிரச்சனையாக மாற அனுமதித்ததுதான் என்பதை உணர்பவர். பிரச்சனைகள் தற்காலிகமாக உங்களை நிறுத்தி வைக்கலாம். அதை நிரந்தரமாக்கக்கூடியவர் நீங்கள் ஒருவர் மட்டும்தான்.

ஒரு பிரச்சனை என்பது என்னால் ஏதோ ஒரு நடவடிக்கை எடுக்கப்படக்கூடிய ஒரு விஷயம்தான்

என் நண்பரும் அறிவுரையாளருமான ஃபிரெட் சுமித் இந்த உண்மையை எனக்குக் கற்றுத் தந்தார். ஒரு பிரச்சனை குறித்து என்னால் ஏதும் செய்ய முடியவில்லை என்றால், அது என் பிரச்சனையே அல்ல; அது வாழ்வின் ஓர் உண்மை.

1925இல், ஷேவிங் கிரீம் தயாரித்து விற்றுக் கொண்டிருந்த ஓர் அமெரிக்க நிறுவனத்தினர், தங்கள் சாலையோர விளம்பரங்களின் பயன்பாடு குறித்துக் கவலைப்பட்டனர். அதிவேக வாகனங்கள் அறிமுகப்படுத்தப்பட்டுள்ள நிலையில், ஒருவருக்கும் விளம்பரப் பலகைகளில் உள்ள தங்கள் விளம்பரத்தைப் படிப்பதற்கு நேரமில்லை என்று அவர்கள் கவலை கொண்டனர். எனவே, பர்மா ஷேவ் என்ற அந்நிறுவனம், அதிவேகமாகச் செல்லும் வாகனங்களிலிருந்தும் வாசிக்கக்கூடிய வகையில் சாலைகளில் தொடர்ச்சியான பல சிறிய அறிவிப்புப் பலகைகளைப் போதுமான இடைவெளிகளில் வைத்தது. தனித்துவமிக்க இந்த விளம்பர அணுகுமுறையால், பர்மா ஷேவிங் கிரீம் நாற்பத்தாறு வருடங்களுக்கு எல்லோருடைய வீட்டிலும் வலம் வந்தது.

மாறிக் கொண்டிருக்கும் ஒரு சமுதாயத்தில், பர்மா ஷேவ் நிறுவனம் தன்னை நிலைநிறுத்திக் கொள்ள, படைப்புத் திறனுடன் செயல்பட்டது. ஒரு பிரச்சனைக்கு விடை இல்லை என்றால், முதலில் அங்கு பிரச்சனையே இல்லை என்று பொருள் — அது வாழ்வின் ஓர் உண்மை, அவ்வளவுதான். ஒரு பிரச்சனைக்குத் தீர்வு இல்லை என்று நீங்கள் முடிவுக்கு வருவதற்கு முன் எச்சரிக்கையுடன் செயல்படுங்கள். வேறு யாரேனும் அதற்குரிய தீர்வைக் கண்டுபிடிக்கக்கூடும்.

ஒரு பிரச்சனை நெருக்கடியாக மாறுவதற்கு முன் அதை உணர்ந்து கொள்ளும் திறன்தான் ஒரு தலைவருக்கான பரிசோதனை

மிகச் சிறப்பான தலைமைத்துவத்தின்கீழ், எந்தவொரு பிரச்சனையும் பூதாகாரமாக வளர்வதில்லை; ஏனெனில், முளையிலேயே அது அடையாளம் காணப்பட்டு, அதற்குத் தீர்வு காணப்பட்டுவிடுகிறது.

வழக்கமாக, சிறந்த தலைவர்கள் ஒரு பிரச்சனையை, பின்வரும் இந்த வரிசை முறையில் அறிந்து கொள்வார்கள்:

1. பிரச்சனையைப் பார்ப்பதற்கு முன்பே, அதை உணர்ந்து கொள்வார்கள் (உள்ளுணர்வு).

2. அவற்றைத் தேடத் துவங்கி, அவற்றைப் பற்றிக் கேள்விகள் கேட்பார்கள் (ஆர்வம்).
3. விபரங்களை ஒன்றுதிரட்டுவார்கள் (செயல்படுத்துதல்).
4. தங்கள் உணர்வுகளையும் கண்டுபிடிப்புகளையும் நம்பிக்கைக்குரிய சில கூட்டாளிகளுடன் பகிர்ந்து கொள்வார்கள் (கருத்துப் பரிமாற்றம் செய்தல்).
5. பிரச்சனையை வரையறுப்பார்கள் (எழுதுதல்).
6. தங்கள் வளங்களைப் பரிசோதிப்பார்கள் (மதிப்பீடு செய்தல்).
7. ஒரு முடிவெடுப்பார்கள் (வழிநடத்துதல்).

சிறந்த தலைவர்கள் பார்வையற்றவர்களாக இருப்பதில்லை. கடினமான விஷயங்கள் தங்களைத் தாக்குவதில்லை; எதிர்காலத்தில் வரக்கூடிய, ஆனால் தாங்கள் எதிர்பார்க்காத விஷயங்கள்தான் தங்களைத் தடுமாறச் செய்கின்றன என்பதை அவர்கள் உணர்ந்துள்ளனர். எனவே, பின்னால் வரக்கூடிய பிரச்சனைகளையும், அவற்றைத் தங்களால் தீர்க்க முடியுமா என்பதைப் பற்றியும் உணர்த்தக்கூடிய அடையாளங்களையும் அறிகுறிகளையும் அவர்கள் எப்போதும் கூர்ந்து கவனித்துக் கொண்டேயிருக்கின்றனர். இன்டியானா மாநிலத்திலுள்ள ஒரு பண்ணையைச் சுற்றி அமைந்துள்ள வேலியில், அத்துமீறி நுழைபவர்களைத் தடுப்பதற்காக இந்த அறிவிப்புப் பலகை தொங்கவிடப்பட்டுள்ளது: “நீங்கள் இந்த நிலத்தைக் கடக்கிறீர்கள் என்றால், 9.8 நொடிகளில் கடந்து விடுங்கள். எங்கள் காளை மாடு அதை 10 நொடிகளில் கடந்துவிடும்.” அத்துமீறி நுழைபவர்கள் இந்தப் பிரச்சனையைக் கையாள்வதைப் போலவே, சிறந்த தலைவர்களும் தங்கள் பிரச்சனைகளைக் கையாள்கின்றனர்.

தலைவர்களின் திறமையை, அவர்கள் கையாளும் பிரச்சனைகளின் அளவைக் கொண்டு தீர்மானிக்கலாம்

‘பீனட்ஸ்’ கேலிச்சித்திரங்களில் ஒன்றில் சார்லி பிரவுன், “என்னால் தப்பியோட முடியாத பிரச்சனையே கிடையாது,” என்று கூறுவான். நாம் அனைவரும், பின்வரும் இந்த விலங்குப் பயிற்சியாளரைப் போலவே உணர்ந்திருக்கிறோம். சிங்கங்களைப் பயிற்றுவிக்கும் ஒரு பயிற்சியாளர் ஒரு செய்தித்தாளில் இந்த விளம்பரத்தை வெளியிட்டார்: “சிங்கங்களைப் பயிற்றுவிப்பவருக்கு, பயிற்சியளிக்கப் பட்ட சிங்கங்கள் தேவை.”

ஆனாலும், மக்களையும் அவர்கள் பிரச்சனைகளையும் பற்றி நான் பார்த்தவரையில், ஒரு பிரச்சனையின் அளவைவிட ஒரு தனிநபரின் திறமை மிகவும் முக்கியம். ஒரு தனிநபரின் திறமையின் அளவிற்கு ஏற்ப, பிரச்சனைகளும் பெரியவையாகவோ அல்லது சிறியவையாகவோ தோன்றும்.

இரண்டு வருடங்களுக்கு முன் மார்பகப் புற்றுநோயால் தாக்கப்பட்டு, மார்பகங்கள் நீக்கப்பட்ட மார்சியா என்ற ஒரு பெண்ணிடம் சமீபத்தில் பேசினேன். அவர் இப்போது நன்றாக இருக்கிறார். ஆனால் இதே பிரச்சனையால் தாக்கப்பட்டு அவதிப்படும் பிற பெண்கள் அவ்வளவு சிறப்பாக இல்லை என்று அவர் என்னிடம் அவர்களைப் பற்றிய தன் கரிசனத்தைப் பகிர்ந்து கொண்டார். மார்சியாவிற்கும், அதே பிரச்சனையைக் கொண்ட பிறருக்கும் இடையே ஒரு பெரும் வேறுபாடு இருப்பதாகத் தோன்றியது. மார்சியா குணமாகியிருப்பார் என்று என்னால் ஊகித்திருக்க முடியும். ஏனெனில், துவக்கத்திலிருந்தே அவர் தன் பிரச்சனை குறித்து நேர்மறையாக இருந்தார். ஒரு தலைவர் என்ற முறையில், நம் கவனம் முழுவதும் பெரிய மனிதர்களை உருவாக்குவதில் இருக்க வேண்டும். பெரிய மனிதர்கள் பெரிய விஷயங்களை ஆற்றலுடன் கையாள்வார்கள்.

செயல்பாட்டுப் பிரச்சனைகளுக்கு விரைவாகத் தீர்வு காணுங்கள்; மக்கள் பிரச்சனைகள் அதிக காலம் பிடிக்கும்

பிரச்சனைகளுக்குத் தீர்வு காண்பதுதான் நம்முடைய உடனடி நடவடிக்கையாக இருக்க வேண்டும். ஆனால், நாம் நம்முடைய பெரும்பாலான நேரத்தை ஒருபோதும் அதிலேயே செலவழித்துக் கொண்டிருக்கக்கூடாது. நாம் எப்போதும் அடுத்தடுத்தப் பிரச்சனைகளைத் தீர்ப்பதில் கவனம் செலுத்திக் கொண்டிருந்தால், விரைவில் நாம் இந்த விவசாயி கூறியதுபோல் உணரத் துவங்கிவிடுவோம். “மாட்டிடம் பால் கறப்பதில் உள்ள சிரமமான விஷயம், அதில் எப்போதும் பால் வந்துகொண்டே இருக்கிறது.” பிரச்சனைகள் ஒருபோதும் நிற்கப் போவதில்லை; ஆனால், மக்களால் அவற்றைத் தடுத்து நிறுத்த முடியும். பிரச்சனைகளுக்குத் தீர்வு காண்பவர்களை உருவாக்குவதற்கு என்னுடைய ஆலோசனைகள் இவை:

1. **மக்களுடன் செலவிட நேரத்தை ஒதுக்கிக் கொள்ளுங்கள்.** மக்களை உருவாக்குவதற்கு நேரத்தைச் செலவிடாதவர்கள், அவர்களது பிரச்சனைகளைத்

தீர்ப்பதற்கு நேரத்தைச் செலவிட வேண்டிய கட்டாயத்திற்கு ஆளாவார்கள்.

2. **ஒருவருடைய பிரச்சனைக்கு நீங்கள் மட்டுமே தீர்வு காணாதீர்கள்; சம்பந்தப்பட்டவரோடு சேர்ந்து அதைத் தீருங்கள்.** ஒரு பிரச்சனையை அடையாளம் கண்டுகொள்வதற்காக நாம் முன்பு பார்த்த வரிசைமுறையை அவருக்கு அறிமுகப்படுத்துங்கள். உண்மையில், அவருடன் நேரத்தைச் செலவிட்டு, இந்த அத்தியாயத்தை இருவருமாகச் சேர்ந்து படியுங்கள்.

முடிந்த அளவு , பிரச்சனைகளைக் கீழ்மட்ட நிலையிலேயே தீர்த்துக் கொள்ளுங்கள். அதிபர் ஜான் எஃப். கென்னடி பதவியேற்றுக் கொள்வதற்கு முதல் நாள், அதிபர் ஐசன்ஹோவர் அவரிடம் இவ்வாறு கூறினார்: “அமெரிக்க அதிபருக்கு ஒருபோதும் எளிதான பிரச்சனைகள் வருவதில்லை. அவை தீர்ப்பதற்கு எளிதானவையாக இருந்தால், யாரோ ஒருவர் அவற்றுக்குத் தீர்வு கண்டுவிட்டிருப்பார்.” இது ஒவ்வொரு தலைவருடைய விஷயத்திலும் உண்மை. தலைமைத்துவ ஏணியில் ஏறுவது என்றால் மிகச் சில, ஆனால் மிகவும் முக்கியமான முடிவுகளை எடுக்க வேண்டும் என்று பொருள். பிரச்சனைகளுக்குத் தீர்வு காண்பதில் ஒரு தலைவர் கூரிய திறனுடன் இருக்க வேண்டும். ஏனெனில், ஒவ்வொரு முடிவும் ஒரு முக்கியமான முடிவாக ஆகிவிடுகிறது. ஜான் ஈ. ஹன்டர் இவ்வாறு கூறியுள்ளார்: “ஒரு சூழ்நிலை ஒரு பிரச்சனையாக உருவெடுப்பது, அதை எதிர்கொள்ள ஒருவரிடம் போதிய அளவு வளங்கள் இல்லாதபோது மட்டும்தான்.” ஆற்றலுடன் பிரச்சனைகளைத் தீர்ப்பது எப்படி என்பதைப் பற்றி இந்த அத்தியாயத்தின் இனிவரும் பக்கங்கள் எடுத்துரைக்கும்.

சரியான மனப்போக்கு

தலைவர்களாகக்கூடிய சாத்தியம் உள்ளவர்களுக்கு நமது மனப்போக்கு குறித்த அறிவு மிகவும் இன்றியமையாதது. எனவே, அடுத்த அத்தியாயம் முழுமையாக இத்தலைப்பிற்கு அர்ப்பணிக்கப்பட்டுள்ளது. அதனால், மனப்போக்கைப் பற்றி ஒரு சில சிந்தனைகளே இப்போதைக்குப் போதுமானது. நேர்மறை சிந்தனை என்பது ஒரு பிரச்சனையைப் பற்றி நீங்கள் சிந்திக்கும் விதம்; உற்சாகம் என்பது ஒரு பிரச்சனையைப் பற்றி நீங்கள் உணரும் விதம். இவ்விரண்டும் சேர்ந்து நீங்கள் ஒரு பிரச்சனை குறித்து என்ன செய்யப் போகிறீர்கள் என்பதைத் தீர்மானிக்கும்

என்று நார்மன் வின்சென்ட் பீல் கூறியது சரியே. என்னால் மக்களுக்கு ஏதேனும் செய்ய முடியுமென்றால், நான் அவர்களுடைய பிரச்சனைகளைத் தீர்ப்பதற்குப் பதிலாக, பிரச்சனைகள் குறித்த அவர்களது கண்ணோட்டங்களை மாற்ற உதவுவேன். நேர்மறை சிந்தனை எல்லா நேரங்களிலும் நம்முடைய சூழ்நிலைகளை மாற்றாது, ஆனால், நம்மை மாற்றும். கடினமான சூழ்நிலைகளைப் பற்றி நம்மால் சரியாகச் சிந்திக்க முடிந்தால், நம் வாழ்க்கைப் பயணம் சிறப்பாக அமையும்.

'த விண்டோ' என்ற தன் கட்டுரையில், ஜி.டபிள்யூ. டார்கெட், ஒரு மருத்துவமனையில் ஒரே அறையில் இரண்டு படுக்கைகளைப் பகிர்ந்து கொண்ட இரு நோயாளிகளைப் பற்றிய ஒரு கதையைக் கூறுகிறார். இருவரும் கடுமையாக நோயுற்றிருந்ததால் படுத்த படுக்கையாக இருந்தனர். தொலைக்காட்சி, வானொலி, புத்தகங்கள் போன்ற எந்தப் பொழுதுபோக்குகளும் அவர்களுக்கு அனுமதிக்கப் படவில்லை. மாதக்கணக்கில் இருவரும் மனம்விட்டுப் பேசிக் கொண்டிருந்ததில் அவர்களுக்கிடையே நட்பு உருவானது. தங்கள் குடும்பத்தில் துவங்கி, வேலைகள், விடுமுறைகள், தங்கள் சொந்த வரலாறுகள் என்று தங்கள் இருவருக்கும் பிடித்த அல்லது தாங்கள் அனுபவித்த விஷயங்களை ஒன்றுவிடாமல் பேசிக்கொண்டே— யிருந்தனர்.

இவர்கள் இருவரும் படுக்கையைவிட்டு எழுந்திருப்பதே கிடையாது. ஆனால் அதிர்ஷ்டவசமாக, ஒருவருடைய படுக்கைக்கு அருகில் மட்டும் ஒரு சன்னல் இருந்தது. அவரது சிகிச்சையின் ஒரு பகுதியாக, ஒரு நாளைக்கு ஒரு மணிநேரம் படுக்கையில் எழுந்து உட்கார அவர் அனுமதிக்கப்பட்டிருந்தார். அந்த நேரத்தில், தான் சன்னல் வழியாகப் பார்க்கும் வெளியுலகத்தை அவர் தன் நண்பருக்கு விவரிப்பார். தான் பார்க்கும் அழகிய பூங்கா, அதனுள் இருக்கும் ஏரி, அங்கு பொழுதைக் கழிக்க வரும் சுவாரசியமான மக்கள் என்று, தான் பார்க்கும் எல்லாவற்றையும் அழகான வார்த்தைகளால் விவரித்து, அக்காட்சியை அப்படியே தன் நண்பரின் கண்முன் கொண்டுவந்து நிறுத்துவார்.

ஒரு நாள், ஓர் அற்புதமான காட்சியைப் பற்றிய விவரிப்பைக் கேட்ட அந்த நண்பர், தன்னால் ஒன்றையும் பார்க்க முடியாதபோது தன் நண்பன் மட்டும் எல்லாவற்றையும் பார்ப்பது நியாயமில்லை என்று நினைத்தார். தன் எண்ணத்தை நினைத்து அவருக்கே அவமானமாக இருந்தது. இருந்தாலும் அந்த எண்ணம் அவர் மனத்தைவிட்டு நீங்க மறுத்தது. இறுதியில், அவரது எண்ணங்கள் அவரது ஆரோக்கியத்தைப் பாதித்தன. அவர்

இன்னும் அதிகமாக நோயுற்றார். அவரது மனநிலையும் பாதிக்கப்பட்டது.

ஒரு நாள் மாலை, சில சமயங்களில் மூச்சுத் திணறலாலும் சளியாலும் தொந்தரவுக்குள்ளான, சன்னலுக்கு அருகில் படுத்திருந்த நோயாளி, திடீரென்று ஏற்பட்டத் தொடர் இருமலாலும் அடைப்பாலும், செவிலியரை அழைக்கும் அழைப்புப் பொத்தானை அழுத்த முடியாமல் திணறினார். பக்கத்துப் படுக்கையிலிருந்த, மனம் வெறுத்துப் போயிருந்த அவரது நண்பர் இவரது போராட்டத்தைக் கேட்டவாறே கூரையைப் பார்த்துக் கொண்டு ஒன்றும் செய்யாமல் இருந்தார்.

அடுத்த நாள் காலையில் செவிலியர் வந்து பார்த்தபோது, சன்னலருகே இருந்த மனிதர் இறந்து போயிருந்தார்.

ஒரு முறையான இடைவெளிக்குப் பிறகு, சன்னலுக்கு வெளியே உள்ளதைப் பார்ப்பதற்கு ஆவலுடன் காத்துக் கொண்டிருந்த அவரது நண்பர், தன் படுக்கையைச் சன்னலுக்குப் பக்கத்தில் மாற்றித் தருமாறு கேட்டபோது, அது உடனடியாக நிறைவேற்றப்—பட்டது. அறை காலியானவுடன், சிரமப்பட்டுத் தன் கை முட்டியின் உதவியுடன் எழுந்து உட்கார்ந்து சன்னலுக்கு வெளியே உள்ள காட்சிகளால் தன் மனத்தை நிரப்பும் எண்ணத்துடன் அவர் வெளியே பார்த்தார்.

அப்போதுதான் தெரிந்தது, அந்த சன்னல் ஒரு வெற்றுச் சுவரைப் பார்த்துக் கொண்டிருந்தது என்று!

சரியான நடவடிக்கைத் திட்டம்

பல நேரங்களில் நம்மிடம் ஏராளமான எளிய விடைகளும், குறைவான எளிய பிரச்சனைகளும் இருப்பது உண்மைதானே? அவ்வப்போது நாம் இந்தக் கேலிச்சித்திரத்தில் வரும் இளஞனைப்போல உணர்கிறோம். அவன், "நான் ஒரு நேரத்தில் ஒரு நாளை மட்டுமே எடுத்துக்கொள்ள முயற்சிப்பேன். ஆனால் சமீபகாலமாக, பல நாட்கள் ஒன்றுகூடி என்னை ஒரே நேரத்தில் தாக்கி வருகின்றன," என்று கூறினான். ஒன்று மட்டும் உறுதி — பிரச்சனைகள் நிறைந்ததுதான் வாழ்க்கை.

அப்போலோ விண்கலங்கள் வடிவமைக்கப்பட்டபோது, அறிவியலறிஞர்களுக்கும் பொறியியல் வல்லுனர்களுக்குமிடையே ஏற்பட்டப் பிளவு பற்றி ஒரு கதை கூறப்பட்டு வருகிறது. விண்வெளியைப் பற்றி ஆராய்ந்து அறிக்கை அனுப்ப உதவும்

அறிவியல் உபகரணங்களுக்கு, விண்கலத்தில் முடிந்த அளவு எடையை ஒதுக்க வேண்டும் என்று அறிவியலறிஞர்கள் வலியுறுத்தினர். எந்த விதமான பழுதுகளும் இல்லாத ஒரு விண்கலத்தைப் பொறியியல் வல்லுனர்கள் வடிவமைத்துத் தர வேண்டும் என்று அவர்கள் விரும்பினர். ('பூஜ்ஜியப் பழுதுகள்' என்ற சொற்றொடர் தொழிற்துறையில் மிகவும் பிரபலமாக இருந்த காலம் அது.) இதன்மூலம் விண்கலத்தில், அறிவியல் உபகரணங்களுக்கு அதிகமான இடமும் எடையும் கிடைக்கும் என்பது அவர்கள் எண்ணம்.

இது இயலாத காரியம் என்று பொறியியலாளர்கள் வாதாடினர். தங்களிடம் இருக்கும் ஒரே பாதுகாப்பான அனுமானம், ஏதோ ஒன்று தவறாகப் போகலாம், ஆனால் தவறு எங்கு நிகழும் என்று உறுதியாகக் கணிக்க முடியாது என்று அவர்கள் தர்க்கம் செய்தனர். எனவே, தவறு ஏற்படக்கூடிய சாத்தியக்கூறுகள் ஒவ்வொன்றிற்கும் ஒரு நகலமைப்பை உருவாக்க வேண்டியது அவசியம் என்று அவர்கள் தெரிவித்தனர். அப்படியென்றால், அறிவியல் உபகரணங்களுக்குக் குறைந்த அளவு இடம்தான் கிடைக்கும்.

பயிற்சியிலிருந்த விண்வெளி வீரர்கள் எந்த அனுமானத்தை ஆதரிக்கின்றனர் என்று அவர்களிடமே கேட்கப்பட்டு, இந்த முரண்பாடு தீர்க்கப்பட்டதாகக் கூறப்படுகிறது. விண்வெளி வீரர்கள் அனைவரும் ஏராளமான நகலமைப்புகளுக்கு வாக்களித்தனர். அனுமானங்களின் முக்கியத்துவத்தை இக்கதை வலியுறுத்துகிறது. தங்கள் வாழ்க்கைக்கு ஒரு பழுதற்ற அமைப்பை உருவாக்க முடியும் என்று சிலர் அனுமானிக்கின்றனர். ஏதேனும் தவறு ஏற்படும், எனவே ஒரு நகலமைப்பு தேவை என்று வேறு சிலர் அனுமானிக்கின்றனர். பெரும்பாலான நேரங்களில், ஒரு பிரச்சனை எழும்போது, நாம் வேறு யார்மீதாவது குறைகூற விரும்புகிறோம்; எளிதில் அதிலிருந்து விடுபட முயற்சிக்கிறோம். நகைச்சுவையான, 'பிரச்சனைகளைத் தீர்க்கும் வரைபடம்' ஒன்றை நான் சமீபத்தில் பார்த்தேன். பொறுப்பைத் தட்டிக் கழிக்கும் நம் விருப்பத்தை அது அடிக்கோடிட்டுக் காட்டுகிறது.

பிரச்சனைகளைத் தீர்க்கும் செயல்முறை

இப்போது, நாம் பொறுப்பிலிருந்து தப்பிக்க விரும்பாவிட்டாலும், நம்மிடம் சரியான மனப்போக்கும் ஒரு திடமான நடவடிக்கைத் திட்டமும் இருந்தாலும், ஒரு தீர்வைக் காண முயலும்போது ஒரு செயல்முறையைப் பின்பற்றுவது

மிகவும் முக்கியம். பிரச்சனைகளைத் தீர்க்க, கீழ்க்கண்ட படிகளைப் பின்பற்றுமாறு நான் உங்களுக்குப் பரிந்துரை செய்கிறேன்.

பிரச்சனையை அடையாளம் கண்டு கொள்ளுங்கள்

பல நேரங்களில் நாம் அறிகுறிகளைத்தான் தாக்குகிறோம், காரணங்களை அல்ல. உங்கள் ஊழியர்கள் வேலை நேரம்வரை தங்கள் இடத்தைவிட்டு அசையக்கூடாது என்று உத்தரவிடுவது காயத்திற்குப் பிளாஸ்திரி போடுவதைப் போன்றது. "ஊழியர்கள் அலுவலகத்தைவிட்டு ஏன் சீக்கிரம் கிளம்புகிறார்கள்?" என்ற கேள்விக்கு அது விடையளிக்காது. அந்த அறிகுறிகளுக்குப் பின்னால் உள்ள உண்மையான காரணங்களை அடையாளம் காண்பதுதான் உங்கள் வேலை. நீங்கள் இதைச் செய்யத் தவறினால், பாராசூட்டில் பறக்கக் கற்றுக் கொண்டிருந்த ஓர் இளம் இராணுவ வீரன் இருந்த அதே சூழ்நிலையில் நீங்களும் போய்ச் சேர்ந்துவிடுவீர்கள். அந்த இளைஞனுக்குக் கீழ்க்கண்ட உத்தரவுகள் அளிக்கப்பட்டன:

1. உன்னைக் குதிக்கச் சொல்லும்போது கீழே குதி.
2. பத்து வரை எண்ணிய பிறகு, பாராசூட்டை விரிக்கும் கயிற்றை இழு.
3. ஒருவேளை அது விரியவில்லை என்றால், இரண்டாவது பாராசூட்டை விரி.
4. நீ கீழே வந்த பிறகு, ஒரு வண்டி வந்து உன்னைப் படைத்தளத்திற்குக் கூட்டிச் செல்லும்.

விமானம் கீழிருந்து கிளம்பி மேலே போய் சரியான உயரத்தை அடைந்த பிறகு, படை வீரர்கள் அனைவரும் குதிக்கத் துவங்கினர். தனது முறை வந்தபோது, அந்த இளம் வீரனும் குதித்தான். பத்து வரை எண்ணிய பிறகு, கயிற்றை இழுத்தான். பாராசூட் திறக்க மறுத்தது. பின்னர் தன் நகலமைப்பான இரண்டாவது பாராசூட்டின் கயிற்றை இழுத்தான். அதுவும் திறக்கவில்லை. "நான் கீழே சென்றடைந்தவுடன் என்னைக் கூட்டிக் கொண்டு செல்லும் வண்டியும் அங்கு இருக்கப் போவதில்லை," என்று தனக்குத் தானே குறைபட்டுக் கொண்டான்.

பிரச்சனைகளைத் தீர்க்கும் செயல்வழி வரைபடம்

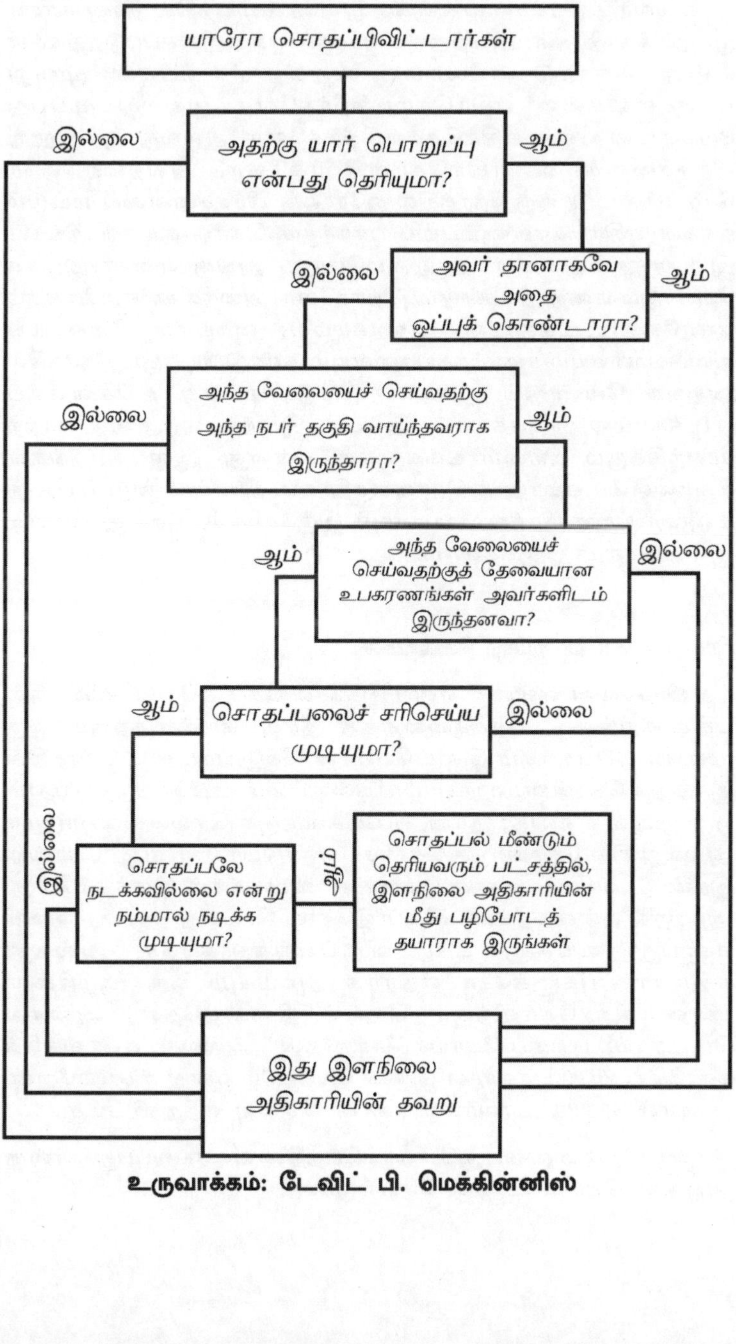

உருவாக்கம்: டேவிட் பி. மெக்கின்னிஸ்

பிரச்சனையை முன்னுரிமைப்படுத்துங்கள்

எல்லாப் பிரச்சனைகளுக்கும் ஒரே சமயத்தில் தீர்வு காண முயற்சிக்காதீர்கள்; அவற்றை உங்களுக்காக வரிசைப்படுத்துங்கள் என்று ரிச்சர்டு சுலோமா கூறுகிறார். நீங்கள் மூன்று பிரச்சனைகளை எதிர்கொள்கிறீர்களோ அல்லது முப்பது பிரச்சனைகளை எதிர்கொள்கிறீர்களோ அல்லது முன்னூறு பிரச்சனைகளை எதிர்கொள்கிறீர்களோ, அவற்றை ஒரே கோப்பிலிட்டு, ஒரு நேரத்தில் ஒரே ஒரு பிரச்சனையை மட்டும் நீங்கள் எதிர்கொள்ளும்படிப் பார்த்துக் கொள்ளுங்கள். நீங்கள் இப்பிரச்சனைகளை அணுகும்போது, அங்கு என்ன இருக்க வேண்டும் என்று நீங்கள் நம்புகிறீர்களோ அதைக் கண்டுபிடிக்கும் கண்ணோட்டத்துடன் அணுகாமல், கையாள வேண்டிய உண்மையையும் யதார்த்தங்களையும் கண்டுபிடிக்கும் நோக்கில் அணுக வேண்டும். நீங்கள் கண்டுபிடிப்பது உங்களுக்குப் பிடிக்காமல் இருக்கலாம். அப்படி இருந்தால், அதை மாற்ற முயற்சிக்கும் உரிமை உங்களுக்கு உள்ளது. ஆனால், நீங்கள் உங்களையே ஏமாற்றிக் கொள்ளாதீர்கள். நீங்கள் கண்டுபிடிப்பது உண்மையான பிரச்சனையாகவும் இருக்கலாம், அல்லது அப்படி இல்லாமலும் இருக்கலாம்.

பிரச்சனையை வரையறை செய்யுங்கள்

"பிரச்சனை என்ன?" என்ற இக்கேள்விக்கு ஒரே வாக்கியத்தில் பதிலளியுங்கள். பிரச்சனைக்குத் தீர்வு காண்பதற்கும் ஒரு முடிவெடுப்பதற்கும் இடையேயான வேறுபாட்டை மனத்தில் இருத்திக் கொள்ளுமாறு பாப் பியல் நம்மை ஊக்கப்படுத்துகிறார். ஒரு முடிவு என்பது, "நான் ஃபீனிக்ஸிற்குச் செல்ல வேண்டுமா அல்லது சிகாகோவிற்குச் செல்ல வேண்டுமா?" என்பது போன்ற, இரண்டு அல்லது அதற்கு மேற்பட்ட விஷயங்கள் இருக்கும்போது அவற்றில் ஒன்றை நீங்கள் விருப்பத்தேர்வு செய்வது. ஒரு பிரச்சனை என்பது உங்களுடைய விருப்பங்களுக்கோ அல்லது எதிர்பார்ப்புகளுக்கோ எதிராக அமையும் ஒரு சூழ்நிலை. "நான் சிகாகோவிற்குச் செல்ல நினைத்தேன், ஆனால் டெட்ராய்ட்டிற்குப் போய்ச் சேர்ந்தேன்," அல்லது "என் வங்கிக் கணக்கில் 50,000 டாலர்கள் இருக்க வேண்டும் என்று விரும்பினேன், ஆனால் 50,000 டாலர்களுக்கான செலவு வந்துவிட்டது."

ஒரு பிரச்சனையை ஒரே வாக்கியத்தில் வரையறுப்பது, நான்கு அடிகள் கொண்ட ஒரு செயல்முறை.

1. சரியான கேள்விகளைக் கேளுங்கள்

உங்களுக்குத் தெளிவான யோசனை இல்லையென்றால், “இங்கு என்ன நடந்து கொண்டிருக்கிறது?” போன்ற பொதுவான கேள்விகளைக் கேட்காதீர்கள்; ஊகிக்காதீர்கள். மாறாக, செயல்முறை தொடர்பான கேள்விகளைக் கேளுங்கள். என் கேள்விகளை எப்போதும் கட்டுப்படுத்தும் இரண்டு வார்த்தைகள் ‘பாணிகள்’ மற்றும் ‘காலநேரம்’ ஆகியவை. இந்த இரண்டு பகுதிகளிலும் திட்டவட்டமான கேள்விகளைக் கேட்டால், பெரும்பாலான பிரச்சனைகளுக்கான சுவடுகளைக் கண்டுபிடித்து விடலாம்.

2. சரியான நபர்களிடம் பேசுங்கள்

‘எங்களுக்கு உங்களைவிட அதிகமாகத் தெரியும்’ என்ற மனப்போக்கைக் கொண்ட அதிகாரிகளிடம் எச்சரிக்கையுடன் இருங்கள். இத்தகைய மக்கள் பலவீனங்களை உடையவர்களாகவும் மாற்றத்தை எதிர்ப்பவர்களாகவும் இருப்பார்கள். பிரச்சனைகளைத் தீர்ப்பதற்குப் படைப்புத் திறன் தேவை. தலைமைத்துவக் கருத்தரங்குகளில், நான் இக்கொள்கையை ஒன்பது புள்ளிகள் கொண்ட ஒரு பிரச்சனையைக் கொண்டு விளக்குவேன்.

கீழே கொடுக்கப்பட்டுள்ள ஒன்பது புள்ளிகளை, உங்கள் பென்சிலையோ அல்லது பேனாவையோ காகிதத்தைவிட்டு மேலே எடுக்காமல், நான்கு நேர்க்கோடுகளால் இணையுங்கள்.

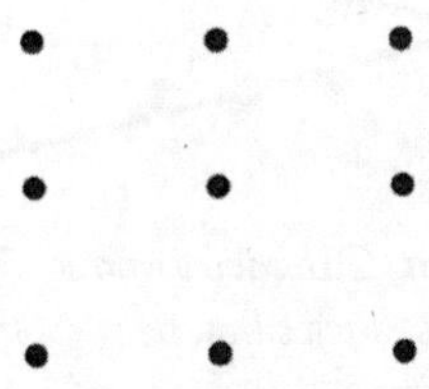

நீங்கள் இதுவரை இப்பிரச்சனையை எதிர்கொண்டதில்லை என்றால், முயற்சித்துப் பாருங்கள். பிரச்சனையைப் பற்றி முன்கூட்டியே நீங்கள் சில அனுமானங்களைக் கொண்டிருந்தீர்—களானால், வசமாக மாட்டிக் கொண்டிருப்பீர்கள். ஏனெனில், அந்த அனுமானங்கள் உங்கள் விடைகளின் வீச்சை மட்டுப்—படுத்தியிருக்கும். புள்ளிகளால் உருவாகியுள்ள கற்பனைச்

சதுரத்தைத் தாண்டி உங்கள் கோடுகள் போகக்கூடாது என்று நீங்கள் அனுமானித்தீர்களா? அந்த அனுமானத்தை உடைத்தெறியுங்கள், புதிருக்கு மிக எளிதில் தீர்வு கண்டுவிடலாம்.

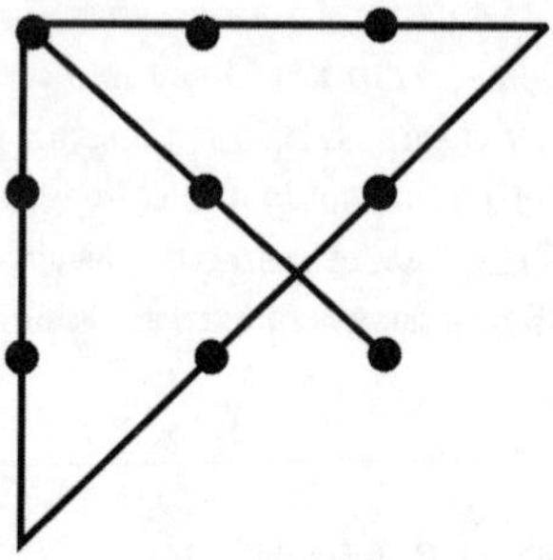

கற்பனைவளம் மிக்க இத்தீர்வு பரவலாக அறியப்பட்டுள்ளது. சற்றுக் குறைவாக அறியப்பட்டுள்ள தீர்வுகள் பிற அனுமானங்களை அடிப்படையாக கொண்டவை. உதாரணத்திற்கு, வானியல் வல்லுனர் டாம் வூஜெக்கின் அனுமானம்: நேர்க்கோடுகள் புள்ளிகளின் மத்தியின் ஊடாகச் செல்ல வேண்டும். தீர்வு: புள்ளிகளை வெறுமனே தொட்டுச் செல்லும்படியான கோடுகளை நீங்கள் வரைந்தால், மூன்றே கோடுகளில் இப்புதிருக்கான தீர்வைக் காண முடியும்.

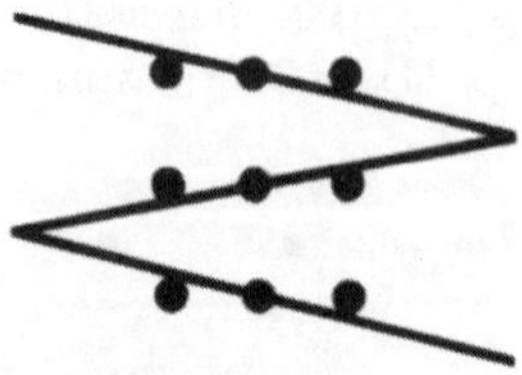

அனுமானம்: கோடுகள் மெல்லியதாக இருக்க வேண்டும். இப்பிரச்சனையைத் தீர்க்க, புள்ளிகளை ஒரே ஒரு தடிமனான கோட்டால் இணையுங்கள்.

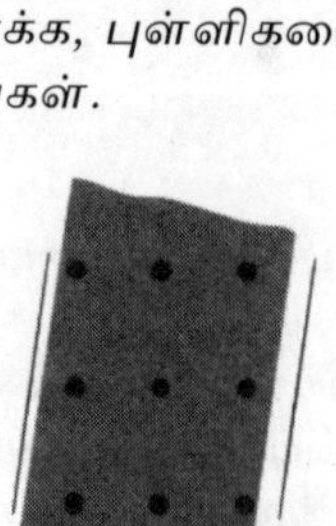

அனுமானம்: காகிதத்தை மடக்கக்கூடாது. தீர்வு: புள்ளிகள் அனைத்தும் மேல் பாகத்தில் இருக்கும்படி, காகிதத்தை இரு முறை மடியுங்கள். உங்களுக்கு ஒரே ஓர் அகலமான கோடுதான் தேவைப்படும்.

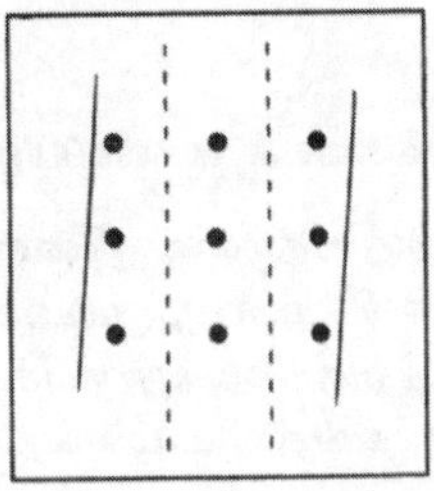

அனுமானம்: காகிதம் தட்டையாக இருக்க வேண்டும். தீர்வு: காகிதத்தை ஒரு குழாயைப்போல் சுருட்டிக் கொள்ளுங்கள். ஒரு வளைகோட்டால் புள்ளிகளை இணைத்துவிடலாம்.

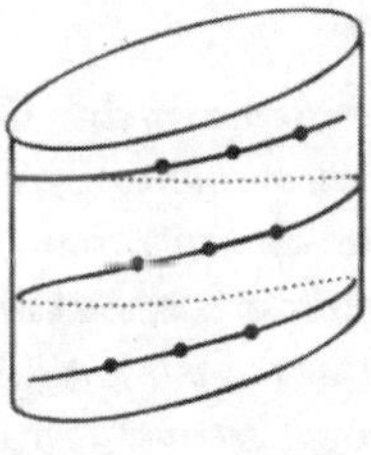

அனுமானம்: காகிதத்தைக் கிழிக்கக்கூடாது. தீர்வு: ஒவ்வொரு துண்டிலும் ஒரு புள்ளி வரும்படி, காகிதத்தை ஒன்பது துண்டுகளாகக் கிழித்துக் கொள்ளுங்கள். ஒரு பென்சிலைக் கொண்டு எல்லாப் புள்ளிகளையும் துளையிட்டு அவற்றை இணையுங்கள்.

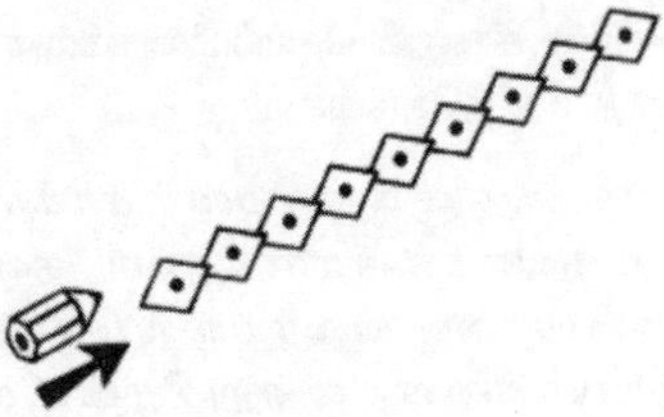

இந்த மாற்றுத் தீர்வுகள் இந்த ஒன்பது புள்ளிகள் புதிரை, "நம்மைக் மட்டுப்படுத்தும் அனுமானங்களை உடைத்தெறிவதன்—மூலம் அதிகமான பிரச்சனைகளைத் தீர்ப்பதற்கு அதிகமான வழிகளை நம்மால் கண்டுபிடிக்க முடியும்," என்ற கருத்தைத் தெரிவிப்பதற்கு இன்னும் அதிக ஆற்றல் மிக்கதாக ஆக்குகின்றன.

3. ஆணித்தரமான உண்மைகளைக் கைவசப்படுத்துங்கள்

பீட்டர் டிரக்கரின் வார்த்தைகளை நினைவில் கொள்ளுங்கள்: "உண்மைகள் தெளிவாகிவிட்டால், முடிவுகள் உங்கள்முன் வந்து குதிக்கும்." உதாரணத்திற்கு, "அந்த நபர் ஒரு நல்ல ஊழியர்," என்று யாரோ ஒருவர் உங்களிடம் கூற அனுமதிக்காதீர்கள். அந்தத் தனிநபரின் செயற்திறனைப் பற்றிய திடமான எடுத்துக்காட்டுகளைப் பெறுங்கள். எதைப் பற்றிப் பேசப்படுவதில்லையோ, அதைப் பற்றிக் கூர்ந்து கவனியுங்கள். அது குறித்த முக்கியமான தகவல்களைச் சேகரியுங்கள்.

4. செயல்முறையில் ஈடுபடுங்கள்

பெரும்பாலான பிரச்சனைகளின் தோற்றத்தைக் கண்டு ஏமாந்துவிடாதீர்கள். உண்மையில் அவை அவ்வாறு இருக்க வேண்டியதில்லை. வெறுமனே சரியான கேள்விகளைக் கேட்டுக் கொண்டும், ஆணித்தரமான உண்மைகளைச் சேகரித்துக் கொண்டும் இருக்காதீர்கள். சம்பந்தப்பட்ட மக்களுடைய வேலைகளை நீங்கள் செய்து, என்ன பிரச்சனைகள் எழுகின்றன என்பதைப் பார்ப்பதன் மூலம் அந்தச் செயல்முறையில் உங்களை ஈடுபடுத்திக் கொள்ளுங்கள். பிரச்சனைகள், முடிந்த அளவிற்குக் கீழ்மட்ட நிலையிலேயே தீர்க்கப்பட வேண்டும். ஏனெனில், அவை அங்குதான் உருவாகின்றன. மேலும், அந்த நிலையில்தான் அவை மிகவும் தெளிவாக வரையறுக்கப்படுகின்றன.

பிரச்சனைகளுக்குத் தீர்வு காணும் செயல்முறையில் உங்களுக்கு உதவக்கூடியவர்களைத் தேர்ந்தெடுங்கள்

> 2,400 வருடங்களுக்கு முன், சாக்ரடீஸ் இந்த முறையை உருவாக்கினார்: அவர் தன் கைவசம் உள்ள பிரச்சனையை வரையறை செய்துகொண்ட பிறகு, மற்றவர்களை ஒன்றுதிரட்டிக்கொண்டு, ஒவ்வொரு—வருடைய அபிப்பிராயங்களையும்,

அவற்றிற்கு வலு சேர்க்கும் காரண காரியங்களையும் கேட்டுத் தெரிந்து கொள்வார். சாக்ரடீஸ் தன் வாழ்நாளின் பெரும் பகுதியில், சுயதிருப்தி கொண்ட, பழமைவாத ஏதென்ஸ் சமூகத்தில் பிரச்சனைகளை ஏற்படுத்தினார். வாக்குவாதங்கள், முகஸ்துதி, மற்றும் தூண்டல்களால், தாங்கள் கண்மூடித்தனமாகப் பின்பற்றும் நம்பிக்கைகளின்மீது கேள்விகள் கேட்க ஏதென்ஸ் மக்களை அவர் தூண்டினார்.

இறுதியில், இது அவரைப் பிரச்சனைக்கு உள்ளாக்கியது. கடவுள்களைப் பற்றி மரியாதை—யின்றிப் பேசுவதாகவும், ஏதென்ஸின் இளைஞர்—களைக் கெடுப்பதாகவும் அவர்மீது குற்றங்கள் சுமத்தப்பட்டன. அவர் சிறையில் அடைக்கப்பட்டு, விசாரிக்கப்பட்டு, மரண தண்டனை விதிக்கப்—பட்டார். தான் தப்பித்துச் செல்வதற்கு உதவத் தயாராக இருந்த தன் நண்பர்களின் கோரிக்கைகளை நிராகரித்துவிட்டு, ஒரு மாதத்திற்குப் பிறகு, அவர் ஹெம்லாக் என்னும் ஒருவித விஷ மூலிகைச் சாறைப் பருகி இறந்து போனார்.

யாரும் நீங்கள் அந்த அளவிற்குப் போக வேண்டும் என்று எதிர்பார்க்கவில்லை. ஆனால், சாக்ரடீஸின் முறையை நீங்கள் பின்பற்றினால், நீங்கள் ஒரு சிறந்த தலைவராவதற்கு அது உதவும்.

பிரச்சனைகளுக்குத் தீர்வு காணும் ஒரு கூட்டத்திற்கு மக்களை அழைப்பதற்கு முன், இக்கேள்விகளைக் கேளுங்கள்:

- அது ஓர் உண்மையான பிரச்சனைதானா?
- அது அவசரமாகத் தீர்க்கப்பட வேண்டிய ஒன்றா?
- பிரச்சனையின் உண்மையான இயல்பு அறியப்பட்டுள்ளதா?
- அது திட்டவட்டமானதா? (மக்கள் எல்லாவற்றையும் பற்றிப் பேசுகிறார்கள் என்றால், இறுதியில் அவர்கள் எதைப் பற்றியும் பேச மாட்டார்கள்.)
- பிரச்சனையைப் பற்றி விவாதிப்பதற்கு, மிக அதிகத் தகுதி வாய்ந்த குழுவினர் அழைக்கப்பட்டுள்ளனரா? பங்குகொள்ளும் ஒவ்வொருவரும் பிரச்சனையைத் தீர்ப்பதில் அக்கறை கொண்டுள்ளனரா?

பிரச்சனைக்கான காரணங்களைச் சேகரியுங்கள்

எது பிரச்சனையை உருவாக்கியது, எதிர்காலத்தில் இப்பிரச்சனை வராமல் எப்படித் தடுப்பது என்பவற்றைப் பற்றிக் கேள்விகள் கேட்டு, பிரச்சனைக்கான காரணங்களைப் பட்டியலிடுங்கள்.

பிரச்சனைகளைத் தீர்க்கும் தீர்வு களைச் சேகரியுங்கள்

ஒரு பிரச்சனைக்கு, முடிந்த அளவு பல தீர்வுகளைப் பட்டியலிடுங்கள். தீர்வுகள் எவ்வளவு அதிகமாக இருக்கின்றனவோ, அவ்வளவு நல்லது. ஒரு பிரச்சனையைத் தீர்ப்பதற்கு எப்போதும் பல வழிகள் நிச்சயமாக இருக்கும். மாற்று வழிகள் இன்றியமை யாதவை, ஏனெனில், ஒரு பிரச்சனை தொடர்ந்து நகர்ந்து கொண்டும் மாறிக் கொண்டும் இருக்கும். முதன்மையான விடைக்கு ஒரு மாற்றுத் தீர்வு இல்லாத ஒரு தலைவர் விரைவில் பிரச்சனைக்கு உள்ளாவார்.

முன்னுரிமைப்படுத்தி, சிறந்த தீர்வு களைத் தேர்ந்தெடுங்கள்

முடிவெடுப்பதற்கு முன், அனைத்துத் தீர்வுகளையும் சீர்தூக்கிப் பாருங்கள். கீழ்க்கண்ட கேள்விகளை ஒரு தலைவர் எப்போதும் கேட்க வேண்டும்:

- எந்தத் தீர்வு சரியானதாக இருக்கக்கூடிய பெரும் ஆற்றலைக் கொண்டுள்ளது?
- எந்தத் தீர்வு நிறுவனத்தின் சிறந்த நன்மைகளுக்கான ஒன்றாக அமைந்துள்ளது?
- எந்தத் தீர்வு வேகத்தையும் காலநேரத்தையும் தன் பக்கம் கொண்டுள்ளது?
- எந்தத் தீர்வு வெற்றி பெறுவதற்கான பெரும் வாய்ப்பைக் கொண்டுள்ளது?

சிறந்த தீர்வை நடைமுறைப்படுத்துங்கள்

அடாரி நிறுவனத்தின் நிறுவனர் நார்மன் புஷ்னெல் இவ்வாறு கூறியுள்ளார்: "குளித்த ஒவ்வொருவருக்கும், குளிக்கும்போது ஒரு யோசனை தோன்றியிருக்கும். குளியலறையைவிட்டு வெளியே வந்து, துவர்த்திவிட்டு, அந்த யோசனையைப் பற்றி ஏதேனும் நடவடிக்கை எடுப்பவர்தான் ஒரு வித்தியாசத்தை ஏற்படுத்துகிறார்."

தீர்வை மதிப்பீடு செய்யுங்கள்

பிறர் அதைப் பரிசோதனை செய்து, அதில் துளைகள் இடட்டும். அவர்கள் அறிவுபூர்வமான துளைகளை இட்டால் ("தொடர்ந்து அது வேலை செய்யும் என்று நான் நினைக்கவில்லை . . ." போன்றவை), அவற்றைப் புறக்கணித்துவிடுங்கள். நீங்கள் செயல்முறைப்படுத்தும்போது சந்திக்க நேரிடும் பிரச்சனைகளைப் பற்றி அவர்கள் சுட்டிக் காட்டினால், நீங்கள் அதில் மாற்றங்களை மேற்கொள்ள வேண்டும். செயல்விடைகளை மதிப்பீடு செய்வதற்கு, கீழ்க்கண்ட கேள்விகளைக் கேளுங்கள்:

- பிரச்சனைக்கான உண்மையான காரணங்களை நம்மால் அடையாளம் காண முடிந்ததா?
- நாம் சரியான முடிவை எடுத்தோமா?
- பிரச்சனைக்குத் தீர்வு காணப்பட்டுவிட்டதா?
- முக்கியமானவர்கள் இந்தத் தீர்வை ஏற்றுக் கொண்டுள்ளனரா?
- எதிர்காலத்தில் வரும் முரண்பாடுகளைச் சமாளிக்கத் தேவையான, பிரச்சனைகள் தீர்க்கும் திறமைகளை வளர்த்துக் கொள்ள நான் என் மக்களுக்கு உதவினேனா?

பிரச்சனைகள் மீண்டும் ஏற்படாமல் இருப்பதற்குத் திட்டங்கள் அல்லது கொள்கைகளை அமைத்துக் கொள்ளுங்கள்

திட்டங்கள் என்பவை ஒரு குறிப்பிட்டப் பகுதியில் ஒரு குறிப்பிட்ட செயலைச் செய்வதற்காக அமைக்கப்படுபவை. கொள்கைகள் என்பவை பொதுவானவை. அவை எல்லோருக்கு மான வழிமுறைகள். தங்களுடைய தேவை இனிமேலும் அவசியப் படாது என்ற நிலையில் திட்டங்கள் மாறும். கொள்கைகள் மாறாது.

திட்டங்கள் பல
கொள்கைகள் வெகு சில
திட்டங்கள் மாறும்
கொள்கைகள் ஒருபோதும் மாறுவதில்லை.

திட்டங்கள் கீழ்மட்ட நிர்வாகத்திற்கும் செயற்பாட்டு விஷயங்களுக்கும் வேலை செய்யும். ஒரு பணித்திட்டத்திற்கு இடையூறு விளைவித்து, முன்னேற்றத்திற்குத் தேவையான

மாற்றத்தை நடைமுறைப்படுத்துவதைத் தாமதப்படுத்தும்போது, ஒரு திட்டத்தைப் பற்றிக்கொண்டும், அதற்காகப் பரிந்து பேசிக்கொண்டும் இருக்கக்கூடாது. ஒரு தெளிவான திசையைக் காட்டுவதற்கும் நிறுனவம் சீராக இயங்குவதற்கும் உதவுவதுதான் ஒரு திட்டத்தின் குறிக்கோள். திடமான திட்டம் நடைமுறைப்படுத்தப்படுவதன் மூலம் பல செயற்பாட்டுப் பிரச்சனைகளுக்குத் தீர்வு காண முடியும்.

என் நிறுவனத்திலுள்ள ஒரு கொள்கை இது: "உங்களுக்கென்று வரையறுத்துக் கொண்டுள்ள உயர்ந்த இலட்சியப் பாதையிலேயே எப்போதும் செல்லுங்கள்." என் ஊழியர்களுக்கும் பொது—மக்களுக்குமிடையே எப்போதெல்லாம் ஒரு வாக்குவாதம், முரண்பாடு, இறுக்கமான சூழ்நிலை, அல்லது சச்சரவு ஏற்படுகிறதோ, மற்றவர்கள் பக்கமும் நியாயம் இருக்கும் என்று என் ஊழியர்கள் புரிந்து கொள்ள வேண்டும் என்று நான் எப்போதும் எதிர்பார்க்கிறேன். இக்கொள்கை என் நிறுவனத்தில் எல்லோருக்கும் எல்லா நேரங்களிலும் பொருந்தும். இது செயல்பாடு தொடர்பான காதிகங்களோடும் இயந்திரங்களோடும் சம்பந்தப்பட்டது அல்ல, ஆனால் இது முழுக்க முழுக்க மக்கள் சம்பந்தப்பட்டது. கொள்கைகளை நான் என்கீழ் வேலை பார்ப்பவர்களுக்குப் பயனளிக்கும் வகையில் கற்றுக் கொடுக்க, நான்:

- அவர்களுக்கு ஒரு முன்மாதிரியாகத் திகழ வேண்டும்;
- "இதை என் வாழ்வில் என்னால் எவ்வாறு பயன்படுத்த முடியும்?" என்ற கேள்விக்குப் பதிலளிப்பதன் மூலம், அவற்றைத் தொடர்புபடுத்திக் காட்ட வேண்டும்;
- அவர்கள் இக்கொள்கைகளைத் தங்கள் வாழ்வில் நடைமுறைப்படுத்தியுள்ளதைப் பார்க்கும்போது, அவர்களைப் புகழ்ந்து பாராட்ட வேண்டும்.

இப்புத்தகத்தின் பிற்பகுதியில், சரியான மக்கள் உங்களைச் சுற்றி இருக்க வேண்டியதன் முக்கியத்துவத்தைப் பற்றி ஓர் அத்தியாயம் முழுக்க எடுத்துக் கூறியுள்ளேன். பிரச்சனைகளுக்குத் தீர்வு காண்பதைப் பொறுத்தவரையில், நீங்களே எப்போதும் பிரச்சனைகளைத் தீர்ப்பவராக இருந்து, தங்களுக்காக சிந்திக்கவும் முடிவெடுக்கவும் உங்களைச் சுற்றியிருப்பவர்களுக்கு நீங்கள் கற்றுக் கொடுக்காதபோது, உங்களைப் பின்பற்றுபவர்கள் எப்போதும் உங்களையே சார்ந்திருப்பார்கள். மக்களுடைய பிரச்சனைகளைத் தீர்ப்பதற்கு உதவுவதற்கு மாறாக தங்கள் பிரச்சனைகளைத் தாங்களே தீர்த்துக் கொள்ள அவர்களுக்கு உதவ வேண்டும்

என்று நான் பல வருடங்களுக்கு முன் முடிவு செய்தேன். கீழே கொடுக்கப்பட்டுள்ளப் பரிந்துரைகள் நீங்கள் பயன்பெறக்கூடிய சில அணுகுமுறைகளாக விளங்கும்:

- எப்போதும் உங்களிடம் சிறந்த விடைகள் இருக்கும் என்று மற்றவர்கள் சிந்திக்க ஒருபோதும் அனுமதிக்காதீர்கள்.
- கேள்விகளைக் கேளுங்கள். தங்கள் பிரச்சனைகளைத் துவக்கத்திலிருந்து முடிவுவரை ஆழமாக சிந்திக்க மக்களுக்கு உதவி செய்யுங்கள்.
- ஒரு பயிற்சியாளராக இருங்கள், அரசராக அல்ல. ஒரு பயிற்சியாளர் மற்றவர்களுக்குள் இருக்கும் சிறந்தவற்றை வெளிக் கொணர்வார். தங்களுக்குள் ஆழமாகச் சென்று தங்கள் ஆற்றலைக் கண்டறிய அவர்களுக்கு உதவுவார். ஓர் அரசர் கட்டளைகளை மட்டுமே வழங்குவார்.
- அவர்களுடைய தீர்வுகளை ஒரு தாளில் எழுதுங்கள். அவற்றுக்கு அவர்கள் உரிமை ஏற்றுக்கொள்ளும்வரை, உங்களுடைய கருத்துக்களை அவர்களுடைய கருத்துக்களுடன் இணையுங்கள்.
- தங்களுடைய பிரச்சனைக்கான சிறந்த தீர்வை முடிவெடுக்கச் சொல்லுங்கள்.
- ஒரு செயற்திட்டத்தை உருவாக்குங்கள்.
- அத்திட்டத்திற்கு உரிமையும் பொறுப்பும் ஏற்றுக்கொள்ளும்படி அவர்களிடம் கூறுங்கள். அவர்கள் அதற்குரிய கால அட்டவணையையும் செயல்முறையையும் அமைத்துக் கொள்ளட்டும்.

உங்கள் சந்திப்பு முடிவடையும்போது, அவர் தன் பிரச்சனை—களை அலசியிருக்க வேண்டும், ஒரு தீர்வைத் தேர்ந்தெடுத்திருக்க வேண்டும், ஒரு செயற்திட்டத்தை உருவாக்கியிருக்க வேண்டும், அதற்கு உரிமை எடுத்துக் கொண்டிருக்க வேண்டும் என்பதே உங்கள் இலக்காக இருக்க வேண்டும். அவர் உங்களிடம் கொண்டிருக்கும் தொடர்பு உங்களைச் சார்ந்ததாக இருக்காது, ஆனால் ஆழமான ஒன்றாக இருக்கும்.

ஆறு

தலைமைத்துவத்திற்குப் பெருமை சேர்க்கும் குணம்: மனப்போக்கு

நான் எந்தவொரு தலைமைத்துவக் கருத்தரங்கில் பேசினாலும், அதில் கலந்து கொள்ளும் அனைவரையும் இப்பயிற்சியைச் செய்யுமாறு அடிக்கடிக் கூறுவேன்:

நீங்கள் பார்த்துப் பெரிதும் பிரமிக்கும் உங்கள் நண்பர் ஒருவரின் பெயரை எழுதுங்கள்:

அந்த நண்பரிடத்தில் உங்களைப் பிரமிக்கச் செய்யும் ஒரே ஒரு விஷயத்தைப் பற்றி எழுதுங்கள்:

தொடர்ந்து நீங்கள் இப்புத்தகத்தைப் படிப்பதற்கு முன், ஒரு கணத்தை எடுத்துக் கொண்டு, இப்பயிற்சியைப் பூர்த்தி செய்யுமாறு நான் உங்களைக் கேட்டுக் கொள்கிறேன். நீங்கள் ஒரு சுவாரசியமான, முக்கியமான உள்நோக்கைப் பெறுவீர்கள் என்று நான் நம்புகிறேன். உங்கள் நண்பரிடத்தில் நீங்கள் மிகவும் பெருமை கொள்ளும் விஷயம் மனப்போக்கு தொடர்பானதாக இருக்கும் வாய்ப்பு மிக மிக அதிகம். கருத்தரங்கில் பங்குகொண்ட அனைவரும் இப்பயிற்சியைப் பூர்த்தி செய்த பிறகு, அவர்களது

விடையை என்னிடம் கூறுமாறு நான் அவர்களைக் கேட்பேன். முதல் இருபத்தைந்து விடைகளை எல்லோரது பார்வைக்காகவும் எனக்குப் பின்னால் உள்ள பெரிய திரையில் போட்டுக் காட்டுவேன். மனப்போக்கை விவரிக்கும் பண்புக்கூறுகளின் அருகில் '1' என்றும், திறமைகளை விவரிக்கும் பண்புக்கூறுகளின் அருகில் '2' என்றும், புறத்தோற்றத்தை விவரிக்கும் பண்புக்கூறுகளின் அருகில் '3' என்றும் குறியிடுவேன். ஒவ்வொரு முறை நான் இப்பயிற்சியை நடத்தும்போதும், நண்பர்களைப் பார்த்துப் பிரமிக்கும் விஷயங்களை விவரிக்கப் பயன்படுத்தப்படும் வார்த்தைகளில் 95 சதவீதம், மனப்போக்குகளைக் குறிக்கும் வார்த்தைகளாகத்தான் இருக்கின்றன.

சார்லஸ் சுவின்டால் இவ்வாறு கூறியுள்ளார்:

> நான் எவ்வளவு அதிக காலமாக வாழ்கிறேனோ, வாழ்வில் மனப்போக்கின் தாக்கத்தை அவ்வளவு அதிகமாக உணர்கிறேன். என்னைப் பொறுத்தவரை, உண்மைகளைவிட மனப்போக்குதான் மிக முக்கியம். கடந்த காலம், கல்வி, பணம், சூழ்நிலைகள், தோல்விகள், வெற்றிகள், மற்றவர்களின் எண்ணம், செயல், அல்லது பேச்சு ஆகிய அனைத்தையும்விட அது அதிக முக்கியத்துவம் வாய்ந்தது. புறத்தோற்றம், இயல்பான உயர்திறன், அல்லது திறமை ஆகியவற்றைவிடவும் மிக முக்கியமானது. மனப்போக்கால் ஒரு நிறுவனத்தையோ, தேவாலயத்தையோ, அல்லது வீட்டையோ உருவாக்கவும் முடியும், சிதைக்கவும் முடியும். நடப்பு நாளில் நாம் விரும்பும் மனப்போக்கைத் தேர்ந்தெடுக்கும் சுதந்திரம் நம்மிடம் உள்ளது குறிப்பிடத்தக்கது. நம்மால் நம் கடந்த காலத்தை மாற்ற முடியாது. அதேபோல், மக்கள் ஒரு குறிப்பிட்ட விதமாக நடந்து கொள்வதையும் நம்மால் மாற்ற முடியாது. தவிர்க்க முடியாததையும் நம்மால் மாற்ற முடியாது. நம்மால் செய்ய முடிவதெல்லாம், நமக்குக் கிடைத்திருக்கும் ஒரே இசைக் கம்பியைக் கொண்டு இசையை மீட்டுவதுதான். அதுதான் மனப்போக்கு! வாழ்க்கை என்பது 10 சதவீதம் எனக்கு என்ன நிகழ்கிறது என்பதையும், 90 சதவீதம் நான் அவற்றுக்கு எந்தவிதமான பதில்நடவடிக்கைகள் எடுக்கிறேன்

> என்பதையும் பொறுத்தது என்று நான் உறுதியாக நம்புகிறேன். உங்களுக்கும் இது பொருந்தும். மனப்போக்குகள் நம் கட்டுப்பாட்டில்தான் உள்ளன.

நம் மனப்போக்குகள் நம் வாழ்விற்குப் பெருமை சேர்ப்பதோடு, மற்றவர்களை வழிநடத்துவதில் பெரும் மாற்றத்தை ஏற்படுத்துகின்றன. தலைமைத்துவம் என்பது பதவியைவிட மனநிலையோடு அதிகத் தொடர்புடையது. ஒரு தலைவரின் மனநிலை மிகவும் முக்கியமானது. ஏனெனில், அது அவரைப் பின்பற்றுபவர்களின் சிந்தனையின்மீதும், உணர்வின்மீதும் தாக்கத்தை ஏற்படுத்தும். சரியான மனப்போக்கு சரியான சூழ்நிலைகளை உருவாக்கி, மற்றவர்களிடமிருந்து சரியான செயல்விடைகள் கிடைக்க வழிவகுக்கும் என்பதை சிறந்த தலைவர்கள் நன்றாகப் புரிந்து கொள்கின்றனர்.

நமது மனப்போக்குகள்தான் நமது மிக முக்கியமான சொத்துக்கள்

நம் மனப்போக்குகள் நம்மைப் பெரும் தலைவர்களாக்குவதற்குரிய சொத்துக்களாக இல்லாமல் போகலாம. ஆனால், நல்ல மனப்போக்குகள் இல்லாமல், நம்மால் நம் முழு ஆற்றலையும் அடைய முடியாது. தவறான சிந்தனையைக் கொண்டவரைவிட ஒருபடி மேலே சென்று, சிறந்தவற்றைப் பெற நமக்கு உதவுவது நம் மனோபாவம்தான். வால்ட் எமர்சன் இவ்வாறு கூறியுள்ளார்: "நமக்குப் பின்னால் உள்ளவற்றையும் நமக்கு முன்னால் உள்ளவற்றையும் நமக்குள் உள்ளவற்றோடு ஒப்பிட்டால், அவை மிகச் சிறிய விஷயங்கள்."

வேறு எந்த அடிப்படை அம்சத்தையும்விட, தங்கள் வெற்றிக்குக் காரணம் தங்கள் மனப்போக்குதான் என்று உலகில் தலைசிறந்த 500 நிறுவனங்களின் உயரதிகாரிகள் கூறியதாக 1983ல் வெளிவெந்த அமெரிக்க வியாபாரத்திற்கான 'காஸ்' அறிக்கை தெரிவித்தது.

சான்பிரான்சிஸ்கோவைச் சார்ந்த ராபர்ட் ஹாஃப் இன்டர்நேஷனல் என்ற ஆலோசனை நிறுவனம், ஓர் ஊழியரை வேலையிலிருந்து நீக்குவதற்கான தனிப்பெரும் காரணம் எது என்று சமீபத்தில் அமெரிக்காவின் சிறந்த நூறு நிறுவனங்களின் துணைத் தலைவர்களிடமும் மனிதவளத் துறை இயக்குனர்களிடமும் கேட்டது. அதற்கு அவர்கள் அளித்த பதில்கள் சுவாரசியமானவையாகவும், தொழில் உலகில் மனபோக்கின் முக்கியத்துவத்தை அடிக்கோடிடுபவையாகவும் அமைந்துள்ளன:

- *தகுதியின்மை: 30 சதவீதம்*
- *சக ஊழியகளுடன் இணைந்து பணையாற்றும் திறனின்மை: 17 சதவீதம்*
- *நேர்மையின்மை அல்லது பொய் கூறுதல்: 12 சதவீதம்*
- *எதிர்மறையான மனப்போக்கு: 10 சதவீதம்*
- *உத்வேகமின்மை: 7 சதவீதம்*
- *விதிமுறைகளைப் பின்பற்றி நடக்கத் தவறுதல் அல்லது மறுத்தல்: 7 சதவீதம்*
- *பிற அனைத்துக் காரணங்கள்: 8 சதவீதம்*

மேற்கூறப்பட்டப் பட்டியலில், தகுதியின்மை முதலிடம் வகித்தாலும், அதற்கடுத்த ஐந்து காரணங்களும் மனப்போக்குத் தொடர்பான பிரச்சனைகளே.

சிறிது காலத்திற்கு முன், கார்னகி இன்ஸ்டிடியூட் பத்தாயிரம் நபர்களுடைய பதிவு ஆவணங்களை ஆராய்ந்து தெரிவித்த முடிவு இது: வெற்றியில் 15 சதவீதம் தொழில்நுட்பப் பயிற்சியால் வருவது. மீதி 85 சதவீதம் ஆளுமையால் ஏற்படுகிறது. அந்த ஆய்வு அடையாளம் கண்ட முதன்மையான ஆளுமைப் பண்பு மனப்போக்கு.

நாம் எவற்றைப் பார்க்கிறோம், நம் உணர்வுகளை எவ்வாறு கையாள்கிறோம் ஆகியவற்றை நம் மனப்போக்குகள்தான் தீர்மானிக்கின்றன. இந்த இரு காரணிகளும் நம் வெற்றியைப் பெருமளவில் தீர்மானிக்கின்றன.

நாம் பார்ப்பவை: நாம் எதைப் பார்க்கத் தயாராக இருக்கிறோமோ அதையே பார்க்கிறோம் என்று 'உளவியல் 101' எனக்குக் கற்றுக் கொடுத்தது. புறநகரில் வாழ்ந்த ஒரு வயதானவர் தன்னுடைய சிறந்த இரம்பத்தைக் கண்டுபிடிக்க முடியாமல், எப்போதும் ஏதாவது ஒரு மர வேலையில் ஈடுபட்டிருந்த தன் பக்கத்து வீட்டுக்காரரின் மகன்தான் அதைத் திருடியிருக்க வேண்டும் என்று சந்தேகப்பட்டார். அடுத்த வாரம் முழுவதும், அவன் நடந்த விதம், அவனது குரலின் தொனி, சைகைகள் என்று, அந்த இளைஞன் செய்த அனைத்துக் காரியங்களும் அவர் சந்தேகப்படும்படியாகவே இருந்தன. தவறுதலாகத் தன் பணிமேசைக்குப் பின்னால் விழுந்துவிட்ட தன் இரம்பத்தை அம்மனிதர் கண்டுபிடித்தவுடன், அதன்பிறகு

தன் அண்டைவீட்டு இளைஞனின் நடவடிக்கைகளில் சந்தேகப்படும்படியாக அவர் எதையுமே பார்க்கவில்லை.

'பிலீஃப்ஸ் கேன் இன்ஃப்ளூயன்ஸ் அட்டிடியூட்ஸ்' என்ற தன் புத்தகத்தில் நெல் மோனி இவ்வுண்மையைச் சுட்டிக் காட்டுகிறார். சான்பிரான்சிஸ்கோ கடற்கரைப் பகுதியில் நடத்தப்பட்ட ஒரு பரிசோதனையைப் பற்றி அவர் கூறுகிறார். ஒரு பள்ளியின் தலைமையாசிரியர் மூன்று பேராசிரியர்களை ஒன்றுகூட்டி, "கல்வி அமைப்பிலேயே நீங்கள் மூவரும்தான் சிறந்த ஆசிரியர்களாக இருப்பதாலும், சிறந்த நிபுணத்துவத்தைப் பெற்றிருப்பதாலும், தொண்ணூறு புத்திசாலி மாணவர்களை நாங்கள் உங்களுக்குக் கொடுக்கப் போகிறோம். அடுத்த ஆண்டு முழுவதும் நீங்கள் இவர்கள் அனைவரையும் அவர்களது சொந்த வேகத்திலேயே நடத்திச் சென்று, அவர்களால் எவ்வளவு கற்றுக் கொள்ள முடிகிறது என்பதைப் பார்க்க வேண்டும்," என்று கூறினார்.

வாழ்க்கை என்பது 10 சதவீதம் எனக்கு என்ன நிகழ்கிறது என்பதையும், 90 சதவீதம் நான் அவற்றுக்கு எந்தவிதமான பதில்நடவடிக்கைகள் எடுக்கிறேன் என்பதையும் பொறுத்தது

ஆசியர்களும் மாணவர்களும் ஒருசேர மகிழ்ச்சியடைந்தார்கள்.

அடுத்த வருடம் முழுவதும் ஆசிரியர்களும் மாணவர்களும் மிகவும் சந்தோஷமாக இருந்தனர். பேராசியர்கள் மிகவும் புத்திசாலி—யான மாணவர்களுக்குக் கற்றுக் கொடுத்துக் கொண்டிருந்தனர்; மாணவர்களும் உயர்ந்த திறமைகளைக் கொண்ட ஆசிரியர்களின் நெருங்கிய கவனிப்பாலும் அறிவுரைகளாலும் பயனடைந்து கொண்டிருந்தனர். பரிசோதனையின் முடிவில், அந்த மாணவர்கள் அப்பகுதியிலுள்ள பிற மாணவர்களைக் காட்டிலும் 20 முதல் 30 சதவீதம் அதிகமாக சாதித்திருந்தனர்.

தலைமையாசிரியர் அந்த மூன்று ஆசிரியர்களையும் தன் அறைக்குள் அழைத்து, "நான் உங்களிடம் ஓர் உண்மையைக் கூற வேண்டும். நான் உங்களுக்குக் கொடுத்தது அறிவில் சிறந்த தொண்ணூறு மாணவர்களை அல்ல. அவர்கள் அனைவரும் சராசரி மாணவர்கள். நாங்கள் இந்த அமைப்பில் அங்கங்கிருந்து தொண்ணூறு மாணவர்களை ஒன்றுதிரட்டி உங்களுக்குக் கொடுத்தோம்," என்று கூறினார்.

தலைமைத்துவம் என்பது பதவியைவிட மனநிலையோடு அதிகத் தொடர்புடையது.

"அப்படியானால் நாங்கள் ஒப்பற்றத் திறன் வாய்ந்த ஆசியர்கள்," என்று அந்த ஆசிரியர்கள் கூறினர்.

தலைமையாசிரியர் தொடர்ந்தார்: "நான் இன்னொரு உண்மையையும் கூற வேண்டியுள்ளது. நீங்கள் மூவரும் தலைசிறந்த ஆசிரியர்கள் அல்ல. சீட்டுக்குலுக்கிப் பார்த்ததில் உங்கள் மூவரின் பெயரும் முதலில் வந்தன."

"பிறகு எது வித்தியாசத்தை ஏற்படுத்தியது? தொண்ணூறு மாணவர்கள் அவ்வளவு உயர்ந்த நிலையில் ஏன் ஒரு வருடம் முழுக்க சாதித்தனர்?" என்று ஆசிரியர்கள் கேட்டனர்.

வித்தியாசத்தை ஏற்படுத்தியது, அந்த ஆசிரியர்களின் எதிர்பார்ப்புகள்தான். நம் எதிர்பார்ப்புகள் நம் மனப்போக்குகளுடன் நெருங்கிய தொடர்பு கொண்டவை. இந்த எதிர்பார்ப்புகள் அனைத்தும் தவறானவையாக இருக்கலாம், ஆனால், இவைதான் நம் மனப்போக்குகளைத் தீர்மானிக்கின்றன.

நாம் நம்முடைய உணர்வுகளை எவ்வாறு கையாள்கிறோம்: நம் மனப்போக்குகள் நம் உணர்வுகளைத் தீர்மானிக்கின்றன என்று நான் கூறவில்லை என்பதைக் கவனியுங்கள். நாம் எப்படி உணர்கிறோம் என்பதற்கும், நாம் நம் உணர்வுகளை எவ்வாறு கையாள்கிறோம் என்பதற்கும் ஒரு மாபெரும் வேறுபாடு உள்ளது. எல்லோரும் மோசமாக உணர்ந்த நேரங்கள் உள்ளன. நம் மனப்போக்குகளால் நம் உணர்வுகளைத் தடுத்து நிறுத்த முடியாது. ஆனால், நம் உணர்வுகள் நம்மைத் தடுத்து நிறுத்துவதிலிருந்து அவை நம்மைப் பாதுகாக்கும்.

> நம்மைப் பற்றி நமக்கே உண்மையான நம்பிக்கை இல்லாத நிலையில் நம்மால் தொடர்ந்து செயலாற்ற முடியாது.

தாங்கள் கட்டுப்படுத்தப்படுவதாக உணரும் மக்களை நான் ஒவ்வொரு நாளும் பார்க்கிறேன். ஒரு சமீபத்தியக் கணிப்பு, நிலையான உணர்ச்சியுடைய மக்களைவிட உணர்ச்சிப் பிரச்சனைகள் நிறைந்தவர்கள் 144 சதவீதம் அதிக சாலை விபத்துக்கு உள்ளாகிறார்கள் என்று சுட்டிக் காட்டுகிறது. பலியானவர்களில் ஐந்தில் ஒருவர், விபத்திற்கு முந்தைய ஆறு மணிநேரத்திற்குள் ஏதோ ஒரு சச்சரவில் ஈடுபட்டிருந்தனர் என்பது இக்கணிப்பு வெளிப்படுத்திய அச்சுறுத்தும் உண்மை.

மோசமான மனப்போக்கைக் கொண்ட ஒருவர் தொடர்ந்து வெற்றிகரமாக விளங்குவார் என்பது நடக்காத காரியம்

'பவர் ஆஃப் த ப்ளஸ் ஃபேக்டர்' என்ற தன் புத்தகத்தில் நார்மன் வின்செனட் பீல் இக்கதையைத் தொடர்புபடுத்திக் காட்டுகிறார்:

> ஒருமுறை ஹாங்காங்கில் உள்ள கௌலூன் நகரின் கோணலான சிறிய தெருக்களின் வழியாக நடந்து சென்று கொண்டிருந்தபோது, பச்சை குத்தும் ஒரு கடையைப் பார்த்தேன். கடையில் இருக்கும் பச்சை குத்துவதற்கான மாதிரிகள், கடையின் சன்னலில் பார்வைக்காக வைக்கப்பட்டிருந்தன. உங்கள் மார்பிலோ அல்லது கையிலோ, ஒரு நங்கூரம், கொடி, கடற்கன்னி, அல்லது எதை வேண்டு—மானாலும் நீங்கள் பச்சை குத்திக் கொள்ளலாம். ஆனால், ஒருவருடைய உடலில் பச்சை குத்திக் கொள்வதற்காக அக்கடையில் வைக்கப்—பட்டிருந்த ஒரு வாசகம் என்னைப் பெரிதும் தாக்கியது. 'தோற்பதற்காகப் பிறந்தவன்,' என்பதுதான் அந்த வாசகம்.

ஒரு தலைவரைப் பின்பற்றுபவர்கள், அவருடைய நடவடிக்கைகளைவிட அவரது மனப்போக்கை மிக விரைவில் பற்றிக்கொண்டு விடுவார்கள்.

> வியப்புடன் நான் அக்கடைக்குள் நுழைந்து, அந்த வார்த்தைகளைச் சுட்டிக்காட்டி, அங்கிருந்த பச்சை குத்தும் சீனக் கலைஞரைப் பார்த்து, "'தோற்பதற்காகப் பிறந்தவன்' என்ற இந்த பயங்கரமான வார்த்தைகளை யாரேனும் இதுவரை தங்கள் உடலில் பச்சை குத்திக் கொண்டிருக்கிறார்களா?" என்று கேட்டேன்.
>
> "ஆம், சில சமயங்களில் அப்படி நடப்பதுண்டு," என்று அவர் பதிலளித்தார். "ஆனால், சரியான மனநிலையில் உள்ள எவரும் அப்படிச் செய்யவார்கள் என்று என்னால் நம்ப முடியவில்லை," என்று நான் கூறினேன்.
>
> அவர் தன் நெற்றியில் மெதுவாகத் தட்டியவாறு, அவருக்குத் தெரிந்த கரடுமுரடான ஆங்கிலத்தில், "உடலில் பச்சை குத்துவதற்கு முன், மனத்தில் பச்சை குத்திவிடுகின்றனர்," என்று கூறினார்.

எதிர்மறையான சிந்தனை நம் மனத்தில் பச்சை குத்தப்பட்டுவிட்டால், நம் நீண்டகால வெற்றி வாய்ப்புகள் மறைந்துவிடும். நம்மைப் பற்றி நமக்கே உண்மையான நம்பிக்கை இல்லாத நிலையில் நம்மால் தொடர்ந்து செயலாற்ற முடியாது. தங்கள் தவறான சிந்தனையால் தங்களைச் சீரழித்துக் கொள்ளும் மக்களை நான் அடிக்கடிப் பார்க்கிறேன்.

விளையாட்டு உலகம் எப்போதும் அர்னால்டு பாமரைப் பாராட்டி வந்துள்ளது. “ஆர்னீயின் படை”யில் உள்ள உறுப்பினர்கள் இன்றும் இளைஞர்கள் மத்தியிலும் வயதானவர்கள் மத்தியிலும் மிகவும் பிரபலம். இந்த மாபெரும் கோல்ஃப் விளையாட்டு வீரர், தன் வெற்றியைப் பற்றி ஒருபோதும் தற்பெருமை கொண்டதில்லை. அவர் ஆயிரக்கணக்கான பரிசுக் கோப்பைகளையும் பட்டங்களையும் வென்றிருந்தாலும், அவரது அலுவலகத்தை அலங்கரிக்கும் ஒரே ஒரு பரிசுக் கோப்பை, 1955ஆம் ஆண்டு நடைபெற்றக் கனேடியன் ஓப்பன் போட்டியில் தன் முதல் தொழில்முறை வெற்றிக்காகப் பெற்றதுதான். அதோடு சேர்த்து, சட்டம்போடப்பட்ட ஒரு பலகையையும் அவர் தன் சுவரில் மாட்டி வைத்திருந்தார். அவர் தன் விளையாட்டிலும் வாழ்க்கையிலும் ஏன் அவ்வளவு வெற்றிகரமாகத் திகழ்ந்தார் என்பதை அந்தப் பலகை கூறும். அதில் இவ்வாறு எழுதப்பட்டிருந்தது:

> நீங்கள் தோற்கடிக்கப்பட்டுவிட்டதாக நீங்கள் நினைத்தால்,
> நீங்கள் தோற்றுவிட்டீர்கள்.
>
> உங்களிடம் துணிச்சல் இல்லை என்று நீங்கள் நினைத்தால்,
> உங்களிடம் துணிச்சல் இல்லை.
>
> நீங்கள் வெற்றி பெற விரும்பி, ஆனால் அது உங்களால்
> முடியாது என்று நீங்கள் நினைத்தால்,
>
> நீங்கள் வெற்றி பெறப் போவதில்லை என்பது கிட்டத்தட்ட
> உறுதிப்படுத்தப்பட்டுவிட்டது.
>
> வாழ்வின் போராட்டங்கள் எப்போதும் வலிமை நிறைந்த
>
> அல்லது வேகமான மனிதனை நோக்கியே போவதில்லை,
>
> ஆனால் உடனடியாகவோ அல்லது மெதுவாகவோ, வெற்றி
> பெறும் மனிதன் யாரென்றால்,
>
> தன்னால் வெற்றி பெற முடியும் என்று நினைக்கும்
> மனிதன்தான்.

ஒரே ஒரு கோல்ஃப் விளையாட்டுப் போட்டியில் மட்டும் வெற்றி பெறும் ஒருவருக்கும் அர்னால்டு பாமருக்கும் இடையே உள்ள வேறுபாடு என்ன? திறனா? அதிர்ஷ்டமா? முற்றிலுமாக இல்லை! ஒரு போட்டியில் சராசரியாக இரண்டு மட்டைவீச்சு மட்டுமே உலகின் தலைசிறந்த இருபத்தைந்து வீரர்களை மற்றவர்களிடமிருந்து பிரிக்கும்போது, அவர்களுக்கிடையேயான வேறுபாடு வேறு ஏதேனும் ஒன்றாகத்தான் இருக்க வேண்டும்.

மனப்போக்குதான் அந்த வேறுபாட்டை ஏற்படுத்துகிறது. எதிர்மறையான சிந்தனை கொண்ட மக்கள் சிறப்பாகத் துவங்கலாம், ஒரு சில நல்ல நாட்களையும் அனுபவிக்கலாம், ஒரு போட்டியில் வெற்றி பெறலாம். ஆனால் உடனடியாகவோ அல்லது சிறிது காலம் கழித்தோ (வழக்கமாக அது உடனடியாகத்—தான் ஏற்படும்), அவர்களது மனப்போக்கு அவர்களைக் கீழே இழுத்துவிடும்.

நம் மனப்போக்குகளுக்கு நாமே பொறுப்பு

நமது குறைகூறும் சுபாவத்தாலோ அல்லது உயர்ந்த எதிர்பார்ப்புகளாலோ வாழ்வில் நம் தலையெழுத்து ஒருநாளும் தீர்மானிக்கப்படப் போவதில்லை. வாழ்க்கை முழுவதும் ஆச்சரியங்கள் நிறைந்திருக்கும். நாம் அதற்கேற்றவாறு நம் மனப்போக்குகளை அமைத்துக் கொள்வது வாழ்நாள் முழுதும் தொடரும் பணித்திட்டமாகும்.

> தோல்வி மனப்பான்மையைக் கொண்டவர்
> காற்றைப் பற்றிக் குறை கூறுகிறார்.
> நன்னம்பிக்கை மனப்பான்மையைக் கொண்டவர்
> அது மாறும் என்று எதிர்பார்க்கிறார்.
> தலைவரோ பாய்மரத்தைக் காற்றுக்கேற்றவாறு சரி செய்கிறார்.

என் தந்தை மெல்வின் மேக்ஸ்வெல் எப்போதுமே என்னுடைய கதாநாயகனாக இருந்து வந்துள்ளார். அவர் ஒரு தலைவரின் தலைவர். அவரது வலிமைகளில் ஒன்று அவருடைய நன்னம்பிக்கை மனப்போக்கு. சமீபத்தில் என் பெற்றோர் என் குடும்பத்தினருடன் சில நாட்கள் தங்கியிருந்தனர். என் தந்தை தன் பெட்டியைத் திறந்தபோது, சுயமுன்னேற்ற மனப்போக்குகள் பற்றிய ஓரிரு புத்தகங்கள் அதற்குள் இருப்பதை நான் பார்த்தேன்.

“அப்பா, உங்களுக்கு எழுபது வயதாகிறது. நீங்கள் எப்போதுமே ஒரு சிறந்த மனப்போக்குடன் இருந்து வந்திருக்கிறீர்கள். இன்னும்

இது போன்ற புத்தகங்களை ஏன் படித்துக் கொண்டிருக்கிறீர்கள்?" என்று நான் கேட்டேன்.

அவர் என் கண்களை நேருக்கு நேர் பார்த்து, "நான் என் சிந்தனையின்மீது எப்போதும் கவனம் செலுத்திக் கொண்டிருக்க வேண்டும். ஒரு சிறந்த மனப்போக்கைக் கொண்டிருப்பதற்கும் அதைப் பராமரிப்பதற்கும் நான்தான் பொறுப்பு. என் மனப்போக்கு தானாகவே எப்போதும் சிறப்பாக இருப்பதில்லை," என்று கூறினார்.

என்ன அற்புதமான மனப்போக்கு! அது நம் அனைவருக்கும் ஒரு பாடம். இக்கணத்தில் நாம் கொண்டிருக்கும் மனப்போக்கை நாம் தேர்ந்தெடுக்கிறோம். இது தொடர்ச்சியான விருப்பத்தேர்வு. தங்கள் மனப்போக்குகளுக்குப் பொறுப்பேற்றுக் கொள்ளத் தவறும் பல மனிதர்களைக் கண்டு நான் ஆச்சரியப்பட்டிருக்கிறேன். சிடுசிடுப்பாக இருக்கும் ஒருவரிடம், அவர் ஏன் அப்படி இருக்கிறார் என்று கேட்டுப் பாருங்கள். "நான் காலையில் படுக்கையைவிட்டு எழுந்திருக்கும்போது தவறான பக்கத்தில் எழுந்து விட்டேன்," என்று கூறுவார். அவர்களுடைய வாழ்க்கையைத் தோல்வி முற்றுகையிடத் துவங்கும்போது, அவர்கள், "நான் தண்டவாளத்தின் தவறான பக்கத்தில் பிறந்துவிட்டேன்," என்று கூறுவார்கள். குடும்பத்தில் உள்ள மற்றவர்கள் வெற்றிப் படிகளில் ஏறிக் கொண்டிருக்கும்போது தன் வாழ்க்கை மட்டும் ஒன்றுமில்லாமல் போனால், "நான் என் குடும்பத்தில் தவறான வரிசையில் பிறந்துவிட்டேன்," என்று கூறுவார்கள். அவர்களுடைய திருமணம் தோல்வியுறும்—போது, தாங்கள் தவறான ஒருவரைத் திருமணம் செய்துவிட்ட—தாகக் கூறுவார்கள். தாங்கள் விரும்பிய பதவி உயர்வு வேறு யாருக்காவது கிடைக்கும்போது, அது அவர்கள் தவறான நேரத்தில் தவறான இடத்தில் இருந்ததால்தான் என்று கூறுவார்கள்.

நீங்கள் ஒன்றைக் கவனிக்கிறீர்களா? அவர்கள் தங்களுடைய பிரச்சனைகளுக்கு மற்ற அனைவரையும் குறைகூறிக் கொண்டிருக்கின்றனர்.

எப்போது நாம் நம் மனப்போக்குகளுக்கு முழுப் பொறுப்பையும் ஏற்றுக்கொள்கிறோமோ, அன்றைய தினம்தான் உங்கள் வாழ்விலும் என் வாழ்விலும் மிகச் சிறந்த நாள். அன்றுதான் நாம் உண்மையிலேயே வளர்கிறோம்.

அமெரிக்க அதிபர் ஆபிரகாம் லிங்கனின் அமைச்சரவைக்கு ஒரு குறிப்பிட்ட நபரை அவரது ஆலோசகர் அவரிடம் பரிந்துரை

செய்தார். ஆனால், "எனக்கு அந்த மனிதரின் முகம் பிடிக்க—வில்லை," என்று கூறி லிங்கன் மறுத்துவிட்டார்.

"ஆனால், அவரது முகத்திற்கு அவர் பொறுப்பேற்க முடியாதல்லவா?" என்று அந்த ஆலோசகர் வற்புறுத்தினார்.

"நாற்பது வயதுக்கு மேற்பட்ட ஒவ்வொரு மனிதனும் தன் முகத்திற்குத் தான்தான் பொறுப்பேற்க வேண்டும்," என்று லிங்கன் பதிலளித்தார். பிறகு இந்தப் பேச்சு கைவிடப்பட்டது. உங்கள் மனப்போக்கைப் பற்றி நீங்கள் என்ன நினைத்தாலும் சரி, அது உங்கள் முகத்தில் வெளிப்பட்டுவிடும்.

அன்றொரு நாள், "துயரம் ஒரு விருப்பத்தேர்வு," என்ற வாசகத்தை ஒரு காரின் பின்னால் பார்த்தேன். நான் அதை நம்புகிறேன். நான் கேள்விப்பட்ட ஒரு பெண்ணின் மகளும் அப்படித்தான் நினைத்தார். அப்பெண்ணும் அவரது மகளும் கிறிஸ்துமஸ் கொண்டாட்டத்திற்குப் பொருட்கள் வாங்குவதற்—காகக் கடைக்குச் சென்றனர். ஏராளமான கூட்டம் இருந்தது. அப்பெண்ணிற்குத் தொடர்ச்சியாகப் பல வேலைகள் இருந்ததால், மதிய உணவைத் தவறவிட நேரிட்டது. அவர் பசியால் களைத்துப் போனார். கடை கடையாக ஏறி இறங்கியதில் அவரது கால்கள் வலித்தன. அவர் சற்று அதிக எரிச்சலுடன் காணப்பட்டார்.

கடைசிக் கடையிலிருந்து வெளியே வந்தவுடன், அவர் தன் மகளிடம், "அந்த விற்பனையாளன் என்னை எரிச்சலுடன் பார்த்த விதத்தைக் கவனித்தாயா?" என்று கேட்டார்.

"அம்மா, அவன் உங்களை அப்படிப் பார்க்கவில்லை. நீங்கள்தான் கடைக்குள் போகுமுன் உங்கள் முகத்தில் எரிச்சலை வெளிப்படுத்திக் கொண்டு சென்றீர்கள்," என்று அவரது மகள் பதிலளித்தார்.

> நாம் எத்தனை ஆண்டுகள் உயிர் வாழ்வோம் என்று நம்மால் தேர்ந்தெடுக்க முடியாது, ஆனால் நம் வாழ்நாளில் எத்தனை ஆண்டுகள் உயிரோட்டம் நிறைந்ததாக இருக்க வேண்டும் என்பதை நம்மால்தேர்ந்தெடுக்க முடியும்.
>
> நம்மால் நம் முகத்தின் அழகைக் கட்டுப்படுத்த முடியாது, ஆனால், அதில் வெளிப்படுத்தப்படும் முகபாவங்களைக் கட்டுப்படுத்த முடியும்.
>
> நம் வாழ்வின் கஷ்டமான கணங்களை நம்மால் கட்டுப்படுத்த முடியாது, ஆனால் நம் வாழ்வைக் குறைந்த சிரமமானதாக மாற்றுவதை நம்மால் தேர்ந்தெடுக்க முடியும்.

உலகில் உள்ள எதிர்மறையான சூழ்நிலைகளை நம்மால் கட்டுப்படுத்த முடியாது, ஆனால் நம் மனங்களின் சூழ்நிலைகளை நம்மால் கட்டுப்படுத்த முடியும்.

அடிக்கடி, நம்மால் கட்டுப்படுத்த முடியாத விஷயங்களை நாம் கட்டுப்படுத்த முயற்சிக்கிறோம்.

எப்போதாவதுதான், நம்மால் கட்டுப்படுத்த முடிந்தவற்றை நாம் கட்டுப்படுத்தத் தேர்ந்தெடுக்கிறோம் - அதுதான் நம் மனப்போக்கு.

எனக்கு என்ன நேர்கிறது என்பது முக்கியமல்ல, எனக்குள் என்ன நேர்கிறது என்பதுதான் முக்கியம்

ஒரு மகிழ்ச்சியான மனிதர் என்பவர் ஒரு குறிப்பிட்ட சூழ்நிலைகளைக் கொண்டவர் அல்ல, மாறாக, ஒரு குறிப்பிட்ட மனப்போக்குகளைக் கொண்டவர் என்று ஹ்யூக் டவுன்ஸ் கூறுகிறார். மகிழ்ச்சி என்பது ஒரு சூழ்நிலை என்று பலரும் நம்புகின்றனர். எல்லாம் சிறப்பாக நடக்கும்போது, அவர்கள் மகிழ்ச்சியாக இருக்கின்றனர். எல்லா விஷயங்களும் மோசமாக நடக்கும்போது வருத்தப்படுகின்றனர். சில மக்களுக்கு ‘இலட்சிய வியாதி’ உள்ளது என்று நான் கூறுவேன். அப்படிப்பட்டவர்கள் தங்கள் மகிழ்ச்சி ஒரு பதவியிலோ அல்லது ஓர் இடத்திலோ உள்ளது என்று நினைக்கின்றனர். இன்னும் சிலர், ஒரு குறிப்பிட்ட நபரைத் தங்களுக்குத் தெரிந்திருந்தால் அல்லது அவருடன் இருந்தால்தான் மகிழ்ச்சி ஏற்படும் நினைக்கின்றனர்.

கீழ்க்கூறப்பட்டுள்ள மேற்கோளின் தத்துவம் என் மனத்தைக் கவர்ந்த ஒன்று: “நாம் எதை அனுபவிக்கப் போகிறோம் என்பதைக் கடவுள் தேர்ந்தெடுக்கிறார். அதை எப்படி அனுபவிக்கப் போகிறோம் என்பதை நாம் தேர்ந்தெடுக்கிறோம்.” இது ஒரு நாஜி சித்தரவதை முகாமில் பயங்கரமாகக் கொடுமைப்படுத்தப்—பட்ட விக்டர் பிராங்க்கெல்லின் மனப்போக்கை விளக்குகிறது. தன்னைத் துன்புறுத்தியவர்களைப் பார்த்து அவர் கூறிய வார்த்தைகள் பல இலட்சம் மக்களுக்கு உத்வேகத்தை வழங்கின: “நீங்கள் என்னிடமிருந்து பறிக்க முடியாத ஒரு பொருள், நீங்கள் எனக்குச் செய்யும் கொடுமைகளுக்கு நான் அளிக்கும் செயல்விடையைத் தேர்ந்தெடுக்கும் வழி. எந்த ஒரு சூழ்நிலையிலும் தன் மனப்போக்கைத் தேர்ந்தெடுக்கும் சுதந்திரம்தான் ஒரு மனிதனுக்கு இருக்கும் சுதந்திரங்களில் கடைசியானது.”

தவறான சூழ்நிலைகளிலும் ஒரு சரியான மனப்போக்கைத் தேர்ந்தெடுப்பதன் முக்கியத்துவத்தை அமெரிக்க செஞ்சிலுவைச்

சங்கத்தின் நிறுவனர் கிளாரா பார்ட்டன் நன்றாகப் புரிந்திருந்தார். அவர் யார்மீதும் வஞ்சம் பாராட்டாதவர் என்று பிறரால் அறியப் பட்டவர். சில வருடங்களுக்கு முன் அவருக்கு நடந்த ஒரு கொடுமையான நிகழ்வைப் பற்றி அவரது நண்பர் அவருக்கு நினைவூட்டினார். ஆனால், கிளாராவுக்கு அந்த நிகழ்வு ஞாபகம் இருந்ததாகத் தோன்றவில்லை.

"உனக்கு இழைக்கப்பட்டத் தவறு உனக்கு நினைவில்லையா?" என்று அவரது நண்பர் கேட்டார்.

"இல்லை, நான் அதை மறந்துவிட்டது எனக்குத் துல்லியமாக நினைவில் இருக்கிறது," என்று கிளாரா அமைதியாக விடையளித்தார்.

பல நேரங்களில், தங்கள் வாழ்வில் தங்களுக்கு எதிரான சூழ்நிலைகளால் துன்புற்றவர்கள், கோபக்காரர்களாகவும் கசப்புணர்வு நிறைந்தவர்களாகவும் மாறிவிடுகின்றனர். காலப்போக்கில், பிறரிடம் அவர்கள் எதிர்மறையாகவும் கடினமாகவும் நடந்து கொள்வார்கள். தங்கள் வாழ்வில் கடந்து சென்ற ஏதோ ஒரு பிரச்சனையான காலகட்டத்தைச் சுட்டிகாட்டி, "அந்த நிகழ்வு என் வாழ்வைச் சீரழித்துவிட்டது," என்று கூறுவது அவர்களுடைய போக்காக இருக்கும். ஆனால், அந்த நிகழ்வு ஒரு மனப்போக்கை எதிர்பார்த்தது — ஒரு செயல்விடையை எதிர்பார்த்தது என்பதை அவர்கள் உணர்வதில்லை. அவர்களது சூழ்நிலை அவர்களுடைய வாழ்வைச் சீரழிக்கவில்லை; அவர்களது தவறான மனப்போக்குதான் அவர்கள் வாழ்வு சீரழிந்ததற்குக் காரணம்.

சி.எஸ். லூயிஸ் இவ்வாறு கூறியுள்ளார்: "ஒவ்வொரு முறை நீங்கள் விருப்பத்தேர்வு செய்யும்போதும், உங்களுக்குள் நடுநாயகமாக இருக்கும், விருப்பத்தேர்வு செய்யும் அந்த பாகத்தை, அது முன்பிருந்ததைவிடச் சற்று வித்தியாசமானதாக மாற்றுகிறீர்கள். உங்களுக்கு இருக்கக்கூடிய எண்ணற்ற விருப்பத்தேர்வுகளோடு உங்கள் வாழ்க்கையை மொத்தமாகப் பார்த்தால், இந்த மத்தியப் பாகத்தை ஒரு தெய்வீகமான படைப்பாகவோ அல்லது நரகவேதனை தரும் ஒன்றாகவோ நீங்கள் மெதுவாக மாற்றுகிறீர்கள்."

ஒரு தலைவரின் மனப்போக்கு அவரைப் பின்பற்றுபவர்களின் மனப்போக்குகளைத் தீர்மானிக்க உதவுகிறது

தலைமைத்துவம் என்பது செல்வாக்கு. நம்மை நெருங்கும்போது நம்மிடமுள்ள சளி எவ்வாறு மக்களைத் தொற்றிக் கொள்கிறதோ, அதேபோல் நம் மனப்போக்குகளும் அவர்கள் நம்மிடம் நெருங்கும்போது அவர்களைத் தொற்றிக் கொள்கின்றன. என் மனத்திற்குள் நுழைந்து என் நினைவில் உறுதியாக நிலைத்திருக்கும் எண்ணங்களில் ஒன்று, ஒரு தலைவர் என்ற முறையில் நான் கொண்டிருக்கும் செல்வாக்கின்மீது குவிந்துள்ளது. என் வெற்றிக்கு மட்டுமல்லாமல், பிறரது நன்மைக்காகவும் நான் ஒரு சிறந்த மனப்போக்கைக் கொண்டிருப்பது முக்கியம். ஒரு தலைவர் என்ற முறையில் என் பொறுப்புகளைத் தீர்மானிக்கும்போது, என்னை மட்டும் முன்வைத்து அதைப் பார்க்காமல், எல்லோரையும் கணக்கில் எடுத்துக் கொள்ள வேண்டும்.

ஒரு பந்து எந்த வேகத்தில் ஒரு சுவரை நோக்கி எறியப்படுகிறதோ, அதே வேகத்தில் அது திரும்பி வரும் என்று டாக்டர் பிராங்க் கிரேன் நமக்கு நினைவூட்டுகிறார். இயற்பியலிலும் இதே போன்ற ஒரு விதி உள்ளது: வினை எதிர்வினைக்குச் சமம். இதே விதி செல்வாக்குத் தளத்திலும் உண்மை. ஒரு தலைவரின் செயல் பன்மடங்கில் எதிர்ச்செயலை உருவாக்குகிறது. ஏனெனில், அவரைப் பின்பற்றுவதற்குப் பலர் உள்ளனர். நீங்கள் ஒரு புன்னகை புரிந்தால், பல புன்னகைகள் உங்களை நோக்கி வரும். பிறரிடம் வெளிப்படுத்தப்படும் கோபம் அவர்களிடம் பன்மடங்கான கோபத்தை விளைவிக்கும். உண்மையிலேயே விதிக்குப் பலியானவர்கள் வெகு சிலரே. தயாள குணம் படைத்தவர்கள் உதவப்படுகிறார்கள், கருமிகள் விரட்டியடிக்கப்—படுகிறார்கள்.

ஒரு மைல் தூரத்தை நான்கு நிமிடங்களில் ஓடிக் கடக்க வரலாறு முழுவதும் பலர் முயன்றுள்ளனர். பண்டைய கிரேக்கர்கள் காலந்தொட்டு, மக்கள் அதை அடைய முயன்று கொண்டிருந்—தார்கள். உண்மையில், சிங்கங்களைக் கொண்டு துரத்தினால் மக்கள் இன்னும் வேகமாக ஓடுவார்கள் என்று நினைத்து, கிரேக்கர்கள் ஓடுபவர்களுக்குப் பின்னால் சிங்களை ஓடவிட்டுத் துரத்தியதாக ஒரு தகவல் கூறப்படுகிறது. அவர்கள் புலிப் பாலையும் குடித்துப் பார்த்தனர். அவர்கள் முயற்சித்த எதுவும் வேலை செய்யவில்லை. எனவே, ஒரு மனிதனால் நான்கு நிமிடங்களில் அல்லது அதற்கும் குறைவான நேரத்தில் ஒரு மைல் தூரம் ஓட முடியாது என்று அவர்கள் தீர்மானித்தனர். ஆயிரம் ஆண்டுகளுக்கு மேலாக எல்லோரும் அதை நம்பினர்.

நமது எலும்பு அமைப்பில் கோளாறு உள்ளது; காற்றின் எதிர்ப்பு மிகவும் அதிகம்; நம்மிடம் போதுமான நுரையீரல் சக்தியில்லை; இப்படி அதற்கு இலட்சக்கணக்கான காரணங்கள் காட்டப்பட்டன.

பிறகு ஒரே ஒரு மனிதர் மருத்துவர்கள், பயிற்சியாளர்கள், தடகள வீரர்கள், மற்றும் அவருக்கு முன்னால் அதை முயற்சித்துத் தோல்விகண்ட பல இலட்சம் வீரர்கள் அனைவரது கருத்தும் தவறு என்று நிரூபித்துக் காட்டினார். அதிசயத்திற்கு மேல் அதிசயமாக, ரோஜர் பேனிஸ்டர், அந்த நான்கு நிமிட மைல் ஓட்டத்தை நிகழ்த்திக் காட்டியதற்கு அடுத்த ஆண்டு, முப்பத்தேழு தடகள வீரர்கள் அந்த சாதனையை முறியடித்தனர். அதற்கு அடுத்த ஆண்டு முன்னூறு வீரர்கள் அதை முறியடித்தனர். ஒரு சில வருடங்களுக்குமுன், நியூ யார்க்கில் நடந்த ஓர் ஓட்டப் பந்தயத்தில் கலந்து கொண்ட பதிமூன்று வீரர்களும் அந்த நான்கு நிமிட மைல் சாதனையை முறியடித்தனர்.

என்ன நிகழ்ந்தது? பயிற்சியில் எந்தவொரு பெரும் கண்டுபிடிப்பும் நிகழவில்லை. காற்றின் எதிர்ப்பை எப்படிக் கட்டுப்படுத்துவது என்பதை யாரும் கண்டறியவில்லை. மனித எலும்பு அமைப்பும் திடீரென்று மேம்படவில்லை. ஆனால், மனித மனப்போக்குகள் மேம்பட்டன.

நீங்கள் இலக்குகளை நிர்ணயித்துக் கொண்டால், உங்களால் அவற்றை அடைய முடியும். உங்களோடு போட்டியிடுபவரைக் காட்டிலும் நீங்கள் அதிகக் கடினமானவர் அல்ல, சாதுரியமானவர் அல்ல, சிறந்தவர் அல்ல, கடின உழைப்பு கொண்டவர் அல்ல, அதிகத் திறன் படைத்தவர் அல்ல என்று யார் கூறியது? உங்களால் செய்ய முடியாது என்று அவர்கள் கூறினால் அது பற்றிக் கவலையில்லை. நீங்கள் கவலைப்பட வேண்டிய ஒரே நேரம், உங்களால் முடியாது என்று நீங்களே கூறும்போதுதான்.

ரோஜர் பேனிஸ்டர் வரும்வரை, நாம் அனைவரும் வல்லுனர்களை நம்பினோம். தங்கள் முழு ஆற்றலையும் அடைய விடாமல், மக்களை அந்த 'வல்லுனர்கள்' தடுத்துக் கொண்டேயிருக்கின்றனர். ஏன்? ஏனெனில், அவர்கள் செல்வாக்கு நிறைந்தவர்கள். ஒரு தலைவரின் நடவடிக்கைகளைவிட அவரது மனப்போக்கை அவரைப் பின்பற்றுபவர்கள் மிக விரைவில் பிடித்துக் கொள்கின்றனர். அவர்கள் தங்கள் தலைவரின் நடவடிக்கையைப் பின்பற்றாவிட்டாலும்கூட, அத்தலைவரின் மனப்போக்கு அவர்களால் வெளிப்படுத்தப்படுகிறது. ஒரு வார்த்தைகூடப் பேசாமல் ஒருவரால் தன் மனப்போக்கை வெளிப்படுத்த முடியும்.

ஒரு தலைவரின் மனப்போக்கு அவரைப் பின்பற்றும் மக்களின்மீது ஏற்படுத்தும் விளைவின் காரணமாகத்தான், உயரதிகாரிகளை நியமனம் செய்யும்போது அப்பதவிக்குப் போட்டியிடும் நபர்களின் மனப்போக்கு கருத்தில் கொள்ளப்படுவதற்கு முக்கியக் காரணம். ஊழியர்களை உயரதிகாரிகளாகப் பதவி உயர்வு செய்யக் கருதும்போது குறிப்பிடத்தக்க மதிப்பீடு தேவைப்படும் பகுதிகளை உளவியலாளர்கள் பட்டியலிடுகின்றனர்: இலட்சியம்; திட்டங்கள் குறித்த மனப்போக்குகள்; சக ஊழியர்களிடம் வெளிப்படுத்தும் மனப்போக்குகள்; மேற்பார்வையிடுவதற்கான திறமைகள்; உயரதிகாரிகளிடமிருந்து அதிகப்படியாக எதிர்பார்க்கப்படும் ஆற்றல் மற்றும் நேரம் குறித்த மனப்போக்குகள். இவற்றில் ஒன்று அல்லது ஒன்றுக்கு மேற்பட்டப் பகுதிகளில் சமநிலையில் இல்லாத ஒருவர் உயரதிகாரியாகத் தேர்ந்தெடுக்கப்பட்டால், அவர் எதிர்மறையான மனப்போக்கை வெளிப்படுத்துவதோடு, ஒரு மோசமான தலைவராகவும் விளங்குவார்.

இக்கணத்தில் பிறர்மீது தாக்கத்தை ஏற்படுத்தும், நீங்கள் கொண்டுள்ள எதிர்மறை மனப்போக்குகள் எவை என்பதைப் பட்டியலிடுங்கள்.

1.

2.

3.

4.

உங்கள் மனப்போக்கை மாற்றுவது எப்படி

“நாம் ஒவ்வொருவரும் நூறு வயதுவரை வாழ்வதற்கு அறிவியலால் உதவ முடியும் என்றாலும், நாம் அந்த நீண்ட வாழ்க்கையை மகிழ்ச்சியுடன் அனுபவிக்க நமது பகையுணர்ச்சியும், பயங்களும், தனிமையும், பின்வருத்தமும் அனுமதிக்காது எனும்போது, அதனால் நமக்கு என்ன இலாபம்?” என்று மெனிஞ்சர் நிறுவனத்தைச் சேர்ந்த டேவிட் நீஸ்வேங்கர் கூறுகிறார்.

உங்கள் மனப்போக்கை மாற்றிக் கொள்ள உங்களுக்கு நீங்களே உதவுவதற்கு இனிவரும் பகுதிகள் உங்களுக்கு உதவும்.

மறுபரிசீலனை செய்யுங்கள்

பல வருடங்களுக்கு முன் நானும் என் மனைவி மார்கரெட்டும் எங்களுடைய முதல் வீட்டை வாங்கினோம். எங்களது அப்போதைய நிதிவளக் குறைவு காரணமாக, அதிகப் பணம் செலவழிக்காமல் எங்களுக்கு விருப்பமானவற்றை வாங்கும் வழிகளை நாங்கள் கண்டுபிடிக்க வேண்டியிருந்தது. கூலியாட்களுக்குக் கொடுக்கும் பணத்தை மிச்சப்படுத்துவதற்காக எங்கள் வீட்டின் முன்புற வேலைகளை நாங்களே செய்து கொள்வதென்றும், எங்கள் வீட்டைச் சிறப்பாக அமைப்பதென்றும் நாங்கள் முடிவு செய்தோம். எங்கள் வீடு பார்ப்பதற்கு மிகவும் அற்புதமாக இருந்தது.

ஒரு நாள், நான் என் வீட்டின் பின்புறத்தில் நின்று கொண்டிருந்தபோது, வீட்டின் பின்புறத்தை அழகுபடுத்துவதற்கு எந்தவிதமான பணத்தையும் நேரத்தையும் நாங்கள் செலவிடவில்லை என்பதை உணரத் துவங்கினேன். ஏன்? ஏனென்றால், எங்கள் வீட்டைக் கடந்து செல்லும் யாராலும் எங்கள் வீட்டின் பின்புறத்தைப் பார்க்க முடியாது. மறைக்கப்பட்டப் பகுதியைப் பற்றி நாங்கள் அவ்வளவாக அக்கறை கொள்ளவில்லை.

தங்கள் தனிப்பட்ட வாழ்விலும் மக்கள் சரியாக இதைத்தான் செய்கின்றனர். எல்லோராலும் வெளியிலிருந்து பார்க்கக்கூடிய தங்கள் புறத்தோற்றத்தை நன்றாக வைத்துக் கொள்ள அவர்கள் தங்கள் முழு ஆற்றலையும் நேரத்தையும் செலவிடுகின்றனர். ஆனாலும், அவர்களது மனப்போக்குகள் புறக்கணிக்கப்பட்டு, உருவாக்கப்படாமல் இருக்கின்றன. இந்த அத்தியாயத்தின் துவக்கப் பகுதி நினைவிருக்கிறதா? பின்னால் சென்று மீண்டும் ஒருமுறை படியுங்கள். பிறகு உங்கள் வாழ்வின் உட்பகுதிகளை மாற்றுவதற்குத் தேவையான ஆற்றலையும் முயற்சியையும் செலவிடுங்கள்.

மனப்போக்கு மாற்றத்திற்கான ஆறு நிலைகள்

1. பிரச்சனையான உணர்வுகளை அடையாளம் காணுங்கள்

இதுதான் விழிப்புணர்வுக்கான ஆரம்ப நிலை; மிகவும் எளிதாகப் பிரகடனப்படுத்தக்கூடிய நிலை.

2. பிரச்சனையான நடத்தைகளை அடையாளம் காணுங்கள்

நாம் இப்போது மேற்பரப்பின் கீழே சென்று பார்க்கலாம். தவறான உணர்வுகளைத் தூண்டுவது எது? எதிர்மறையான உணர்வுகளை விளைவிக்கும் நடவடிக்கைகளை எழுதுங்கள்.

3. பிரச்சனையான சிந்தனைகளை அடையாளம் காணுங்கள்

வில்லியம் ஜேம்ஸ் இவ்வாறு கூறியுள்ளார்: "எது நம் கவனத்தைக் கைப்பற்றியுள்ளதோ, அதுவே நம் நடவடிக்கையைத் தீர்மானிக்கிறது."

4. சரியான சிந்தனைகளை அடையாளம் காணுங்கள்

சரி என்று தோன்றும் சிந்தனையையும் உங்கள் விருப்பத்தையும் ஒரு காகிதத்தில் எழுதுங்கள். உங்கள் உணர்வுகள் உங்கள் எண்ணங்களிலிருந்து வருவதால், நீங்கள் ஒரே ஒரு விஷயத்தை மாற்றுவதன்மூலம் உங்கள் உணர்வுகளை கட்டுப்படுத்தலாம் — அந்த ஒரு விஷயம் உங்கள் எண்ணங்கள்தான்!

5. சரியான சிந்தனை பற்றி எல்லோர் முன்னிலையிலும் உறுதி அளியுங்கள்

எல்லோர் முன்னிலையிலும் அளிக்கப்படும் உறுதி சக்தி வாய்ந்த உறுதியாக மாறும்.

6. சரியான சிந்தனைக்கு ஒரு திட்டத்தை உருவாக்குங்கள்

கீழ்க்கண்டவை அத்திட்டத்தில் இருக்க வேண்டும்:

- விருப்பமான சரியான சிந்தனை பற்றிய எழுத்துபூர்வமான வரையறை
- முன்னேற்றத்தை அளவிடுவதற்கு ஒரு வழி
- அன்றாட முன்னேற்றத்தின் அளவீடு
- உங்களைத் தட்டிக் கேட்கும் ஒரு நபர்
- தினமும் உள்வாங்கிக் கொள்ள வேண்டிய சுயஉதவிப் பொருட்கள்
- சரியான சிந்தனையைக் கொண்ட மக்களுடன் தொடர்பை ஏற்படுத்திக் கொள்ளுதல்

இது மனப்போக்கு குறித்த சுயமேம்பாட்டிற்கான ஒரு பொதுவான திட்டம். கீழ்க்கண்ட வழிமுறைகள் உங்கள் வெற்றி வாய்ப்பை அதிகரிக்கும்.

உறுதியெடுத்துக் கொள்ளுங்கள்

ஒரு தலைவர் பிறரிடம் அவர்களது நேரத்தை அர்ப்பணிக்குமாறு கேட்க வேண்டிய அவசியம் ஏற்படும்போது, இரண்டு கேள்விகளுக்கு விடையளிக்கப்பட வேண்டும்: "அவர்களால் முடியுமா?" (இது செயற்திறன் தொடர்புடையது); "அவர்கள் செய்வார்களா?" (இது மனப்போக்கு தொடர்புடையது). இந்த இரண்டிலும் மிக முக்கியமான கேள்வி, "அவர்கள் செய்வார்களா?" என்பதுதான். இன்னும் இரண்டு கேள்விகள் பொதுவாக இந்த "அவர்கள் செய்வார்களா?" பிரச்சனைக்கு விடையளிக்கும். முதல் கேள்வி: "இது சரியான நேரம்தானா?" வேறு வார்த்தைகளில் கேட்பதானால், இவை நேர்மறையான மாற்றத்தை ஏற்படுத்தக்கூடிய சரியான சூழ்நிலைகள்தானா? இரண்டாவது கேள்வி: "அவர்கள் துடிப்பாக உள்ளார்களா?" தேவையான மாற்றத்தை உருவாக்குவதற்கான விலையைக் கொடுக்க அவர்கள் தீவிர விருப்பம் கொண்டுள்ளனரா? இந்த இரண்டு கேள்விகளுக்கும் 'ஆம்' என்பது பதிலாக இருந்தால், அந்த உறுதி வலிமையானதாக இருக்கும், வெற்றி சாத்தியப்படும்.

உங்கள் மனப்போக்கை மறு உருவாக்கம் செய்யுங்கள்

வாழ்வில் வெற்றி பெற்றவர்கள், என்னால் முடியும், நான் செய்வேன், நான் செய்து கொண்டிருக்கிறேன் என்ற முறையில்தான் தொடர்ந்து சிந்தித்துக் கொண்டிருக்கிறார்கள் என்று டெனிஸ் வெயிட்லி கூறுகிறார். மறுபுறம், தோற்பவர்கள் தாங்கள் செய்திருக்க வேண்டியவற்றிலும் தாங்கள் செய்யாதவற்றிலும் தங்கள் சிந்தனையைக் குவிக்கின்றனர். செயல்பாடு நமக்குப் பிடிக்கவில்லை என்றால், முதலில் நாம் காட்சியை மாற்ற வேண்டும்.

இலண்டனிலுள்ள கிங்ஸ் கல்லூரியின் புற்றுநோய் ஆய்வாளர்கள், மார்பகப் புற்றுநோயால் பாதிக்கப்பட்டு அதன் காரணமாக மார்பகங்கள் நீக்கப்பட்ட ஐம்பத்தேழு பெண்களிடம் ஒரு நீண்டகால ஆய்வை மேற்கொண்டனர். 'போராடும் மனோபாவம்' கொண்ட பத்துப் பெண்களில் ஏழு பேர், அறுவைச் சிகிச்சை செய்த பத்தாண்டுகளுக்குப் பின்னரும் உயிர் வாழ்ந்து கொண்டிருந்தனர் என்பதை அவர்கள் கண்டறிந்தனர். அதே சமயத்தில், தங்கள் நோய் கண்டுபிடிக்கப்பட்டபோது 'நம்பிக்கையற்ற மனோபாவம்' கொண்டிருந்த ஐந்து பெண்களில் நால்வர் இறந்து விட்டிருந்தனர்.

ஒருவரது நம்பிக்கை அவருடைய ஆரோக்கியத்தின்மீது தாக்கத்தை ஏற்படுத்துவதால், நம்பிக்கை பற்றிய ஆய்விற்கு ஒரு நவீனமான பெயர் வைக்கப்பட்டுள்ளது — சைக்கோநியூரோஇம்யூனாலஜி. சியாட்டிலில் உள்ள ஹார்பர்வியூ மருத்துவ மையம் இத்துறையில் ஆய்வை மேற்கொண்டு வருகிறது. அவர்களது கண்டுபிடிப்புகள் கிங்ஸ் கல்லூரியின் ஆய்வாளர்களின் முடிவுகளை ஆதரிப்பவையாக அமைந்துள்ளன. தீக்காயத்தால் பாதிக்கப்பட்டவர்களைப் பற்றி இரண்டு வருடங்களாக மேற்கொள்ளப்பட்ட ஆய்வில், எதிர்மறையான மனப்போக்கைக் கொண்ட நோயாளிகளைவிட நேர்மறையான மனப்போக்கைக் கொண்ட நோயாளிகள் அதிக விரைவில் குணமடைந்ததாக ஹார்பர்வியூ ஆய்வுக் குழு கண்டறிந்தது.

உங்கள் மனப்போக்கை மறு உருவாக்கம் செய்வதன் பொருள் என்னவென்றால்:

> என்னைச் சுற்றி நான்கு பக்கங்களிலும் உள்ள உலகத்தை என்னால் மாற்ற முடியாமல் போகலாம், ஆனால், எனக்குள் இருக்கும் உலகத்தை நான் பார்க்கும் விதத்தை என்னால் மாற்ற முடியும்.

மீண்டும் உருவாக்குங்கள்

நீங்கள் உங்கள் சிந்தனையை மாற்றத் துவங்கும்போது, உடனடியாக உங்கள் நடத்தைகையையும் மாற்றத் துவங்குங்கள். நீங்கள் எப்படிப்பட்டவராக ஆக விரும்புகிறீர்களோ, அந்த நபரைப் போல நடந்து கொள்ளத் துவங்குங்கள். நீங்கள் மெச்சும் நடத்தையின்மீது நடவடிக்கை எடுங்கள்; அதை உங்கள் சொந்த நடவடிக்கையாக ஆக்குங்கள். பல மக்கள் முதலில் அதை உணர விரும்புகின்றனர், பிறகு நடவடிக்கை எடுக்கின்றனர். இது ஒருபோதும் வேலை செய்வதில்லை.

ஒரு நாள், நான் ஒரு மருத்துவரை அவரது அலுவலகத்தில் சந்தித்தக் காத்திருந்தபோது, அங்கிருந்த ஒரு மருத்துவப் பத்திரிகையில் இதை நான் படித்தேன்:

> "உடல் எடையைக் குறைப்பது, இரத்தத்தில் உள்ள சர்க்கரை அளவைப் பரிசோதிப்பது போன்றவற்றைச் செய்ய என்னை என்னால் உத்வேகப்படுத்திக் கொள்ள முடிவதில்லை," என்று கூறும் மக்களின் ஏக்கப் பெருமூச்சை நாம் கிட்டடத்தட்ட ஒவ்வொரு நாளும் கேட்கிறோம்.

தங்கள் சர்க்கரை வியாதிக்கும் ஆரோக்கியத்திற்கும் தேவையான சரியான விஷயங்களைச் செய்யத் தங்கள் நோயாளிகளை உத்வேகப்படுத்த முடியாத, சர்க்கரை வியாதிப் பயிற்றுவிப்பாளரிடமிருந்தும் இதே பெருமூச்சுகள் சம அளவில் வருவதை நம்மால் கேட்க முடிகிறது.

நாங்கள் உங்களுக்கு ஒரு செய்தியைக் கூற விரும்புகிறோம். உத்வேகம் உங்களை மின்னல்போல் தாக்காது. மேலும், உத்வேகத்தை யாரோ ஒருவரால் — அது செவிலியராக இருக்கலாம், உங்கள் மருத்துவராக இருக்கலாம், அல்லது உங்கள் குடும்பத்தில் உள்ள ஒருவராக இருக்கலாம் — உங்களுக்கு அளிக்க முடியாது அல்லது உங்கள்மீது திணிக்க முடியாது. உத்வேகம் என்ற மொத்தக் கருத்தும் நீங்கள் சிக்கிக் கொள்ளக்கூடிய ஒரு பொறி. உத்வேகத்தை மறந்துவிடுங்கள். நீங்கள் செய்ய வேண்டியதை உடனே அப்படியே செய்யுங்கள். உடற்பயிற்சி, எடைக் குறைப்பு, உங்கள் சர்க்கரை அளவைப் பரிசோதித்தல், அல்லது எதுவாக இருந்தாலும் சரி. உத்வேகம் இல்லாமல் அதைச் செய்யுங்கள். அதன் பிறகு என்ன நடக்கும் என்று நினைக்கிறீர்கள்? நீங்கள் அதைச் செய்யத் துவங்கிய பிறகுதான் உத்வேகம் வருகிறது. அந்த உத்வேகம் நீங்கள் அச்செயலைத் தொடர்ந்து செய்வதை எளிதாக்குகிறது.

ஜான் புரூனர் இவ்வாறு கூறுகிறார்: "உத்வேகம் என்பது அன்பையும் மகிழ்ச்சியையும் போன்றது. அது ஒரு துணை விளைபொருள். நீங்கள் ஒரு செயலைத் துடிப்புடன் சுறுசுறுப்பாகச் செய்வதில் ஈடுபட்டுள்ளபோது, தொடர்ந்து அதைச் செய்வதற்கான உத்வேகம், நீங்கள் சற்றும் எதிர்பாராத நேரத்தில் திடீரென்று எங்கிருந்தோ முளைத்து வந்து உங்களை உற்சாகப்படுத்தும்."

என் குழந்தைகள் எலிசபெத்திடமும் ஜோயல் போர்ட்டரிடமும் நல்ல மனப்போக்கை உருவாக்குவது எனக்கும் என் மனைவி மார்கரெட்டுக்கும் மிகவும் முக்கியமான ஒன்று. எங்கள் குழந்தைகளின் மனப்போக்குகளை மாற்றுவதற்கு அவர்களுடைய நடத்தைகள்மீது கவனம் செலுத்துவது மிகவும் ஆற்றல்மிக்க வழி என்பதை நாங்கள் நீண்ட நாட்களுக்கு முன் கற்றுக் கொண்டோம். ஆனால் நாங்கள் எங்களுடைய குழந்தைகளில் யாரேனும் ஒருவரிடம், "உங்கள் மனப்போக்கை மாற்றிக்

கொள்ளுங்கள்," என்று கூறினால், இந்தத் தகவல் மிகவும் பொதுவானதாகவும், நாங்கள் விரும்பும் மாற்றம் அவர்களுக்குத் தெளிவற்றதாகவும் அமையும். மாறாக, தவறான மனப்போக்குகளைக் குறிக்கும் நடத்தைகளை விளக்கிக் கூறுவது அதிக ஆற்றல் வாய்ந்த ஓர் அணுகுமுறை. அவர்களது நடத்தைகள் மாறுவதற்கு நாம் உதவினால், அவர்களுடைய மனப்போக்குகள் தாமாகவே மாறும். நாங்கள் எங்கள் குழந்தைகளிடம், "நன்றி மனப்போக்கை வளர்த்துக் கொள்ளுங்கள்," என்று கூறுவதற்கு மாறாக, ஒவ்வொரு நாளும் எங்கள் குடும்பத்திலுள்ள ஒவ்வொரு உறுப்பினரிடமும் அவர்களைப் பற்றி ஏதாவது ஒரு பாராட்டைத் தெரிவிக்கச் செய்கிறோம். இது அவர்களுடைய வாழ்வில் ஒரு பழக்கமாக மாறி வரும்போது, நன்றி மனப்போக்கு தானாகவே பின்தொடரும்.

மீண்டும் செய்யுங்கள்

பால் மையர் இவ்வாறு கூறியுள்ளார்: "மனப்போக்குகள் என்பது எண்ணப் பழக்கங்களைத் தவிர வேறொன்றுமில்லை. மனப்போக்குகளைக் நாம் வசப்படுத்த முடியும். மீண்டும் மீண்டும் செய்யப்படும் ஒரு செயல், ஒரு மனப்போக்கை வெளிப்படுத்தும்." ஒருமுறை நான் ஒரு கருத்தரங்கை வழிநடத்திக் கொண்டிருக்கையில், ஒரு நபரின் சில தவறான மனப்போக்குகளை மாற்றிக் கொள்வதற்கு உதவும் ஓர் எளிய திட்டத்தை ஒரு பெண் என்னிடம் கேட்டார். தன் மனப்போக்கை மாற்றிக் கொள்வதற்கு உதவும் இரண்டு விஷயங்களை நான் அப்பெண்ணுக்குப் பரிந்துரைத்தேன். முதல் விஷயம்:

சரியான வார்த்தைகளைக் கூறுங்கள்,

சரியான புத்தகங்களைப் படியுங்கள்,

சரியான ஒலிநாடாக்களைக் கேளுங்கள்,

சரியான மக்களுடன் இருங்கள்,

சரியான விஷயங்களைச் செய்யுங்கள்,

சரியான பிரார்த்தனையைப் பிரார்த்தியுங்கள்.

இரண்டாவது விஷயம், மேற்கூறப்பட்டவற்றை ஒவ்வொரு நாளும் தொடர்ந்து செய்வது. ஒருமுறை மட்டும் செய்வதோ அல்லது நீங்கள் விரும்பும்போது செய்வதோ உதவாது. அவ்வாறு

தொடர்ந்து செய்த பிறகு உங்கள் வாழ்வு எவ்வளவு சிறப்பு மிக்கதாக மாறுகிறது என்பதைப் பாருங்கள்.

புதுப்பித்துக் கொள்ளுங்கள்

அதிர்ஷ்டவசமாக, காலப்போக்கில் ஒரு நேர்மறையான மனப்போக்கு ஓர் எதிர்மறையான மனப்போக்கை மாற்றி அமைத்துவிடும். போராட்டம் ஒருபோதும் முடிவடையப் போவதில்லை; ஆனால் இது ஓர் உன்னதமான போராட்டம் என்பதால் நாம் கண்டிப்பாக முயற்சிகளை மேற்கொள்ள வேண்டும் என்று நான் வலியுறுத்திக் கூற விரும்புகிறேன். எவ்வளவு அதிகமான எதிர்மறை எண்ணங்கள் உங்களிடமிருந்து களையெடுக்கப்பட்டு, அவற்றிற்குப் பதிலாக நேர்மறை எண்ணங்கள் அங்கு கொலுவேற்றப் படுகின்றனவோ, அவ்வளவு தனிப்பட்டப் புதுப்பிப்புகளை நீங்கள் அனுபவிப்பீர்கள். என் நண்பர் லீனா வாக்கர் தன் தாத்தாவைப் பற்றியும், அவர் தனக்குக் கற்றுக் கொடுத்த ஒரு பயிற்சியைப் பற்றியும் ஓர் அஞ்சலியை எழுதினார். தொடர்ந்து நிகழ்ந்து கொண்டிருக்கும் மனப்போக்கு உருவாக்கத்தையும், எதிர்மறையான சிந்தனையை வெற்றி கொள்வதன் மதிப்பையும் பயனளிக்கும் விதத்தில் அவரது வார்த்தைகள் விளக்குகின்றன.

> ஒவ்வொரு வருடமும் வசந்த காலம் வரத் துவங்கும்போது, பளீரென்று வெண்முடியுடன் இருந்த ஒரு வயதான மனிதரின் நினைவு எனக்குள் தோன்றும். அவர் ஒவ்வொரு வருடமும் வசந்த காலம் வந்தவுடன் போருக்குச் சென்றார். அவரது எதிரி சதையுடன், இரத்தத்துடன் கூடிய மனிதர்கள் அல்ல. 'காட்டுக் கடுகு'ச் செடியின் ஒரு சிறிய மஞ்சள் நிறப் பூதான் அவரது எதிரி. தூரத்திலிருந்து அந்த வயல்வெளிகளையும் புல்வெளிகளையும் பார்க்கும்போது, இந்த மஞ்சள் மலர்களால் எந்தத் தீங்கும் ஏற்படாதுபோல் தோன்றும். ஆனால் வருடங்கள் செல்லச் செல்ல, அது மெல்ல மெல்ல ஊடுருவி, ஒட்டுமொத்தப் பண்ணை நிலத்தையும் ஆக்கிரமித்துவிடும். ஒவ்வொரு வசந்த காலத்திலும் என் தாத்தா தன் வயல்கள் நெடுகிலும் நடந்து சென்று, இந்த மஞ்சள் பூச்செடிகளை வேரோடு பிடுங்கி எடுப்பார்.

சிறிது காலத்திற்குப் பின், நான் திருமணமாகி ஒஹையோவில் உள்ள ஒரு பண்ணையில் வாழ்ந்து வந்தேன். ஒவ்வொரு வசந்த காலத்திலும் நானும் இதே மஞ்சள் பூக்களைப் பார்ப்பேன். பண்ணையில் வாழ்ந்த முதல் சில வருடங்களில், அப்பூக்களைப் பார்த்தும், நான் அவை குறித்து ஒன்றும் செய்யவில்லை. ஆனால் எனக்குப் பக்குவம் ஏற்படத் துவங்கியவுடன், என் தாத்தாவின் முயற்சிகளுக்குப் பின்னால் இருந்த அறிவை என்னால் காண முடிந்தது. நானும் அவரைப் போன்றே எதிரியை எதிர்த்துப் போராடுவது என்று முடிவெடுத்தேன்.

இப்போது, ஒவ்வொரு வருடமும் நான் என் வயல்கள் நெடுகிலும் நடந்து சென்று, அந்த மஞ்சள் பூக்களைப் பிடுங்குகிறேன். நான் என் தாத்தாவிற்குச் செலுத்தும் காணிக்கையாக இதை உணர்கிறேன்.

என்னைப் பொறுத்தவரை, நமது தவறான பழக்கங்களும் எதிர்மறையான எண்ணங்களும்தான் இந்தக் களைகள். ஒரு மகிழ்ச்சியான ஆக்கபூர்வமான வாழ்க்கை குறித்த தேடலில் நம் வாழ்வு செழிப்பானதாகவும் பசுமையானதாகவும் இருக்க நாம் தொடர்ந்து இந்த விஷயங்களைக் களைந்து கொண்டேயிருக்க வேண்டும்.

ஏழு

தலைமைத்துவத்தின் மிகச் சிறந்த சொத்து: மக்கள்

தன்னைப் பின்பற்றுவதற்காக மட்டுமே பிறர்மீது தாக்கத்தை ஏற்படுத்தும் ஒரு தலைவர் சில குறிப்பிட்டக் குறைபாடுகளைக் கொண்டவர். தன்னைப் பின்பற்றுபவர்கள், அவர்கள்பின் வருபவர்களை வழிநடத்திச் செல்லும் விதத்தில் அவர்களைத் தயார் செய்யும் நோக்கத்தில் அவர்கள்மீது தாக்கத்தை ஏற்படுத்தும் ஒரு தலைவர் குறைபாடுகள் அற்றவர். ஆன்ட்ரூ கார்னகி கூறியதுபோல், தானே எல்லாவற்றையும் செய்ய வேண்டும் என்று நினைப்பவர் அல்லது அதைச் செய்ததற்கான எல்லாப் புகழையும் தானே பெற வேண்டும் என்று நினைப்பவர் எவரும் ஒரு சிறந்த தலைவராக உருவாக முடியாது.

கை ஃபெர்கூசன் அதை இவ்வாறு கூறுகிறார்:

> ஒரு வேலையை எப்படிச் செய்ய வேண்டும் என்று தெரிந்திருப்பது ஒரு ஊழியரின் சாதனை;
>
> அதை மற்றவர்களுக்கு எடுத்துக் கூறுவதற்குத் தயாராக இருப்பது ஓர் ஆசிரியரின் சாதனை;
>
> சிறப்பாக வேலை செய்ய மற்றவர்களை உத்வேகப்படுத்துவது நிர்வாகத்தின் சாதனை;
>
> இந்த மூன்றையும் செய்யும் திறனைப் பெற்றிருப்பது உண்மையான தலைவர்களின் சாதனை.

ஒரு தலைவர் என்ற முறையில் உங்கள் கனவுகளை நடைமுறைப்படுத்துவதற்கு உங்கள் வேலைகளைப் பகிர்ந்து கொண்டு உங்களுக்கு உதவக்கூடிய வகையில் மக்களை

உருவாக்குவதன் முக்கியத்துவம் குறித்து இந்த அத்தியாயம் கவனம் செலுத்தும். அதன் பின்னுள்ள கருத்து இதுதான்: நீங்கள் எவ்வளவு அதிகமான மக்களை உருவாக்குகிறீர்களோ, அவ்வளவு பெரிதாக உங்கள் கனவுகளின் எல்லை விரிவடையும்.

தலைமைத்துவப் பதவிகளில் வைக்கப்பட்டிருப்பவர்கள், அனைத்து வேலைகளையும் தாங்களாகவே தனியாகச் செய்ய முற்பட்டால், என்றேனும் ஒரு நாள் இந்தக் கொத்தனார் வந்த அதே முடிவுக்குத்தான் அவர்களும் வர வேண்டியிருக்கும். 225 கிலோ எடை கொண்ட செங்கல்களை ஒரு நான்கு மாடிக் கட்டடத்தின் மேலிருந்து கீழே கொண்டுவந்து நடைபாதையோரம் வைக்க ஒரு கொத்தனார் முயற்சித்துக் கொண்டிருந்தார். அவர் அந்த வேலையைத் தனியொருவராகச் செய்ய முயற்சித்துதான் அவருடைய பிரச்சனை. அவரது காப்பீட்டுப் படிவத்தில், தனக்கு என்ன நிகழ்ந்தது என்பதை அவர் விளக்கினார்: "கையால் அத்தனை செங்கல்களைக் கீழே எடுத்துக் கொண்டு வருவதற்கு அதிக நேரம் பிடித்திருக்கும். எனவே, நான் அவற்றை ஒரு உருளையில் நிரப்பி, கட்டடத்தின் மேலே பலமாகப் பொருத்தப்பட்ட ஒரு கப்பியின் உதவியால் அந்த உருளையை மெதுவாகக் கீழே இறக்கலாம் என்று முடிவு செய்தேன். கயிற்றை நிலத்தில் பாதுகாப்பாக இழுத்துக் கட்டிய பிறகு, நான் கட்டடத்தின் மேலே சென்றேன். உருளையைச் சுற்றிலும் கயிற்றை இறுக்கமாகக் கட்டி, செங்கல்களை அதில் நிரப்பி, கீழே இறக்குவதற்காக நடைபாதையை நோக்கி வீசினேன்.

"பிறகு நான் கீழே இறங்கிச் சென்று, நடைபாதையை அடைந்து, அங்கு கட்டப்பட்டிருந்த கயிற்றை அவிழ்த்து, உருளையை மெதுவாகக் கீழே வரச் செய்வதற்காக இறுக்கமாகப் பிடித்திருந்தேன். ஆனால், என் எடை வெறும் 63 கிலோ மட்டுமே என்பதால், அந்த 225 கிலோ எடை என்னை நிலைத்திலிருந்து மின்னல் வேகத்தில் மேலே இழுத்தது. எனவே கயிற்றை விட வேண்டும் என்று சிந்திப்பதற்குக்கூட நேரம் இருக்கவில்லை. நான் இரண்டாவது மற்றும் மூன்றாவது மாடிகளுக்கிடையே கடந்து சென்று கொண்டிருந்தபோது, உருளை கீழ்நோக்கி வருவதைப் பார்த்தேன். என் உடலின் மேற்பகுதியில் ஏற்பட்டுள்ளக் கீறல்களுக்கும் சிராய்ப்புகளுக்கும் இதுதான் காரணம்.

"நான் மேலே போய்ச் சேரும்வரை கயிற்றை இறுக்கமாகப் பற்றிக் கொண்டிருந்தேன். அங்கு என் கை அந்தக் கப்பியில் மாட்டிக் கொண்டது. இது என் கட்டைவிரல் உடைந்ததை விளக்கும். ஆனாலும், அதே நேரத்தில், உருளை நடைபாதையின்மீது

பலமாக வந்து மோதியதில், அதன் கீழ்ப்பகுதி உடைந்து விழுந்துவிட்டது. செங்கல்கள் எல்லாம் கீழே கொட்டிவிட்டதால், காலியான அந்த உருளை 18 கிலோ எடை மட்டுமே இருந்தது. இப்படியாக, 63 கிலோ எடை கொண்ட என் உடல், வேகமாகக் கீழ்நோக்கிச் செல்ல ஆரம்பித்தது. அப்போது எதிரே வந்த காலியான உருளை என்மீது மோதியது. இது என் கணுக்கால் உடைந்ததற்குக் காரணம்.

"சிறிது வேகம் குறைந்தாலும், நான் தொடர்ந்து கீழ்நோக்கிச் சென்று கீழே குவிந்து கிடந்த செங்கல்களில்மேல் போய் விழுந்தேன். இது என்னுடைய முதுகுப் பிடிப்பிற்கும் கழுத்து எலும்பு முறிவுக்கும் காரணம்.

"இந்த நேரத்தில், நான் என் சமயோசிதப் புத்தியை முற்றிலுமாக இழந்துவிட்டு, கயிற்றை விட்டுவிட்டேன். காலி உருளை அதிவேகத்தில் வந்து என்மீது விழுந்தது. இது என் தலையில் ஏற்பட்டக் காயங்களை விளக்கும்.

"இப்படிவத்திலுள்ள, 'இதே சூழ்நிலை மீண்டும் ஏற்பட்டால் நீங்கள் என்ன செய்வீர்கள்?' என்ற கேள்வியைப் பொறுத்தவரை, இனிமேல் தனியாக வேலை செய்வது என்பது இதோடு முடிந்துவிட்டது."

மக்களும் செயற்திறமைகளும் மூன்று நிலைகளில் வருவதை நான் கவனித்திருக்கிறேன்:

முதல் நிலை: பிறருடன் நன்றாக இணைந்து வேலை செய்யக்கூடியவர் ஒரு தலைவரைப் பின்பற்றுபவர்.

இரண்டாம் நிலை: பிறர் சிறப்பாக வேலை செய்வதற்கு உதவுபவர் ஒரு மேலாளர்.

மூன்றாம் நிலை: வேலைக்காகச் சிறந்த மக்களை உருவாக்குபவர் ஒரு தலைவர்.

மக்களை உருவாக்குவதற்கான கொள்கைகள்

பிறரை உருவாக்குவதில் எனக்குக் கிடைக்கக்கூடிய வெற்றி, கீழ்க்கண்ட ஒவ்வொன்றையும் நான் சாதிப்பதைச் சார்ந்துள்ளது.

- ***மக்களின் மதிப்பை அறிவது:*** *இது என் மனப்போக்கு தொடர்பான விஷயம்.*
- ***மக்களுக்காக அர்ப்பணிப்பது:*** *இது என் நேரம் தொடர்பான விஷயம்.*
- ***மக்களிடம் நாணயமாக இருப்பது:*** *இது என் நடத்தை தொடர்பான விஷயம்.*
- ***மக்களுக்கான தரத்தை விதிப்பது:*** *இது என் குறிக்கோள் தொடர்பான விஷயம்.*
- ***மக்கள்மீது தாக்கத்தை ஏற்படுத்துவது:*** *இது என் தலைமைத்துவம் தொடர்பான விஷயம்.*

என் சொந்த அனுபவத்திலிருந்தும், இந்த முக்கியமான பகுதியில் சிறப்பாகச் செயல்படும் பிற தலைவர்களைக் கவனித்ததிலிருந்தும் நான் கண்டுகொண்டது, மக்களை உருவாக்குவதில் வெற்றிகரமாக விளங்குபவர்களும், அதில் வெற்றி பெறாதவர்களும் மூன்று பகுதிகளில் வெவ்வேறு விதமாகச் செயல்படுகின்றனர். வெற்றிகரமாக மக்களை உருவாக்குபவர்கள்:

1. மக்களைப் பற்றி சரியான அனுமானங்களைக் கொண்டிருப்பார்கள்.
2. மக்களைப் பற்றி சரியான கேள்விகளைக் கேட்பார்கள்.
3. மக்களுக்குச் சரியான உதவியை வழங்குவார்கள்.

வெற்றிகரமாக மக்களை உருவாக்குபவர்கள் மக்களைப் பற்றி சரியான அனுமானங்களைக் கொண்டிருப்பார்கள்

பிறரை ஊக்கப்படுத்துவது, வேறு எந்த வேலையைக் காட்டிலும் எனக்கு எப்போதுமே எளிதாக இருந்து வந்துள்ளது. பல வருடங்களாக என்னிடம் கேட்கப்பட்டு வரும் கேள்வி: "ஜான், நீங்கள் மக்களை எப்படி ஊக்கப்படுத்துகிறீர்கள்?" அதற்கு என்னுடைய பதில்கள் இதுபோன்று இருக்கும்: "உற்சாகமாக இருங்கள்"; "பிறரை உற்சாகப்—படுத்துங்கள்"; "வழிநடத்திச் செல்லுங்கள்"; "மக்களை நம்புங்கள்". மக்கள் என்னுடைய அறிவுரையைப் பின்பற்றி சிறிது காலம் வெற்றிகரமாக இருப்பதையும், பிறகு தங்கள் பழைய வழக்கங்களை நோக்கிச் சென்றுவிடுவதையும், இதன் விளைவாக அவர்களது மனோபலம் குறைவதையும் நான் பார்த்திருக்கிறேன்.

இக்கீழ்முகச் சுழற்சியைப் பார்க்கும்போது, என் அறிவுரையை ஏற்றுக்கொண்ட இவர்களால் ஏன் தொடர்ச்சியாக மற்றவர்களை ஊக்குவிக்க முடிவதில்லை என்று என்னை நானே கேட்டுக் கொள்வேன். பிறகு, ஒரு நாள் எனக்கு அதற்கான பதில் கிடைத்தது. பிறரை ஊக்கப்படுத்துவதற்கு எனக்கு அளிப்பட்டுள்ள பரிசுகளின் 'வேர்களை' விட்டுவிட்டுப் 'பழங்களை' மட்டும் நான் அவர்களுக்குக் கொடுத்துக் கொண்டிருந்தேன். என் வாயிலிருந்து வரும் விடைகளை அவர்கள் குறிப்பெடுத்துக் கொண்டிருந்தனரே தவிர, மக்களைப் பற்றிய எனது உள் அனுமானங்களின் பலன் அவர்களுக்குக் கிடைக்கவில்லை. பிறரைப் பற்றிய என் அனுமானங்கள்தான் தொடர்ந்து நான் அவர்களை ஊக்கப்படுத்தி உருவாக்க எனக்கு உதவுகின்றன. உண்மையில், பிற மக்களைப் பற்றிய சரியான அனுமானங்களை ஒரு தலைவர் கொண்டிருப்பதுதான் தொடர்ந்து அவர்களை உருவாக்குவதற்கு உதவும் முக்கியக் காரணி.

அதில் ஏதோ உண்மை இருக்கிறது என்று நாம் கொண்டிருக்கும் அபிப்பிராயம்தான் அனுமானம். மக்களைப் பற்றி நான் கொண்டிருக்கும் அனுமானங்கள்தான், நான் அவர்களை எவ்வாறு நடத்துகிறேன் என்பதைத் தீர்மானிக்கும். ஏன்? ஏனென்றால், நான் மக்களைப் பற்றி என்ன அனுமானிக்கிறேனோ, அதையே எதிர்பார்க்கிறேன். நான் என்ன எதிர்பார்க்கிறேனோ, அதையே கண்டுபிடிக்கிறேன். நான் எதைக் கண்டுபிடிக்கிறேனோ, அது என் செயல்விடையின்மீது தாக்கத்தை ஏற்படுத்துகிறது. எனவே, பிறரைப் பற்றிய எதிர்மறையான அனுமானங்கள், அவர்களிடம் எதிர்மறையான தலைமைத்துவத்தைத் தூண்டும். பிறரைப் பற்றிய நேர்மறையான அனுமானங்கள், அவர்களிடம் நேர்மறையான தலைமைத்துவத்தைத் தூண்டும். எனக்கு மிகவும் மதிப்பு வாய்ந்தவையாக விளங்கும் இப்படிப்பட்டப் பல அனுமானங்கள் பின்வருமாறு:

அனுமானம்: எல்லோரும் மகத்தானவர்களாக உணர விரும்புகின்றனர்

மக்களுடன் தொடர்பு கொண்ட, அவர்களுடன் செயல்படும் மிகவும் வெற்றிகரமான ஆசிரியர்கள், எழுத்தாளர்கள், மேலாளார்கள், அரசியல்வாதிகள், தத்துவவியலாளர்கள், மற்றும் தலைவர்கள் ஆகியோருக்கு இந்த எளிய உண்மை உள்ளுணர்வுரீதியாகத் தெரியும்: உலகில் உள்ள ஒவ்வொரு மனிதனும் பசியோடு இருக்கிறான். ஆம், இந்த உலகிலுள்ள ஒவ்வொரு மனிதனும் ஏதோ ஒன்று குறித்துப் பசியோடு

இருக்கிறான்: அது அங்கீகாரமாகவோ, நட்பாகவோ, புரிதலாகவோ, அல்லது அன்பாகவோ இருக்கலாம்; இப்பட்டியலுக்கு முடிவே கிடையாது. மக்களது தேவைகள் குறித்த பட்டியலில் நான் எப்போதும் காணும் ஒரு விஷயம், தாங்கள் மகத்தானவர்கள் என்று உணர்வதற்கான விருப்பம். தாங்கள் முக்கியமானவர்கள் என்று அவர்கள் உணர விரும்புகிறார்கள். மக்களின் சுயமதிப்பை அதிகரிக்க எப்போதும் அவர்களுக்கு உதவுமாறு டோனல்டு லெயர்டு கூறுகிறார். பிற மக்கள் தங்களை முக்கியமானவர்களாக உணர்வதற்கு உதவக்கூடிய உங்கள் திறமைகளை உருவாக்கிக் கொள்ளுங்கள். ஒரு மனிதர் பிறருக்குப் பயன்படுபவராக விளங்குவதற்கும், திருப்தியையும் முக்கியத்துவத்தையும் தனக்குள் உணர்வதற்கும் உதவுவதைக் காட்டிலும் உயர்ந்த பாராட்டுதலை ஒரு தனிநபருக்கு உங்களால் வழங்க முடியாது. நான் அதை நம்புகிறேன்!

நான் அடிக்கடிப் பிரயாணம் செய்பவன்; மேலும், என் காலணிகளைப் பளிச்சூட்டுவதற்காக நான் சான்டியாகோ விமான நிலையத்தின் வழியாக அடிக்கடிப் பயணிக்கிறேன். என் காலணிகளைப் பளிச்சூட்டும் மெல்வின் என்பவர் எனக்கு நண்பராகிவிட்டார். நாங்கள் பேசிக் கொண்டிருக்கும்போது, இரண்டு விஷயங்களை எங்கள் உரையாடலில் கொண்டுவர நான் எப்போதும் முயற்சிப்பேன். அவர் பயிற்சியாளராக இருக்கும் ‘லிட்டில் லீக்’ அணி பற்றி நான் விசாரிப்பேன். ஏனெனில், அதுதான் அவரது வாழ்வில் அவர் மிகவும் விரும்பும் ஒன்று. பிறகு, எனக்குத் தெரிந்தவர்களில் மற்ற எல்லோரையும்விட மெல்வினால் மட்டும்தான் காலணிகளை இவ்வளவு பிரமாதமாகப் பளிச்சூட்ட முடியும் என்று நான் அவரிடமும், எங்கள் உரையாடலைக் கவனித்துக் கொண்டிருக்கும் மற்றவர்களிடமும் கூறுவேன்.

ஒரு தலைவரின் தலைவராக விளங்கிய நெப்போலியன் போனபார்ட், தன் படையிலிருந்த அதிகாரிகள் ஒவ்வொருவரின் பெயரையும் தெரிந்து வைத்திருந்தார். தன் முகாமின் ஊடாக நடந்து செல்வதும், அதிகாரிகளை சந்திப்பதும், அவர்களைப் பெயர் சொல்லி அழைப்பதும், அவர்கள் ஈடுபட்டுள்ள போரைப் பற்றிப் பேசுவதும் அவருக்கு மிகவும் பிடிக்கும். தன் படைவீரர்களின் சொந்த ஊர், மனைவி, குடும்பம் ஆகியவற்றைப் பற்றி விசாரிக்க எந்தவொரு வாய்ப்பையும் அவர் தவறவிட்டதில்லை. தங்கள் ஒவ்வொருவரையும் பற்றிய விரிவான தனிப்பட்டத் தகவல்களை தங்கள் பேரரசரால் எப்படி அவரது

நினைவில் சேமித்து வைத்துக் கொள்ள முடிகிறது என்பதைப் பார்த்து அவரது வீரர்கள் எப்போதும் வியந்துள்ளனர்.

நெப்போலியன் தங்கள்மீது தனிப்பட்ட அக்கறை கொண்டுள்ளார் என்று ஒவ்வோர் அதிகாரியும் உணர்ந்ததால் (நெப்போலியனின் விசாரிப்புகளும் கேள்விகளும் நமக்கு இதை நிரூபிக்கின்றன), அவர்கள் அனைவரும் அவரிடம் கொண்டிருந்த அர்ப்பணிப்பை நம்மால் எளிதில் புரிந்துகொள்ள முடிகிறது.

அனுமானம்: எல்லோருக்கும் ஊக்கம் தேவை; ஊக்குவிக்கப்படுபவர்கள் அதற்குத் தகுந்த செயல்விடை அளிக்கின்றனர்

இருபத்து மூன்று வருடங்களாக நான் மக்களை உருவாக்கும் பொறுப்பை வகித்து வந்திருக்கிறேன். எதிர்மறையான விமர்சனங்களைவிட நேர்மறையான ஒப்புதலின்பேரில் சிறப்பாக வேலை செய்யாத, பெரும் முயற்சிகளை மேற்கொள்ளாத ஒருவரை நான் இதுவரை பார்த்ததில்லை. ஊக்கம்தான் ஆன்மாவின் பிராணவாயு.

ஊக்கம் ஒரு மனிதனிடமுள்ள சிறந்தவற்றை வெளிக் கொணரும் என்ற பழைய உண்மைக்கு ஆதரவாகப் புதிய ஆதாரங்களை ஆய்வாளர்கள் நமக்கு அளித்துக் கொண்டிருக்கின்றனர். ஒரு பரிசோதனையில், வயது முதிர்ந்தவர்களிடம், தீர்வு காண்பதற்காகப் பத்துப் புதிர்கள் கொடுக்கப்பட்டன. அவர்கள் அனைவருக்கும் ஒரே மாதிரியான பத்துப் புதிர்கள்தான் கொடுக்கப்பட்டிருந்தன. அவர்கள் அவற்றிற்குத் தீர்வு கண்டு, உரியவர்களிடம் தங்கள் விடைகளை ஒப்படைத்தனர். இறுதியில், முடிவுகள் அவர்களுக்குக் கொடுக்கப்பட்டன. ஆனாலும், அவர்களிடம் கொடுக்கப்பட்ட முடிவுகள் பொய்யானவை. பரீட்சையில் பங்குபெற்றவர்களில் பாதிப் பேரிடம் அவர்கள் நன்றாகச் செய்திருப்பதாகவும் பத்துப் புதிர்களில் ஏழு புதிர்களுக்கு அவர்கள் சரியாகத் தீர்வு கண்டிருப்பதாகவும் கூறப்பட்டது. மீதியுள்ள பாதிப் பேரிடம் அவர்கள் மோசமாகச் செய்திருப்பதாகவும் பத்துப் புதிர்களில் ஏழு புதிர்களுக்கு அவர்கள் தவறாக விடையளித்திருப்பதாகவும் தெரிவிக்கப்பட்டது. பிறகு அனைவருக்கும் இன்னும் பத்துப் புதிர்கள் கொடுக்கப்பட்டன. மீண்டும், ஒவ்வொருவருக்கும் ஒரே மாதிரியான பத்துப் புதிர்கள்தான் கொடுக்கப்பட்டன. முதல் முறையில் தாங்கள் நன்றாகச் செய்துள்ளதாகக் கூறப்பட்டப் பாதிப் பேர், இந்த இரண்டாம் தேர்வில் சிறப்பாகச் செய்தனர்.

மற்றவர்கள் மிகவும் மோசமாகச் செய்தனர். விமர்சனங்கள் தவறாக இருந்தபோதிலும், அது அவர்களுக்கு சேதத்தை ஏற்படுத்தியது.

விக்டர் ஃபிராங்க்கெல் இவ்வாறு கூறியுள்ளார்:

> நீங்கள் மக்களை அவர்களுக்கான குறிக்கோளைப் பற்றிக் கனவு காண ஊக்குவித்தால், அவர்கள் அறியும் வண்ணம் அவர்களுடைய மதிப்பை உயர்த்திப் பேசினால், அவர்கள் என்னவாக ஆகும் ஆற்றல் கொண்டுள்ளார்களோ, அதுவாக ஆவதற்கு நீங்கள் அவர்களை உருவாக்குகிறீர்கள். உண்மையில், மக்களை நாம் அவர்கள் இப்போது இருக்கும் நிலையிலேயே நடத்திக் கொண்டிருந்தால், அவர்களை இன்னும் மோசமானவர்களாக மாற்றி விடுவோம். அவர்கள் எப்படிப்பட்டவர்களாக இருக்க வேண்டுமோ அப்படி அவர்களை நாம் நடத்தினால், அவர்களால் எப்படி இருக்க முடியுமோ அப்படி ஆவதற்கு நாம் அவர்களுக்கு உதவுகிறோம். இதை இலட்சியவாதம் என்றும், மனிதனின் மதிப்பை அளவுக்கு அதிகமாக உயர்த்துவதாகவும் நீங்கள் நினைத்தால், பிறகு நான் இப்படித்தான் உங்களுக்கு விடையளிக்க முடியும்: "இலட்சியவாதம்தான் உண்மையான யதார்த்தம். ஏனெனில், மக்கள் தங்களை நிஜமாக்கிக் கொள்ள நீங்கள் அவர்களுக்கு உதவுகிறீர்கள்."

ஒரு கணம் எடுத்துக் கொண்டு, தலைமைத்துவத்தின் வரையறையையும் (செல்வாக்கு) அதன் பொறுப்பையும் (மக்களை உருவாக்குதல்) இணைத்துப் பாருங்கள். நம் செல்வாக்கால் பிறர்மீது தாக்கத்தை ஏற்படுத்தும் நாம், உண்மையிலேயே அவர்களை எப்படி ஊக்கப்படுத்தி உருவாக்குவது? அவர்களை உற்சாகப்படுத்துவதன் மூலமும் அவர்கள்மீது நம்பிக்கை கொள்வதன் மூலமும்தான் நாம் அதைச் செய்கிறோம். தங்கள் வாழ்வில் உள்ள முக்கியமானவர்கள் தாங்கள் என்னவாக ஆவோம் என்று நினைக்கிறார்களோ, மக்கள் அதுவாகவே ஆவதற்குத் தூண்டப் படுகிறார்கள். முதலில் நான் செய்து காட்டுவேன், பிறகு, ஓர் உரையாடல் துவங்கிய முதல் அறுபது நொடிகளுக்குள் பிறருக்கு உத்வேகமூட்டும் ஏதோ ஒன்றை

அவர்களிடம் கூற நான் என் ஊழியர்களை உற்சாகப்படுத்துவேன். அது பிற அனைத்தும் சிறப்பாக நடக்க ஒரு நேர்மறையான துவக்கமாக அமையும்.

ஒருவர் தான் சிறந்த பேஸ்பால் மேலாளராக விளங்குவதற்கான காரணத்தை விளக்கும்போது, தாங்கள் நினைப்பதைவிடவும் தாங்கள் சிறந்தவர்கள் என்ற உணர்வை, விளையாடுபவர்கள் மனத்தில் ஏற்படுத்தக்கூடிய கலையில் வல்லவராகத் திகழ்பவர்தான் ஒரு சிறந்த மேலாளர் என்று ரெக்கீ ஜாக்சன் கூறினார். உங்களைப் பற்றி நீங்களே உங்கள்மீது நல்ல அபிப்பிராயத்தைக் கொள்வதற்கு அவர் உங்களைக் கட்டாயப்படுத்துவார். அவர் உங்கள்மீது நம்பிக்கை கொண்டிருக்கிறார் என்பதை உங்களுக்குத் தெரியப்படுத்துவார். நீங்கள் உண்மையிலேயே எவ்வளவு சிறப்பு மிக்கவர் என்பதை நீங்கள் ஒருமுறை புரிந்து கொண்ட பிறகு, உங்கள் முழு ஆற்றலுக்குக் குறைவாக விளையாட ஒருபோதும் சம்மதிக்க மாட்டீர்கள்.

> தங்கள் வாழ்வில் தாங்கள் முக்கியமானவர்கள் என்று கருதுபவர்கள் தாங்கள் என்னவாக ஆவோம் என்று நினைக்கிறார்களோ, மக்கள் அதுவாகவே ஆவதற்குத் தூண்டப்படுகிறார்கள்.

“எனக்குள் இருக்கும் சிறந்தவற்றை வெளிக்கொண்டு வருபவர்தான் என்னுடைய சிறந்த நண்பர்,” என்று ஹென்றி ஃபோர்டு கூறினார். எவ்வளவு உண்மையான கருத்து! ஒவ்வொரு தலைவரும் மக்களிடமுள்ள சிறந்தவற்றை வெளிக் கொணரவே விரும்புகின்றனர். மேலும், அதை அடைவதற்கான சிறந்த வழி அவர்களை ஊக்கப்படுத்துவதுதான் என்பதை ஒவ்வொரு வெற்றிகரமான தலைவரும் அறிந்துள்ளனர்.

அனுமானம்: ஒரு தலைவரின் தலைமைத்துவத்தில் நம்பிக்கை கொள்வதற்குமுன், மக்கள் அவர்மீது நம்பிக்கை கொள்கின்றனர்

ஒரு பதவியை வகிப்பவரிடம் விசுவாசமாக இருப்பதற்கு மாறாக, அவர் வகிக்கும் பதவியிடம் மக்கள் விசுவாசமாக இருக்க வேண்டும் என்று பல நேரங்களில் நாம் எதிர்பார்க்கிறோம். ஒரு நிறுவனத்தில் யார் யார் எந்தப் பதவியில் இருக்கின்றனர் என்ற விபரங்கள் மக்களை ஊக்கப்படுத்துவதில்லை; அவர்கள் பிறரது நடவடிக்கைகளுக்குச் செயல்விடை அளிக்கின்றனர். ஒரு தலைவர் என்பவர் முதலில் பிரகடனப்படுத்த வேண்டியது தன் உரிமைகளால் வந்த அதிகாரத்தை அல்ல, மாறாக

உறவுகளால் வந்த அதிகாரத்தைத்தான். நீங்கள் மக்களைப் பற்றி எவ்வளவு அக்கறை கொண்டுள்ளீர்கள் என்பதை அவர்கள் தெரிந்து கொள்ளும்வரை, உங்களுக்கு எவ்வளவு விஷயங்கள் தெரியும் என்பதைப் பற்றி அவர்களுக்கு அக்கறை இல்லை.

நீங்கள் மக்களைப் பற்றி எவ்வளவு அக்கறை கொண்டுள்ளீர்கள் என்பதை அவர்கள் தெரிந்து கொள்ளும்வரை, உங்களுக்கு எவ்வளவு விஷயங்கள் தெரியும் என்பதைப் பற்றி அவர்களுக்கு அக்கறை இல்லை.

நம்மில் பெரும்பாலானவர்கள், கிறிஸ்டபர் கொலம்பஸ் ஒரு மாபெரும் கண்டுபிடிப்பாளர் என்று நினைக்கிறோம். ஆனால் அவர் ஒரு மாபெரும் தலைவரும் விற்பனையாளரும்கூட. உலகை மாற்றி அமைத்த ஒரு கண்டுபிடிப்புக்கானக் கடற்பயணத்தை அவர் துவங்குவதற்குமுன், முற்றிலும் நகைப்பிற்கிடமான ஒரு யோசனையை அவர் தன் சம காலத்தவரிடம் விற்க வேண்டியிருந்தது. அந்த விற்பனை 'ஒரே அழைப்பி'ல் முடிந்துவிடவில்லை. அவருக்கு எதிராகக் குவிக்கப்பட்டிருந்த சூழ்நிலைகளையும் சூழல்களையும் கருத்தில் கொள்ளுங்கள்.

முதலில், அட்லான்டிக் பெருங்கடலைக் கடந்து செல்லும் கடற்பயணத்திற்கான தேவை அப்போது அங்கு யாருக்கும் இருக்கவில்லை. நூற்றுக்கணக்கான வருடங்களாக இருந்து வந்துகொண்டிருக்கும் பாரம்பரியங்களும் மூட நம்பிக்கைகளும், உண்மையிலேயே அவ்வாறு நடப்பதற்கான வாய்ப்புகள் ஒருபோதும் இருக்கப் போவதில்லை என்பதற்கு உத்தரவாதமாக விளங்கின.

இரண்டாவதாக, ஒரு பயணி என்ற முறையில் அவர் கடலில் பயணம் செய்திருந்தாலும், கொலம்பஸ் ஒருபோதும் ஒரு கப்பலின் தலைவராக இருந்ததில்லை.

மூன்றாவதாக, கொலம்பஸ் போர்ச்சுகல்லிலும் பின்னர் ஸ்பெயினிலும் வாழ்ந்து கொண்டிருந்த ஓர் இத்தாலியர்.

நான்காவதாக, அப்படிப்பட்ட ஒரு சாகசத்தை மேற்கொள்வதற்குத் தேவையான போதுமான நிதி வசதி அவரிடம் இருக்கவில்லை. உண்மையில், கண்டுபிடிப்பிற்கான ஒரு கடற்பயணத்திற்கு நிதியுதவி அளிக்கக்கூடிய ஒரே நபர் அந்நாட்டின் அதிபர் ஒருவர் மட்டும்தான் — ஓர் அரசர்

அல்லது ஓர் அரசி. எனவே, அவருக்கு உதவி செய்யக்கூடியவர்களாக அவர் எதிர்பார்த்த நபர்களின் பட்டியல் சற்று சிறிதாகத்தான் இருந்தது.

ஐந்தாவதாக, அவரது விலை அவ்வளவு ஒன்றும் மலிவானதல்ல. கப்பல்கள் மற்றும் ஆதரவின் தேவைகளோடு சேர்த்து, அவர் தன்னுடைய தனிப்பட்ட எதிர்பார்ப்புகளையும் ஒரு நீண்ட பட்டியலிட்டிருந்தார். அவற்றில், (1) தாய்நாட்டிற்கும் தான் கண்டறியப் போகும் நாடுகளுக்கும் இடையே நடக்கவிருக்கும் அனைத்து வர்த்தகங்களிலும் அவருக்குப் பத்து சதவீதத் தரகுத் தொகை ; (2) பெருங்கடலின் கடற்படை அதிகாரி என்ற ஒரு பட்டம்; (3) அனைத்துப் புதிய எல்லைகளின் நிரந்தர ஆளுனர் பதவி; மற்றும் (4) அவரது அனைத்து மரியாதைகளும் உரிமைகளும் அவரது சந்ததியினரிடம் ஒப்படைக்கப்பட வேண்டும்.

குறிப்பிடத்தக்க வகையில், கொலம்பஸ் தன் யோசனையை விற்றுவிட்டார்; அதுவும் தன் சொந்த நிபந்தைகளைகளுடனேயே! கொலம்பஸின் விற்பனை உத்திகளிலிருந்து நவீன விற்பனையாளர்கள் ஏராளமாகக் கற்றுக் கொள்ளலாம். ஒருமித்த மனத்துடன்கூடிய ஆழ்விருப்பம்தான் அவரை உந்தித் தள்ளியது. அட்லான்டிக் பெருங்கடலைக் கடப்பதன் மூலம் ஆசியாவை அடைந்துவிட முடியும் என்று அவர் தன் முழுமனத்துடன் நம்பினார். அவரது நம்பிக்கை தவறானதாக இருந்தாலும்கூட, அது அவருக்கு எதையும் தாங்கும் உடல் வலிமையையும், தெளிவான உறுதியையும், பிறரை நம்ப வைக்கக்கூடிய தன்னம்பிக்கையையும் கொடுத்தது. மேலும், அவர் தன் விற்பனையை ஒருபோதும் நிறுத்தவில்லை.

மீண்டும் மீண்டும் ஒப்புதலைக் கேட்க அவர் தயங்கவில்லை. போர்ச்சுகலின் அரசர் ஜானிடம் தன் கடற்பயணித்திற்கான நிதியைக் கேட்பதில் அவர் ஏழு ஆண்டுகளைச் செலவிட்டார். பிறகு அவர் ஸ்பெயின் நாட்டிற்குச் சென்று, ஃபெர்டினான்ட் மற்றும் இசபெல்லாவிடம் நிதி கேட்பதில் தொடர்ந்து ஏழு ஆண்டுகளைச் செலவிட்டார். இறுதியில், அவருக்கு அவர்களுடைய ஒப்புதல் கிடைத்தது.

தான் கடலில் பயணிப்பதற்கு முன், முதலில் அவர் அதைத் தன் மனக்கண்ணில் பார்க்க வேண்டியிருந்தது. எந்தவொரு உண்மையான தலைவருக்கும் இந்த உண்மை தெரிந்திருக்கும். மக்கள் உங்கள் கனவுகள்மீது நம்பிக்கை கொள்வதற்கு முன், உங்கள்மீது நம்பிக்கை கொள்ள வேண்டும். ஒரு நிறுவனத்தில் உள்ளவர்களிடம் இருக்கும் உயர்ந்த மனோபலம், அதன் உச்சியில்

அமர்ந்திருப்பவர்மீது அவர்கள் கொண்டுள்ள விசுவாசத்திலிருந்து வருகிறது.

அனுமானம்: வெற்றிகரமாக விளங்குவது எப்படி என்பது பெரும்பாலான மக்களுக்குத் தெரிவதில்லை

வெற்றி என்பது அதிர்ஷ்டம் என்று பெரும்பாலான மக்கள் நினைக்கின்றனர். அவர்கள் வாழ்க்கை என்னும் குலுக்கலில் வெற்றி பெற முயற்சித்துக் கொண்டேயிருக்கின்றனர். ஆனால் வெற்றி என்பது உண்மையிலேயே, திட்டமிடுதலின் விளைவு. தயார் நிலையும் வாய்ப்பும் சந்திக்கும் இடத்தில் வெற்றி ஏற்படும்.

> தோல்வி என்பது அதிக புத்திசாலித்தனத்துடன் மீண்டும் துவங்குவதற்கான ஒரு வாய்ப்பு.

வெற்றி என்பது உடனடியாக வருவது என்று பெரும்பாலான மக்கள் நினைக்கின்றனர். அதை ஒரு கணம், ஒரு நிகழ்வு, அல்லது ஒரு காலகட்டம் என்ற முறையில் அவர்கள் பார்க்கின்றனர். அது அப்படி அல்ல. வெற்றி என்பது உண்மையிலேயே ஒரு செயல்முறை. அது வளர்ச்சி மற்றும் உருவாக்கம். வெற்றி என்பது ஒன்றை அடைந்து, அதைப் பயன்படுத்தி மற்றொன்றை அடைவதற்கான ஒரு முன்னேற்றப் படி. அது ஒரு பயணம்.

வெற்றி என்பது தோற்காமல் இருப்பது எப்படி என்று கற்றுக் கொள்வது என்று பலர் நினைக்கின்றனர். ஆனால் அது உண்மையல்ல. வெற்றி என்பது தோல்வியில் இருந்து கற்றுக் கொள்வது. தோல்வி என்பது இன்னும் அதிக புத்திசாலித்தனமாக மீண்டும் துவங்குவதற்கான ஒரு வாய்ப்பு. தோல்வியில் இருந்து நாம் உண்மையிலேயே ஒன்றும் கற்றுக் கொள்ளாதபோதுதான், அது உண்மையான தோல்வியாக மாறுகிறது.

தாங்கள் வெற்றி பெறுவதற்கு ஒரு தலைவர் என்ற முறையில் உங்களால் அவர்களுக்கு உதவ முடியும் என்பதை மக்கள் உணரும்போது, அவர்கள் உங்களுடையவர்களாகி விடுகின்றனர். யாரோ ஒருவர், “வெற்றி என்பது ஒன்றைச் சார்ந்தது. வெற்றி உங்களுக்குக் கிட்டியவுடன், எல்லா உறவினர்களும் வருவார்கள்,” என்று கூறினார். ஒரு நிறுவனத்திலும் இது உண்மை. ஒரு தலைவர் தன்னை வெற்றியாளராக நிரூபித்து, நிறுவனத்தில் பிறரும் வெற்றியடைய அவர்களுக்கு உதவுவதில் அக்கறை

கொண்டவர் என்பது தெரிய வரும்போது, அத்தலைவரைப் பின்பற்றி வளர்வதற்கும் உருவாவதற்கும் விருப்பம் கொண்ட விசுவாசமான மக்கள் அவருக்குக் கிடைப்பார்கள்.

அனுமானம்: பெரும்பாலான மக்கள் இயல்பிலேயே ஊக்குவிக்கப்பட்டவர்கள்

ஒரு வீட்டில் என்னென்ன பொருட்கள் இருக்கின்றன என்று ஒரு ஒருவயதுக் குழந்தை தேடிக் கண்டுபிடிக்க முயற்சிப்பதைக் கவனியுங்கள். இதுதான் இயல்பான ஊக்குவிப்பு. நான் பார்த்தவரையில், எந்தவொரு பெரு முயற்சியையும், அதில் பங்குகொள்ளும் விருப்பத்துடன்தான் மக்கள் துவங்குகின்றனர். ஆனால். அவர்கள் அடிக்கடி ஊக்கமிழந்து விடுகின்றனர். பிறகு அவர்களை மீண்டும் அதில் பங்குகொள்ளச் செய்ய அவர்களுக்கு மறு ஊக்குவிப்புத் தேவைப்படுகிறது.

சிறு குழந்தைகள் பள்ளிக்குச் செல்ல விரும்பும். மூன்று மற்றும் நான்கு வயதுக் குழந்தைகள் 'பள்ளிக்கூட விளையாட்'டை விளையாடுவர். பள்ளி வாழ்க்கையைத் துவங்க அவர்களால் காத்திருக்க முடிவதில்லை. வண்ண வண்ணப் புத்தகங்கள் மற்றும் ஓர் உயர்ந்த ஊக்கம் ஆகியவற்றோடு அவர்கள் முதல் வகுப்பில் துவங்குகின்றனர். ஆனாலும், இரண்டு அல்லது மூன்று வருடங்கள் பள்ளியில் இருந்த பிறகு, சில குழந்தைகள் பள்ளியை வெறுக்கின்றனர். பள்ளிக்குச் செல்லாமல் இருப்பதற்கு, "எனக்கு வயிறு வலிக்கிறது," போன்ற சாக்குப்போக்குகளைக் கூறுகின்றனர். என்ன நடந்தது? இயல்பாக உயர் நிலையிலிருந்த பேரார்வத்தையும் உற்சாகத்தையும் பள்ளிகள் ஆற்றலுடன் ஊக்கமிழக்கச் செய்துவிடுகின்றன.

மக்களை ஊக்கமிழக்கச் செய்யும் தாக்கங்கள் அவர்களை நெருங்காமல் பார்த்துக்கொள்ளும் ஒரு சூழலை உருவாக்குவதுதான், அவர்களது ஊக்குவிப்பிற்கான உண்மையான இரகசியம்.

மக்களை ஊக்குவிப்பது எது?

குறிப்பிடத்தக்கப் பங்களிப்புகள். நிரந்தரமான தாக்கத்தை ஏற்படுத்தும் ஒரு குழுவில் சேர அல்லது ஒரு செயலை மேற்கொள்ள மக்கள் விரும்புகின்றனர். தாங்கள் செய்து கொண்டிருப்பது வீணான முயற்சி அல்ல, அது ஒரு பங்களிப்பை வழங்கிக் கொண்டிருக்கிறது என்பதை மக்கள் பார்க்க வேண்டியது

அவசியம். தாங்கள் செய்வதில் உள்ள பலனை அவர்கள் பார்க்க வேண்டும். ஊக்குவிப்பு என்பது நடவடிக்கையிலிருந்து மட்டுமே வராது; இறுதி முடிவை அடைய வேண்டும் என்ற விருப்பத்திலிருந்து வருகிறது.

இலட்சியத்தில் பங்கேற்றல். தாங்கள் உருவாக்குவதை மக்கள் ஆதரிக்கிறார்கள். இலட்சியங்களை உருவாக்கும் செயல்முறையில் ஓர் அங்கம் வகிப்பது ஊக்குவிப்பதாக உள்ளது. தாங்கள் தேவை என்ற உணர்வை அது மக்களுக்கு அளிக்கிறது. தாங்கள் ஒரு வித்தியாசத்தை ஏற்படுத்துகிறோம் என்று உணர அவர்கள் விரும்புகின்றனர். ஒரு காரியத்தில் மக்கள் தங்கள் கருத்துக்களை வழங்கியிருந்தால், அவ்விஷயத்தில் அவர்களுக்குப் பங்கு உண்டு. அவர்களுக்கு அது சொந்தமாகிவிடுகிறது. எனவே, அவர்கள் அதை ஆதரிக்கின்றனர். இலட்சியங்கள் நிஜமாவதைப் பார்ப்பதும், எதிர்காலத்தைச் செதுக்குவதற்கு உதவுவதும் அவர்களுக்கு முழுமையான உணர்வை அளிக்கின்றன. இலட்சியத்தில் பங்கேற்பது குழுவிற்கு வலு சேர்க்கிறது, மனோபலத்தை அதிகரிக்கிறது, எல்லோரையும் முக்கியமானவர்களாக உணர வைக்க உதவுகிறது.

நேர்மறையான திருப்தியின்மை. திருப்தியின்மை என்பது ஊக்குவிப்பிற்கான ஒற்றை வார்த்தை வரையறை என்று யாரோ கூறினார்கள். திருப்தியற்ற மக்கள் அதிகமாக ஊக்குவிக்கப்பட்டுள்ள மக்கள். ஏனெனில், உடனடியான மாற்றத்திற்கான தேவையை அவர்கள் பார்க்கிறார்கள். ஏதோ தவறு நடந்துள்ளது என்பது அவர்களுக்குத் தெரியும். பெரும்பான்மையான நேரங்களில், அதைச் சரிப்படுத்துவதற்கு என்ன செய்யப்பட வேண்டும் என்பதையும் அவர்கள் அறிவார்கள். திருப்தியின்மை, மாற்றத்திற்கு ஒருவரை உத்வேகப்படுத்தும் அல்லது ஒரு விமர்சிக்கும் மனப்போக்கிற்கு வழிநடத்திச் செல்லும். அது ஒருவரை அக்கறையின்மைக்கு இட்டுச் செல்லும் அல்லது செயலில் இறங்கத் தூண்டும். சிறந்த மாற்றத்திற்காக இந்த ஆற்றலைப் பயன்படுத்துவதுதான் இங்கு முக்கியம்.

அங்கீகாரம். தாங்கள் கண்டுகொள்ளப்படுவதை மக்கள் விரும்புகிறார்கள். தங்கள் தனிப்பட்ட சாதனைகளுக்கு அங்கீகாரத்தையும், தங்கள் பங்களிப்புகளுக்குப் பாராட்டுதல்களையும் அவர்கள் விரும்புகின்றனர். பெரும்பாலும், அங்கீகாரம் வழங்குவது நன்றி தெரிவிப்பதற்கான இன்னொரு

வழி. தனிப்பட்ட சாதனைகள் ஒருவரை ஊக்குவிக்கும், ஆனால், மற்றவர்கள் அதை அங்கீகரிக்கும்போதும் அவற்றுக்கு மதிப்பளிக்கும்போதும் அது அவர்களை அதிகமாக ஊக்குவிக்கும். ஒருவரின் இருத்தலுக்கு அர்த்தத்தைக் கொடுப்பதற்கான ஒரு வழி அவர்களை அங்கீகரிப்பது.

தெளிவான எதிர்பார்ப்புகள். தாங்கள் சரியாக எதைச் செய்ய வேண்டும் என்பதை அறிந்துள்ளபோதும், அதைத் தங்களால் வெற்றிகரமாகச் செய்து முடிக்க முடியும் என்ற தன்னம்பிக்கை அவர்களிடம் இருக்கும்போதும் மக்கள் ஊக்குவிக்கப்படுகிறார்கள். தெளிவற்ற ஒரு செயலிலோ அல்லது தெளிவற்ற விளக்கத்துடன்கூடிய ஒரு வேலையிலோ ஈடுபடுவதற்கு ஒருவரும் விரும்புவதில்லை. இலட்சியங்களும், எதிர்பார்ப்புகளும், பொறுப்புகளும் தெளிவாகப் புரிந்து கொள்ளப்படும்போது ஒரு வேலையில் ஊக்குவிப்பு அதிகரிக்கும். பிறரிடம் பொறுப்புகளைப் பகிர்ந்தளிக்கும்போது, செயல்களை மேற்கொள்வதற்குத் தேவையான அதிகாரத்தையும் சேர்த்துக் கொடுப்பதில் உறுதியாக இருங்கள். தங்கள் வேலையின்மீதும் நேரத்தின்மீதும் தங்களுக்குச் சிறிதளவு கட்டுப்பாடு இருக்கும்போது, அவர்கள் சிறப்பாகச் செயல்படுகின்றனர்.

மக்களை ஊக்கமிழக்கச் செய்வது எது?

குறிப்பிட்ட சில நடத்தைகள் மக்களை ஊக்கமிழக்கச் செய்யலாம். பிறர்மீது அவை எத்தகையத் தாக்கத்தை ஏற்படுத்துகின்றன என்பதை உணராமல் சில சமயம் நான் இவ்வழிகளில் நடந்து கொள்கிறோம். ஊக்கமிழக்கச் செய்யும் நடத்தைகளை நாம் கீழ்க்கண்ட வழிகளில் தவிர்க்கலாம்.

யாரையும் இழிவுபடுத்திப் பேசாதீர்கள். பொது இடங்களில் விமர்சிப்பதும், ஒருவர் பேசிக் கொண்டிருக்கும்போது தொடர்ந்து அவரைப் பேச விடமால் பாதியிலேயே அவர்கள் பேச்சை நிறுத்துவதும், வேடிக்கைக்காகச் செய்யப்பட்டாலும் அது பிறரைக் காயப்படுத்தலாம். நாம் எச்சரிக்கையுடன் நடப்பவர்களாகவும், பிறரது உணர்வுகளைப் புரிந்து கொள்பவர்களாகவும் இருக்க வேண்டும். உச்சக்கட்ட நிலைக்கு எடுத்துச் செல்லப்பட்டால், ஒருவரைத் தரக்குறைவாகப் பேசுவதும் நடத்துவதும் அவருடைய சுயமதிப்பையும் தன்னம்பிக்கையையும் அழித்துவிடும். நீங்கள் ஒருவரை விமர்சிக்க வேண்டுமானால், ஓர் எதிர்மறையான

விமர்சனத்தை ஈடுகட்ட ஒன்பது நேர்மறையான கருத்துக்கள் தேவை என்பதை நினைவில் கொள்ளுங்கள்.

உள்நோக்கத்துடன் யாரையும் கையாளாதீர்கள். தாங்கள் பிறரால் பயன்படுத்தப்படுவதை யாரும் விரும்புவதில்லை. உள்நோக்கத்துடன் ஒருவரைக் கையாள்வது எவ்வளவு சிறிய அளவில் இருந்தாலும், அது உறவின் நம்பிக்கைச் சுவர்களைத் தகர்த்துவிடும். வஞ்சகத்துடனும் தந்திரத்துடனும் நடந்து கொள்வதற்கு மாறாக, நேர்மையாகவும் ஒளிவுமறைவின்றியும் நடந்து கொள்வதால் நாம் அதிகமாகப் பயனடைவோம். ஆதரவு மற்றும் பாராட்டுக்கள் மூலம் மக்களை உருவாக்குங்கள்; அவர்கள் ஊக்குவிக்கப்படுவார்கள், விசுவாசமாக இருப்பார்கள். நீங்கள் பிறருக்குக் கொடுத்தால், பிறர் உங்களுக்குக் கொடுப்பார்கள் என்பதை நினைவில் கொள்ளுங்கள்.

பிறரது உணர்வுகளைப் புரிந்து கொள்ளாதவர்களாக இருக்காதீர்கள். மக்கள் உங்கள் முன்னுரிமையாக இருக்கட்டும். மக்கள்தான் நமது மாபெரும் வளங்கள்; எனவே, அவர்களைப் பற்றித் தெரிந்து கொள்வதற்கும் அவர்கள்மீது அக்கறை கொள்வதற்கும் நேரத்தைச் செல்விடுங்கள். அதாவது, அவர்கள் உங்களுடன் உரை—யாடும்போது, நீங்கள் உங்கள் சொந்த நினைவில் மூழ்கிப் போகாமல், அல்லது அவசரப்படாமல், அவர்கள் பேசுவதற்கு ஏற்றப் பொருத்தமான விடையளிக்க வேண்டும் என்பது இதன் பொருள். பேசுவதை நிறுத்தி— விட்டுக் கூர்ந்து கவனிக்கும் கலையை உருவாக்கிக் கொள்ளுங்கள். அடுத்து நீங்கள் என்ன பேச வேண்டும் என்பதைப் பற்றி எண்ணாமல், அவர்கள் கூறுவதைக் கவனமாகக் கேட்பதுடன் அவர்கள் எப்படி உணர்கிறார்கள் என்பதையும் கவனமாகக் கேட்கத் துவங்குங்கள். முக்கியத்துவமற்ற விஷயங்களில்கூட நீங்கள் காட்டும் அக்கறை, நீங்கள் அவர்கள் உணர்வுகளுக்கு மதிப்பளிப்பதை அவர்களுக்கு வெளிப்படுத்தும்.

தனிநபர் வளர்ச்சியைத் தடுத்துப் பேசாதீர்கள். வளர்ச்சி ஊக்குவிக்கும் என்பதால், தங்கள் எல்லைகளை விரிவுபடுத்த உங்கள் ஊழியர்களை உற்சாகப்படுத்துங்கள். புதிய விஷயங்களை முயற்சித்துப் பார்ப்பதற்கும் புதிய திறமைகளைக் கைவசப்படுத்து—வதற்கும் அவர்களுக்கு வாய்ப்புகளை வழங்குங்கள். பிறரது சாதனை—களைக் கண்டு நாம் பயந்துவிடக்கூடாது, ஆனால் அவர்களது வெற்றிகளுக்கு மிகவும் ஆதரவாக இருக்க வேண்டும்.

உங்கள் ஊழியர்கள் வெற்றி பெறுவதற்கும் தோல்வியடைவதற்கும் அனுமதியுங்கள். "நீங்கள் வளர்ந்தால், நாங்கள் அனைவரும் பயன் பெறுவோம்," என்ற குழு மனப்பான்மை அணுகுமுறையை உருவாக்குங்கள்.

மனிதர்களை உருவாக்குவதில் வெற்றி பெற்றுள்ளவர்கள், மக்களைப் பற்றிய சரியான கேள்விகளைக் கேட்பார்கள்

மக்களை உருவாக்குவதில் வெற்றிகரமாக விளங்கும் ஒருவர் என்ற முறையில், மக்களைப் பற்றிய சரியான அனுமானங்களை உருவாக்குவது நாம் பின்பற்ற வேண்டிய முதல் கோட்பாடாக இருக்க வேண்டிய அவசியத்தைப் பற்றிய விவாதத்தை நாம் இப்போது நிறைவு செய்திருக்கிறோம். அடுத்து, மக்களிடம் கேட்க வேண்டிய சரியான கேள்விகளை நமக்குப் பரிச்சயப்படுத்திக்கொள்ள வேண்டும். அதில் ஆறு கேள்விகள் அடங்கும்.

நான் மக்களை உருவாக்குகிறேனா, அல்லது மக்களைப் பயன்படுத்தி என் கனவுகளை உருவாக்குகிறேனா?

மக்களுக்கு முதலிடம் வழங்கப்பட வேண்டும். ஃபெடரல் எக்ஸ்பிரஸ் நிறுவனம், துவக்கப்பட்ட நாள் முதலாகவே தன் மக்களை முன்னிறுத்தி வந்துள்ளது; ஏனெனில், அதுவே சரியான செயல் என்பதாலும், அது சிறந்த உத்தியாக இருப்பதாலும்தான். அந்நிறுவனத்தின் தத்துவம் இரத்தினச் சுருக்கமாகக் கூறப்பட்டுள்ளது: "மக்கள் — சேவை — இலாபங்கள்."

இக்கேள்வி ஒரு தலைவரின் நோக்கங்களுடன் தொடர்புடையது. உள்நோக்கோடு செயல்படுவதற்கும் ஊக்குவிப்பதற்கும் இடையே ஒரு சிறிய, ஆனால் குறிப்பிடத்தக்க வேறுபாடு உள்ளது.

> உள்நோக்குடன் செயல்படுவது என்பது என் நன்மைக்காக அனைவரும் இணைந்து செல்வது.
>
> ஊக்குவிப்பு என்பது பரஸ்பர நன்மைக்காக அனைவரும் இணைந்து செல்வது.

ஒரு வித்தியாசத்தை ஏற்படுத்தும் எனும்போது, மக்களை எதிர்கொள்ள நான் போதிய அக்கறை கொண்டுள்ளேனா?

பிறரை எதிர்கொள்வது என்பது பெரும்பாலான மக்களுக்கு மிகவும் சிரமமான விஷயம். 'எதிர்கொள்வது' என்ற வார்த்தையைப் படிக்கும்போதே சற்று வசதிக் குறைவாக உணர்ந்தால், அந்த வார்த்தையை நீக்கிவிட்டு அதற்குப் பதிலாக, 'தெளிவுபடுத்துதல்' என்ற வார்த்தையைப் பயன்படுத்துமாறு நான் உங்களுக்குப் பரிந்துரை செய்கிறேன். அந்த நபரை எதிர்கொள்வதற்குப் பதிலாக, பிரச்சனை—யைத் தெளிவுபடுத்துங்கள். பிறகு, இந்தப் பத்துக் கட்டளைகளைப் பின்பற்றுங்கள்:

மக்களை எதிர்கொள்வதற்கான பத்துக் கட்டளைகள்

1. *தனியாக அழைத்துச் செய்யுங்கள், எல்லோருக்கும் முன்னால் அல்ல.*
2. *கூடிய விரைவில் செய்யுங்கள். நெடுங்காலம் காத்திருந்து செய்வதற்குப் பதிலாக உடனடியாகச் செய்வது அதிக இயல்பாக அமையும்.*
3. *ஒரு நேரத்தில் ஒரு பிரச்சனையைப் பற்றிப் பேசுங்கள். ஒரு நீண்ட பட்டியலைக் கொண்டு அவரைத் திணறடிக்காதீர்கள்.*
4. *ஒருமுறை ஒரு விஷயத்தைத் தெளிவுபடுத்திய பிறகு, மீண்டும் அதைக் கூறிக் கொண்டே இருக்காதீர்கள்.*
5. *அவரால் மாற்றிக் கொள்ளக்கூடிய நடவடிக்கைகளைப் பற்றி மட்டுமே பேசுங்கள். அவரால் செய்ய முடியாதவற்றை நீங்கள் அவரைச் செய்யுமாறு வற்புறுத்தினால், உங்கள் உறவில் வெறுப்பு ஏற்படுவதுதான் மிச்சம்.*
6. *மனம் புண்படும்விதத்தில் கேலி செய்து பேசுவதைத் தவிர்த்து விடுங்கள். அது நீங்கள் அவர்களது செயல்களின்மீது அல்லாமல், அவர்கள்மீது கோபப்படுவதாக அவர்களை உணரச் செய்யும். அது அவர்களுக்கு உங்களைமீது பெருங்கோபத்தை ஏற்படுத்தும்.*
7. *'எப்போதும்' மற்றும் 'ஒருபோதும்' போன்ற வார்த்தைகளைத் தவிர்த்து விடுங்கள். அவை வழக்கமாகத் துல்லியத்திலிருந்து விலகியிருப்பதோடு, தங்களைத் தற்காத்துக் கொள்ளும்விதமாக மக்களை நடந்துகொள்ளச் செய்யும்.*

8. முடிந்தால், விமர்சனங்களைப் பரிந்துரைகளாகவோ அல்லது கேள்விகளாகவோ மாற்றிக் கூறுங்கள்.

9. அவரை எதிர்கொள்ள நீங்கள் ஏற்பாடு செய்த சந்திப்பிற்கு வருத்தம் தெரிவிக்காதீர்கள். அப்படிச் செய்தால், அது அவரது கவனத்தைத் திசைதிருப்பிவிடும். மேலும், நீங்கள் என்ன கூறினீர்களோ அதை அவரிடம் கூறுவதற்கான உரிமை உங்களுக்கு இருந்ததா என்பது உங்களுக்கே உறுதியாகத் தெரியவில்லை என்ற உணர்வை அவருக்கு ஏற்படுத்தும்.

10. பாராட்டுக்களை மறந்துவிடாதீர்கள். இத்தகைய சந்திப்புகளில் நான் 'சான்ட்விச்' என்று அழைக்கும் 'பாராட்டுங்கள் — எதிர்கொள்ளுங்கள் — பாராட்டுங்கள்' என்ற முறையைப் பயன்படுத்துங்கள்.

மக்கள் கூறும் வார்த்தைகளைத் தாண்டி, அதன் பின்னால் உள்ள அவர்களது உணர்ச்சிகளையும் நான் கூர்ந்து கவனிக்கிறேனா?

கீழ்க்கண்ட பரிசோதனை எனக்கு மிகவும் பயனுள்ளதாக அமைந்துள்ளது. அதை என் ஊழியர்களுக்கும கற்றுக் கொடுத்துள்ளேன்.

நான் நன்றாகக் கூர்ந்து கவனித்துக் கேட்கக்கூடிய நபரா?

கீழ்க்கண்ட கேள்விகளுக்கான விடை 'எப்போதும்' என்று இருந்தால் உங்களுக்கு நான்கு மதிப்பெண்களைக் கொடுத்துக் கொள்ளுங்கள்; 'வழக்கமாக' என்று இருந்தால் மூன்று மதிப்பெண்களையும், 'எப்போதாவது' என்று இருந்தால் இரண்டு மதிப்பெண்களையும், 'ஒருபோதும் இல்லை' என்று இருந்தால் ஒரு மதிப்பெண்ணையும் கொடுத்துக் கொள்ளுங்கள்.

______ பேசிக் கொண்டிருப்பவரை இடையூறு செய்யாமல், அவரை முழுவதுமாகப் பேச அனுமதிக்கிறேனோ?

______ நான் 'வரிகளுக்கு இடையில்' கவனிக்கிறேனா, அதாவது, மறைமுகமாகக் கூறப்படுவதைக் கவனிக்கிறேனா?

______ ஒரு தகவலை எழுதும்போது, முக்கியமான உண்மைகளையும் சொற்றொடர்களையும் கவனித்து எழுதுகிறேனா?

_______ அந்த நபர் கூறியதன் பொருளைத் தெளிவுபடுத்திக் கொள்வதற்காக நான் அவர் கூறியதை மீண்டும் கூறுகிறேனா?

_______ பேசிக் கொண்டிருப்பவருடன் நான் முரண்படும் போது, நான் பகைமை உணர்வு கொண்டிருக்—கிறேனா அல்லது உணர்ச்சிவசப்படுகிறேனா?

_______ அவரது பேச்சைக் கேட்டுக் கொண்டிருக்கும்போது, என் கவனம் சிதறாமல் பார்த்துக் கொள்கிறேனா?

_______ அடுத்தவர் பேச்சை நான் விருப்பத்துடன் கவனிப்பது போல நடந்து கொள்ள முயற்சிக்கிறேனா?

முடிவுகள்:

26 அல்லது அதற்கு மேல்: நீங்கள் அற்புதமான கவனிப்புத் திறன் கொண்டவர்

22 — 25: சாராசரிக்கும் மேலானவர்

18 — 21: மேம்படுவதற்கு இடமுள்ளது

17 அல்லது அதற்குக் கீழ்: அங்கிருந்து உடனே கிளம்பிச் சென்று, கூர்ந்து கவனிப்பதற்குப் பயிற்சி செய்யுங்கள்.

மருத்துவரும், பென்சில்வேனியா பல்கலைக்கழகத்தில் மனநோய்த் துறைப் பேராசிரியருமான டேவிட் பர்ன்ஸ் இவ்வாறு கூறுகிறார்: “பிறர் நம்பும் விதத்தில் பேசுவதற்கு முயற்சிப்பதில் நீங்கள் செய்யக்கூடிய மாபெரும் தவறு, உங்கள் யோசனைகளையும் உணர்வுகளையும் நீங்கள் வெளிப்படுத்துவதை உங்கள் உயர்ந்த முன்னுரிமையாக்கிக் கொள்வதாகும். தாங்கள் காது கொடுத்துக் கவனிக்கப்பட வேண்டும், மதிக்கப்பட வேண்டும், புரிந்து—கொள்ளப்பட வேண்டும் என்பதுதான் பெரும்பாலான மக்களின் விரும்பம். தாங்கள் புரிந்து கொள்ளப்பட்டுவிட்டதை அவர்கள் அறிந்து கொள்ளும் அக்கணம், உங்கள் கண்ணோட்டத்தைப் புரிந்து கொள்வதற்கு அவர்கள் அதிகமாக ஊக்குவிக்கப்படுகின்றனர்.”

இந்தத் தனிநபரின் முக்கிய வலிமைகள் என்னென்ன?

தங்கள் தனிப்பட்ட வலிமைகளை விடுத்து, தொடர்ந்து தங்கள் தனிப்பட்ட பலவீனங்களின்மீது ஒருவர் கவனம் செலுத்த வேண்டியிருந்தால், அவர்களால் ஊக்கத்துடன் செயலாற்ற முடியாது. தாங்கள் பலவீனமாக உள்ள பகுதிகளில் தங்களுக்கு ஒதுக்கப்பட்ட வேலைகளில் உழன்று கொண்டிருக்கும் தனிநபர்களை, அவர்கள் வலிமையான உள்ள பகுதிகளில் வேலை செய்ய இடமாற்றம் செய்யப்பட்டால், அவர்களது இயல்பான ஊக்குவிப்புப் பெருமளவில் அதிகரிப்பதை நீங்கள் காண்பீர்கள்.

நான் வேலையில் ஓர் உயர்ந்த முன்னுரிமை வைத்துள்ளேனா?

தங்களிடம் கொடுக்கப்பட்டுள்ள வேலைகளின் முக்கியத்துவத்தை மக்களால் பார்க்க முடியும்போது அவர்களிடம் ஊக்கம் ஏற்படுகிறது. ஒரு நிறுவனத்தில் உள்ள, அதிக உற்சாகமூட்டும் ஆறு வார்த்தைகள், "உங்கள் வேலை ஒரு நல்ல தாக்கத்தை ஏற்படுத்தும்," என்பது. ஒரு நிறுவனத்தில் உள்ள, அதிகமாக உற்சாகமிழக்கச் செய்யும் ஆறு வார்த்தைகள், "உங்கள் வேலை எந்தவொரு நல்ல தாக்கத்தையும் ஏற்படுத்தாது," என்பது.

எங்கள் அலுவலகத்தில் உள்ள கணினி அமைப்பைக் கவனித்துக் கொள்வதற்கு லின்டா நியமிக்கப்பட்ட நாள் இன்றும் என் நினைவில் உள்ளது. துவக்ககால சந்திப்புக்காக அவர் என் அலுவலகத்திற்கு வந்தார். அவருடைய வேலை கணினித் துறையோடு மட்டும் முடிந்துவிடவில்லை என்று அவர் புரிந்து கொள்ள உதவுவதற்காக, எங்கள் நிறுவனத்தின் ஒட்டுமொத்த நோக்கை அவருக்குத் தெரிவிக்க வேண்டும் என்பது என்னுடைய இலக்காக இருந்தது. அவர் தன்னுடைய வேலையைச் சிறப்பாகச் செய்தால், அது ஒவ்வோர் ஊழியரும் சிறப்பாகச் செயல்பட அவர்களை ஊக்கப்படுத்தும் என்று நான் அவரிடம் தெரிவித்தேன். அவருடைய வேலை பிறரது வெற்றிக்கு நேர்மறையான பங்களிப்பை வழங்கும் என்று அவர் உணர்ந்தபோது அவர் கண்கள் பனித்ததை என்னால் இன்றும் பார்க்க முடிகிறது.

இந்த உறவால் அந்த நபர் பெறக்கூடிய நன்மைகளைப் பற்றி அவருக்கு நான் எடுத்துக்காட்டியிருக்கிறேனா?

தங்களிடம் கொடுக்கப்பட்டுள்ள வேலைகளிலிருந்து தங்களுக்குக் கிடைக்கும் அனுகூலங்களைப் பார்க்கும்போது மக்கள் ஊக்கத்துடன் செயல்படுகிறார்கள். ஓர் எளிய உண்மை என்னவென்றால், ஓர் அறிவிப்பைக் கேட்கும்போதும், ஒரு விளம்பரத்தைப் பார்க்கும்போதும், அல்லது ஓர் அர்ப்பணிப்பு நம்மிடம் எதிர்பார்க்கப்படும்போதும், ஒரு சிறு குரல் நம் மனத்தின் பின்னாலிருந்து, "அதில் எனக்கு என்ன நன்மை இருக்கிறது?" என்று கேட்கிறது. நீங்கள் கஷ்டப்பட்டு வேலை பார்த்துத் திட்டமிட்ட சந்திப்புக் கூட்டத்திற்கு மக்கள் வரத் தவறியதற்குக் காரணம் மிகவும் எளிமையானது: அதில் பங்கு கொள்வதால் தங்களுக்குக் கிடைக்கும் அனுகூலங்களை (நன்மைகளும், வெகுமதிகளும்) அவர்களால் பார்க்க முடியவில்லை.

உங்கள்கீழ் வேலை பார்க்கும் ஒருவரிடமோ அல்லது உங்கள் மேலதிகாரியிடமோ நீங்கள் கொண்டிருக்கும் ஒரு முக்கியமான உறவைப் பற்றி நினைத்துப் பாருங்கள். ஒரு காகிதத்தின் இடப்பக்கத்தில் நீங்கள் இந்த உறவிற்கு வழங்கும் அனைத்துப் பங்களிப்புகளையும் பட்டியலிடுங்கள். அதாவது, நீங்கள் கொடுப்பவற்றை எழுதுங்கள். உங்கள்கீழ் வேலை பார்ப்பவருடன் உள்ள உறவு குறித்த உங்கள் பட்டியலில், ஊதியம், வேலைப் பாதுகப்பு, நேரம், தொழில்முறை உருவாக்கம் போன்றவை இடம்பெற்றிருக்கலாம். இப்பட்டியலுக்கு, "நான் கொடுப்பவை" என்று பெயரிடுங்கள்.

காகிதத்தின் வலப்பக்கத்தில், "எனக்குக் கிடைப்பவை" என்று பெயரிட்டு, இரண்டாவது பட்டியலை உருவாக்குங்கள். நீங்கள் பெற்றுக் கொண்டிருக்கும் அனைத்துப் பலன்களையும் அதில் எழுதுங்கள். ஒவ்வொரு பட்டியலிலும் உள்ள பொருட்களின் எண்ணிக்கையைக் கணக்கிடாதீர்கள். (சில விஷயங்கள் மற்றவற்றை விட மிகவும் முக்கியமானவையாக இருக்கும். இந்த இரண்டு பட்டியல்களிலும் நீங்கள் சில விஷயங்களைப் பட்டியலிடாமல் விட்டிருக்கலாம்.) அதற்குப் பதிலாக, நீங்கள் இந்த எளிய கேள்விக்கு விடையளியுங்கள்: உங்கள் உறவிற்கு நீங்கள் வழங்கும் அனைத்து விஷயங்களையும், அந்த உறவிலிருந்து நீங்கள் பெற்றுக் கொண்டிருக்கும் விஷயங்களையும் கருத்தில் கொள்ளும்போது, உங்கள் இருவரில் யாருக்கு அதிகப் பலன்கள் கிடைக்கின்றன? உங்கள் விடையைக் கீழ்க்கண்டவற்றிலிருந்து தேர்ந்தெடுத்துக் கொள்ளுங்கள்:

1. **எனக்கு அதிகப் பலன்கள் கிடைத்துக் கொண்டிருக்கின்றன.** இது அக்கறையின்மையையும், நன்றியுணர்வு இல்லாமையையும் உருவாக்கும்.
2. **அடுத்தவருக்கு அதிகப் பலன்கள் கிடைத்துக் கொண்டிருக்கின்றன.** இது பெருங்கோபத்தை உருவாக்கும்.
3. **நாங்கள் இருவரும் சம அளவில் நன்மைகளைப் பெற்றுக் கொண்டிருக்கிறோம்.** இது வழக்கமாகப் பரஸ்பர மரியாதையையும் ஊக்குவிப்பையும் உருவாக்கும்.

ஹியூஸ்மேன் மற்றும் ஹேட்ஃபீல்டு எழுதிய, 'மேனேஜிங் தி ஈக்விட்டி ஃபேக்டர்'ல் காணப்படும் நடுநிலை தவறாப் பண்பின் காரணிகளைப் பார்த்து, உங்கள் விடையை ஆய்வு செய்யுங்கள்.

1. ஓர் உறவிற்குத் தாங்கள் கொடுப்பதையும், அதிலிருந்து தாங்கள் பெறுவதையும் ஒப்பிட்டுப் பார்ப்பதன மூலம் உறவுகளை மக்கள் மதிப்பீடு செய்கின்றனர்.
2. தாங்கள் கொடுப்பதும், தாங்கள் பெறுவதும் சமமாக இல்லாத—போது, அவர்கள் பெரும் மனத்துயரத்தை உணர்கின்றனர்.
3. தாங்கள் பெறுவதைவிடத் தாங்கள் கொடுப்பது அதிகமாக இருப்பதால் மனத்துயரை உணரும் மக்கள், தாங்கள் கொடுப்பதைக் குறைத்துக் கொள்வதன் மூலம் நடுநிலைமையை மீண்டும் ஏற்படுத்துவார்கள். இது எதிர்மறையாக அமையும். நீங்கள் இதை ஒப்புக் கொள்கிறீர்களா?

மக்களை உருவாக்குவதில் வெற்றிகரமாக விளங்குபவர்கள் சரியான உதவியை மக்களுக்கு வழங்குகிறார்கள்

அவர்களுடைய வலிமைகள் என்ன என்பதைத் தெரிந்து கொண்டு, அவர்கள் பலவீனங்கள்மீது நான் கவனம் செலுத்த வேண்டும். ஒரு தலைவராக இருந்துகொண்டு, தொடர்ந்து நான் கேட்கக்கூடிய கேள்வி, "இந்நபர் எவ்வளவு கடினமாக உழைக்கிறார்?" (இவர் விசுவாசத்துடன் இருக்கிறாரா அல்லது

இல்லையா?) என்பதல்ல, மாறாக, "இவர் எவ்வளவு சாதிக்கிறார்?" (இவர் பலன் தருகிறாரா?) என்பதுதான்.

ஒரு நிறுவனத்திலுள்ள அதிகத் திறன் படைத்த சிலர், தங்களது மாபெரும் வலிமைகளை ஒருபோதும் பயன்படுத்துவதில்லை. நிர்வாகம் எந்த வேலைகளை முக்கியமானவையாகக் கருதுகிறதோ, அந்த வேலைகளில் அடைபட்டு விடுகின்றனர். அவர்கள் அவ்வேலைகளைச் சிறப்பாகவே செய்வதாக இருக்கட்டும். ஆனால், தாங்கள் எதைச் செய்வதில் சிறப்பு மிக்கவரோ, அதைச் செய்வதற்கு அவர்களுக்கு ஒருபோதும் ஒரு வாய்ப்புக் கிடைக்காமல் போகக்கூடும். வாய்ப்பு இல்லாததாலும், வேலையில் திருப்தி இல்லாததாலும் அந்நபர் தோற்றுவிடுகிறார். நிறுவனம் தன் மதிப்புமிக்க சொத்துக்களில் சிலவற்றை வீணடித்து விடுவதால், அதுவும் தோற்றுவிடுகிறது. அந்த மொத்த அமைப்பும் தன் திறனுக்கு மிகவும் கீழான நிலையில் இயங்குகிறது.

நான் என்னையே அவர்களுக்குத் தர வேண்டும். தூரத்தில் இருந்துகொண்டு மக்களை உங்களால் கவர மட்டும்தான் முடியும், ஆனால், நெருக்கமாக இருக்கும்போதுதான் உங்களால் அவர்கள்மீது தாக்கத்தை ஏற்படுத்த முடியும்.

- இந்த வாரத்தில் நீங்கள் யார் யாருடன் முப்பது நிமிடங்கள் செலவழித்தீர்களோ, அவர்கள் பெயர்களைப் பட்டியலிடுங்கள்.
- நேரத்தை நீங்கள் முடிவு செய்தீர்களா அல்லது அவர்கள் முடிவு செய்தார்களா?
- சந்திப்பிற்கு முன், அது குறித்த நிகழ்ச்சி நிரல் உங்களிடம் இருந்ததா?
- சந்திப்பு எந்த நோக்கத்திற்காக நிகழ்ந்தது — உறவுகளை வளர்த்துக் கொள்வதற்காகவா, தொழில்முறை ஆலோசனைக்காகவா, கருத்துப் பரிமாற்றத்திற்காகவா, அல்லது உருவாக்கத்திற்காகவா?
- சந்திப்பு உங்கள் இருவருக்கும் பலனளித்ததா?
- நீங்கள் சந்தித்தது செல்வாக்கு நிறைந்த மேல்பட்ட 20 சதவீதத்தினரையா அல்லது கீழ்மட்ட 80 சதவீதத்தினரையா?

எல்லோரையும் நேசியுங்கள், ஆனால் உங்களை உங்கள் நிறுவனத்திலுள்ள மேல்மட்ட 20 சதவீதத்தினரிடம் ஒப்படைத்து விடுங்கள். எல்லோருக்கும் ஊக்குவிப்பு வழங்குங்கள், ஆனால் சிலருக்கு மட்டுமே தனிப்பயிற்சியாளராக இருங்கள். அவர்களிடம் ஒளிவு மறைவின்றி இருங்கள். அவர்களது வளர்ச்சிக்கு ஒரு திட்டத்தை உருவாக்குங்கள். ஒரு குழுவாக மாறுங்கள்.

நான் அவர்களுக்குப் பொறுப்பை வழங்க வேண்டும். சிட்னி ஜே. ஹேரிஸ் நம்புவதுபோல:

> மக்கள் பாராட்டப்பட விரும்புகிறார்கள், கவரப்பட விரும்புவதில்லை.
> தாங்கள் மனிதர்களாகக் கருதப்பட வேண்டும் என்று அவர்கள் விரும்புகிறார்கள்,
> பிறருடைய அகங்காரத்திற்குத் தாளமிடுபவர்களாக இருக்க விரும்புவதில்லை.
> அடுத்தவருடைய வீண் பகட்டிற்கு ஏற்றாற்போல் நடிப்பதைக் காட்டிலும்
> தாங்கள் தாங்களாகவே நடத்தப்பட வேண்டும் என்று அவர்கள் விரும்புகின்றனர்.

அவர்களது வெற்றிக்கான ஒவ்வொரு வாய்ப்பையும் நான் அவர்களுக்குத் தர வேண்டும். ஒரு தலைவராக என் பொறுப்பு, என்னுடன் வேலை செய்பவர்களுக்குத் தேவையான உதவியைச் செய்வது. கீழ்க்கண்டவற்றை அளிப்பதன் மூலம் என்னால் அவர்களுக்கு உதவ முடியும்.

- வேலை செய்வதற்கு ஏற்ற ஓர் அற்புதமான சூழல். அது நேர்மறையானதாகவும், அரவணைத்துச் செல்வதாகவும், ஒளிவு மறைவின்றியும், படைப்புத்திறன் மிக்கதாகவும், ஊக்கமளிப்பதாகவும் இருக்க வேண்டும்.
- வேலை செய்வதற்குத் தேவையான சரியான கருவிகள். சராசரியான கருவிகளோடு சிறப்பாக வேலை செய்வதற்கு, சிறப்பானவர்களை நியமனம் செய்யாதீர்கள்.
- அவர்கள் வளர்வதற்குத் தேவையான தொடர்ச்சியான பயிற்சித் திட்டம். வளரும் ஊழியர்கள் வளரும் நிறுவனங்களை உருவாக்குகிறார்கள்.

- வேலை செய்ய ஊக்குவிக்கும் அற்புதமான மக்கள். ஒரு குழுவை உருவாக்குங்கள். ஒன்றுசேர்வது என்பது துவக்கம். ஒன்றிணைந்து வேலை செய்வது என்பது வெற்றி.
- ஒன்றை நோக்கி வேலை செய்வதற்கு உத்வேகமூட்டும் ஒரு குறிக்கோள். தங்களைவிடப் பெரிய ஏதோ ஒன்றிற்காக வேலை செய்ய உங்கள் மக்களை அனுமதியுங்கள்.

சராசரியான தலைவர்களின்கீழ் வேலை பார்ப்பவர்களுக்குக் கிடைக்கும் அனுகூலமான துவக்கத்தைவிட, மாபெரும் தலைவர்கள் தங்கள் கீழ் வேலை பார்ப்பவர்களுக்குப் பிரமாதமான துவக்கத்தை எப்போதும் ஏற்படுத்தித் தருகின்றனர். மிகச் சிறந்த தலைவர்கள் தங்களிடம் வேலை பார்க்கும் மக்களின் மதிப்பைக் கூட்டி, அவர்கள் தனியாக வேலை பார்க்கும்போது இருப்பதைவிடவும் அதிக சிறப்பாக ஆவதற்கு உதவுகின்றனர். ஒரு தலைவர் கேட்க வேண்டிய முதல் கேள்வி: "என்னைச் சுற்றிலும் உள்ளவர்கள் வெற்றி பெறுவதற்கு என்னால் எவ்வாறு உதவ முடியும்?" இதற்கான விடை கண்டுபிடிக்கப்பட்டு நடைமுறைப்படுத்தப்பட்டவுடன், எல்லோரும் வெற்றி பெறுகின்றனர்.

மக்கள் உருவாக்கக் கொள்கைகள்

ஒரு சமயத்தில், ஆன்ட்ரூ கார்னகி அமெரிக்காவிலேயே மிகப் பெரிய செல்வந்தராகத் திகழ்ந்தார். அவர் தன் சொந்த நாடான ஸ்காட்லாந்திலிருந்து ஒரு சிறுவனாக அமெரிக்காவிற்கு வந்து, பல்வேறு வகையான வேலைகளைச் செய்து, இறுதியில் அமெரிக்காவின் மாபெரும் எஃகு உற்பத்தியாளராக விளங்கினார். ஒரு நேரத்தில், அவரிடம் நாற்பத்து மூன்று கோடீஸ்வரர்கள் வேலை செய்து வந்தனர். விரல்விட்டு எண்ணக்கூடியவர்களே கோடீஸ்வர்களாக இருந்த காலம் அது. இன்று அவர்களின் சொத்து மதிப்பு இருபது மடங்காக உயர்ந்திருக்கும்.

எப்படி நாற்பத்து மூன்று கோடீஸ்வரர்களை வேலைக்கு நியமித்தீர்கள் என்று ஒரு நிருபர் ஆன்ட்ரூ கார்னகியிடம் கேட்டதற்கு, தன்னிடம் வேலை செய்யத் துவங்கியபோது அவர்கள் கோடீஸ்வரர்களாக இல்லை என்றும், தன்னிடம் வேலை பார்த்ததன் விளைவாகத்தான் அவர்கள் கோடீஸ்வரர்கள் ஆனார்கள் என்றும் பதிலளித்தார்.

பிறகு அந்த நிருபர், அவர்களுக்கு அவ்வளவு பணத்தை ஊதியமாக வழங்கும் அளவிற்கு அவர்களை விலைமதிப்பற்றவர்—களாக அவர் எப்படி உருவாக்கினார் என்று கார்னகியிடம் கேட்டார்.

தங்கம் எப்படி தங்கச் சுரங்கத்திலிருந்து உருவாக்கப்படுகிறதோ, அதுபோலவே மக்களும் உருவாக்கப்படுகிறார்கள் என்று கார்னகி விடையளித்தார். தங்கத்தை வெட்டி எடுக்கும்போது, ஒரு அவுன்ஸ் தங்கம் கிடைப்பதற்குப் பல டன் எடையுள்ள தூசிகள் விலக்கப்பட வேண்டும். ஆனால், சுரங்கத்திற்குள் செல்லும் யாரும் தூசியைத் தேடிச் செல்வதில்லை. தங்கத்தைத் தேடித்தான் மக்கள் சுரங்கத்திற்குள் செல்கின்றனர்.

ராபர்ட் ஹாஃப் இவ்வாறு கூறியுள்ளார்: "திறனைக் காட்டிலும் அதிகப் பற்றாக்குறைமிக்க, அதைவிட அரிதான ஏதோ ஒன்று உள்ளது. திறனை அறிந்து கொள்ளும் திறன்தான் அது." ஒரு தலைவர், சுரங்கத்திலுள்ள தங்கத்தைக் கண்டறியும் திறனுக்கு அப்பால் இன்னும் ஒரு நடவடிக்கையை எடுக்க வேண்டும். அது உருவாக்கப்படவும் வேண்டும். பத்துப் பேருடைய வேலைகளை நீங்கள் பார்ப்பதைவிட, அந்த வேலைகளைச் செய்வதற்குப் பத்துப் பேருக்கு நீங்கள் பயிற்சியளிப்பது சிறந்தது, ஆனால் கடினமானது. "தனியாகப் பயணிக்கும் ஒருவர் தான் விரும்பும் நேரத்தில் தன் நாளைத் துவக்கலாம். ஆனால் இன்னொருவரோடு பயணிக்கும் ஒருவர், அடுத்தவர் தயாராகும்வரை காத்திருக்க வேண்டும்."

மக்களைக் கையாள்வதற்கான திறமைகள் வெற்றிக்கு இன்றியமையாதவை

வெற்றிகரமாகப் போய்க் கொண்டிருக்கும் நிறுவனங்கள், மக்களுடன் இணக்கமாகச் செயல்படும் தலைவர்களைக் கொண்டுள்ளன. ஒரு முறை, மக்களுடன் சிறப்பாக இணைந்து பணியாற்றுகிறார் என்பதற்காக ஆன்ட்ரூ கார்னகி சார்லஸ் ஸ்வாபுக்குப் பத்து இலட்சம் டாலர்கள் ஊதியமாகக் கொடுத்தார் என்று 'ஃபுளோர்கிராப்ட்' என்னும் தன் புத்தகத்தில் டேவ் ஈ. சுமாலீ குறிப்பிடுகிறார். வேலையைச் சிறப்பாகப் புரிந்து—கொண்ட, அனுபவத்தாலும் பயிற்சியாலும் அதை நிறைவேற்றுவதற்குப் பொருத்தமான மக்கள் கார்னகியிடம் ஏராளமானோர் இருந்தனர். ஆனால், ஓர் இன்றியமையாத மனிதப் பண்பு அவர்களிடம் இருக்கவில்லை — பிறரைத் தங்களுக்கு உதவச் செய்வது; அதாவது, ஊழியர்களிடமுள்ள சிறந்தவற்றை வெளிக் கொணர்வது.

தலைமைத்துவப் பதவிகளில் உள்ளவர்களிடம் இருக்க வேண்டிய தனியொரு பண்புக்கூறு எது என்று பெரும் நிறுவனங்களின் தலைமை அதிகாரிகளிடம் கேட்கப்பட்டபோது, அவர்கள், "மக்களுடன் இணக்கமாகச் செயல்படும் திறன்," என்று பதிலளித்தனர்.

தியோடோர் ரூஸ்வெல்ட் இவ்வாறு கூறியுள்ளார்: "வெற்றிச் சூத்திரத்திற்கான தனிப்பெரும் முக்கிய அம்சம், மக்களுடன் இணக்கமாகச் செயல்படுவது எப்படி என்பதை அறிந்திருப்பது."

உலகிலுள்ள மற்ற எந்தவொரு திறனைக் காட்டிலும், மக்களுடன் இணக்கமாகச் செயல்படும் திறனைக் கொண்டவர்—களுக்கு அதிக ஊதியம் கொடுப்பதற்குத் தான் தயாராக உள்ளதாக, மாபெரும் நிறுவனங்களைக் கட்டி எழுப்பிய ஜான் ராக்கஃபெல்லர் கூறினார்.

வடக்குக் கரோலினாவின் கிரீன்ஸ்போரோவிலுள்ள 'சென்டர் ஃபார் கிரியேட்டிவ் லீடர்ஷிப்' என்ற நிறுவனம் வெற்றிகரமான 105 உயரதிகாரிகளிடம் ஆய்வு செய்து வெளியிட்டக் கண்டுபிடிப்புகள் கீழே கொடுக்கப்பட்டுள்ளன:

- அவர்கள் பிறரைக் குறைகூறுவதற்குப் பதிலாக, தங்கள் தவறுகளை ஒப்புக் கொண்டு, விளைவுகளை ஏற்றுக் கொண்டனர்.
- அவர்கள் பல்வேறு வகையான மக்களுடன் இணக்கமாகச் செயல்படும் திறனுடையவர்களாக இருந்தனர்.
- அவர்கள் தனிமனித உறவுகளை உருவாக்குவதில் திறம்படைத்தவர்களாகவும், பிறரது உணர்வுகளை மதிக்கத் தெரிந்தவர்களாகவும், பக்குவப்பட்டவர்களாகவும் இருந்தனர்.
- சிடுசிடுப்பாகவும் கோபக்காரகளாகவும் இருப்பதற்குப் பதில், அவர்கள் சாந்தமானவர்களாகவும் தன்னம்பிக்கை மிக்கவர்களாகவும் விளங்கினர்.

வெற்றி பெறாத உயரதிகாரிகள் பழகுவதற்கு மிகவும் கடினமானவர்களாகவும், நிந்திப்பவர்களாகவும், மனம் நோகும்படி ஏளனமாகப் பேசுபவர்களாகவும், தனிமை விரும்பிகளாகவும், பிறரால் ஊகிக்க முடியாதவர்களாகவும் இருப்பார்கள். அவர்கள்

செய்யும் மிகவும் மோசமான தவறு, பிறரது உணர்வுகளைப் புரிந்து மதிக்காதது.

பிறர் பின்பற்றக்கூடிய முன்மாதிரியாக இருங்கள்

உலகிலேயே மிகச் சிறந்த ஊக்குவிப்புக் கொள்கை இதுதான்: மக்கள் எதைப் பார்க்கிறார்களோ, அதையே செய்கிறார்கள். தலைவரின் வேகம் அவரைப் பின்பற்றுபவர்களின் வேகத்தைத் தீர்மானிக்கிறது. தலைவர் எவ்வளவு தூரம் செல்கிறாரோ, அவரைப் பின்பற்றுபவர்களும் அவ்வளவு தூரம்தான் செல்வர்; அவரைத் தாண்டிச் செல்ல மாட்டார்கள். பிறரை உருவாக்கும் இச்செயல்முறையை நான் பல வருடங்களாகப் பின்பற்றி வந்துள்ளேன், மற்றவர்களுக்கும் கற்றுக் கொடுத்து வந்துள்ளேன்:

நடவடிக்கை	விளைவு
நான் செய்கிறேன்.	நான் முன்மாதிரியாக விளங்குகிறேன்.
நான் செய்கிறேன்; நீங்கள் என்னுடன் இருக்கிறீர்கள்.	நான் உங்களுக்குத் தனிநபர்ப் பயிற்சி அளிக்கிறேன்.
நீங்கள் செய்கிறீர்கள்; நான் உங்களுடன் இருக்கிறேன்.	நான் உங்களைக் கண்காணிக்கிறேன்.
நீங்கள் செய்கிறீர்கள்:	நீங்கள் முன்னேறிச் செல்கிறீர்கள்.
நீங்கள் செய்கிறீர்கள்; வேறு யாரோ ஒருவர் உங்களுடன் இருக்கிறார்.	நாம் பெருகுகிறோம்.

விவாதங்களைவிட, கவனமாகப் பார்ப்பதன்மூலம் மக்களின் மனங்கள் மாற்றப்படுகின்றன.

வயல்களில் சுண்ணாம்புக் கற்களைப் பொடித்துத் தூவுவதால் பயிர்கள் நன்றாக வளரும் என்பதை பெஞ்சமின் ஃபிராங்க்ளின் அறிந்து கொண்டார். அவர் தன் அண்டை வீட்டாரிடம் அதைப் பற்றிக் கூறியபோது, அவர்கள் அவரை நம்பவில்லை. புல்லுக்கோ அல்லது தானியத்திற்கோ சுண்ணாம்பால் எந்தப் பயனும் விளையாது என்பதை நிரூபிக்கும் முயற்சியாக அவர்கள் அவரோடு வாக்குவாதம் செய்தனர். சிறிது நேரத்திற்குப் பின்

அவர் அவ்விஷயத்தை விட்டுவிட்டார். அதைப்பற்றி மேற்கொண்டு அவர் எதுவும் பேசவில்லை.

அடுத்த வசந்த காலத்தின் துவக்கத்தில், வயலுக்குச் சென்று அவர் சில தானியங்களை விதைத்தார். மக்கள் நடக்கும் பாதையோரம் அவர் தன் கைவிரலால் ஏதோ சில எழுத்துக்களை வரைந்து, சுண்ணாம்பை அதில் போட்டு, அதன்மீது விதைகளை விதைத்தார். ஓரிரு வாரங்களுக்குள், விதைகள் முளைவிட்டன.

அந்த வழியாகக் கடந்து சென்ற மக்கள், வயலின் மற்ற அனைத்துப் பகுதிகளைக் காட்டிலும் அப்பாதையோரப் பகுதி, "இதில் சுண்ணாம்பு தூவப்பட்டுள்ளது," என்று பளீர்ப் பச்சை நிறத்தில் பெரிய எழுத்துக்களோடு ஜொலித்ததைக் கண்டு பெரும் வியப்புற்றனர். வயல்களுக்குச் சுண்ணாம்பின் நன்மைகள் குறித்து பெஞ்சமின் பிராங்க்ளின் அதற்கு மேலும் மக்களுடன் விவாதிக்க வேண்டிய தேவை இல்லாமல் போனது.

பிறரது கண்கள் ஊடாகப் பார்த்து அவர்களை வழிநடத்துங்கள்

ஹென்றி வேட்ஸ்வொர்த் லாங்ஃபெல்லோ இவ்வாறு கூறியுள்ளார்: "நம்மால் செய்யக்கூடியவற்றை வைத்து நாம் நம்மை எடை போடுகிறோம்; ஆனால், நாம் ஏற்கனவே செய்துள்ளவற்றை வைத்து மற்றவர்கள் நம்மை எடை போடுகிறார்கள்."

வெற்றிகரமாக ஒரு மக்கள் குழுவைக் கையாளும் எந்தவொரு தலைவரும், விஷயங்கள் எப்படி உள்ளன என்பது பற்றிய தங்கள் சொந்தக் கருத்துக்களும் கண்ணோட்டங்களும் அக்குழுவில் உள்ள ஒவ்வொருவருக்கும் உள்ளன என்பதை உணர்ந்திருப்பார். நெடுங்காலத்திற்கு முன் நான் கற்றுக் கொண்ட ஒரு விஷயம், மக்கள்:

> "தங்கள் பிரச்சனைகள்தான் மிகப் பெரிதானவை,
> தங்கள் குழந்தைகள்தான் மிகவும் சாமர்த்தியமானவை,
> தங்கள் நகைச்சுவைகள்தான் மிகவும் வேடிக்கையானவை,
> தங்கள் தவறுகள்தான் புறக்கணிக்கப்பட வேண்டியவை,"
> என்று நினைக்கிறார்கள் என்பது.

நாம் ஒவ்வொருவரும் வாழ்க்கையை எப்படிப் பார்க்கிறோம் என்பதை ஒரு வேடிக்கையான கதை அழகாக விளக்குகிறது.

இரண்டாம் உலகப் போருக்குப் பிறகு, ஒரு ஜெனரலும், அவரது இளம் லெப்டினன்டும் இங்கிலாந்தில் ஓர் இரயிலில் ஏறினர். அவர்களுக்குக் கிடைத்த இருக்கைகள் ஓர் அழகான இளம் பெண்ணும் அவரது பாட்டியும் உட்கார்ந்திருந்த இருக்கைகளுக்கு நேர் எதிராக இருந்தன. ஜெனரலும் அவரது லெப்டினன்டும் அப்பெண்களுக்கு எதிராக, அவர்களைப் பார்த்தபடி அமர்ந்திருந்தனர். இரயில் கிளம்பியதும், அது ஒரு நீண்ட சுரங்கப் பாதை வழியாகச் சென்றது. சுமார் பத்து நொடிகள்வரை முற்றிலும் இருட்டாக இருந்தது. அக்கணம் நிலவிய அமைதியில், இரயிலில் இருந்தவர்களுக்கு இரண்டு சத்தங்கள் மட்டும் கேட்டன — ஒரு முத்தம், ஓர் அறை. இரயிலில் இருந்த அனைவரும் என்ன நிகழ்ந்—திருக்கும் என்பதைப் பற்றி அவரவர் தங்கள் சொந்தக் கண்ணோட்டத்தைக் கொண்டிருந்தனர்.

“அந்த லெப்டினன்ட் எனக்கு முத்தம் கொடுத்ததை நினைத்தால் மகிழ்ச்சியாக இருக்கிறது. ஆனால், பாட்டி அவரை அடித்ததை நினைத்தால் பெரும் அவமானமாக இருக்கிறது,” என்று அந்த இளம் பெண் நினைத்தாள்.

“அந்த இளைஞன் என் பேத்தியை முத்தமிட்டது என்னைக் கோபப்படுத்துகிறது. ஆனால், அவள் அதற்குக் கொடுத்த பதிலடியை நினைத்தால் பெருமையாக இருக்கிறது,” என்று பாட்டி நினைத்தார்

அந்த ஜெனரலோ, “என் லெப்டினன்ட் அந்த இளம் பெண்ணைத் துணிச்சலாக முத்தமிட்டது இருக்கட்டும், ஆனால் அவள் ஏன் தவறுதலாக என்னை அறைந்தாள்?” என்று யோசித்தவாறு அமர்ந்திருந்தார்.

உண்மையில் நடந்தது என்ன என்பது அந்த லெப்டினன்ட் ஒருவருக்கு மட்டும்தான் தெரியும். இருட்டான அக்கணத்தில், ஓர் அழகிய பெண்ணை முத்தமிட்டுவிட்டு, ஜெனரலை அறைவதற்கு அவனுக்கு ஒரு வாய்ப்புக் கிடைத்தது.

பல்வேறு வகையான சூழ்நிலைகளில் ஒவ்வொரு நபரின் உள்நோக்கங்களையும் அறிந்து கொள்ள இக்கேள்விகள் உங்களுக்கு உதவும்.

- ஒருவரது பின்புலம் பற்றியக் கேள்வி: இந்த நிறுவனம் அல்லது மற்றொரு நிறுவனத்துடன் இந்நபர் கொண்டிருந்த உறவின் வரலாறு என்ன?

- இயல்பான சுபாவம் தொடர்பான கேள்வி: இவரது முதல்நிலை மற்றும் இரண்டாம்நிலை சுபாவம் எது?
- பாதுகாப்புக் குறித்த கேள்வி: இது எந்த வழியிலேனும் தனிநபரின் வேலையைப் பாதிக்கிறதா?
- உறவு பற்றியக் கேள்வி: நிறுவன அமைப்பின்படி, இவர் என்னுடனோ அல்லது வேறு யாருடனோ எப்படித் தொடர்புபடுத்தப்பட்டுள்ளார்?
- உள்நோக்கு பற்றியக் கேள்வி: இது அவருடைய நிகழ்ச்சி நிரலில் இருப்பதற்கான உண்மையான காரணம் எது?
- சம்பவிக்கக்கூடிய கேள்வி: இந்நபர் அல்லது பிரச்சனைமீது தலைவரின் நேரத்தையும் ஆற்றலையும் செலவிடுவது உகந்ததா?

கீழ்க்கண்ட முறைகளில் மக்களை உருவாக்குவது வெற்றிகரமாக அமையும் என்பதை நான் கண்டறிந்துள்ளேன்.

- அவர்கள் கண்களின் ஊடாக நான் வழிநடத்தும் அளவிற்கு நான் அவர்கள் கூறுவதை நன்றாகக் கூர்ந்து கவனிக்கும்போது.
- அவர்கள் இதயங்களைத் தொடும் வகையில் நான் சிறப்பாகத் தொடர்புபடுத்திக் கூறும்போது.
- அவர்கள் கைகளில் கருவிகளைக் கொடுக்கும் அளவிற்கு நான் சிறப்பாக வேலை செய்யும்போது.
- அவர்களது மனங்களுக்கு சவால்விட்டு, அவற்றை விரிவடையச் செய்யும் அளவிற்கு நான் நன்றாக சிந்திக்கும்போது.

மக்களை உருவாக்குவதற்கு முன், அவர்கள்மீது அக்கறை கொள்ள வேண்டும்

மக்கள்மீது முறையான அக்கறை கொள்ளாமல், அவர்களிடமிருந்து அர்ப்பணிப்பைக் கோரும் தலைவர்கள் பலரை நான் பார்த்திருக்கிறேன். இவர்கள் ஸ்பெயின் நாட்டைச் சேர்ந்த, நாட்டுப்பற்று மிக்க இளைஞனான நார்வேஸைப் போன்றவர்கள். நார்வேஸ் இறக்கும்போது, அவன் தன் எதிரிகள் அனைவரையும் மன்னித்துவிட்டானா என்று அவனுக்குப் பாவ

மன்னிப்பு வழங்க வந்த அவனது பாதிரியார் கேட்டார். நார்வேஸ் அவரை வியப்புடன் பார்த்து, "பாதிரியாரே, எனக்கு எதிரிகளே இல்லை. நான் அவர்கள் அனைவரையும் சுட்டுக் கொன்றுவிட்டேன்," என்று கூறினான்.

'மென்மையான மனிதர்கள்' தங்களின்கீழ் வேலை பார்ப்பவர்—களிடமிருந்துதான் சிறந்த விளைவுகளைப் பெறுகிறார்கள் என்பதை நார்வேஸ் அறிந்திருக்கவில்லை. தங்கள் நிறுவனத்தில் வேலை பார்க்கும் மக்கள்மீது, பெரும் சாதனைகளைப் புரியும் உயரதிகாரிகள் கொண்டிருக்கும் கண்ணோட்டத்தையும், சிறு சாதனைகளைப் புரியும் உயரதிகாரிகள் கொண்டிருக்கும் கண்ணோட்டத்தையும் டெலோமெட்ரிக்ஸ் இன்டர்நேஷனல் என்ற நிறுவனம் ஆய்வு செய்தது. அவர்களது முடிவுகள் வால் ஸ்டிரீட் ஜர்னலில் வெளியிடப்பட்டது.

பதினாறாயிரம் உயரதிகாரிகளிடம் நடத்தப்பட்ட ஆய்வில், 'உயர் சாதனைகளை'ப் படைப்பவர்கள் மக்கள்மீதும் இலாபங்கள்மீதும் அக்கறை கொண்டவர்கள் என்று தெரிய வந்தது. சராசரி சாதனையாளர்கள் உற்பத்தியின்மீது கவனம் செலுத்தினர். சிறு சாதனையாளர்கள் தங்கள் சொந்தப் பாதுகாப்பில் மூழ்கிக் கிடந்தனர். உயர் சாதனையாளர்கள் தங்கள்கீழ் வேலை பார்ப்பவர்களை நம்பிக்கைக்கு உரியவர்களாகப் பார்க்கின்றனர். சிறு சாதனையாளர்கள் தங்கள்கீழ் வேலை பார்ப்பவர்களின் செயற்திறன்மீது அடிப்படை நம்பிக்கைகூட இல்லாதவர்களாக இருந்தனர். உயர் சாதனையாளர்கள் தங்கள்கீழ் வேலை பார்ப்பவர்களின் ஆலோசனைகளை நாடினர். சிறு சாதனையாளர்கள் அவ்வாறு செய்யவில்லை. உயர் சாதனை—யாளர்கள் சிறப்பாகக் கூர்ந்து கவனித்தனர்; சராசரி சாதனையாளர்கள் தங்கள் மேலதிகாரிகள் கூறுவதை மட்டும் காது கொடுத்துக் கேட்டனர்; சிறு சாதனையாளர்கள் பேச்சுவார்த்தையைத் தவிர்த்து—விட்டு, கொள்கைக் கையேடுகளைச் சார்ந்திருந்தனர்.

மக்களை உருவாக்குபவர்கள் மக்களை உருவாக்குவதற்கான வாய்ப்புகளை நாடுவார்கள்

தலைமைத்துவப் பதவிகளில் இருக்கும் பெரும்பாலான மக்கள், தினமும் யாரோ ஒருவருடைய சுயமதிப்பிற்கான இடுபொருளைத் திருடிவிடுகிறார்கள் — அதாவது, தங்கள் சுயமதிப்பு குறித்தத் தேவையை அவர்கள் பூர்த்தி செய்வதைத் தடுத்து விடுகிறார்கள். உதாரணத்திற்கு, யாரோ ஒருவர், "இன்று மூச்சுவிடக்கூட

நேரமில்—லாமல் வேலை பார்த்தேன்," என்று கூறுகிறார். அதற்கு, "என்ன, நீங்கள் அவ்வளவு வேலை செய்தீர்களா? என் மேசையில் குவிந்து கிடக்கும் வேலைகளை நீங்கள் பார்க்க வேண்டும். நான் அவற்றைத் தொடக்கூட நேரமில்லை," என்று தலைவர் பதிலளிக்கிறார். அல்லது யாரோ ஒருவர், "எட்டு மாதங்களாக நான் பாடுபட்டுக் கொண்டிருந்த அந்தப் பணித்திட்டத்தை இறுதியில் ஒருவழியாக முடித்துவிட்டேன்," என்று கூறுகிறார். அதற்கு, "ஆம், ஜிம்கூட தான் மேற்கொண்டிருந்த பெரிய பணித்திட்டத்தை முடித்துவிட்டார்," என்று தலைவர் பதிலளிக்கிறார்.

அத்தலைவர் என்ன செய்து கொண்டிருக்கிறார்? மக்களுடைய சுயமதிப்பிற்குத் தேவையான உணவை அவர் அவர்களிடமிருந்து பறித்து விடுகிறார். இதன்மூலம் அவர், "நீங்கள் உங்களைச் சிறந்தவராக நினைத்துக் கொண்டிருக்கலாம். ஆனால் உங்களைவிடச் சிறப்பாக வேலை செய்யும் வேறு ஒருவரைப் பற்றி நான் உங்களுக்குக் கூறுகிறேன்," என்று கூறுகிறார்.

வெறும் வேடிக்கைக்காக, நாளைய தினம் உங்கள் சுயமதிப்பைத் திருப்திப்படுத்துவதற்காக நீங்கள் எத்தனை முறை வேறு ஒருவரது சுயமதிப்பிற்குத் தேவையான இடுபொருளைத் திருடுகிறீர்கள் என்பதைப் பாருங்கள்.

பல ஆய்வுகளை அலசிய பிறகு, ஊழியர்களிடம் அமைதியின்—மையை ஏற்படுத்தும் முக்கியமான காரணங்கள் அனைத்தும் ஒரு நல்ல தலைவரால் தவிர்க்கப்படக்கூடிய நடவடிக்கைகள்தான் என்பதை ஜே.சீ.ஸ்டேல் கண்டுபிடித்தார். அந்நடவடிக்கைகள் அவற்றின் முக்கியத்துவத்திற்கு ஏற்ப வரிசைப்படுத்தப்பட்டுள்ளன.

1. அளிக்கப்படும் பரிந்துரைகளுக்கு, உரிய பெருமையைத் தரத் தவறுவது.
2. மனக் குறைகளைச் சரிப்படுத்தத் தவறுவது.
3. ஊக்குவிக்கத் தவறுவது.
4. பிறர் முன்னிலையில் விமர்சிப்பது.
5. அபிப்பிராயங்களைக் கேட்கத் தவறுவது.
6. முன்னேற்றத்தைப் பற்றித் தெரிவிக்கத் தவறுவது.
7. ஒருதலைபட்சமாக நடந்து கொள்வது.

குறிப்பு: மேற்கூறப்பட்ட ஒவ்வொரு விஷயமும் ஒரு தலைவர் தன் ஊழியர்களிடமிருந்து திருடும் அல்லது ஒதுக்கி வைக்கும், சுயமதிப்பிற்குத் தேவையான இடுபொருட்களுக்கான எடுத்துக்காட்டு.

ஒரு நிறுவனத்தின் வளர்ச்சிக்கான மாபெரும் வாய்ப்பு அதன் மக்களின் வளர்ச்சிதான்

அமெரிக்கா நெடுகிலும் உள்ள ஊழியர்களிடம் மேற்கொள்ளப்—பட்ட ஓர் ஆய்வில், தாங்கள் தங்கள் வேலையில் இன்னும் கடினமாக உழைக்க முடியும் என்று 85 சதவீதத்தினர் தெரிவித்தனர். 'தாங்கள் விரும்பினால்' தங்கள் ஆற்றலை இருமடங்காக்க முடியும் என்று பாதிக்கும் மேற்பட்டோர் கூறினர்.

மக்கள்தான் ஒரு நிறுவனத்தின் முதன்மைச் சொத்து. அந்நிறுவனம் விற்பனைக்காகப் பொருட்களை உற்பத்தி செய்யும் நிறுவனமாகவோ, பிறர் செய்த பொருட்களை விற்கும் நிறுவனமாகவோ, அல்லது தொட்டுணர முடியாத சேவைகளை வழங்கும் நிறுவனமாகவோ இருக்கலாம். மக்கள் ஒன்றை அசைக்காமல் எதுவும் நகர்வதில்லை. ஒரு சராசரி உயரதிகாரி தன் வேலை நேரத்தின் நான்கில் மூன்று பங்கை மக்களைக் கையாள்வதற்குச் செலவிடுவதாக, அமெரிக்க வியாபாரத்தில் தலைமைத்துவம் குறித்த உண்மையான ஆய்வில் தெரியவந்துள்ளது. பெரும்பாலான வியாபாரங்களில் உள்ள தனிப்பெரும் செலவு அதன் ஊழியர்கள்தான். எந்தவொரு நிறுவனத்தின் மாபெரும், அதிக மதிப்பு வாய்ந்த சொத்து அதன் ஊழியர்கள்தான். உயரதிகாரிகளின் திட்டங்களைச் செயல்படுத்து—வதும், செயல்படுத்தத் தவறுவதும் மக்கள்தான்.

வில்லியம் ஜே. எச். போட்கெரைப் பொறுத்தவரை, மக்கள் தங்களை நான்கு வர்க்கங்களாகப் பிரித்துக் கொள்கின்றனர்:

1. எப்போதும் தங்களுக்குக் கொடுக்கப்பட்ட வேலைகளைவிடக் குறைவான வேலைகளையே செய்பவர்கள்.

2. தங்களிடம் கூறப்பட்ட வேலைகளைச் செய்து முடிப்பவர்கள்; ஆனால் அதற்கு மேல் ஒன்றும் செய்யாதவர்கள்.

3. எதுவும் கூறப்படாமலேயே வேலைகளைச் செய்பவர்கள்.

4. வேலை செய்வதற்குப் பிறருக்கு உத்வேகம் அளிப்பவர்கள்.

இது உங்கள் விருப்பம்!

ரால்ஃப் வால்டோ எமர்சன் கூறியுள்ளதுபோல், "மக்களை நம்புங்கள், அவர்கள் உங்களுக்கு உண்மையானவர்களாக இருப்பார்கள்; அவர்களைச் சிறப்பாக நடத்துங்கள், தாங்கள் எவ்வளவு மகத்தானவர்கள் என்பதை அவர்கள் தங்களுக்கே வெளிப்படுத்திக் கொள்வார்கள்."

ஒரு நல்ல தலைவராக இருப்பதற்குத் தேவையான சில சிறந்த ஆலோசனைகளை இப்பழைய சீனக் கவிதையில் காணலாம்:

மக்களிடம் செல்லுங்கள்,
அவர்களுடன் வாழுங்கள்.
அவர்களிடமிருந்து கற்றுக் கொள்ளுங்கள்.
அவர்களை நேசியுங்கள்.
அவர்களுக்குத் தெரிந்தவற்றிலிருந்து துவங்குங்கள்,
அவர்களிடம் இருப்பவற்றைக் கொண்டு உருவாக்குங்கள்.
அவர்களது காரியம் நிறைவேற்றப்பட்டப் பிறகு,
அவர்கள் வேலை முடிந்த பிறகு,
தங்கள் சிறந்த தலைவர்களைப் பற்றி,
அவர்கள் இப்படிக் குறிப்பிடுவார்கள்:
"நாங்களாகவே எல்லாவற்றையும் செய்து முடித்தோம்."

எட்டு

தலைமைத்துவத்தின் இன்றியமையாத பண்புநலன்: முன்னோக்கு

ராபர்ட் கே. கிரீன்லீஃப், 'த செர்வன்ட் அஸ் லீடர்' என்னும் தன் புத்தகத்தில், "ஒரு தலைவரிடம் உள்ள 'அனுகூலம்' அவரது முன்னோக்குத் திறன்தான். அவர் ஒருமுறை இந்த அனுகூலத்தை இழந்துவிட்டால், நிகழ்வுகள் அவரைக் கட்டாயத்திற்கு உள்ளாக்கத் துவங்கும். அப்போது அவர் பெயரளவில்தான் தலைவராக இருப்பார். அதன் பிறகு, அவர் வழிநடத்துவதில்லை; மாறாக, உடனடி நிகழ்வுகளுக்கு எதிர்வினையாற்றிக் கொண்டிருப்பார். அவர் தொடர்ந்து தலைவராக நீண்ட நாள் நிலைத்திருக்க மாட்டார். பகுத்தறிவோடு முன்னோக்காகப் பார்த்திருக்கக்கூடிய விஷயங்களை அவ்வாறு பார்க்கத் தவறியதாலும், தன்னிடம் செயல்படுவதற்கான சுதந்திரம் இருந்தும்கூட அந்த முன்னோக்கு தந்த அறிவைக் கொண்டு செயல்படத் தவறியதாலும் தலைமைத்துவத்தை இழந்தவர்களைப் பற்றிய நடப்பு எடுத்துக்காட்டுகள் ஏராளமாக உள்ளன," என்று கூறுகிறார்

தாங்கள் என்ன சாதிக்க வேண்டும் என்பது குறித்த முன்னோக்கு, ஆற்றல் வாய்ந்த அனைத்துத் தலைவர்களிடமும் உள்ளது என்பதைக் கடந்த இருபது ஆண்டுகாலமாக நான் கூர்ந்து கவனித்து வருகிறேன். அந்த முன்னோக்குதான், ஒவ்வொரு முயற்சிக்குப் பின்னாலும் உள்ள ஆற்றலாகவும், அனைத்துப் பிரச்சனைகளையும் ஒதுக்கித் தள்ளும் விசையாகவும் மாறுகிறது. இந்த முன்னோக்கோடு, ஒரு தலைவர் ஓர் இலட்சியத்தை நோக்கிப் பயணிக்கிறார். அவருடன் உள்ள மற்றவர்களையும் இந்த உணர்வு பற்றிக் கொள்கிறது. இதனால், அவர்களும் அவரோடு சேர்ந்து உயர்ந்து வளர்கின்றனர். கனவு மெய்ப்படுவதற்கு ஒற்றுமை இன்றியமையாதது. இலட்சியத்தை நிறைவேற்றுவதற்காக

நீண்ட நேர உழைப்பு மனமுவந்து அளிக்கப்படுகிறது. தனிமனித உரிமைகள் தற்காலிகமாக ஒதுக்கி வைக்கப்படுகின்றன. ஏனெனில், தனிமனித உரிமைகளைக் காட்டிலும் குழு முக்கியமானது. நேரம் பறப்பதே தெரிவதில்லை, மனோபலம் விண்ணளவு உயர்கிறது, துணிகரமான செயல்களைப் பற்றிய கதைகள் கூறப்படுகின்றன, அர்ப்பணிப்பு, தாரக மந்திரமாக ஆகிறது. ஏன்? ஏனெனில், அத்தலைவர் ஒரு முன்னோக்கைக் கொண்டிருப்பதால் தான்.

முந்தையப் பத்தியிலிருக்கும் பரவச உணர்வை அதிலிருந்து அகற்றுவதற்குத் தேவைப்படுவதெல்லாம் ஒரே ஒரு வார்த்தைதான். அதுதான் முன்னோக்கு. அது இல்லாமல், ஆற்றல் மிகக் குறைந்த நிலைக்குச் சென்றுவிடுகிறது, காலக்கெடுக்கள் தவறவிடப்படுகின்றன, தனிப்பட்ட உள்நோக்குகள் மேலெழும்பத் துவங்குகின்றன, உற்பத்தி குறைகிறது, குழுவிலிருந்து விலகி மக்கள் தனித்தனியாகச் சிதறுகின்றனர்.

“பார்வையற்றவராகப் பிறப்பதைவிடவும் மோசமானது எது?” என்று ஹெலன் கெல்லரிடம் கேட்கப்பட்டது. “முன்னோக்கு இல்லாத பார்வையைக் கொண்டிருப்பதுதான்,” என்று அவர் பதிலளித்தார். தாங்கள் வழிநடத்திச் செல்லவிருக்கும் நிறுவனத்திற்கான முன்னோக்கு இல்லாதவர்கள் தலைமைத்துவப் பதவிகளில் அமர்த்தப்பட்டுள்ளனர் என்பது வருத்தத்திற்குரிய விஷயம். மாபெரும் தலைவர்கள் அனைவரும் இரண்டு விஷயங்களைத் தங்களிடம் கொண்டுள்ளனர்: ஒன்று, தாங்கள் எங்கே போய்க் கொண்டிருக்கிறோம் என்பது அவர்களுக்குத் தெரியும். மற்றொன்று, தங்களைப் பின்தொடர மக்களை ஒப்புக் கொள்ளச் செய்ய அவர்களால் முடிகிறது. இந்த அத்தியாயம், தலைவர்களின் முன்னோக்குத் திறன் பற்றியும், அந்த முன்னோக்கைச் சுற்றி மக்களைக் கூட்டும் திறனைப் பற்றியும் எடுத்துரைக்கும்.

முன்னோக்கு என்ற வார்த்தை, கடந்த சில வருடங்களாக அளவுக்கு அதிகமாகப் பயன்படுத்தப்பட்டு வருகிறது. பல நிர்வாகப் பயிலரங்குகளின் முதல் இலட்சியம், நிறுவனத்திற்கான ஒரு குறிக்கோள் வாசகத்தை உருவாக்குவதுதான். உங்கள் நிறுவனத்தின் குறிக்கோளை நினைவு வைத்திருந்து கூற முடியாவிட்டாலோ, அல்லது அக்குறிக்கோள் அச்சிடப்பட்ட ஓர் அட்டையை நீங்கள் உங்களிடம் வைத்திருக்காவிட்டாலோ, அவர்கள் உங்களை ஏளனமாகப் பார்ப்பார்கள்.

எதற்காக நீங்கள் சிரமப்பட்டு உங்கள் நிறுவனத்திற்கு ஒரு குறிக்கோளை உருவாக்க வேண்டும்? அதற்கு இரண்டு காரணங்கள் உள்ளன. முதல் காரணம், முன்னோக்கு என்பது ஒரு நிறுவனத்தின் தனித்துவமான அடையாளமாகவும், அதன் வெற்றி முழக்கமாகவும் ஆகிவிடுகிறது. வாடிக்கையாளர்களின் கவனத்திற்காக இடைவிடாமல் கூச்சலிட்டுக் கொண்டிருக்கும் அனைத்துக் குரல்களுக்கு மத்தியில், உங்களுக்கென்று ஒரு முக்கியமான தனியிடம் உள்ளது என்று போட்டித்தன்மை நிறைந்த உலகச் சந்தையில் நீங்கள் விடுக்கும் ஒரு தெளிவான அறிவிப்பு அது. இதுதான் உங்கள் இருத்தலுக்கான உண்மையான காரணம். இரண்டாவதாக, முன்னோக்கு, அட்டைப் பெட்டிக்குள் அடைக்கப்பட்டுள்ள 1,000 பக்கங்களைக் கொண்ட, முனைப்பைத் தடுக்கும் செய்முறைக் குறிப்பேட்டைத் தூற எறிந்துவிட்டு, கட்டுப்பாட்டிற்கான புதிய கருவியாக ஆகிவிடுகின்றது. பரவலாக்கல் மேலிருந்து கீழ்வரை எல்லா நிலைகளிலும் பிழைத்திருக்க வேண்டியிருக்கும் இந்தக் காலகட்டத்தில், அனைவரையும் கவனக்குவிப்போடு இருக்கச் செய்வதற்கு முன்னோக்குத் தலையாயதாகத் திகழ்கிறது.

முன்னோக்கு அறிக்கை

உங்களால் எதைப் பார்க்க முடிகிறதோ, அதுவாகத்தான் உங்களால் ஆக முடியும். இது உங்கள் திறன் அல்லது தகுதி தொடர்பானது. நான் என்னையே அடிக்கடிக் கேட்டுக் கொள்ளும் கேள்வி இது: முன்னோக்கு ஒரு தலைவரை உருவாக்குகிறதா, அல்லது ஒரு தலைவர் முன்னோக்கை உருவாக்குகிறாரா?

முன்னோக்கு முதலில் வருகிறது என்று நான் நம்புகிறேன். தங்கள் முன்னோக்கைத் தொலைத்துவிட்ட, அதனால் பிறரை வழிநடத்திச் செல்லும் தலைமைத்துவ அதிகாரத்தை இழந்துள்ள பல தலைவர்களை நான் அறிவேன். உலகிலுள்ள தலைசிறந்த ஊக்குவிப்புக் கொள்கை அதுதான். நாம் கற்பதில் 89 சதவீதம் காட்சி சார்ந்தது, 10 சதவீதம் செவி வழியானது, 1 சதவீதம் பிற உணர்வுகளைக் கொண்டு நாம் கற்பது என்று ஸ்டேன்ஃபோர்டு ஆய்வு கூறுகிறது.

வேறு வார்த்தைகளில் கூறுவதானால், மக்கள் தங்கள் வளர்ச்சிக்குக் காட்சிசார்ந்த தூண்டலைச் சார்ந்துள்ளனர். ஒரு முன்னோக்கையும், அதை நடைமுறைப்படுத்த விருப்பம் கொண்டுள்ள ஒரு தலைவரையும் இணைத்துப் பாருங்கள், ஓர் இயக்கம் துவங்குகிறது. மக்கள் வெறுமனே ஒரு கனவைப்

பின்தொடர்வதில்லை. அக்கனவைக் கொண்டுள்ள, அதை ஆற்றலுடன் தெளிவாகப் பிறருக்கு எடுத்துரைக்கும் திறன் கொண்ட ஒரு தலைவரைத்தான் அவர்கள் பின்தொடர்கின்றனர். எனவே, துவக்கத்தில் ஒரு முன்னோக்கு ஒரு தலைவரை உருவாக்கும். ஆனால் அந்த முன்னோக்கு வளர்வதற்கும், மக்கள் அதைப் பின்பற்றுவதற்கும், அத்தலைவர் அதற்கான பொறுப்பை ஏற்றுக் கொள்ள வேண்டும்.

மக்களின் நான்கு முன்னோக்கு நிலைகள்

1. சில மக்கள் அதை ஒருபோதும் பார்ப்பதே இல்லை. (இவர்கள் அங்குமிங்கும் அலைந்து திரிபவர்கள்.)
2. சில மக்கள் அதைப் பார்க்கின்றனர், ஆனால் தன்முனைப்போடு தாங்களாக அதை ஒருபோதும் முயற்சிப்பதில்லை. (அவர்கள் மற்றவர்களைப் பின்பற்றுபவர்கள்.)
3. சில மக்கள் அதைப் பார்த்து, அது குறித்துச் செயல்படுகின்றனர். (அவர்கள் சாதனையாளர்கள்.)
4. சிலர் அதைப் பார்த்து, அது குறித்துச் செயல்படுவதோடு, பிறரும் அதைப் பார்க்க உதவுகின்றனர். (இவர்கள் தலைவர்கள்.)

"உங்களால் எதைப் பார்க்க முடிகிறதோ, அதுவாகத்தான் உங்களால் ஆக முடியும்," என்பதற்கு ஓர் எடுத்துக்காட்டு ஹூபர்ட் எச். ஹம்ப்ரி. 1935இல், தலைநகர் வாஷிங்டனுக்கு அவர் சென்றிருந்தபோது, தன் மனைவிக்கு எழுதிய ஒரு கடிதத்தில் அவர் இதைக் குறிப்பிட்டிருந்தார்: "இனியவளே, நீயும் நானும் நம்மை முழுவதுமாக அர்ப்பணித்து, பெரிய மற்றும் சிறந்த விஷயங்களுக்காக நம் மனங்களை ஒருமுகப்படுத்தி வேலை செய்தால், என்றேனும் ஒரு நாள் நாம் இங்கு வாஷிங்டனில் வந்து வாழலாம் என்பதை என்னால் பார்க்க முடிகிறது.

> மாபெரும் தலைவர்கள் அனைவரும் இரண்டு விஷயங்களைத் தங்களிடம் கொண்டுள்ளனர்: ஒன்று, தாங்கள் எங்கே போய்க் கொண்டிருக்கிறோம் என்பது அவர்களுக்குத் தெரியும். மற்றொன்று, தங்களைப் பின்தொடர மக்களை ஒப்புக் கொள்ளச் செய்ய அவர்களால் முடிகிறது.

அது ஒருவேளை, அரசாங்கத்திலோ, அரசியலிலோ, அல்லது சேவையிலோகூட இருக்கலாம். கடவுளே, என் கனவு நிறைவேறினால் நான் மகிழ்ச்சி அடைவேன் — எப்படியிருந்தாலும், நான் கண்டிப்பாக முயற்சி செய்யப் போகிறேன்."

நீங்கள் எதைக் காணத் தயாராக இருக்கிறீர்களோ, அதையே காண்பீர்கள்

இது கண்ணோட்டம் தொடர்பானது. கான்ராட் அடெனோர் இவ்வாறு கூறியது சரிதான்: "நாம் அனைவரும் ஒரே வானின்கீழ்தான் வாழ்கிறோம், ஆனால் நம் அனைவரின் தொடுவானமும் ஒன்றல்ல."

வாகனத் துறையில் மேதையாகத் திகழ்ந்த ஹென்றி ஃபோர்டு, ஒருமுறை ஒரு புதிய வகையான இஞ்சினுக்கான ஒரு புரட்சிகரமானத் திட்டத்தை உருவாக்கினார். நாம் இன்று அதை வி—8 என்ற பெயரில் அழைக்கிறோம். ஃபோர்டு தன் மாபெரும் புதிய திட்டத்தைச் செயல்வடிவில் காணப் பேரார்வத்துடன் இருந்தார். அவர் சிலரை அழைத்து, திட்டங்களை வரைபடங்களாக அமைக்கச் செய்து, அதைத் தன் பொறியியல் வல்லுனர்களிடம் அளிக்கச் செய்தார்.

> தான் பயணித்துள்ள தூரத்தைத் தாண்டி ஒரு தலைவரால் தன்னைப் பின்பற்றுபவர்களை ஒருபோதும் அழைத்துச் செல்ல முடியாது.

அந்த வரைபடங்களைப் படித்த ஒவ்வொரு பொறியியல் வல்லுனரும் ஒருவர் பின் ஒருவராக ஒரே முடிவுக்குத்தான் வந்தனர். முன்னோக்கைக் கொண்ட தங்கள் தலைவருக்கு, பொறியியலின் அடிப்படைக் கோட்பாடுகள் தெரிந்திருக்கவில்லை. அவரது கனவு இயலாத ஒன்று என்பது அவரிடம் பக்குவமாக எடுத்துரைக்கப்பட வேண்டும்.

"என்னவானாலும் சரி, அதை உற்பத்தி செய்யுங்கள்," என்று ஃபோர்டு கூறினார்.

"அது இயலாத காரியம்," என்று அவர்கள் பதிலளித்தனர்.

"மேலே ஆக வேண்டியதைப் பாருங்கள். வெற்றி கிட்டும் வரையில் தொடர்ந்து வேலை செய்யுங்கள். அதற்கு எவ்வளவு

காலம் தேவைப்பட்டாலும் எனக்கு அதைப் பற்றிக் கவலையில்லை," என்று அவர் உத்தரவிட்டார்.

வெவ்வேறு வரைபடங்களை வரைந்துத் தள்ளியும், வெவ்வேறு வடிவங்களை அமைத்துப் பார்த்தும் ஆறு மாதங்களாக அவர்கள் போராடியதுதான் மிச்சம். ஒன்றும் நிகழவில்லை. மேலும் ஆறு மாதங்கள் ஓடின. அப்படியும் ஒன்றும் நிகழவில்லை. அந்த வருடக் கடைசியில், ஃபோர்டு தன் பொறியியல் வல்லுனர்களை அழைத்து அவர்கள் எவ்வளவு தூரம் முன்னேறியுள்ளனர் என்று கேட்டார். ஆனால், அவரது விருப்பம் இயலாத ஒன்று என்று அவர்கள் மீண்டும் கூறினர். மேலும் தொடர்ந்து அதில் வேலை செய்யும்படி ஃபோர்டு கூறினார். அவர்களும் அவ்வாறே செய்தனர். பிறகு, வி—8 இஞ்சினை எப்படி உருவாக்குவது என்பதைக் கண்டறிந்தனர்.

ஹென்றி ஃபோர்டும் அவரது பொறியியல் வல்லுனர்களும் ஒரே வானத்தின்கீழ்தான் வாழ்ந்தனர். ஆனால் அவர்கள் அனைவரும் ஒரே தொடுவானத்தைக் கொண்டிருக்கவில்லை.

'எ சேவியர் ஃபார் ஆல் சீசன்ஸ்' என்ற தன் புத்தகத்தில், வில்லியம் பார்க்கர் ஒரு பிஷப்பின் கதையைத் தொடர்புபடுத்திக் காட்டுகிறார். பல வருடங்களுக்கு முன், கிழக்குக் கடற்கரையோரப் பகுதியிலிருந்து வந்த ஒரு பிஷப், ஒரு சிறிய மத்தியமேற்கு சமயக் கல்லூரிக்கு விஜயம் செய்தார். அக்கல்லூரியில் இயற்பியல் மற்றும் வேதியியல் பேராசிரியராகவும் பணியாற்றிய அதன் முதல்வருடைய வீட்டில் அவர் தங்கியிருந்தார். இரவு உணவுக்குப் பின், அந்த பிஷப், இயற்கையைப் பற்றிய அனைத்தும் கண்டுபிடிக்கப்பட்டுவிட்டதாலும், அனைத்துக் கண்டுபிடிப்புகளும் உருவாக்கப்பட்டுவிட்டதாலும் உலகம் முடிவுக்கு வரும் நாள் வெகு தூரத்தில் இல்லை என்று கல்லூரி முதல்வரிடம் ஆணித்தரமாகக் கூறினார்.

இதைப் பணிவாக மறுத்த அந்த இளம் கல்லூரி முதல்வர், இன்னும் பல அதிகமான கண்டுபிடிப்புகள் நிகழப் போகின்றன என்று தான் உணர்வதாக அந்த பிஷப்பிடம் கூறினார். இதனால் கோபமுற்ற பிஷப், அப்படிப்பட்டக் கண்டுபிடிப்பு ஏதேனும் ஒன்றின் பெயரைக் குறிப்பிடுமாறு கல்லூரி முதல்வருக்கு சவால்விட்டபோது, இன்னும் ஐம்பது வருடங்களில் மக்களால் பறக்க முடியும் என்று தான் உறுதியுடன் நம்புவதாக அவர் தெரிவித்தார்.

"முட்டாள்தனமான பேச்சு! தேவதைகள் மட்டுமே பறப்பதற்குரியவர்கள்," என்று அவர் பெருங்கோபத்துடன் கத்தினார்.

அந்த பிஷப்பின் பெயர் ரைட். அவர் வீட்டிலிருந்த அவரது இரு மகன்களும் தம் தந்தையாரைவிடத் தங்களுக்கு மாபெரும் முன்னோக்கு இருந்ததை நிரூபித்தனர். அவர்கள்தான் ஆர்வில் ரைட் மற்றும் வில்பர்ட் ரைட். தந்தையும் மகன்களும் ஒரே வானின்கீழ்தான் வாழ்ந்தனர். ஆனால் அவர்கள் அனைவரும் ஒரே தொடுவானத்தைக் கொண்டிருக்கவில்லை.

இது எப்படிச் சாத்தியம்? ஒரே இடத்தில் ஒரே நேரத்தில் இருக்கும் இரு மனிதர்களால், எப்படி முற்றிலுமாக வேறுபட்ட விஷயங்களைப் பார்க்க முடிகிறது? இது மிகவும் எளிது. நாம் எதைப் பார்க்கத் தயாராக இருக்கிறோமோ, அதையே பார்க்கிறோம்; எது இருக்கிறதோ, அதைப் பார்ப்பதில்லை. வெற்றிகரமான ஒவ்வொரு தலைவரும் மக்களைப் பற்றி இதை நன்றாகப் புரிந்து கொண்டு, மூன்று கேள்விகளைக் கேட்கின்றனர்: மற்றவர்கள் எதைப் பார்க்கின்றனர்; அவர்கள் ஏன் அதை அந்த விதத்தில் பார்க்கின்றனர்; அவர்களது கணோட்டத்தை நான் எப்படி மாற்றுவது?

நீங்கள் எதைப் பார்க்கிறீர்களோ, அதையே பெறுகிறீர்கள்

கீழே கூறப்பட்டுள்ள விளக்கம், 1984இல் முல்ட்னோமா அச்சகம் வெளியிட்ட, லூயி பலாவின் 'டிரீம் கிரேட் டிரீம்ஸ்' என்ற புத்தகத்தில் வெளியானது.

ஒரு குளிர்ந்த கோக் பானத்தை ருசிப்பது எவ்வளவு இனிமையானதாகவும், புத்துணர்ச்சியூட்டுவதாகவும் இருக்கும் என்று நினைத்துப் பாருங்கள். ராபர்ட் உட்ரப் என்பவரின் முன்னோக்கின் காரணமாக, உலகெங்கிலும் உள்ள பலநூறு கோடி மக்கள் மகிழ்ச்சியான இந்த அனுபவத்தை அடைந்திருக்கின்றனர். கோகா—கோலா நிறுவனத்தின் தலைவராக அவர் பணியாற்றிய காலத்தில் (1923—1955), "சீருடை அணிந்திருக்கும் ஒவ்வொரு மனிதரும், அவர் எங்கிருந்தாலும் சரி, அதன் தயாரிப்புச் செலவு எவ்வளவாக இருந்தாலும்

> கடவுள் எனக்குக் கொடுத்த பரிசு எனது ஆற்றல். அதைக் கொண்டு நான் என்ன செய்கிறேனோ அதுதான் நான் கடவுளுக்குத் திருப்பி அளிக்கும் பரிசு.

சரி, ஐந்து சென்ட்டுக்கு ஒரு பாட்டில் கோகா—கோலா கிடைக்குமாறு நாங்கள் பார்த்துக் கொள்வோம்," என்று உட்ரப் துணிச்சலாக அறிவித்தார். இரண்டாம் உலகப் போர் முடிந்ததும், தான் இறப்பதற்கு முன் உலகிலுள்ள ஒவ்வொரு மனிதரும் கோகா—கோலா பானத்தை ருசித்திருக்க வேண்டும் என்று அவர் அறிவித்தார். ராபர்ட் உட்ரப் முன்னோக்குடன் விளங்கிய ஒரு மனிதர்!

எச்சரிக்கையான திட்டத்துடனும், ஏராளமான விடாமுயற்சி—யுடனும், உட்ரப்பும் அவரது சகாக்களும் உலகம் முழுதும் உள்ள தங்கள் தலைமுறையினரிடம் கோக்கைக் கொண்டுபோய்ச் சேர்த்தனர்.

டிஸ்னி உலகம் முதன்முதலாகத் துவக்கப்பட்டபோது, அதன் மாபெரும் திறப்பு விழாவில் பேசுவதற்காக, வால்ட் டிஸ்னி உயிரோடு இல்லாத காரணத்தால் அவரது மனைவியை அழைத்திருந்தனர். அவரை அறிமுகப்படுத்திய ஒரு மனிதர், "திருமதி டிஸ்னி அவர்களே, வால்ட் டிஸ்னி இதைப் பார்த்திருந்தால் எவ்வளவு நன்றாக இருந்திருக்கும்," என்று கூறினார். திருமதி டிஸ்னி எழுந்து நின்று, "அவர் இதைப் பார்த்தார்," என்று கூறிவிட்டு அமர்ந்தார். வால்ட் டிஸ்னி அதை அறிந்திருந்தார். ராபர்ட் உட்ரப் அதை அறிந்திருந்தார். ஃப்லிப் வில்சன்கூட அதை அறிந்திருந்தார். நீங்கள் எதைப் பார்க்கிறீர்களோ, அதையே பெறுகிறீர்கள்.

இந்த நேரத்தில், ஒரு முன்னோக்கை ஒருவர் தன் தனிப்பட்டப் பொறுப்பாக ஏற்றுக்கொள்வது பற்றி நாம் பார்க்குமுன், நான் இக்கேள்வியைக் கேட்க வேண்டிய கட்டாயம் உள்ளது: "என் கனவு, நான் வாழும் இவ்வுலகில் ஏதேனும் ஒரு நல்ல தாக்கத்தை ஏற்படுத்துமா?"

'இன்கிரீஸிங் யுவர் லீடர்ஷிப் கான்பிடென்ஸ்' என்ற தன் புத்தகத்தில், பாப் பியல் இவ்வாறு கூறுகிறார்: "ஒரு வெற்றியாளரின் மனப்பாங்கிற்கும், தோல்வியுற்ற ஒருவரின் மனப்பாங்கிற்கும் இடையே உள்ள வேறுபாட்டை மனத்தில் வைத்துக் கொள்ளுங்கள். வெற்றி—யாளர்கள் பெரும் வெற்றியில் தங்கள் கவனத்தைக் குவித்திருப்பார்கள் — எப்படி ஒரு சாதாரண வெற்றியைப் பெறுவது என்பதில் அல்ல, மாறாக, பெரும் வெற்றி பெறுவது எப்படி என்பதில் குறியாக இருப்பார்கள். தோல்வியுறுபவர்கள் தோல்வியில் கவனம் செலுத்துவதில்லை; அவர்கள் ஏதோ தேறினால் போதும் என்பதில் கவனம் செலுத்துவார்கள்."

"எதை நான் விரும்புகிறேன் — உயிர் பிழைத்திருப்பதையா, வெற்றியையா, அல்லது முக்கியத்துவத்தையா?" என்று நீங்கள் உங்களைக் கேட்டுக் கொண்டேயிருங்கள். நீங்கள் வெறுமனே பிழைத்திருக்கப் பெருமுயற்சி செய்கிறீர்களா, அல்லது வெற்றி குறித்துக் கனவு காண்கிறீர்களா, அல்லது நீங்கள் உண்மையிலேயே ஒரு முக்கியத்துவம் வாய்ந்த வித்தியாசத்தை உலகில் ஏற்படுத்தப் போகிறீர்களா?

கனவு காண்பதில் ஓர் ஆற்றல் மிக்கக் கருவியாக விளங்கும் ஓர் ஒற்றை வாக்கிய மனப்பயிற்சியை மாயிஷ் ரோசன் நமக்குக் கற்றுத் தருகிறார். அது எளிதான ஒன்றுதான்:

ஒருவேளை ______________________________

______________________என்னிடம் இருந்திருந்தால் . . .

நான் இவ்வாறு செய்திருப்பேன்

____

வரம்பற்ற நேரம், அளவில்லாப் பணம், எல்லையில்லாத் தகவல், எல்லையில்லா ஊழியர்கள் என்று, நீங்கள் கேட்கக்கூடிய, நீங்கள் விரும்பும் அனைத்து வளங்களும் உங்களிடம் இருந்திருந்தால், நீங்கள் என்ன செய்திருப்பீர்கள்? இக்கேள்விக்கான உங்கள் பதில்தான் உங்கள் கனவு. அதை மதிப்பு மிக்கதாக்குங்கள்.

ஒரு முன்னோக்கைத் தனிப்பட்டப் பொறுப்பாக ஏற்றுக் கொள்வது

என் நண்பர் ரிக் வாரன் இவ்வாறு கூறுகிறார்: "உங்கள் நிறுவனத்தின் வெப்ப நிலையை நீங்கள் தெரிந்துகொள்ள வேண்டுமென்றால், அதன் தலைவரின் வாய்க்குள் தெர்மாமீட்டரை வையுங்கள்." தான் பயணித்துள்ள தூரத்தைத் தாண்டி ஒரு தலைவரால் தன்னைப் பின்பற்றுபவர்களை ஒருபோதும் அழைத்துச் செல்ல முடியாது. தலைவர் எவ்வாறோ, மக்கள் அவ்வாறே. பின்பற்றுபவர்கள் முதலில் தலைவரைக் கண்டுபிடிக்கிறார்கள், பிறகு முன்னோக்கைக் கண்டுபிடிக்கிறார்கள். தலைவர்கள் முதலில் முன்னோக்கைக் கண்டுபிடிக்கிறார்கள், பிறகு மக்களைக் கண்டுபிடிக்கிறார்கள்.

நாடு முழுவதிலும் நான் தலைமைத்துவக் கருத்தரங்குகளை நடத்தும்போது, என்னிடம் பல கேள்விகள் கேட்கப்படுகின்றன. தலைமைத்துவப் பதவிகளில் இருக்கும் பலர் என்னிடம் கேட்கும் மிகப் பொதுவான கேள்விகளில் ஒன்று இது: "நான் என்

நிறுவனத்திற்கான முன்னோக்கை எப்படிப் பெறுவது?" இது மிகவும் சிக்கலான கேள்வி. இக்கேள்விக்கு விடையளிக்கப்படும்வரை, ஒருவர் பெயரளவில்தான் தலைவராக இருப்பார். என்னால் உங்களுக்கு ஒரு முன்னோக்கைக் கொடுக்க முடியாவிட்டாலும்கூட, உங்களுக்கும் உங்களைச் சுற்றியுள்ளவர்களுக்கும் ஒரு முன்னோக்கைப் பெற்றுத் தருவதற்கான ஒரு செயல்முறையை உங்களுடன் பகிர்ந்து கொள்ள முடியும்.

உங்களுக்குள் பாருங்கள்: நீங்கள் என்ன உணர்கிறீர்கள்?

தியோடோர் ஹெஸ்பர்க் இவ்வாறு கூறியுள்ளார்: "ஒரு முன்னோக்கைக் கொண்டிருப்பதுதான் தலைமைத்துவத்தின் சாராம்சம். ஒவ்வொரு சந்தர்ப்பத்திலும் தெளிவாகவும் ஆற்றலுடனும் முழங்கப்படக்கூடிய ஒரு முன்னோக்காக அது இருக்க வேண்டும். சுருதியற்ற வீணையை உங்களால் மீட்ட முடியாது." வழக்கமாக, முன்னோக்கு இல்லாத அல்லது வேறு யாரோ ஒருவரது கனவைக் கொண்டு பிறரை வழிநடத்த முயற்சிக்கும் ஒரு தனிநபர்தான் 'சுருதியற்ற வீணை'க்கான காரணமாக விளங்குகிறார். தனக்குள்ளிருந்து ஒரு முன்னோக்கை வெளிக்கொணர்ந்த ஒரு தலைவரால் மட்டுமே சுருதியுடன் வீணையை மீட்ட முடியும். வெறுமனே கனவு காண்பவருக்கும், ஒரு முன்னோக்கைக் கொண்டுள்ள ஒரு மனிதருக்கும் இடையே பரந்த வேறுபாடு உள்ளது.

- முன்னோக்கைக் கொண்டிருக்கும் ஒருவர் குறைவாகப் பேசுவார், ஆனால் அதிகமாகச் செயலாற்றுவார்.
- கனவு காண்பவர் குறைவாகச் செயலாற்றுவார், ஆனால் அதிகமாகப் பேசுவார்.
- முன்னோக்கைக் கொண்டிருக்கும் ஒருவர் தன்னுள் இருக்கும் உறுதியான நம்பிக்கைகளிலிருந்து வலிமை பெறுகிறார்.
- கனவு காண்பவர் வெளியேயுள்ள சூழ்நிலைகளிலிருந்து வலிமை பெறுகிறார்.
- முன்னோக்கைக் கொண்டிருக்கும் ஒருவர் பிரச்சனைகள் ஏற்பட்டாலும் தொடர்ந்து செயல்படுவார்.

- கனவு காண்பவர் தான் பயணிக்கும் பாதை கடினமானதாக மாறும்போது தன் கனவைக் கைவிட்டுவிடுவார்.

மாபெரும் சாதனையாளர்களில் பலர், மிகவும் ஏழ்மையான, மிகவும் சாதாரணமான வீடுகளில், சிறிதளவு கல்வியுடன், எந்த விதமான அனுகூலங்களும் இல்லாமல்தான் தங்கள் வாழ்க்கையைத் துவக்கினர். தாமஸ் எடிசன் இரயில்களில் செய்தித்தாள் விற்ற ஒரு சிறுவன். ஆன்ட்ரூ கார்னகி மாதம் நான்கு டாலர் சம்பளத்தில் வேலையைத் துவக்கினார். ஜான் டி. ராக்கஃபெல்லர் வாரத்திற்கு ஆறு டாலர் ஊதியத்தில் வேலையைத் துவக்கினார். ஆபிரகாம் லிங்கனைப் பற்றியக் குறிப்பிடத்தக்க செய்தி அவர் மரத்தால் ஆன ஒரு சிறுகுடிலில் பிறந்தது அல்ல, ஆனால் அதைவிட்டு அவர் வெளியேறியதுதான்.

பண்டைய உலகின் மாபெரும் பேச்சாளரான டெமாஸ்தனீஸ் திக்குவாய்க்காரராக இருந்தவர். முதல் முறையாக அவர் பொதுமக்களிடம் பேச முயற்சித்தபோது, மக்கள் ஏளனமாகச் சிரித்து அவரை மேடையைவிட்டு வெளியேற்றினர். ஜூலியஸ் சீசர் வலிப்பு நோயால் பாதிக்கப்பட்டவர். நெப்போலியன் சாதாரணப் பெற்றோர்களுக்கு மகனாகப் பிறந்தார். பிறவி மேதை என்று கூறப்படுவதற்கு மிகவும் அப்பாற்பட்டு இருந்தார் (இராணுவப் பயிற்சிக் கல்லூரியில் ஒரு வகுப்பிலிருந்த 65 மாணவர்களில் அவர் 46ம் இடத்தில் இருந்தார்). பீத்தோவன் காது கேளாதவர். தாமஸ் எடிசனும் காது கேளாதவர்தான். சார்லஸ் டிக்கன்ஸ் கால் முடமானவர். ஹான்டலும் அப்படியே. ஹோமர் பார்வையற்றவர். பிளாட்டோ ஒரு கூனர். சர் வால்டர் ஸ்காட் முடக்கு வாதத்தால் பாதிக்கப்பட்டவர்.

தீவிரமான பின்னடைவுகளைத் தாண்டி வெற்றி பெறுவதற்கு இந்த மாபெரும் மனிதர்களுக்குத் தாங்கு சக்தியைக் கொடுத்தது எது? அணைக்க முடியாத ஒரு நெருப்பை அவர்களுக்குள் ஏற்றிய ஒரு கனவு அவர்கள் ஒவ்வொருவரிடமும் இருந்தது. பெரும் முன்னோக்குகள் அனைத்தும் ஒரு 'உள் வேலை'யாகத் துவங்குகின்றன. நெப்போலியன் ஹில் இவ்வாறு கூறியுள்ளார்: "உங்கள் முன்னோக்கு—களும் கனவுகளும் உங்கள் ஆன்மாவின் குழந்தைகள்; அவை உங்கள் உச்சகட்ட சாதனைகளுக்கான வரைபடங்கள். அவற்றை மனமார நேசித்துப் பேணுங்கள்."

உங்களுக்குப் பின்னால் பாருங்கள்: நீங்கள் என்ன கற்றுக் கொண்டுள்ளீர்கள்?

அனுபவமற்ற ஒரு நபர் முன்னோக்கை ஓர் இலட்சியவாதமாகப் பார்க்கிறார். இந்தத் தனிநபரைப் பொறுத்தவரை வெறும் முன்னோக்கு மட்டும் போதும். வெகுளித்தனமாக, இந்நபர் அந்த முன்னோக்கைப் பிறரிடம் ஒப்படைத்துவிட்டு, தன் கனவு வேலை செய்யும் என்று எதிர்பார்க்கிறார். முன்னோக்கிற்குப் பிறரது ஆதரவு தேவை என்பதை உணரத் தவறிவிடுகிறார். மக்கள், முன்னோக்கை நம்பி ஏற்றுக் கொள்வதற்கு முன், தலைவரை நம்பி ஏற்றுக் கொள்கின்றனர் என்பதை அனுபவம் வாய்ந்த ஒருவர் கற்றுக் கொள்கிறார். மக்கள் சலனப்படுபவர்கள் என்பதையும், கனவுகள் எளிதில் கலையக்—கூடியவை என்பதையும் அனுபவம் வாய்ந்த தலைவர்கள் உணர்கின்—றனர். முன்னோக்கைப் பற்றிய இக்கோட்பாடுகளை அனுபவம் எனக்குக் கற்றுத் தந்துள்ளது:

- ஒரு முன்னோக்கின் நம்பகத்தன்மை அதன் தலைவரால் தீர்மானிக்கப்படுகிறது.
- ஒரு முன்னோக்கைப் பிறர் ஏற்றுக் கொள்வது, அதைப் பற்றி அவர்களிடம் அறிவிக்கப்படும் நேரத்தால் தீர்மானிக்கப்படுகிறது.
- ஒரு முன்னோக்கின் மதிப்பு அது வழங்கும் ஆற்றலாலும் திசையாலும் தீர்மானிக்கப்படுகிறது.
- ஒரு முன்னோக்கின் மதிப்பீடு மக்களின் அர்ப்பணிப்பு நிலையால் தீர்மானிக்கப்படுகிறது.
- ஒரு முன்னோக்கின் வெற்றி, தலைவரும் மக்களும் அதைத் தங்கள் பொறுப்பாக உணர்ந்து ஏற்றுக் கொள்வதால் தீர்மானிக்கப்படுகிறது.

எஸ்டீ லாடர் நிறுவனத்தின் தலைவர் லியோனார்டு லாடர் இவ்வாறு கூறுகிறார்: "அனுபவம் வாய்ந்த ஒரு மனிதர், பணம் படைத்த ஒரு மனிதரைச் சந்திக்கும்போது, அனுபவம் நிறைந்த மனிதர் பணத்தைப் பெறுவார். பணத்தைக் கொண்டிருக்கும் நபர் அனுபவத்தைப் பெறுவார்."

உங்களைச் சுற்றிப் பாருங்கள்: மற்றவர்களுக்கு என்ன நிகழ்ந்து கொண்டிருக்கிறது?

ஒரு சிறுவன் முதல் முறையாக ஒரு சிம்பொனி இசை நிகழ்சிக்குச் சென்றான். அபாரமான அரங்கம், முறைப்படி உடையுடுத்திய அழகான மக்கள், பெரிய, உற்சாகமான இசைக் குழுவின் ஒலி ஆகிய அனைத்தும் அவனுக்குப் பரவசமூட்டின. இசைக் குழுவில் இருந்த அனைத்து இசைக் கருவிகளிலும், அவன் மனத்தை மிகவும் கவர்ந்தது சிம்பல் எனப்படும், கையால் தாளமிடப்படும் தாளக் கருவிதான். அந்த வட்ட வடிவப் பித்தளை வட்டுக்களின் பலமான தட்டுதலால் ஏற்பட்ட முதல் சத்தமான அதிர்வு, எந்தவித சந்தேகமும் இன்றி அவன் மனத்தைக் கொள்ளை கொண்டது. ஆனாலும், மற்ற இசைக் கலைஞர்கள் அனைவரும் வாசித்துக் கொண்டிருக்—கையில், அந்த மாலைப் பொழுதின் பெரும்பாலான நேரம் அந்த சிம்பல் இசைக் கலைஞர் மட்டும் அசையாமல் நின்று கொண்டிருந்—ததை அவன் கவனித்தான். எப்போதாவது ஒருமுறைதான் தன் பங்களிப்பை வழங்க அந்த சிம்பல் இசைக் கலைஞர் அழைக்கப்—பட்டார். ஆனாலும், அவரது பெருமைக்குரிய நேரம் மிகவும் சுருக்கமாகத்தான் இருந்தது.

கச்சேரி முடிந்த பிறகு, சில இசைக் கலைஞர்களைச் சந்திப்பதற்காக, அச்சிறுவனின் பெற்றோர்கள் அவனை மேடையின் பின்புறம் அழைத்துச் சென்றனர். அச்சிறுவன் உடனடியாக அந்த சிம்பல் கலைஞரைத் தேடிப் போனான். "நான் உங்களிடம் ஒன்று கேட்க வேண்டும். சிம்பல் கருவிகளை இசைக்க ஒருவருக்கு எவ்வளவு தூரம் தெரிந்திருக்க வேண்டும்?" என்று அவரிடம் அவன் உண்மையுடன் கேட்டான். அக்கலைஞர் சிரித்துக் கொண்டே இவ்வாறு பதிலளித்தார்: "உனக்கு அதிகமாகத் தெரிந்திருக்க வேண்டிய தேவையில்லை. உனக்குத் தெரிய வேண்டிய ஒரே விஷயம் எப்போது அதை இசைக்க வேண்டும் என்பது மட்டும்தான்."

மக்கள் தயாராக இருக்கும்போது, ஒரு நல்ல யோசனை மாபெரும் யோசனையாக உருவெடுக்கும். மக்களிடம் பொறுமையின்றி நடந்து கொள்ளும் ஒரு தனிநபர், தலைமைத்துவத்தில் குறைபாடு உடையவராக இருப்பார். ஒரு தலைவரின் வலிமைக்கான ஆதாரம் அவர் மின்னல் வேகத்தில் முன்னேறிச் செல்வதில் இல்லை. மாறாக, பிறரது வேகத்திற்கேற்ப தன் வேகத்தைப் பொருத்தி அமைத்துக் கொண்டு, அதே நேரத்தில் தன் முன்னேற்றத்தையும் இழக்காமல் இருப்பதில்தான் அவரது வலிமை அடங்கியுள்ளது. நாம் வெகுதூரம் வேகமாகச்

சென்றுவிட்டால், பிறர்மீது தாக்கத்தை ஏற்படுத்தும் சக்தியை நாம் இழந்துவிடுவோம்.

உங்களுக்கு முன்னால் பாருங்கள்: நீங்கள் பார்க்கும் பெரிய படம் எது?

இக்கேள்விதான் மேலாளர்களிடமிருந்து தலைவர்களை வேறுபடுத்திக் காட்டுகிறது. தலைவர்கள் தங்கள் நிறுவனத்தின் அடிப்படைக் குறிக்கோளைப் பற்றி அக்கறை கொண்டுள்ளனர் — நிறுவனம் எதற்காக நிறுவப்பட்டுள்ளது? அது எதைச் சாதிக்க வேண்டும்? நிறுவனத்தை இயக்குவதில் உள்ள 'எப்படிச் செய்வது?' அல்லது வேறு சில்லறை விஷயங்களை அவர்கள் கண்டுகொள்வதில்லை.

உங்களுக்கு மேலே பாருங்கள்: கடவுள் உங்களிடம் எதை எதிர்பார்க்கிறார்?

ரிச்சர்டு ஈ. டே இவ்வாறு கூறியுள்ளார்: "மனித வரலாற்றில் உள்ள ஒவ்வொரு பொற்காலமும் ஏதோ ஒரு தனிநபரின் அர்ப்—பணிப்பிலிருந்தும் நெறிசார்ந்த விருப்பத்திலிருந்தும்தான் துவங்குகிறது. அதிகாரபூர்வமான பெரும் இயக்கங்கள் ஏதும் அங்கிருப்பதில்லை; அது வெறுமனே அவ்வாறு தோன்றுகிறது. தன் கடவுளைப் பற்றியும், தான் எங்கே போய்க் கொண்டிருக்கிறோம் என்பதைப் பற்றியும் அறிந்துள்ள ஒரு மனிதர் எப்போதும் இருந்து கொண்டேயிருக்கிறார்."

கடவுள் எனக்குக் கொடுத்த பரிசு எனது ஆற்றல். அதைக் கொண்டு நான் என்ன செய்கிறேனோ அதுதான் நான் கடவுளுக்குத் திருப்பி அளிக்கும் பரிசு. தங்களைவிட அதிக உயரத்திற்குத் தங்களை உயர்த்தும் ஒருவிதமான 'தெய்வீக அழைப்பை' மாபெரும் தலைவர்கள் உணர்கின்றனர் என்று நான் நம்புகிறேன். நீங்கள் வெற்றி ஏணியில் ஏறி உச்சத்தை அடைந்த பிறகு, தவறான கட்டடத்தின்மீது அந்த ஏணி சாய்த்து வைக்கப்பட்டிருந்ததைக் கண்டால், வாழ்க்கை எவ்வளவு வீண்! மாபெரும் முன்னோக்குகள் மனிதரைக் காட்டிலும் பெரியவை. வெற்றிக்கான எனது வரையறை இது:

> கடவுளையும், அவர் என்னிடம் விரும்புவதையும்
> அறிந்திருப்பது; என் உச்சபட்ச ஆற்றலை அடையும்
> அளவிற்கு வளர்வது; பிறருக்குப் பயனளிக்கும்
> விதைகளை விதைப்பது.

உங்களுக்குப் பக்கத்தில் பாருங்கள்: என்னென்ன வளங்கள் உங்களுக்குக் கிடைக்கக்கூடும்?

ஒரு முன்னோக்கு அதைக் கொண்டிருப்பவரைக் காட்டிலும் மிகப் பெரிதாக இருக்க வேண்டும். அந்த சாதனை, அதை நிறைவேற்றப் பல மக்கள் கொண்டு வரும் பல வளங்களின் விளைவாக இருக்க வேண்டும். 1960களில் சந்திரனில் கால் வைக்க வேண்டும் என்ற அமெரிக்காவின் முன்னோக்கை முன்மொழிந்த அதிபர் ஜான் எஃப். கென்னடியின் பேச்சை நான் பலமுறை படித்துள்ளேன். அக்கனவு மக்கள் மனத்தையும் நம் நாட்டின் வளங்களையும் ஆட்கொண்டது. இறுதியில் அக்கனவு நிஜமானது.

அனுபவம் வாய்ந்த தலைவர், அக்கனவை உண்மையாக்கப் பிறரது கூட்டுறவை எப்போதும் எதிர்பார்த்துக் கொண்டிருப்பார். நான் பாதிரியாராகப் பணியாற்றும் திருச்சபையை இடம் மாற்றி அமைப்பது என்னுடைய முன்னோக்காக உள்ளது. அதற்கு இருபத்தைந்து மில்லியன் டாலர் பணம் தேவைப்படுகிறது. எனது இந்த முன்னோக்கை யதார்த்தமாக்குவதற்கு வெற்றியாளர்களை உருவாக்குவதும் கண்டுபிடிப்பதும்தான் என் முதல் முன்னுரிமையாக விளங்குகிறது. இந்த இடமாற்றப் பணித்திட்டத்தின் முன்னேற்றத்தை மக்களின் அர்ப்பணிப்பின் வழியாக நான் தொடர்ந்து மதிப்பீடு செய்கிறேன். பெரும்பாலான நேரங்களில், தங்களைச் சுற்றியுள்ள—வர்களின் அர்ப்பணிப்பு நிலைகளைப் பரிசோதிப்பதற்குத் தலைவர்கள் தயங்குகின்றனர். இதன் விளைவு என்ன தெரியுமா? பணித்திட்டம் எந்த நிலையில் உள்ளது அல்லது மக்கள் எந்த நிலையில் உள்ளனர் என்பதை ஒருபோதும் உறுதியாக அறியாத நிலையில் தலைவர்கள் உள்ளனர். நாங்கள் எங்களது முதல் நான்கு மில்லியன் டாலர் நிதி திரட்டும் முயற்சியை வெற்றிகரமாகச் செய்து முடித்தவுடன், அம்முயற்சி எனக்கு உணர்த்திய முடிவுகள் எனக்கு நன்றாக நினைவில் உள்ளன. நாங்கள் கடினமாக உழைத்தோம். அதோடு, மக்கள் எந்த நிலையில் இருந்தனர் என்பதை நான் அறிந்திருந்தேன்.

தங்கள் கனவுகளைச் சரியான முறையில் பிறரிடம் விளக்கி எடுத்துரைத்தால் அவை அவர்களையும் நிச்சயமாகப் பற்றிக் கொள்ளும் என்பதை நன்கு அறிந்த ஒரு தலைவர், தன்னிடம் வருபவர்களிடம் தொடர்ந்து தன் முன்னோக்கை ஒப்படைத்துக் கொண்டேயிருப்பார்.

'டக்கர்: த மேன் அன்ட் ஹிஸ் டிரீம்' என்ற திரைப்படத்தில், அடிமட்ட வணிகராகவும், பிரெஸ்டன் டக்கரிடம் கணக்காளராகவும் வேலை பார்த்து வந்த ஏப் என்பவரை, அவரது முதலாளியான டக்கரின் கனவு பற்றிக் கொண்டது. டக்கர் ஒரு புதிய காருக்கான யோசனையை உருவாக்கியிருந்தார். பின்னால் இருந்து இயங்கும் இஞ்சின், டிஸ்க் பிரேக்குகள், துள்ளித் திறக்கும் ஜன்னல்கள், இருக்கை பெல்ட்டுகள், மற்றும் காற்றைக் கிழித்துச் செல்லக்கூடிய வடிவமைப்புடன்கூடிய விலை குறைந்த காரை அவர் கனவு கண்டார். அக்கனவு ஏப்பையும் பற்றிக் கொண்டது.

தன்னுடைய தாயாரின் எச்சரிக்கையைத் தவறுதலாக நினைவில் கொண்டிருந்தும்கூட, டக்கரின் இலட்சியத்தில் அவர் தன் மனத்தைப் பறி கொடுத்தார்.

தன்னுடைய தாயார், "மக்களிடம் மிகவும் நெருங்கிப் போகாதே; நீயும் அவர்களது கனவுகளைப் பற்றிக் கொள்வாய்," என்று கூறியதாக ஏப் நினைத்தார்.

தன் தாயார் கனவுகள் என்று கூறவில்லை, கிருமிகள் என்று கூறியிருந்தார் என்று பல வருடங்களுக்குப் பின் அவர் உணர்ந்தார்.

ஒரு முன்னோக்கைப் பெருநிறுவனம் பொறுப்பேற்றுக் கொள்ளுதல்

ஒரு முன்னோக்கு என்பது எதிர்காலத்தில் தன் குழு எவ்வாறு இருக்கிறது அல்லது என்ன செய்து கொண்டிருக்கிறது என்பதைப் பற்றி அதன் தலைவர் பார்க்கும் ஒரு தெளிவான படம். லீடர்ஷிப் என்ற பத்திரிகை வெளியிட்ட ஓர் ஆய்வறிக்கையின்படி, ஒரு நிறுவனத்தை வழிநடத்துவதில் மிகவும் விரக்தியடையச் செய்யும் விஷயம், ஒரு முன்னோக்கைப் பிறரிடம் எடுத்துரைப்பதுதான்.

சமீபத்தில் ஒரு வானொலி உரையாடல் நிகழ்ச்சியில் நான் விருந்தினராகப் பங்கேற்றேன். இடைவேளையின்போது, நிகழ்ச்சியை வழங்கியவர் இதே முன்னோக்குப் பிரச்சனையின்மீது தனக்கிருந்த விரக்தியை என்னிடம் கொட்டித் தீர்த்தார். அவர், "என் மக்களுக்கென்று என்னிடம் ஒரு முன்னோக்கு உள்ளது. ஆனால் அதை மற்றவர்களுக்குப் புரிய வைப்பதற்கு மிகவும் சிரமப்பட வேண்டியுள்ளது," என்று கூறினார். ஒரு விஷயம் உண்மை: தங்களைப் பின்பற்றுபவர்களிடம் தங்கள் இலட்சியங்களை ஆற்றலுடன் எடுத்துரைக்கும் தலைவர்கள், அப்படிச் செய்யாத தலைவர்களைக் காட்டிலும் அதிகமானவற்றை சாதிக்கின்றனர்.

வெற்றிகரமான தலைவர்கள் மூன்று நிலைகளில் பார்க்கின்றனர்:

ஒன்றாம் நிலை. கண்ணோட்டம்: இப்போது என்ன இருக்கிறது என்பதை யதார்த்தத்தின் கண்களால் பார்ப்பது.

இரண்டாம் நிலை. சாத்தியக்கூறு: என்ன இருக்கலாம் என்று பகுத்தறிவின் கண்களால் பார்ப்பது.

மூன்றாம் நிலை. நிகழக்கூடியது: என்னவாக ஆக முடியும் என்று முன்னோக்கின் கண்களால் பார்ப்பது.

எதிர்காலத்தை நம்பியிருப்பவர் மூன்றாம் நிலையில் மட்டுமே வாழ்கிறார். எதிர்காலத்தைக் கணித்து முன்னறிவிப்பவர் இரண்டாம் நிலையில் மட்டுமே வாழ்கிறார். பின்பற்றுபவர் முதல் நிலையில் மட்டுமே வாழ்கிறார். ஒரு தலைவர் மூன்றாம் நிலையில் வாழ்கிறார், இரண்டாம் நிலையில் வழிநடத்துகிறார், முதல் நிலையில் கூர்ந்து கவனிக்கிறார்.

எடுத்துக்காட்டாக, ஒரு நிறுவனம் தன்னுடைய பெயரை மாற்று—வதை ஓர் இலக்காகக் கொண்டுள்ளது என்று வைத்துக் கொள்வோம். ஒரு மாபெரும் தலைவர், முன்னோக்கின் கண்கள் ஊடாக, ஏற்கனவே ஒரு புதிய பெயரைப் பார்த்துவிட்டார் (மூன்றாம் நிலை). அத்தலைவர், பகுத்தறிவின் கண்கள் ஊடாக நிறுவனத்தின் போக்கைப் பார்க்கிறார் (இரண்டாம் நிலை). யதார்த்தத்தின் கண்கள் வழியாகப் பார்த்து, அவர் தன் நிறுவனம் பயணிக்கும் திசையை அறிந்து கொள்கிறார் (முதல் நிலை).

ஆச்சரியப்படும் வகையில், முன்னோக்கைப் பிறரிடம் ஒப்படைப்பது மூன்றாம் நிலையில் துவங்குவதில்லை. அது முதல் நிலையில் துவங்குகிறது. இரண்டாம் நிலையில் உள்ளவர்கள்மீது அவர் தாக்கத்தை ஏற்படுத்தினால்தான், அது வெற்றிகரமாக அமையும்.

ஒரு முன்னோக்கிற்கு இடையூறு விளைவிப்பது பற்றிப் புரிந்து கொள்ளுதல் - முதல் நிலை

விஷயங்களை, அவை எப்படி இருக்கின்றனவோ அப்படி நாம் பார்ப்பதில்லை; நாம் எப்படி இருக்கிறோமோ அப்படித்தான் நாம் அவற்றைப் பார்க்கிறோம். பொதுவாக, பத்து வகையான மக்கள் ஒரு நிறுவனத்தின் முன்னோக்கிற்கு இடையூறு விளைவிக்கின்றனர்.

1. வரம்பிற்கு உட்பட்டத் தலைவர்கள்

தலைமைத்துவத்தில்தான் எல்லாமே எழுகின்றன, அதில்தான் எல்லாமே முடிவடைகின்றன. முன்னோக்கைப் பிறரிடம் ஒப்படைப்பதைப் பொறுத்தவரை இக்கூற்று நிச்சயமாக உண்மை. வரம்பிற்கு உட்பட்டத் தலைவரிடம் முன்னோக்கு இருக்காது அல்லது அதை மற்றவர்களிடம் வெற்றிகரமாக ஒப்படைக்கும் திறன் இருக்காது.

பிரான்ஸ் நாட்டின் பிரதமர் ஒருமுறை, "நீங்கள் பெரிய விஷயங்களைச் செய்து கொண்டிருந்தால், பெரிய மனிதர்களை ஈர்ப்பீர்கள். நீங்கள் சிறிய விஷயங்களைச் செய்து கொண்டிருந்தால், சிறிய மனிதர்களை ஈர்ப்பீர்கள்," என்றார். பிறகு, சற்று நிறுத்திவிட்டு, வருத்தத்துடன் தன் தலையை அசைத்தவாறே, "நமக்கு ஏராளமான பிரச்சனைகள் இருக்கின்றன," என்று மேலும் கூறினார்.

2. குறுகிய நோக்குடன் சிந்திப்பவர்கள்

ஜார்ஜ் பெர்னார்டு ஷா இவ்வாறு கூறியுள்ளார்: "சில மனிதர்கள் நடைமுறையில் உள்ள விஷயங்களைப் பார்த்துவிட்டு, 'ஏன்?' (குறுகிய நோக்குச் சிந்தனையாளர்) என்று கேட்பர். நடைமுறையில் இல்லாத விஷயங்களைப் பற்றி நான் கனவு கண்டு, 'ஏன் முடியாது?' (படைப்புச் சிந்தனையாளார்) என்று கேட்பேன்."

'பீனட்ஸ்' என்ற கேலிச்சித்திரத்தில் வரும் சார்லி பிரவுன் தன் தோழி லூசியின்முன் தன் கைகளைத் தூக்கிப் பிடித்தவாறு, "என்றேனும் ஒரு நாள், பெரும் விஷயங்களை சாதிக்கப் போகும் கைகள் இவை! என்றேனும் ஒரு நாள் அற்புதமான வேலைகளைச் செய்யக்கூடிய கைகள் இவை! இவை பிரம்மாண்டமான பாலங்களைக் கட்டலாம், நோயாளிகளைக் குணப்படுத்தலாம், விளையாட்டில் வெற்றியைக் கொண்டுவரலாம், அல்லது நெஞ்சை உருக்கும் புதினங்களை எழுதலாம்! என்றேனும் ஒரு நாள், விதியின் பாதையை மாற்றியமைக்கக்கூடிய கைகள் இவை!" என்று கூறுகிறான்.

உள்ளதை உள்ளபடியே பார்த்துப் பழகிய லூசி, "உன் கைகளில் ஜெல்லி ஒட்டியிருக்கிறது," என்று கூறுகிறாள்.

3. பிடிவாதமாகப் பேசுபவர்கள்

வலிமையான, பிடிவாதமான மக்களால் பல முன்னோக்குகள் முடங்கிப் போயுள்ளன. ஏதாவது ஒன்றைப் பற்றி முற்றிலும் நிச்சயமாக இருக்க வேண்டும் என்றால், ஒருவருக்கு எல்லாம் தெரிந்திருக்க வேண்டும் அல்லது எதுவுமே தெரிந்திருக்கக்கூடாது. பெரும்பாலான நேரங்களில், பிடிவாதக்காரர்களுக்கு எதுவுமே தெரிந்திருப்பதில்லை, ஆனால் வழக்கத்தில் உள்ளவற்றின் அடிப்படையில் எதையாவது பேசுவார்கள். எடுத்துக்காட்டாக, "கண்டுபிடிக்கப்படக்கூடிய அனைத்தும் கண்டுபிடிக்கப்பட்டு—விட்டன." இது 1899இல், அமெரிக்க உரிமைக்காப்பு அலுவலகத்தின் இயக்குனரான சார்லஸ் எச். டூயெல்லின் கூற்று. டூயெல் இதற்கு விதிவிலக்கல்ல. 1905இல், அதிபர் குரோவர் கிளீவ்லேன்ட் ஒருமுறை இவ்வாறு அறிக்கை விடுத்தார்: "புத்திசாலித்தனமான, பொறுப்பான பெண்கள் வாக்களிக்க விரும்புவதில்லை." இயற்பியலுக்காக நோபல் பரிசு பெற்ற ராபர்ட் மிலிக்கென் 1923இல், "அணுவின் சக்தியை எந்த மனிதனாலும் கைவசப்படுத்த முடியாது," என்று கூறினார். ஓர் அறிவியல் நிறுவனமான இங்கிலாந்தின் ராயல் சொசைட்டியின் தலைவர் லார்டு கெல்வின், 1885இல் இவ்வாறு கூறியுள்ளார்: "காற்றைவிடக் கனமான பறக்கும் இயந்திரங்களை உருவாக்க முடியாது."

4. தொடர்ச்சியாகத் தோற்பவர்கள்

பல மக்கள் தங்கள் கடந்தகாலத் தோல்விகளைப் பார்த்து, துணிச்சலாக ஒரு முன்னோக்கைப் பின்தொடர்வதற்குப் பயப்படுகின்றனர். அவர்களது வழிகாட்டிக் கொள்கை இதுதான்: "முதல் முயற்சியில் நீங்கள் வெற்றி பெறவில்லை என்றால், நீங்கள் முயற்சி செய்ததற்கான அனைத்து ஆதாரங்களையும் அழித்துவிடுங்கள்." அவர்கள் மற்றவர்களின் மறுமுயற்சியையும் அழித்துவிடுகின்றனர்.

5. திருப்தியாளர்கள்

மக்கள் தங்கள் வாழ்வு வசதியானதாகவும், பாதுகாப்பு நிறைந்ததாகவும், முன்கூட்டியே ஊகிக்கத்தக்கதாகவும் இருக்க வேண்டும் என்று விரும்புகின்றனர். வசதி பெருகுவதால் அக்கறையின்மை ஏற்படுகிறது; முன்கூட்டியே ஊகிக்க முடிவதால் சலிப்பு ஏற்படுகிறது; பாதுகாப்பினால் முன்னோக்கு இல்லாமல் போய்விடுகிறது. கருங்குருவிப் பறவை முட்டைக்குள் இருக்கும்

போதுதான் கூடு அதற்கு ஏற்றதாக இருக்கும். இறக்கை முளைத்த பின், கூடு அதற்குக் கெடுதலாகிவிடுகிறது. குஞ்சு பொரிப்பதற்கு அது ஏற்ற நல்ல இடம், ஆனால் பறப்பதற்கு அல்ல. மக்கள் தங்கள் கூடுகளைவிட்டு வெளியேற மறுப்பது எப்போதும் கவலைக்குரியது.

லீடர்ஷிப் பத்திரிகையில் வெளிவந்த ஒரு கட்டுரையில், மக்கள் தங்கள் முன்னோக்கைத் தொலைத்துவிடும்போது என்ன நேர்கிறது என்பதை லின் ஆன்டர்சன் விளக்குகிறார். சுமார் நானூறு வருடங்களுக்கு முன், புனிதப் பயணம் மேற்கொண்டிருந்த ஒரு குழுவினர் அமெரிக்கக் கரையில் வந்து இறங்கினர். மாபெரும் முன்னோக்குடனும் துணிச்சலுடனும் அவர்கள் அந்தப் புதிய பூமியில் குடியேற வந்தனர். முதல் வருடத்தில், அவர்கள் ஒரு நகரத்தை நிறுவினர். இரண்டாம் வருடம், ஒரு நகர மன்றத்தை வாக்களித்து உருவாக்கினர். மூன்றாம் வருடம், காட்டை நோக்கி வடக்குத் திசையாக ஐந்து மைல் நீள சாலையை அமைத்துத் தர அரசாங்கம் முன்மொழிந்தது. ஆனால் நான்காம் வருடத்தில், நகர மன்றத்தின்மீது மக்கள் குற்றம் சாட்டினர். ஏனெனில், காட்டுக்குள் போடப்படும் பாதை மக்கள் பணத்தை வீணடிக்கும் என்று அவர்கள் நினைத்தனர். முற்போக்கான இந்த மக்கள் எப்படியோ தங்கள் முன்னோக்கைத் தொலைத்துவிட்டனர். ஒரு காலத்தில் பெருங்கடல்களைத் தாண்டியும் பார்க்க முடிந்த அவர்களால், இப்போது காட்டுக்குள் ஐந்து மைல் தொலைவுவரைகூடப் பார்க்க முடியவில்லை.

6. மரபுப் பிரியர்கள்

மரபுகளைக் கட்டிக் காப்பதை ஆங்கிலேயர்கள் எப்போதுமே நன்றாகச் செயல்படுத்தி வந்துள்ளனர். 'ரோல் கால்' என்ற இதழில் ஜான் எஃப். பார்க்கர் ஒரு துணை ஊழியரைப் பற்றிய ஒரு கதையைக் கூறுகிறார். இங்கிலாந்தின் பொதுச்சபைக்கு இட்டுச் செல்லும் படிக்கட்டுகளுக்குக் கீழே எந்தவிதமான குறிப்பிட்டக் காரணமும் இன்றி இருபது ஆண்டுகளுக்கும் மேலாக ஒரு ஊழியர் நின்றார். இறுதியில் யாரோ ஒருவர் அதற்கான காரணத்தை ஆராய்ந்தபோது, அந்த வேலையை மூன்று தலைமுறைகளாக அந்த ஊழியரின் குடும்பத்தார்தான் பார்த்து வந்தனர் என்று கண்டறியப்பட்டது. முதன்முதலாக அந்தப் படிக்கட்டுகளுக்கு வர்ணம் பூசப்பட்டபோது, அந்த ஈர வர்ணப்பூச்சை யாரும் மிதித்துவிடாமல் பார்த்துக் கொள்வதற்காக, படிக்கட்டுகளின் கீழே நின்று மக்களுக்கு

எச்சரிக்கை விடுக்குமாறு அந்த ஊழியரின் தாத்தாவிற்கு உத்தரவிடப்பட்டிருந்தது.

இச்சூழ்நிலையைப் பற்றிக் குறிப்பிட்ட ஓர் ஆங்கிலேயச் செய்தியாளர், "வர்ணம் காய்ந்துவிட்டது, ஆனால் வேலை அப்படியே இருக்கிறது," என்று கூறினார்.

7. கணக்கு எடுப்பவர்கள்

கூட்டத்தைவிட்டு வெளியே வர சில மக்கள் ஒருபோதும் விரும்புவதில்லை. அவர்கள் ஒரு குழுவில் அங்கம் வகிக்கவே விரும்புகின்றனர். வெளியே வருவதற்குப் பெரிதும் தயங்குகின்றனர். பெரும்பான்மையான மக்கள் ஒரு முன்னோக்கை ஏற்றுக் கொள்ளும்போதுதான் இப்படிப்பட்ட மக்களும் அதை ஏற்றுக் கொள்வார்கள். அவர்கள் ஒருபோதும் முன்னிலை வகிப்பதில்லை.

உண்மையான தலைவர்கள் எப்போதுமே சிறுபான்மையினராகவே இருந்து வருகின்றனர். ஏனெனில், அவர்கள் தற்போதையப் பெரும்பான்மையானவர்களைக் காட்டிலும் முன்னோக்கிச் சிந்தித்துக் கொண்டிருக்கின்றனர். இப்பெரும்பான்மையினர் அத்தலைவர்கள் இருக்கும் இடத்தை எப்படியோ தட்டுத் தடுமாறி வந்தடையும்போது, அத்தலைவர்கள் ஏற்கனவே வெகு தூரம் சென்றிருப்பார்கள். எனவே, மீண்டும் அத்தலைவர்கள் சிறுபான்மையினர் கூட்டத்தில்தான் இருப்பார்கள்.

8. பிரச்சனைகளைப் பார்ப்பவர்கள்

சில மக்களால் ஒவ்வொரு தீர்வுக்குள்ளும் ஒரு பிரச்சனையைக் காண முடியும். வழக்கமாக, முட்டுக்கட்டைகள் என்பது இலட்சியத்தைவிட்டு உங்கள் கண்களை எடுக்கும்போது நீங்கள் பார்க்கும் விஷயங்கள். சுவாரசியமாக, பிரச்சனைகளைப் பார்க்கக்கூடிய திறனைப் பக்குவத்தின் ஓர் அடையாளமாக சில மக்கள் பார்க்கின்றனர். அது அப்படி இல்லை. உண்மையில் அது, முன்னோக்கு இல்லாத ஒரு மனிதரைக் குறிக்கும் ஓர் அடையாளம். இத்தகைய மக்கள், தீர்வுகளைத் தராமல் வெறும் பிரச்சனைகளை எடுத்துரைப்பதன்மூலம் பெரும் முன்னோக்குகளை அழித்து—விடுகின்றனர்.

ஒரு செயலைச் செய்வதற்கு, எவரொருவரும் எந்தக் குறையையும் கண்டுபிடிக்காத அளவுக்கு அதைச் சிறப்பாகச் செய்யும்வரை ஒருவர் காத்துக் கொண்டிருந்தார் என்றால்,

எதுவுமே நடக்காது என்று கார்டினல் ஜான் ஹென்றி நியூமேன் கூறினார்.

9. சுயநலவாதிகள்

தங்களுக்காக மட்டுமே வாழும் மக்கள் ஒரு சிறு வட்டத்திற்குள் இருக்கின்றனர். அவர்கள் அதிகமாக ஒருபோதும் சாதிப்பதுமில்லை. மாபெரும் இலட்சியங்கள் அனைத்தும் பலரது கூட்டு முயற்சியால் தான் அடையப்படுகின்றன. சுயநல மக்கள் முன்னோக்கைத் தகர்த்தெறிபவர்கள்.

10. தோல்வியை முன்னறிவிப்பவர்கள்

தவறான பொத்தான்களை அழுத்துவதற்குச் சிலர் தனித்திறமை கொண்டுள்ளனர். மிகச் சிறந்த இசைக்கருவியிலிருந்துகூட அவர்கள் அபஸ்வரத்தையே மீட்டுகின்றனர். அவநம்பிக்கை அல்லது தோல்வி மனப்பான்மையை அவர்கள் எல்லா இடங்களுக்கும் அனுப்பு—கின்றனர். அவர்களது அனைத்துப் படங்களையும் நிழல்கள் ஆக்கிரமிக்கின்றன. எதிர்காலத்தைப் பற்றிய அவர்களது நோக்கு எப்போதும் இருட்டாகவே இருக்கிறது, நேரங்கள் எப்போதுமே மோசமானவையாக உள்ளன, பணம் எப்போதுமே இறுக்கமாக உள்ளது. அவர்களுக்குள் இருக்கும் அனைத்துமே சுருங்கிக் கொண்டிருப்பதுபோல் தோன்றுகிறது. அவர்களது வாழ்வில் எதுவுமே விரிவடைவதில்லை அல்லது வளர்வதில்லை.

இத்தகைய மக்கள், முதல் நீராவிக் கப்பல் இயக்கப்படுவதைக் காண ஹட்சன் ஆற்றங்கரையில் குழுமியிருந்தவர்களுடன் இருந்த ஒரு மனிதனைப் போன்றவர்கள். “அவர்களால் அக்கப்பலை இயக்க முடியாது. அவர்களால் அக்கப்பலை இயக்க முடியாது,” என்று அவன் தொடர்ந்து கூறிக்கொண்டே இருந்தான். ஆனால் அவர்கள் அக்கப்பலை இயங்கச் செய்தனர். அந்த நீராவிக் கப்பல் பெரும் சத்தத்துடன் வேகமாக வெளியேறியது. உடனே அதே மனிதன், “அவர்களால் அக்கப்பலை நிறுத்த முடியாது. அவர்களால் அக்கப்பலை நிறுத்த முடியாது,” என்று கத்தினான்.

எனக்கு இந்தச் சீனப் பழமொழி மிகவும் பிடிக்கும்: “‘அதைச் செய்யமுடியாது,’ என்று கூறும் மனிதன், அதைச் செய்து கொண்டிருக்கும் மனிதனுக்குத் தடங்கல் ஏற்படுத்தக்கூடாது.”

முறையான சுற்றுச்சூழலை அமைத்தல் – இரண்டாம் நிலை

மக்களையும், அவர்கள் வாழ்வில் அவர்களுக்கு முக்கியமான—வையாக இருப்பவற்றையும் பற்றித் தெரிந்து கொள்வது இரண்டாம் நிலையிலுள்ள 'அடுத்தக் கட்டத்திற்கு'ச் செல்ல ஒரு தலைவருக்கு அனுமதியளிக்கும். மக்கள் எதைப் பார்க்க வேண்டும் என்பது குறித்தத் தாக்கத்தை அவர்களிடம் ஏற்படுத்த வேண்டியது ஒரு தலைவருக்கு இன்றியமையாதது. தலைவரும் வேறு சிலரும் மூன்றாம் நிலையைப் பார்த்தால்தான், பிறரை முன்னோக்குப் பகுதிக்குள் அழைத்துச் செல்லும் விதத்தில் இரண்டாம் நிலை அமைக்கப்—பட்டுள்ளதா என்பது அவர்களுக்குத் தெரிய வரும். கீழே கொடுக்கப்பட்டுள்ள வழிகள் இரண்டாம் நிலையைச் சரியாக அமைக்கும்.

அவர்கள் நிலைக்கு இறங்கி வாருங்கள்

அவர்கள் நீங்கள் கொண்டிருக்கும் நம்பிக்கையைப் பார்ப்பதற்கு முன்பு, உங்கள் இதயத்தைப் பார்க்க அனுமதியுங்கள். மக்கள்மீது நீங்கள் எவ்வளவு அக்கறை கொண்டுள்ளீர்கள் என்பதை அவர்கள் பார்க்கும்வரை, நீங்கள் எவ்வளவு தூரம் முன்னோக்கிப் பார்க்கிறீர்கள் என்பதைப் பற்றி அவர்களுக்கு அக்கறை இல்லை. நம்பிக்கையைப் பயிர் செய்யுங்கள். ஒளிவு மறைவின்றியும், பொறுமையாகவும் இருங்கள். அவர்கள் கண்கள் ஊடாகப் பார்த்து, அவர்கள் இருக்கும் இடத்திலிருந்து துவங்குங்கள். அவர்களது நம்பிக்கைகளையும் கனவுகளையும் தேடிக் கண்டுபிடியுங்கள். அவர்களது தனிப்பட்ட இலட்சியங்களுக்கும் நிறுவனத்தின் முன்னோக்கிற்கும் இடையே ஓர் இணைப்புப் பாலத்தைக் கட்டத் துவங்குங்கள். சரியாகச் செய்யப்பட்டால், இரண்டையுமே சாதிக்கலாம். பரஸ்பர வெற்றி குறித்துச் செயல்படுங்கள். தாங்கள் விரும்புவதைப் பெற மக்களுக்கு நீங்கள் உதவினால், நீங்கள் விரும்புவதைப் பெற அவர்கள் உங்களுக்கு உதவுவார்கள் என்பதை நினைவில் கொள்ளுங்கள். மக்களுடன் வலிமையான உறவுகளை உருவாக்குவதன்மூலம் மட்டுமே இதை சாதிக்க முடியும்.

அவர்களுக்காகப் படத்தை வரையுங்கள்

ஒரு மாபெரும் ஆசிரியர் என்பவர் தன் முன்னோக்கைப் பிறரிடம் விளக்குவதற்குப் பெருமுயற்சிகள் மேற்கொள்வதில்லை; வெறுமனே தன் பக்கத்தில் நின்றுகொண்டு நீங்களாகவே அதைப் பார்க்க அவர் உங்களுக்கு அழைப்பு விடுப்பார் என்று ஒருமுறை நான் படித்தேன். இக்கூற்றிலுள்ள உறவுகள் குறித்தப் பகுதியை

நான் ஒப்புக் கொள்கிறேன், ஆனால் மாபெரும் தலைவர்கள் மக்களுக்காக ஒரு படத்தை வரைந்து அவர்களிடம் தங்கள் முன்னோக்கை விளக்குகின்றனர் என்று நான் நம்புகிறேன். நேஷனல் கேஷ் ரிஜிஸ்டர் நிறுவனத்தின் நிறுவனர் ஜான் டபிள்யூ. பேட்டர்சன் இவ்வாறு கூறியுள்ளார்: "முதலில் நான் பார்த்துவிட்டு, பிறகு என்னோடு சேர்ந்து பிற மக்களையும் பார்க்கச் செய்வதற்கு நான் என் வாழ்நாள் முழுவதும் முயற்சித்து வருகிறேன். ஒரு தொழிலில் வெற்றி பெற, நீங்கள் பார்ப்பவற்றைப் பிறரையும் அதேபோல் பார்க்கச் செய்வது மிகவும் அவசியம். பார்ப்பதுதான் என்னுடைய குறிக்கோள். ஒட்டுமொத்தமாகப் பார்த்தால், நான் மனக்காட்சியில் அனைத்தையும் காண்பவன்."

ஒவ்வொரு மாபெரும் முன்னோக்கும் சில குறிப்பிட்ட அம்சங்களைக் கொண்டுள்ளது. மக்கள் அவற்றைப் புரிந்து கொண்டு, பாராட்டி, அவற்றைப் பார்ப்பதற்கு மாபெரும் தலைவர்கள் உதவுகின்றனர்.

தொடுவானம்: தொடுவானம் குறித்த ஒரு தலைவரின் முன்னோக்கு, மக்கள் தங்கள் முழு ஆற்றலையும் பார்ப்பதற்கு அவர்களுக்கு வாய்ப்பளிக்கிறது. தாங்கள் எப்படிச் செல்ல வேண்டும் என்பதை ஒவ்வொரு தனிநபரும் தாங்களாகவே தீர்மானித்துக் கொள்வார்கள். நீங்கள் வரைந்துள்ள படத்தில் ஏராளமான வானத்தை வரைவதுதான் உங்களது வேலை. பால் ஹார்வீ இவ்வாறு கூறியுள்ளார்: "பார்வையற்ற ஒருவரின் உலகம் அவரது தொட்டுணரும் எல்லைகளால் வரையறுக்கப்படுகிறது; ஓர் அறிவிலியின் உலகம் அவரது அறிவின் எல்லைகளால் தீர்மானிக்கப்படுகிறது; ஒரு மாபெரும் மனிதரின் உலகம் அவரது முன்னோக்கின் எல்லைகளால் நிர்ணயிக்கப்படுகிறது."

சூரியன்: இந்த அம்சம் அரவணைப்பையும் நம்பிக்கையையும் குறிக்கிறது. வெளிச்சம் மக்களுக்குள் இருக்கும் நன்னம்பிக்கையை வெளிக் கொணர்கிறது. ஒரு தலைவரின் தலையாய வேலை மக்களிடம் உள்ள நம்பிக்கையை அணையாமல் பார்த்துக் கொள்வது. "நம்பிக்கையைக் கையாள்பவர்கள் தலைவர்கள்," என்று நெப்போலியன் கூறியுள்ளார்.

மலைகள்: ஒவ்வொரு முன்னோக்கிற்கும் அதற்கான சவால்கள் உள்ளன. போலராய்டின் நிறுவனர் எட்வின் லேண்ட், "முன்னோக்கு மிகவும் முக்கியமானது, அது கிட்டத்தட்ட இயலாத ஒன்று என்று உணர்ந்து கொள்ள மக்களுக்குக் கற்றுத் தருவதுதான் நீங்கள் செய்ய வேண்டிய முதல் காரியம். இது வெற்றியாளருக்குள் இருக்கும் உத்வேகத்தை வெளிக் கொணரும்," என்று கூறியுள்ளார்.

பறவைகள்: இந்த அம்சம் சுதந்திரத்தையும் மனிதனின் உற்சாகத்தையும் குறிக்கிறது. மேலெழும் ஒரு கழுகைப் பார்க்கும்போது, உங்கள் உற்சாகமும் மேலெழும்புவதை உணர்கிறீர்கள். "ஆயுதங்களைக் கொண்டு யுத்தங்கள் நடத்தப்படலாம்; ஆனால், அதில் போரிடும் மனிதர்களின் உற்சாகமும் அவர்களை வழிநடத்தும் மனிதரின் உற்சாகமும்தான் வெற்றியைப் பெற்றுத் தருகிறது."

மலர்கள்: எந்தவொரு மாபெரும் முன்னோக்கும் யதார்த்தமா—வதற்கான பயணம் நிறைவேற சிறிது காலம் ஆகும். உங்கள் படத்தில் உள்ள இயற்கைக் காட்சியில், மலர்களை முகர்ந்து பார்ப்பதற்கும், மனமும் உடலும் புத்துணர்ச்சி பெறுவதற்கும் தேவையான ஓய்வு நிறுத்தங்கள் சேர்த்துக் கொள்ளப்பட்டுள்ளனவா என்பதை உறுதி செய்து கொள்ளுங்கள். வெற்றி என்பது முன்கூட்டியே தீர்மானிக்கப்பட்ட, மதிப்புமிக்க ஓர் இலட்சியத்தின் படிப்படியான முன்னேற்றத்தின் வெளிப்பாடு.

பாதை: மக்களுக்குத் தங்கள் பயணத்திற்கான திசை தெரிந்திருக்க வேண்டும். எங்கிருந்து துவங்குவது, எந்தப் பாதையைப் பின்பற்றுவது என்பவற்றை அவர்கள் அறிந்திருப்பது அவசியம். கரடுமுரடான பாதையில் பயணித்துக் கொண்டிருந்த ஒரு பயணி, தன் செவ்விந்திய வழிகாட்டியிடம், "இந்தக் கடினமான மலைகள், அபாயகரமான வழித்தடங்கள் ஆகியவற்றுக்கு நடுவில், உங்கள் திசையைத் தொலைத்து விடாமல் எப்படி உங்களால் உங்கள் வழியைத் தேர்ந்தெடுக்க முடிகிறது?" என்று கேட்டார்.

அதற்கு அந்த வழிகாட்டி, "அருகில் உள்ளவற்றைப் பார்க்கும் பார்வையும், தொலைவில் உள்ளவற்றைப் பார்க்கும் முன்னோக்கும் என்னிடம் இருக்கின்றன. என் பார்வையின் உதவியால் எனக்கு நேர் எதிரில் என்ன இருக்கிறது என்பதை நான் பார்க்கிறேன்;

என் முன்னோக்கின் உதவியால், நட்சத்திரங்களைப் பார்த்து நான் என் வழியைத் தெரிந்து கொள்கிறேன்," என்று பதிலளித்தார்.

நீங்கள்: படத்தின் நடுவில் உங்களை வைக்காமல் உங்கள் முன்னோக்கை ஒருபோதும் வரையாதீர்கள். இது முன்னோக்கு குறித்து உங்கள் அர்ப்பணிப்பையும், இப்பயணத்தில் மக்களுடன் இணைந்து செல்ல நீங்கள் கொண்டுள்ள விருப்பத்தையும் காட்டும். மக்கள் பின்பற்று—வதற்கு ஒரு முன்மாதிரி தேவை. யூஎன் வோர்ல்டில், வாரன் ஆர். ஆஸ்டின் இவ்வாறு குறிப்பிடுகிறார்: "நீங்கள் என்னை உயரே இழுக்க விரும்பினால், நீங்கள் அதைவிட உயர்ந்த நிலையில் இருக்க வேண்டும்."

ஒரு தலைவர் ஒரு படத்தை வரைந்து, இந்த அம்சங்களை அதில் ஏன் பொருத்த வேண்டும்? 'எ கிக் இன் த சீட் ஆஃப் த பேன்ட்ஸ்' என்ற தன் புத்தகத்தில், ரோஜர் வான் ஓயிச் இதற்கான ஓர் அற்புதமான விடையை அளிக்கிறார்:

> நீங்கள் உட்கார்ந்திருக்கும் இடத்தின் நாற்புறமும் சுற்றிப் பாருங்கள். அவற்றில் நீல நிறம் கொண்ட ஐந்து பொருட்களைக் கண்டுபிடியுங்கள். இப்போதே அதைச் செய்யுங்கள்.
>
> 'நீல நிறம்' உங்கள் மனத்தில் பதிந்துள்ளதால், அந்த நிறம் எங்கிருந்தோ துள்ளிக் குதித்து உங்கள்முன் வந்து நிற்பதைப் பார்ப்பீர்கள்: மேசையின்மீது உள்ள ஒரு புத்தகம், படுக்கையில் உள்ள ஒரு நீலநிறத் தலையணை, சுவற்றில் தொங்கும் படத்தில் உள்ள நீல வண்ணம் என்று பல பொருட்கள் உங்கள் கண்முன் தெரியும்.
>
> இதே முறையில், நீங்கள் ஒரு புதிய காரை வாங்கிய பிறகு, அதே வடிவக் கார் எல்லா இடங்களிலும் உங்கள் கண்முன் தோன்றுவதைப் பார்த்திருப்பீர்கள். அது ஏனென்றால், தாங்கள் எதைத் தேடிக் கொண்டிருக் கிறார்களோ, அதையே மக்கள் பார்க்கிறார்கள்.

மக்கள் இந்த உணர்வை வளர்த்துக் கொள்வதற்கும், எதைத் தேட வேண்டும் என்பதை அறிந்து கொள்ளும் திறனை வளர்த்துக் கொள்வதற்கும் அவர்களுடைய தலைவர் உதவுகிறார். படம் தெளிவாக வரையப்பட்டு, தொடர்ந்து மக்களிடம் காண்பிக்கப்—பட்டால், தாங்கள் செய்யும் அனைத்திலும் அது எவ்வாறு பொருந்தும் என்பதை மற்றவர்கள் விரைவில் பார்க்கத்

துவங்கிவிடுவார்கள். அவர்கள் முன்னோக்கு மனப்பாங்கை வளர்த்துக் கொள்வார்கள். பிறகு, மற்றவர்களை அந்த முன்னோக்கிற்குப் பொறுப்பேற்றுக் கொள்ளச் செய்வதற்கு ஒரே ஒரு விஷயம் மட்டுமே மீதியிருக்கும்.

அவர்கள் விரும்புபவற்றைப் படத்தில் சேர்த்துக் கொள்ளுங்கள்

மக்கள் தாங்கள் விரும்பும் பிற மக்கள் மற்றும் பொருட்களின் படங்களை எப்போதும் தங்களுடன் வைத்திருப்பார்கள். மக்களுக்கு முக்கியமானவற்றை முன்னோக்கின் எல்லைக்குள் போடுங்கள்; அப்படிச் செய்யும்போது, முன்னோக்கை நீங்கள் மக்களிடம் ஒப்படைத்து விட்டீர்கள் என்பது உறுதிப்படுத்தப்பட்டுவிடும்.

இரண்டாம் உலகப் போரின்போது, ஆயிரக்கணக்கானோர் பாராசூட் தயாரிப்பில் ஈடுபட்டிருந்தனர். பணியாளர்களின் கண்ணோட்டத்திலிருந்து பார்க்கும்போது, பாராசூட் தயாரிக்கும் வேலை மிகவும் சோர்வூட்டுவதாக இருந்தது. தையல் இயந்திரத்திற்குள் தலையை விட்டுக்கொண்டு, குனிந்த தலை நிமிராமல் ஒரு நாளைக்கு எட்டு முதல் பத்து மணிநேரம்வரை, மைல் கணக்கில் நீண்டு கொண்டே போன, நிறமற்றத் துணிகளைத் தைப்பது அவர்களைப் பொறுத்தவரை மிகவும் சலிப்பூட்டுவதாக இருந்தது. இதன் விளைவு, வடிவமற்றத் துணிகள் மலையெனக் குவிந்தன. ஆனால், அவர்கள் தைக்கும் ஒவ்வொரு தையலும் ஓர் உயிர் காக்கும் இயக்கத்தின் ஓர் அங்கம் என்று ஒவ்வொரு நாள் காலையிலும் பணியாளர்களிடம் கூறப்பட்டது. தாங்கள் தைக்கும் ஒவ்வொரு பாராசூட்டும் போரில் தங்கள் கணவன்மார்களும், தங்கள் சகோதரர்களும், தங்கள் மகன்களும் அணிவதற்கானவை என்று நினைத்துக் கொள்ளுமாறு அவர்களிடம் கேட்டுக் கொள்ளப்பட்டது.

வேலை கடினமாக இருந்தாலும், வேலை நேரம் அதிகமாக இருந்தாலும், வீட்டிலிருக்கும் ஆண்களும் பெண்களும் ஒரு பெரும் இலட்சியத்திற்கான தங்கள் பங்களிப்பைப் புரிந்து கொண்டனர்.

நிகழக்கூடியவற்றை நோக்கிப் பார்வையைச் செலுத்துதல் – மூன்றாம் நிலை

முன்னோக்கின் அளவிற்கு மக்களை எவ்வாறு வளர்ப்பது என்பது இந்நிலையில் நம்மை நாம் கேட்டுக் கொள்ள வேண்டிய கேள்வி. ஒரு தலைவர் தொடர்ந்து செய்ய வேண்டிய ஒரு

விஷயத்தை இது குறிப்பிடுகிறது — முன்னோக்கை மக்கள் பார்த்ததும், அந்த முன்னோக்கின் அளவிற்கு அவர்களை வளர்ப்பது.

மூன்றாம் நிலையில் உள்ள ஒரு தலைவர் பல நடவடிக்கைகளை எடுக்க வேண்டியுள்ளது. தலைவர்கள் முதலில் வெற்றியாளர்களைத் தேடிக் கண்டுபிடித்துத் தங்கள் குழுவில் இணைத்துக் கொள்ள வேண்டும். வெற்றியாளர்களின் இப்பண்புநலன்கள் அவர்களைத் தேடுவதற்கு உங்களை வழிநடத்தும்:

- நிராகரிப்பு மற்றும் மறுப்புகளைப் பற்றி வெற்றியாளர்கள் அதிகமாகக் கவலைப்படுவதில்லை — அதைக் கண்டுகொள்ளாமல் சென்றுவிடுவர்.
- வெற்றியாளர்கள் வெற்றி குறித்தே சிந்திப்பார்கள்.
- வெற்றியாளர்கள் தாங்கள் செய்ய வேண்டிய வேலையில் கவனக்குவிப்புடன் இருப்பார்கள்.
- வெற்றியாளர்கள் மூடநம்பிக்கைகள் அற்றவர்கள் — 'அதுதான் வாழ்க்கை,' என்று அவர்கள் கூறுவர்.
- வெற்றியாளர்கள் தோல்வியைத் தங்கள் சுயமதிப்புடன் ஒப்பிட மறுப்பவர்கள்.
- வெற்றியாளர்கள் தங்கள் சிந்தனையை ஒரு குறுகிய வட்டத்திற்குள் கட்டுப்படுத்துவதில்லை. அவர்கள் வழக்கத்தை மீறிய சிந்தனையைக் கொண்டவர்கள்.
- வெற்றியாளர்கள் பெரும் இலட்சியத்தைப் பார்க்கிறார்கள்.
- வெற்றியாளர்கள் சவால்களை நன்னம்பிக்கை மனப்பான்மையுடன் வரவேற்கிறார்கள்.
- வெற்றியாளர்கள் ஆக்கபூர்வமற்ற சிந்தனையில் தங்கள் நேரத்தை வீணாக்குவதில்லை.

வெற்றியாளர்கள் குழுவிற்குள் இணைக்கப்பட்டப் பிறகு, நிறுவனத்திலுள்ள செல்வாக்கு மிக்க மற்றவர்களுடன் அவர்கள் இணைந்து கொள்கின்றனர். இந்த நேரத்தில், அவர்களது வாழ்விலுள்ள முக்கியமானவற்றைக் கண்டறிவதற்குப் போதுமான நேரத்தைச் செலவிடுவது ஒரு தலைவருக்கு மிகவும் முக்கியம். செல்வாக்கு மிக்க இவர்கள் முக்கியமாகக் கருதும் விஷயங்கள்,

தனிப்பட்டப் பிரச்சனைகள் வரும்போது அதைச் சமாளிக்க அவர்களுக்கு உதவும்; அவர்கள் வளர்வதற்குத் தேவையான நேரத்தையும் இடத்தையும் வழங்கும்; அவர்களது குடும்பத்திற்கும் வேலைக்கும் கூடுதல் மதிப்பு சேர்க்கும்; தங்கள் வலிமைகளைக் கண்டுபிடிக்க அவர்களுக்கு உதவும்; நிறுவனத்திற்குள் அவர்களைப் பொருத்தும்.

மேலும், செல்வாக்கு மிக்க இவர்களுக்குத் தனிப்பயிற்சி அளிப்பது ஒரு தலைவருக்கு மிகவும் முக்கியமான ஒன்று. மாபெரும் புத்தகங்கள் (கடந்தகால மற்றும் தற்காலப் புத்தகங்கள்), மாபெரும் இடங்கள், மாபெரும் நிகழ்வுகள், மற்றும் மாபெரும் மக்களுடன் இவர்களுக்குப் பரிச்சயம் ஏற்படுத்தப்பட வேண்டும். தலைவரான உங்களுக்குள் இருக்கும் மாபெரும் யோசனைகளை அவர்கள் கண்டுபிடிக்க வேண்டும். உங்களுக்கும் அவர்களுக்கும் பரஸ்பரப் பலனளிக்கும் ஓர் உறவை வளர்த்துக் கொள்ளும் ஒரு முயற்சியாக, அவர்கள் உங்கள் விருப்பங்களையும் முன்னோக்கையும் நடைமுறைப்படுத்தத் தங்களுக்குள் ஒரு விருப்பத்தை உருவாக்கிக் கொள்ள வேண்டும். அவ்வாறு நிகழும்போது, நீங்கள் கொண்டுள்ள முன்னோக்கை, அந்த வெற்றியாளர்கள் இயல்பாக மற்றவர்களிடம் எடுத்துச் செல்வதை நீங்கள் காண்பீர்கள்.

மூன்றாம் நிலையில் உள்ள வெற்றிகரமான தலைவர் மூன்று நிலைகளில் பார்ப்பார்.

1. கண்ணோட்ட நிலை: இப்போது பார்க்கப்படுபவை — யதார்த்தத்தின் கண்கள். இந்நிலையில் ஒரு தலைவர் காதுகொடுத்துக் கவனிக்கிறார்.

2. சாத்தியக்கூறு நிலை: எதிர்காலத்தில் பார்க்கப்படுபவை — பகுத்தறிவின் கண்கள். இந்நிலையில் ஒரு தலைவர் வழிநடத்துகிறார்.

3. நிகழக்கூடிய நிலை: பார்க்கப்படக்கூடியவை — முன்னோக்கின் கண்கள். இந்நிலையில் ஒரு தலைவர் வாழ்கிறார்.

முன்னோக்கைக் கொண்டிருக்கும் ஒரு தலைவருக்கு, அந்த முன்னோக்கு அதிகாரத்தைக் கொடுக்கும். முன்னோக்கைக் கொண்டிருக்கும் தலைவர், தான் முன்னோக்குடன் பார்ப்பது நிறைவேற்றப்படக்கூடியது என்பதோடு, அது நிறைவேற்றப்பட வேண்டிய ஒன்று என்றும் நம்புகிறார். சித்தரவதை முகாம்களில் தப்பிப் பிழைத்தவர்களிடம் ஓர் ஆய்வு நடத்தப்பட்டது. சித்தரவதை முகாம்களில் பலியாகாமல் இருந்தவர்களிடம்

காணப்பட்டப் பொதுவான பண்பியல்புகள் எவை என்பது குறித்து அந்த ஆய்வு அமைந்திருந்தது. அக்கேள்விக்கான வாழும் விடையாகத் திகழ்கிறார் விக்டர் ஃபிராங்க்கெல். நாஜிக்களால் சித்தரவதை முகாமிற்குள் தூக்கி எறியப்படுவதற்கு முன், அவர் வியென்னாவில் ஒரு வெற்றிகரமான உளவியலாளராக இருந்தார். பல வருடங்களுக்குப் பிறகு, அவர் சொற்பொழிவுகள் ஆற்றும்போது இவ்வாறு கூறி வந்தார்:

> நான் இன்று இங்கு இருப்பதற்கு ஒரே ஒரு காரணம்தான் உள்ளது. என்னை உயிருடன் வைத்திருந்தது நீங்கள்தான். மற்றவர்கள் நம்பிக்கை இழந்தனர். விக்டர் ஃபிராங்க்கெல் எனும் நான், நாஜி சித்தரவதை முகாம்களிலிருந்து எப்படிப் பிழைத்து வந்தேன் என்று என்றோ ஒரு நாள் உங்களிடம் கூறுவேன் என்று நான் கனவு கண்டேன். நான் இதற்குமுன் ஒருபோதும் இங்கு இருந்ததில்லை, உங்களில் ஒருவரையும் நான் இதற்குமுன் பார்த்ததும் இல்லை, இந்த உரையை நான் இதற்குமுன் ஒருபோதும் வழங்கியதும் இல்லை. ஆனால் என் கனவுகளில் உங்கள்முன் நின்று இந்த வார்த்தைகளை ஓராயிரம் முறை கூறியிருக்கிறேன்.

முன்னோக்குதான் வித்தியாசத்தை ஏற்படுத்தியது. நான் இளைஞனாக இருந்தபோது கீழ்க்காணும் கவிதையைக் கற்றுக் கொண்டேன். இந்த அத்தியாயத்தை இக்கவிதையைக் கொண்டு நிறைவு செய்வது பொருத்தமாக இருக்கும்.

> இளமையில் நாம் நட்சத்திரங்கள் மின்னும்
> ஓடையருகே நிற்கையில்,
> கனவின்மீது நம்பிக்கை கொள்வது பெரிய விஷயம்.
> ஆனால் அதைவிடப் பெரிய விஷயம்,
> வாழ்வை முழுமையாக வாழ்ந்து,
> இறுதியில், கனவு நிஜமாகிவிட்டது என்று கூறுவது.

தலைவர்கள் அதைத் தங்களுக்காகவும் மற்றவர்களுக்காகவும் செய்கிறார்கள்.

ஒன்பது

தலைமைத்துவத்திற்கு அளிக்க வேண்டிய விலை: சுயகட்டுப்பாடு

மாபெரும் மனிதர்களின் வாழ்க்கையைப் படித்துக் கொண்டிருந்ததில், அவர்கள் தங்களையே வெற்றி கொண்டதுதான் அவர்களது முதல் வெற்றி என்பதை நான் கண்டறிந்தேன். அவர்கள் அனைவரிடத்திலும் சுயகட்டுப்பாடு முதன்மை வகித்தது.

சுயகட்டுப்பாடு என்பதற்கான கிரேக்க வார்த்தை, ‘பிடித்துக் கொள்ளுதல்’ அல்லது ‘வசப்படுத்துதல்’ என்று பொருள்படும் ஒரு வேர்ச்சொல்லில் இருந்து வருகிறது. தங்கள் வாழ்வின்மீது ஒரு பிடிமானத்தைப் பெறுவதற்கான விருப்பத்தையும், தங்களுக்கு வெற்றி அல்லது தோல்வியைக் கொண்டுவரும் பகுதிகளைத் தங்கள் கட்டுப்பாட்டிற்குள் வைத்துக் கொள்ளும் விருப்பத்தையும் கொண்டுள்ள மக்களைப் பற்றி இவ்வார்த்தை விளக்குகிறது.

அரிஸ்டாட்டில் இதே வார்த்தையை, “பகுத்தறிவைக் கொண்டு விருப்பத்தைப் பரிசோதிக்கும் திறன். அதாவது, இயல்பான வலியையும் மனப்புழுக்கத்தையும் முடிவுக்குக் கொண்டுவருவதற்கு உறுதியோடும், எப்போதும் தயாராகவும் இருப்பது,” என்பதை விளக்குவதற்குப் பயன்படுத்தினார். கட்டுப்பாடற்ற மக்கள் பகுத்தறிவிற்குப் புறம்பான வழிகளில் செல்லத் தூண்டும் வலிமையான ஆழ்விருப்பங்களைக் கொண்டிருப்பார்கள். ஆனால், வெற்றி பெற வேண்டுமென்றால், அந்த விருப்பங்களை அவர்கள் தங்கள் கட்டுப்பாட்டிற்குள் வைத்திருப்பது அவசியம்.

ஒருமுறை, நான் ஒரு தலைமைத்துவக் கருந்தரங்கை நடத்திக் கொண்டிருக்கையில், சுயகட்டுப்பாடு என்பது வாழ்வில் உங்களுக்கு உண்மையிலேயே விருப்பமில்லாத விஷயங்களைச் செய்வதன்

மூலம், நீங்கள் உண்மையிலேயே விரும்பும் விஷயங்களை அடைவது குறித்த விருப்பத்தேர்வு என்று நான் வரையறை செய்தேன். சிறிது காலம் இதை வெற்றிகரமாகச் செய்துவரும்போது, உங்களுக்கு உண்மையிலேயே விருப்பமில்லாத விஷயங்களைச் செய்வதன்மூலம், நீங்கள் உண்மையிலேயே விரும்பும் விஷயங்களை அடைவது குறித்த விருப்பத்தேர்வாக சுயகட்டுப்பாடு மாறிவிடுகிறது. பல வருடப் பயிற்சிக்குப் பிறகு, சுயகட்டுப்பாடு உடையவர்களாக நம்மால் மாற முடியும், அதை நம்மால் அனுபவிக்கவும் முடியும்.

தங்கள் சொந்தக் கட்டுப்பாடும், தனிப்பட்ட வளர்ச்சியும்தான் தங்கள் தலையாயப் பொறுப்பு என்பதை மாபெரும் தலைவர்கள் அனைவரும் புரிந்து கொண்டுள்ளனர். அவர்களால் தங்களையே வழிநடத்த முடியவில்லை என்றால், பிறரை வழிநடத்திச் செல்ல முடியாது. தாங்கள் பயணித்துள்ள தூரத்தைத் தாண்டி அவர்களால் மற்றவர்களை அழைத்துச் செல்ல முடியாது. ஏனெனில், முதலில் தனக்கு உள்ளே பயணிக்காத எவரொருவராலும் தனக்கு வெளியே பயணிக்க முடியாது. ஒரு மாபெரும் மனிதர் ஒரு மாபெரும் நிறுவனத்தை வழிநடத்தலாம், ஆனால், அதற்கான 'விலையைக் கொடுக்க' அத்தலைவர் விருப்பம் கொண்டிருந்தால்தான் வளர்ச்சி சாத்தியப்படும். சிறந்த தலைவர்களாவதற்கான ஆற்றலைக் கொண்டுள்ள பல தலைவர்கள், முழு விலையையும் கொடுக்கத் தவறியுள்ளனர்; குறுக்கு வழியில் செல்வது காலப்போக்கில் பலனளிப்பதில்லை என்பதை அவர்கள் கண்டுகொண்டனர்.

உருவாக்கச் செயல்முறை
தனிப்பட்ட மன ஒழுங்கு

பிரஷ்யாவின் மாமன்னர் ஃப்ரெடரிக், பெர்லினின் புறநகர்ப் பகுதியில் நடந்து சென்று கொண்டிருந்தார். மிகவும் வயதான ஒரு மனிதரை அவர் தன் வழியில் எதிர்கொண்டார்.

"நீங்கள் யார்?" என்று ஃப்ரெடரிக் கேட்டார்.

"நான் ஓர் அரசன்," என்று அந்த வயதானவர் பதிலளித்தார்.

"அரசனா! எந்த இராஜாங்கத்தின்மீது ஆட்சி செலுத்துகிறீர்கள்?" என்று சிரித்தார் ஃப்ரெடரிக்.

"நான் என்மீது ஆட்சி செலுத்துகிறேன்," என்ற பெருமையான பதில் வந்தது.

உங்கள்மீதே ஆட்சி செலுத்துவதற்குத் தனிப்பட்ட மன ஒழுங்கு அவசியம்.

உங்களிடமிருந்து துவங்குங்கள்

மாபெரும் சமயப் போதகரான டி.எல்.மூடியிடம் ஒருமுறை ஒரு பத்திரிகையாளர், எந்த வகையான மக்கள் அவருக்கு மிகவும் தொல்லை கொடுத்தனர் என்று கேட்டார். "உலகில் வாழும் வேறு எந்த மனிதரைக் காட்டிலும் டி.எல்.மூடியினால்தான் எனக்கு அதிகத் தொல்லைகள் ஏற்பட்டுள்ளன," என்று அவர் உடனடியாகப் பதிலளித்தார். மறைந்த சாமுவேல் ஹாஃபென்ஸ்டைன் இவ்வாறு கூறியுள்ளார்: "நான் எங்கு சென்றாலும், நானும் கூடவே செல்கிறேன், அனைத்தையும் பாழாக்கிவிடுகிறேன்." ஜாக் பாரின் மிகவும் பிரபலமான வார்த்தைகள் இவை: "பின்னால் திரும்பிப் பார்க்கும்போது, என் வாழ்க்கை ஒரு நீண்ட தடை ஓட்டப் பந்தயமாகவும், நான் அதிலுள்ள முக்கியத் தடையாகவும் எனக்குத் தோன்றுகிறது."

> நாம் முதலில் நமக்குள் பயணம் செய்யாமல், நமக்கு வெளியே பயணம் செய்ய முடியாது.

நான் பார்த்தவரை, ஆற்றல்மிக்கத் தலைவர்கள் பலர் தங்களுக்கு வெளியே இருக்கும் பிரச்சனைகளைக் காட்டிலும் தங்களுக்கு உள்ளே இருக்கும் பிரச்சனைகளால்தான் தோல்வி—யடைகின்றனர். ஒவ்வொரு மாதமும் நான் ஒரு தலைமைத்துவப் பாடத்தை என் ஊழியர்களுக்குக் கற்றுத் தருகிறேன். இது நேரடியாகப் பதிவு செய்யப்பட்டு, அமெரிக்கா நெடுகிலும் உள்ள பிற தலைவர்களுக்கு அனுப்பப்படுகிறது. 'நீங்களே உங்கள் வழியை மறித்துக்கொண்டு நிற்கும்போது, அதிலிருந்து நீங்கள் விலகுவது எப்படி?' என்ற தலைப்பில் சமீபத்தில் நான் பேசினேன். அதைக் கேட்டப் பலரிடமிருந்து எனக்கு அபாரமான வரவேற்புக் கிடைத்தது. "இந்தப் பாடம் என் வாழ்வில் எனக்கு தேவையாக இருந்தது. நான்தான் என்னுடைய மிக மோசமான பிரச்சனை!" என்று அவர்கள் என்னிடம் தெரிவித்தனர். ஓர் அலுவலகத்தில் நான் பார்த்த ஓர் அறிக்கையை நம் அனைவராலும் தொடர்புபடுத்திப் பார்க்க முடியும்: "உங்களது பெரும்பாலான பிரச்சனைகளுக்குக் காரணமான மனிதரை உங்களால் எட்டி

> நாம் முட்டாள்களாக இருக்கும்போது உலகத்தை வெற்றி கொள்ள விரும்புகிறோம். நாம் ஞானிகளாகும்போது நம்மையே வெற்றி கொள்ள விரும்புகிறோம்.

உதைக்க முடிந்ததென்றால், பல வாரங்களுக்கு உங்களால் நேராக உட்கார முடியாது."

உங்களது போட்டியாளர்

என்னுடைய எதிரி ஒருவன் இருந்தான், நான் அவனது முகத்தைப் பார்க்கத் துணிச்சலோடு முயன்றேன்,

நான் எங்கு சென்றாலும் அவன் என் பார்வையில் படாமல் என் பின்னே உறுதியுடன் தொடர்ந்து வந்தான்.

என் திட்டங்களுக்கு அவன் இடையூறு விளைவித்தான், என் இலட்சியங்களைத் தோல்வியுறச் செய்தான், என்னை முன்னேற விடாமல் தடுத்தான்.

நான் ஓர் உன்னதமான இலட்சியத்திற்காகக் கடுமையாக உழைத்தபோது, உன்னால் முடியாது என்று அவன் கண்டிப்புடன் கூறினான்.

ஓர் இரவு அவனை நான் கைப்பற்றி, இறுக்கமாகப் பிடித்துக் கொண்டு, அவன் முகத்திரையை விலக்கினேன்,

இறுதியில் நான் அவன் முகத்தை ஏறிட்டுப் பார்த்தேன் . . . நான் என்னையே பார்த்தேன்.

நாம் முட்டாள்களாக இருக்கும்போது உலகத்தை வெற்றி கொள்ள விரும்புகிறோம். நாம் ஞானிகளாகும்போது நம்மையே வெற்றி கொள்ள விரும்புகிறோம்.

முன்னதாகத் துவங்குங்கள்

உங்களுக்குப் பிடிக்கிறதோ இல்லையோ, நீங்கள் செய்ய வேண்டிய விஷயத்தை, செய்ய வேண்டிய நேரத்தில் உங்களைச் செய்ய வைக்கும் திறன்தான் கல்வியினால் ஏற்படும் மிகவும் மதிப்பு வாய்ந்த விளைவுகளில் ஒன்று. நாம் கற்க வேண்டிய முதல் பாடமும் இதுதான். ஒரு மனிதனின் பயிற்சி எவ்வளவு முன்னதாகத் துவங்கினாலும், அவன் முழுமையாகக் கற்றுக் கொள்ளும் கடைசிப் பாடமும் இதுவாகத்தான் இருக்கும்.

கடின உழைப்பு என்பது உரிய காலத்தில் நீங்கள் செய்திருக்க வேண்டிய, ஆனால் செய்யத் தவறிய எளிய விஷயங்களின் குவிப்பு.

சுயகட்டுப்பாட்டைப் பொறுத்தவரை என் பெற்றோர் எனக்கு முன்மாதிரியாகத் திகழந்தனர். தங்கள்

மூன்று குழந்தைகளும் அதைத் தங்கள் வாழ்க்கை முறையாக உருவாக்கிக் கொள்ள வேண்டும் என்று எங்களை வற்புறுத்தினர். நேர நிர்வாகம், கடின உழைப்பு, விடாமுயற்சி, நேர்மை, பொறுப்பு, எந்த சூழ்நிலையிலும் நன்னம்பிக்கை மனப்போக்கைக் கொண்டிருத்தல் ஆகியவை எங்களிடம் எதிர்பார்க்கப்பட்டன. இருந்தாலும், நான் கல்லூரிக்குச் செல்லும்வரை இப்பயிற்சியை அவ்வளவாக விரும்பவில்லை. கல்லூரியில் பல மாணவர்கள் தங்கள் வாழ்விலும் படிப்பிலும் ஒரு பிடிமானமின்றித் தவிப்பதை நான் பார்த்தேன். ஏற்கனவே என் கைவசம் உள்ள கட்டுப்பாடுகளும் ஒழுங்குகளும் எனக்குத் தீர்மானமான அனுக்கூலங்களாக அமைந்துள்ளதை உணரத் துவங்கினேன். இது உண்மை — நீங்கள் செய்ய வேண்டிய விஷயங்களை உரிய நேரத்தில் நீங்கள் செய்யும்போது, நீங்கள் செய்ய விரும்பும் விஷயங்களை நீங்கள் செய்ய விரும்பும் நேரத்தில் செய்யும் அந்த நாள் கண்டிப்பாக வரும். கடின உழைப்பு என்பது உரிய காலத்தில் நீங்கள் செய்திருக்க வேண்டிய, ஆனால் செய்யத் தவறிய எளிய விஷயங்களின் குவிப்பு.

> நீங்கள் நாளை என்னவாக இருக்கப் போகிறீர்களோ, அதுவாக நீங்கள் இன்று ஆகிக் கொண்டிருக்கிறீர்கள்.

சிறிய அளவில் துவங்குங்கள்

நீங்கள் நாளை என்னவாக இருக்கப் போகிறீர்களோ, அதுவாக நீங்கள் இன்று ஆகிக் கொண்டிருக்கிறீர்கள். நாளை பெரிய அளவில் கட்டுப்பாட்டுடன் இருப்பதற்கு, இன்று சிறிய அளவில் சுயகட்டுப்பாட்டை உருவாக்கத் துவங்குவது இன்றியமையாதது.

பெரிய வித்தியாசத்தை ஏற்படுத்தப் போகும் ஒரு சிறிய திட்டம்

1. உங்கள் வாழ்வில் கட்டுப்பாடின்றி இருக்கும் ஐந்து பகுதிகளைப் பட்டியலிடுங்கள்.
2. அவற்றை வெற்றி கொள்ள உங்கள் விருப்பப்படி அவற்றை முன்னுரிமைப்படுத்துங்கள்.
3. ஒரு நேரத்தில் ஒன்று என்ற கணக்கில் அவற்றை எடுத்துக் கொள்ளுங்கள்.

4. ஒவ்வொரு பகுதியையும் வெற்றி கொள்ள உங்களுக்கு அறிவுரைகளையும் ஊக்குவிப்பையும் வழங்கும் புத்தகங்கள், ஒலிநாடாக்கள் போன்ற வளங்களைக் கைவசப்படுத்துங்கள்.
5. நீங்கள் பெற விரும்பும் பண்புநலனை முன்மாதிரியாகக் கொண்டுள்ள ஒருவரை உங்களைத் தட்டிக் கேட்கக்கூடிய கண்காணிப்பாளராக இருக்கச் சொல்லுங்கள்.
6. உங்கள் வாழ்வில் உள்ள இந்த பலவீனமான பகுதியை உங்கள் கட்டுப்பாட்டிற்குள் கொண்டுவர ஒவ்வொரு நாள் காலையிலும் பதினைந்து நிமிடங்களை அதில் கவனம் செலுத்துவதற்குச் செலவிடுங்கள்.
7. நண்பகலில் உங்கள்மீது ஓர் ஐந்து நிமிடப் பரிசோதனை செய்துகொள்ளுங்கள்.
8. உங்கள் முன்னேற்றத்தை மதிப்பீடு செய்வதற்கு மாலையில் ஐந்து நிமிடங்களை ஒதுக்கிக் கொள்ளுங்கள்.
9. அடுத்தப் பகுதியின்மீது கவனம் செலுத்தத் துவங்குமுன், ஒரு பகுதியைக் கவனித்துக் கொள்ள அறுபது நாட்களை ஒதுக்கிக் கொள்ளுங்கள்.
10. நீங்கள் தொடர்ச்சியான முன்னேற்றத்தை வெளிப்படுத்தும் போது, உங்களைப் பொறுப்புடன் தட்டிக் கேட்கும் உங்கள் கண்காணிப்பாளருடன் சேர்ந்து கொண்டாடுங்கள்.

இவை எல்லாவற்றையும் ஒரே நேரத்தில் அடைய முடியாமல் போகலாம் என்பதை நினைவில் கொள்ளுங்கள். அதற்குக் காலமாகும். சிறிய அளவில் துவங்குங்கள், இன்றையப் பொழுதில் கவனம் செலுத்துங்கள். மெதுவாகக் குவிக்கப்படும் கட்டுப்பாடுகள், ஒருநாள் மாபெரும் வித்தியாசத்தை ஏற்படுத்தும். பெஞ்சமின் ஃபிராங்க்லின் இவ்வாறு கூறியுள்ளார்: "முதலில் எழும் விருப்பத்தைத் தொடர்ந்து வரும் பிற விருப்பங்கள் அனைத்தையும் திருப்திப்படுத்துவதைக் காட்டிலும், முதல் விருப்பத்தை அடக்கிவிடுவது எளிது!"

இப்பொழுதே துவங்குங்கள்

ஜான் ஹேன்காக் ஃபீல்டு கூறுவதுபோல், "பயன் விளைவிக்கும் மனிதர்கள் அனைவரும் நல்ல எண்ணங்களையும், நல்ல யோசனைகளையும், நல்ல நோக்கங்களையும் கொண்டுள்ளனர். ஆனால், விலைமதிப்பு மிக்க வெகு சிலரே அவற்றைச் செயல்வடிவாக்குகின்றனர்."

1976இல், இன்டியானா பல்கலைக்கழகத்தின் கூடைப்பந்து அணி அந்த விளையாட்டுக் காலம் முழுவதும் தோற்கடிக்கப்படாமல் இருந்து, என்சிசிஏ தேசிய சாம்பியன்ஷிப் பட்டத்தை வென்றது. அவர்களது பயிற்சியாளர் பாபி நைட் அந்த அணியை தேசிய சாம்பியன்ஷிப் பட்டத்தை வெல்வதற்கு வழிநடத்திச் சென்றார். அதைத் தொடர்ந்து அவர் '60 நிமிடங்கள்' என்ற தொலைக்காட்சி நிகழ்ச்சியில் பேட்டியளித்தார். நிகழ்ச்சித் தொகுப்பாளர் அவரிடம், “பாபி, இன்டியானாவில் இருக்கும் உங்கள் கூடைப்பந்து அணிகள் அனைத்தும் ஏன் எப்போதுமே வெற்றிகரமாக விளங்குகின்றன? வெற்றி பெற வேண்டும் என்ற உறுதியா?” என்று கேட்டார்.

> மாபெரும் தலைவர்கள் தங்களைப் பின்பற்றுபவர்களுக்கு மேலாகத் தங்களை ஒருபோதும் வைத்துக் கொள்வதில்லை, பொறுப்புகளைச் செயல்படுத்துவதில் தவிர.

“வெற்றி பெறுவதற்கான மன உறுதி முக்கியமானது. வெற்றிக்காக நம்மைத் தயார்படுத்திக் கொள்வதற்கான மன உறுதிதான் அதைவிட முக்கியமானது. ஒவ்வொரு நாளும் பயிற்சிகளை மேற்கொண்டு, தசைகளை உருவாக்கி, திறமைகளை மெருகேற்றிக் கொள்ளக் களத்திற்குப் போவதற்கான மன உறுதி!” என்று பாபி நைட் பதிலளித்தார்.

ஆபிரகாம் லிங்கன் இவ்வாறு கூறியுள்ளார்: “நான் தயாராக இருப்பேன். பிறகு என்னுடைய வாய்ப்பு வரும்.” பெரும்பாலான நேரங்களில், கட்டுப்பாடுகள் அல்லது ஒழுங்குகள் உருவாக்கப்—படாத காரணத்தால், வாய்ப்பு—கள் தவறவிடப்படுகின்றன. தான் ஒத்திகைகளைத் தவறவிட்டதால் தன் வாழ்வு குழம்பிவிட்டது என்று பீனட்ஸ் என்ற நகைச்சுவைச் சித்திரத்தில் வரும் சார்லி பிரவுன் ஒருமுறை கூறினான். நீங்கள் ஒரு 'நட்சத்திர'மாக ஆவதற்கு முன், வேலையைத் துவங்க வேண்டும். அதற்கான சிறந்த நேரம் இதுதான்.

> வெற்றி என்பது நீங்கள் மகிழ்ச்சியோடு அனுபவிக்கும் விஷயங்களை நீங்கள் எவ்வளவு சிறப்பாகச் செய்கிறீர்கள் என்பதை மட்டும் சார்ந்ததல்ல; உங்களுக்கு விருப்பமில்லாத கடமைகளையும் நீங்கள் எவ்வளவு தூரம் உங்கள் மனசாட்சிக்கு உட்பட்டுச் செய்கிறீர்கள் என்பதையும் சார்ந்தது.

உங்கள் வாழ்வை ஒழுங்குபடுத்துங்கள்

"ஒழுங்கீனமாக இருப்பதில் உள்ள அனுகூலங்களில் ஒன்று, வியப்பூட்டும் விஷயங்களை ஒருவர் நிரந்தரமாகக் கண்டறிந்து கொண்டிருக்கிறார் என்பது." ஏ.ஏ.மில்னேயின் இக்கூற்று உண்மை. ஆனால், கண்டுபிடிப்புகள் வழக்கமாக மிகவும் தாமதாகவே நிகழ்கின்றன. அதனால் வாய்ப்புகள் நழுவவிடப்படுகின்றன. பிறகு, ஒரு தலைவர் என்ற முறையில், "கட்டுப்பாட்டை இழந்தவர்" என்ற கண்ணோட்டத்தில் நீங்கள் பார்க்கப்படுவீர்கள். இது உங்களைப் பின்பற்றுபவர்களிடையே உறுதியின்மையையும் பாதுகாப்பின்மை—யையும் உருவாக்கும்.

நீங்கள் ஒழுங்குடன் விளங்கும்போது, உங்களிடம் ஒரு சிறப்பான சக்தி இருக்கும். குறிக்கோள் குறித்த ஓர் உறுதியுணர்வோடு நீங்கள் நடைபோடுவீர்கள். உங்கள் முன்னுரிமைகள் உங்கள் மனத்தில் தெளிவாக இருக்கும். சிக்கலான நிகழ்வுகளைக்கூட உங்கள் திறமையான கைவண்ணத்தால் சிறப்பாக அரங்கேற்றுவீர்கள். நீங்கள் உங்கள் திட்டங்களை வெளிப்படுத்தும்போது, எல்லா விஷயங்களும் அதனதன் இடத்தில் ஒழுங்காக அமைந்திருக்கும். ஒரு பணித்திட்டத்திலிருந்து அடுத்ததற்குச் செல்லும்போது சுமுகமாகவும் காலவிரையமின்றியும் செயல்படுவீர்கள். உங்கள் வெற்றிகள் குவிந்து கொண்டிருக்கும்போது, நீங்கள் நாள் முழுவதும் தெம்பையும் செயல் வேகத்தையும் பெறுவீர்கள். நீங்கள் எப்போதும் உங்கள் வாக்குறுதிகளை நிறைவேற்றுவதால், மக்கள் அவற்றை நம்புவார்கள். நீங்கள் ஒரு சந்திப்புக் கூட்டத்திற்குள் நுழையும்போது, உங்களை நோக்கி ஏவப்படும் எதையும் எதிர்கொள்ளத் தயாராக இருப்பீர்கள். இறுதியில் நீங்கள் உங்கள் கையை உயர்த்திக் காட்டும்போது, நீங்கள் வெற்றிவாகை சூடியிருப்பீர்கள்.

'வின்னீ த பூ' கேலிச்சித்திரத்தில், கிறிஸ்டபர் ராபின் அளிக்கும் ஒழுங்குபடுத்துதல் பற்றிய வரையறை எனக்குப் பிடித்த ஒன்று: "ஒழுங்குபடுத்துதல் என்பது நீங்கள் ஏதேனும் ஒன்றைக் குழறுபடியாகாமல் செய்வதற்காக மேற்கொள்ளப்படும் ஒரு செயல்."

தனிப்பட்ட ஒழுங்குபடுத்துதலுக்கான என் முன்னுரிமைத் திட்டங்கள் பத்தின் பட்டியல் இது.

1. உங்கள் முன்னுரிமைகளை வரிசைப்படுத்திக் கொள்ளுங்கள்

மக்களை இரண்டு விஷயங்களைச் செய்ய வைப்பது சிரமமான காரியம். முதல் விஷயம், வேலைகளின் முக்கியத்துவத்திற்கு ஏற்றபடி அவற்றை வரிசையாகச் செய்வது. இரண்டாவது, வேலைகளின் முக்கியத்துவத்திற்கு ஏற்றபடி அவற்றைத் தொடர்ந்து செய்து வருவது. வில்லியம் கிளாட்ஸ்டோன் இவ்வாறு கூறியுள்ளார்: "தனக்குப் பொருத்தமில்லாத வேலைகளை மேற்கொள்வதில் தன் ஆற்றலை விரயம் செய்யாமலிருப்பவர் அறிவார்ந்த மனிதர். தன்னால் சிறப்பாகச் செய்ய முடியும் விஷயங்களிலிருந்து மிகச் சிறப்பானதைத் தேர்ந்தெடுத்து அதை உறுதியுடன் பின்பற்றுபவர் அதைவிட அறிவார்ந்த மனிதர்."

நான் பேசவிருக்கும் கருத்தரங்குகள் போன்ற, என் வாழ்வின் முக்கியமான நிகழ்வுகள் அனைத்தும் ஓரிரு வருடங்களுக்கு முன்பே அட்டவணை இடப்பட்டுவிடுகின்றன. ஒவ்வொரு மாதத்தின் கடைசி வாரத்தில் இரண்டு மணிநேரத்தை, அடுத்த முப்பது நாட்களுக்கான அட்டவணையைத் திட்டமிடுவதற்கு நான் செலவு செய்வேன். வேலைகளின் முக்கியத்துவம் மற்றும் அந்த வேலைகளைச் செய்து முடிக்கத் தேவைப்படும் நேரத்திற்கு ஏற்ப, முக்கியமான என் அனைத்துப் பொறுப்புகளையும் நான் ஒரு காகிதத்தில் பட்டிய லிடுவேன். குறித்த நேரத்தில் என் வேலைகள் நிறைவேற்றப்படு—வதையும், என் முன்னேற்றத்தையும் உறுதி செய்துகொள்ள இது உதவும். ஒவ்வொரு வேலையும் அதற்கு ஒதுக்கப்பட்ட நேரத்தில் நிறைவேற்றப்பட்டவுடன், அதை என் மாதாந்திரப் பட்டியலிலிருந்து எடுத்துவிடுவேன்.

2. உங்கள் முன்னுரிமைகளை நாட்காட்டியில் பதிவு செய்யுங்கள்

இப்பட்டியல் காகிதத்தில் எழுதப்பட்டவுடன், அதை என் நாட்காட்டியில் குறிப்பதற்காக என் செயலாளரிடம் கொடுத்து—விடுவேன். தினமும் என் நேரத்திற்காக வெளியிலிருந்து என்மீது திணிக்கப்படும் அழுத்தங்களிலிருந்து இது என்னைப் பாதுகாக்கும். இது நான் சரியான பாதையில் செல்வதற்கு எனக்கு உதவக்கூடிய பொறுப்பான ஒருவருக்குப் பதில்கூறும் பொறுப்பை எனக்கு ஏற்படுத்தும்.

3. எதிர்பாராத நிகழ்வுகளுக்கு சிறிது இடம் அளியுங்கள்

நீங்கள் செய்யும் வேலைகளின் இயல்புகள், குறுக்கீடுகளுக்கு நீங்கள் ஒதுக்கி வைக்கும் நேரத்தைத் தீர்மானிக்கும். உதாரணத்திற்கு, நீங்கள் மக்களுடன் எவ்வளவு அதிகமாகப்

பேச வேண்டியிருக்கிறதோ, அவ்வளவு அதிகமான நேரத்தை நீங்கள் ஒதுக்கி வைக்க வேண்டும். நான் ஒவ்வொரு வாரமும் ஓர் அரை நாளை எதிர்பாராதவற்றிற்காக என் நாட்காட்டியில் ஒதுக்கி வைக்கிறேன்.

4. ஒரு நேரத்தில் ஒரு பணித்திட்டத்தை மேற்கொள்ளுங்கள்

ஒரு நல்ல படைத் தளபதி ஒரு நேரத்தில் ஒரு முனையில் மட்டுமே போர் புரிவார். இது ஒரு நல்ல தலைவருக்கும் பொருந்தும். பல பணித்திட்டங்கள் ஒரே நேரத்தில் உங்கள் கவனத்திற்காகக் கூக்குரலிடும்போதுதான் திக்குமுக்காடும் உணர்வு உங்களுக்கு ஏற்படும். பல ஆண்டுகளாக நான் இந்த எளிய முறையைப் பின்பற்றி வந்துள்ளேன்:

செய்யப்பட வேண்டியவற்றைக் குறித்துக் கொள்ளுதல்.

விஷயங்களின் முக்கியத்துவத்திற்கு ஏற்ப அவற்றை வரிசைப்படுத்துதல்.

ஒவ்வொரு பணித்திட்டத்தையும் ஒழுங்குபடுத்துதல்.

ஒரு நேரத்தில் ஒரு பணித்திட்டத்தை மட்டுமே வலியுறுத்துதல்.

5. உங்கள் பணியிடத்தை ஒழுங்குபடுத்துங்கள்

என் பணியிடம் இரண்டு இடங்களில் ஒழுங்கமைக்கப்—பட்டுள்ளது: நிர்வாகம் மற்றும் படைப்பு. எனது நிர்வாக அலுவலகத்தில் ஒரு சிறிய குழு சந்திப்பதற்கான ஓர் அறை, என் பணி மேசை, என் செயலாளருக்கு ஒரு மேசை ஆகியவையும் அடங்கும். எனது முக்கியமான மக்களிடம் நான் தெரிவிக்க வேண்டியவற்றை நிரந்தரமாக உடனுக்குடன் தெரிவிக்க இது எனக்கு உதவுகிறது. இந்த அலுவலகத்தில் என் நாட்காட்டி, கணினிகள், மற்றும் கோப்புகள் ஆகியவை இருப்பதால் என் நிர்வாகத் தேவைகளை உடனுக்குடன் பூர்த்தி செய்ய முடிகிறது. என் படைப்பு அலுவலகம் எல்லோரிடமிருந்தும் பிரித்து வைக்கப்பட்டுள்ளது. அதில் என் புத்தகங்கள், ஒரு நகல் இயந்திரம், என் எழுத்துக் கோப்புகள் ஆகியவை இடம்பெற்றுள்ளன. தனிமையான இந்த இடத்தில் என் ஊழியர்கள் யாருக்கும் அனுமதி இல்லை. நான் சிந்திப்பதற்கும், படிப்பதற்கும்,

எழுதுவதற்கும் எனக்கு ஒரு முறையான சூழ்நிலையை இது உருவாக்கித் தருகிறது.

6. உங்கள் மனநிலைக்கு ஏற்றாற்போல் வேலை செய்யுங்கள்

நீங்கள் காலையில் சுறுசுறுப்பாக வேலை செய்பவர் என்றால், உங்கள் மிக முக்கியமான வேலைகளைக் காலை வேலைகளில் ஒழுங்கமைத்துக் கொள்ளுங்கள். நீங்கள் சற்று மெதுவாகத் துவங்குபவர் என்றால், மேற்கூறியதற்கு நேர் எதிராக உங்கள் வேலைகளை அமைத்துக் கொள்ளுங்கள். இருந்தாலும், நீங்கள் மிகவும் ஆற்றலுடன் வேலை செய்வதற்கு தேவையானவற்றைச் செய்யாமல் இருப்பதற்கு நீங்கள் கூறும் சாக்குப்போக்குகளுக்கு, உங்கள் பலகீனமான மனநிலை இடம் கொடுத்துவிடாதவாறு பார்த்துக் கொள்வதில் உறுதியாக இருங்கள்.

7. உங்கள் பயண நேரத்தை லேசான வேலைக்கும் உங்கள் வளர்ச்சிக்கும் பயன்படுத்துங்கள்

எனக்குப் பதினாறு வயதாகி, வாகனம் ஓட்டுவதற்கான உரிமை கிடைத்த நாளன்று என் தந்தை எனக்கு சில மாபெரும் அறிவுரைகளைக் கொடுத்தார். காரில் பயணியருக்கான இருக்கையில் என் பக்கத்தில் வந்து அமர்ந்து, ஒரு புத்தகத்தை என் காரின் டாஷ்போர்டில் வைத்துவிட்டு, “ஒரு புத்தகம் இல்லாமல் ஒரு காரில் பயணம் செய்யாதே. போக்குவரத்து நெரிசலின் காரணமாகத் தாமதம் ஏற்பட்டால், இப்புத்தகத்தை எடுத்துப் படி,” என்று கூறினார். நான் கேட்பதற்குப் பல ஒலிநாடாக்களும், என் எண்ணங்களைக் குறித்துக் கொள்வதற்கு ஒரு குறிப்புப் புத்தமும் என் காரில் உள்ளன. வேலை முடிந்து வீட்டிற்கு வரும்போது பேச வேண்டியவர்களிடம் பேச என் காரில் உள்ள, கைகளைப் பயன்படுத்தாமல் பேசக்கூடிய தொலைபேசி உதவுகிறது. சமீபத்தில் நான் காரோட்டிக் கொண்டிருந்தபோது, இருபத்தோரு முறை தொலைபேசியில் பேசினேன். இது என் அலுவலக நேரத்தை மிச்சப்படுத்தியது. பல நேரங்களில் நான் என் ஊழியர்களில் யாரேனும் ஒருவரை உடன் அழைத்துச் செல்வேன். இது தொழில் குறித்துப் பேசவும், ஒரு நெருக்கமான உறவை வளர்த்துக் கொள்ளவும் உதவுகிறது. காரோட்டும் நேரத்தைப் புத்திசாலித்தனமாகப் பயன்படுத்தினால், ஒரு சராசரி மனிதர், வாரத்திற்குக் கூடுதலாக எட்டு மணிநேரத் தனிப்பட்ட வளர்ச்சியையும் வேலையையும் சாதிக்கிறார் என்று நான் மதிப்பிடுகிறேன்.

8. உங்களுக்குப் பயனளிக்கும் அமைப்புத் திட்டங்களை உருவாக்குங்கள்

பாப் பியல் இவ்வாறு கூறுகிறார்: "செய்ய வேண்டியவை பற்றிய பட்டியல், நாட்காட்டிகள், கணினிகள் ஆகிய அனைத்து அமைப்புகளும் உங்கள் சேவகர்கள். வேலைகளைச் சிறப்பாகவும் விரைவாகவும் செய்ய அவை உங்களுக்கு உதவுகின்றன. அவற்றை மேம்படுத்துவதன்மூலம் நீங்கள் உங்கள் நேரச் செலவைக் குறைத்துக் கொண்டு, விளைவுகளை அதிகரிக்கலாம்." அமைப்புகளை எதிர்த்துப் போராடாதீர்கள். அவற்றை மேம்படுத்துங்கள்.

9. சந்திப்புகளுக்கு இடையேயுள்ள அந்த சில நிமிடங்களுக்கான ஒரு திட்டத்தை எப்போதும் வைத்திருங்கள்

நிமிடங்களைச் சிறப்பாகப் பயன்படுத்தினால் பல மணிநேரங்களை மிச்சப்படுத்த முடியும். எங்கும் செய்யக்கூடிய, குறைந்த நேரத்தில் செய்யக்கூடிய வேலைகளை நான் பட்டியலிட்டு வைக்கிறேன். தொலைபேசி அழைப்புகள், பதிலளிக்க வேண்டிய அல்லது அனுப்ப வேண்டிய அலுவலகக் குறிப்புகள், ஸ்கேன் செய்ய வேண்டிய அறிக்கைகள், எழுத வேண்டிய நன்றிக் குறிப்புகள், பகிர்ந்து கொள்ள வேண்டிய தகவல்கள் என்று பல விஷயங்கள் இருக்கின்றன. குறைந்த நேரத்தில் நீங்கள் செய்யக்கூடிய விஷயங்கள் நிறைந்த ஒரு பட்டியலைக் கைவசம் வைத்திருங்கள்.

10. விளைவின்மீது கவனம் செலுத்துங்கள், நடவடிக்கைகளின்மீது அல்ல

செயற்திறன் (விஷயங்களைச் சரியாகச் செய்வது) மற்றும் பயன் விளைவிக்கும் ஆற்றல் (சரியான விஷயங்களைச் செய்வது) குறித்த பீட்டர் டிரக்கரின் வரையறை நினைவிருக்கிறதா? தனிப்பட்ட ஒழுங்கமைப்பில் நீங்கள் நேரத்தைச் செலவிடும்போது, சரியான விஷயங்களை, அதாவது, உண்மையிலேயே முக்கியமான விஷயங்—களைச் செய்வதில் உங்கள் கவனத்தைச் செலுத்துவதை உறுதி செய்து கொள்ளுங்கள். உங்கள் ஒட்டுமொத்த வேலைக்கான உத்தியை ஒழுங்குபடுத்த இவ்விதியைப் பயன்படுத்துங்கள்:

> 80 சதவீத நேரம் நீங்கள் எதில் மிகவும் திறம் படைத்தவராக இருக்கிறீர்களோ அதில் வேலை செய்யுங்கள்.

15 சதவீத நேரம் நீங்கள் எங்கு கற்றுக் கொள்கிறீர்களோ அங்கு வேலை செய்யுங்கள்.

5 சதவீத நேரம் நீங்கள் எங்கு பலவீனமாக இருக்கிறீர்களோ அதை வலிமையாக்க வேலை செய்யுங்கள்.

பொறுப்பிற்கு வரவேற்பளியுங்கள்

“மகத்துவத்தின் விலை பொறுப்பு,” என்று வின்ஸ்டன் சர்ச்சில் கூறியுள்ளார். பொறுப்பை ஏற்றுக் கொள்ளும் திறனை அதிகரிக்க, கீழ்க்கண்டவற்றைச் செய்யுங்கள்:

நீங்கள் என்னவாக இருக்கிறீர்களோ அதற்குப் பொறுப்பேற்றுக் கொள்ளுங்கள். நான் இதை நம்புகிறேன். கீழ் நிலையிலுள்ள சில மக்களை வைத்து ஓர் உளவியலாளர் நடத்திய ஆய்வுடன் இது எவ்வாறு தொடர்பு கொண்டுள்ளது என்பதை நீங்கள் கருத்தில் கொள்ள வேண்டும் என்பது என் விருப்பம்.

அந்த உளவியலாளர் ஒரு சிறைக்குச் சென்று பல கைதிகளிடம், “நீங்கள் ஏன் இங்கு இருக்கிறீர்கள்?” என்று கேட்டார். எதிர்பார்த்த பதில்கள்தான் என்றாலும், அவை தெளிவாக இருந்தன. பலதரப்பட்ட விடைகள் அவர்களிடமிருந்து வந்தன: “என்மீது அநியாயமாகப் பழி சுமத்தப்பட்டது”; “கூட்டமாகச் சேர்ந்து என்னை மாட்டி விட்டுவிட்டனர்”; “வேறு யாரோ என்று நினைத்து என்னைக் கைது செய்துள்ளனர்”; “அதை நான் செய்யவில்லை — வேறு யாரோ செய்துள்ளனர்.” இவ்வளவு பெரிய ‘அப்பாவி’க் கூட்டத்தை சிறையைத் தவிர வேறு எந்த இடத்திலும் பார்க்க முடியுமா என்று அந்த உளவியலாளர் வியந்தார்.

இது ஆபிரகாம் லிங்கனுக்கு மிகவும் பிடித்தமான கதைகளில் ஒன்றை எனக்கு நினைவூட்டுகிறது. தன் தாயையும் தந்தையையும் கொன்றதால் கைது செய்யப்பட்டு விசாரிக்கப்பட்ட ஒருவனுக்குத் தீர்ப்பு வழங்கப்பட இருந்தபோது, தான் அனாதை என்ற காரணத்தால் தன்மீது கருணை காட்ட வேண்டும் என்று அவன் மன்றாடினானாம். இதேபோல், ஓர் அரசியல்வாதி ஒரு நீதிபதியைப் பார்த்து, “நீதிபதி அவர்களே, இது என் தவறு அல்ல. மக்கள் என்னைத் தேர்ந்தெடுத்திருக்காவிட்டால்,

என்னால் இவை அனைத்தையும் செய்திருக்க முடியாது," என்று கூறினாராம்.

உங்கள் நடவடிக்கைகளுக்குப் பொறுப்பேற்றுக் கொள்ளுங்கள். பொறுப்பான, எடுத்த காரியம் சரிவர நடந்துள்ளதை உறுதி செய்யும், வேலையை நிறைவு செய்யும் ஒரு மனிதரைக் கண்டுபிடிப்பது அரிதான விஷயம். ஆனால், பாதி முடிக்கப்பட்ட வேலைகள் நாம் பரிசோதிப்பதற்காகவோ, சரி பார்ப்பதற்காகவோ, திருத்தி அமைப்பதற்காகவோ, அல்லது மேம்படுத்தப்படுவதற்காகவோ நம்மிடம் திரும்பி வரும்போது, நிச்சயமாக யாரோ ஒருவர் பொறுப்பேற்றுக் கொள்ளத் தவறியிருக்கிறார் என்பது வெளிப்படை.

நான் ஒருவன்தான்,
ஆனால் நானும் ஒருவன்.
என்னால் எல்லாவற்றையும் செய்ய முடியாது,
ஆனால் ஏதேனும் ஒன்றை நிச்சயமாகச் செய்ய முடியும்;
என்னால் எல்லாவற்றையும் செய்ய முடியாத காரணத்தால்
என்னால் செய்ய முடிந்த அந்த ஏதோ ஒன்றை
நான் செய்ய மறுக்க மாட்டேன்.

நீங்கள் பெற்றுள்ளவற்றிற்குப் பொறுப்பேற்றுக் கொள்ளுங்கள். "ஒவ்வோர் உரிமையும் ஒரு பொறுப்பைக் குறிக்கிறது, ஒவ்வொரு வாய்ப்பும் ஒரு கடப்பாட்டைக் குறிக்கிறது, ஒவ்வொரு உடைமையும் ஒரு கடமையைக் குறிக்கிறது என்று நான் நம்புகிறேன்," என்று ஜான் டி. ராக்கஃபெல்லர் ஜூனியர் கூறியுள்ளார். "நம்மால் முடிந்த அளவுக்குச் சிறப்பாகச் செய்தால் போதாது; சில சமயங்களில், என்ன தேவையோ அதை நாம் செய்ய வேண்டும்," என்று வின்ஸ்டன் சர்ச்சில் கூறியுள்ளார். "எவனிடத்தில் அதிகம் கொடுக்கப்படுகிறதோ அவனிடத்தில் அதிகம் கேட்கப்படும்," என்று இயேசு கூறியுள்ளார் (லூக்கா *12:48*).

நீங்கள் வழிநடத்திச் செல்பவர்களுக்குப் பொறுப்பேற்றுக் கொள்ளுங்கள். மாபெரும் தலைவர்கள் தங்களைப் பின்பற்றுபவர்களுக்கு மேலாகத் தங்களை ஒருபோதும் வைத்துக் கொள்வதில்லை, பொறுப்புகளைச் செயல்படுத்துவதில் தவிர.

பயிற்சியாளர் போ ஷெம்பெச்லர் 1970இல் நடந்த ஒரு விளையாட்டைப் பற்றிக் கூறுகிறார். மிச்சிகன் பல்கலைக்கழகத்திலிருந்த அவரது உல்வரைன்ஸ் அணி டெக்சாஸ் ஏ&எம் அணியை எதிர்த்து விளையாடியபோது, அவரது அணியால் பந்தை நகர்த்திச் செல்ல முடியவில்லை. திடீரென்று அவர்கள் அணியின் சிறந்த முன்னணி வீரரான டான் டியர்டார்ஃப், தன் குழுவின் மோசமான விளையாட்டைக் கண்டு வெறுப்படைந்து, தன் பயிற்சியாளார் ஷெம்பெச்லரைப் பார்த்து, "பந்தை எனக்கு அனுப்பச் சொல்லுங்கள். ஒவ்வொருவரையும் என்னிடம் பந்தை எறியச் செய்யுங்கள்," என்று கத்தினார்.

அவரது குழு அவ்வாறே செய்தது. மிச்சிகன் அணி வென்றது.

இது போன்ற இக்கட்டான சூழ்நிலைகளில், மாபெரும் தலைவர்கள் எப்போதும் பொறுப்பைத் தாங்கள் ஏற்றுக் கொண்டு, தங்கள் அணிகளை வெற்றிக்கு வழிநடத்திச் செல்வர். 'பொறுப்பை ஏற்றுக் கொள்வது' பற்றிய கதைகளில் இது எனக்கு மிகவும் பிடித்த ஒன்று.

நாய்களுக்கான உணவு தயாரிக்கும் ஒரு நிறுவனத்தின் விற்பனை மேலாளர் தன் விற்பனையாளர்களிடம் தங்கள் நிறுவனத்தின் புதிய விளம்பரத் திட்டம் பிடித்திருக்கிறதா என்று கேட்டார். "பிரமாதம்! நம் துறையிலேயே மிகவும் சிறந்த ஒன்று," என்று விற்பனையாளர்கள் பதிலளித்தனர்.

"நம் புதிய லேபிளையும் அட்டைப் பெட்டியையும் பற்றி நீங்கள் என்ன நினைக்கிறீர்கள்?"

"பிரமாதம்! நம் துறையிலேயே மிகச்சிறந்தது," என்று விற்பனை— யாளர்கள் பதிலளித்தனர்.

"நம் விற்பனைக் குழுவைப் பற்றி என்ன நினைக்கிறீர்கள்?"

அவர்கள்தான் விற்பனைக் குழுவினர். தாங்கள் சிறந்தவர்கள் என்பதை அவர்கள் ஒப்புக் கொண்டாக வேண்டியிருந்தது. "சிறந்த லேபிளும், சிறந்த அட்டைப்பெட்டியும், சிறந்த விளம்பரத் திட்டமும், அதை விற்கக்கூடிய, இத்துறையிலேயே மிகச் சிறந்த விற்பனையாளர் களும் நம்மிடம் உள்ளனர். இருந்தும், இந்த நாய்களுக்கான உணவுத் தயாரிப்பில் நாம் ஏன் பதினேழாவது இடத்தில் இருக்கிறோம் என்பதை யாரேனும் கூற முடியுமா?" என்று கேட்டார்.

அங்கு அமைதி நிலவியது. கடைசியாக ஒருவர், "அதற்குக் காரணம் அந்த உருப்படாத நாய்கள். அவை நம்முடைய தயாரிப்பை உண்ண மறுக்கின்றன," என்று கூறினார்.

பொறுப்பை ஏற்றுக் கொள்ளுங்கள்

"ஆய்வு செய்யப்படாத வாழ்க்கை வாழ்வதில் அர்த்தமில்லை," என்று பிளாட்டோ கூறியுள்ளார். வெற்றியும் அதிகாரமும் மற்றவர் களுக்காகப் பொறுப்பேற்றுக் கொள்வதற்கான விருப்பத்தை ஒரு தலைவரின் வாழ்விலிருந்து தூக்கி எறிந்து விடுகின்றன. வாழ்வின் அனைத்துப் பகுதிகளிலுமுள்ள தலைவர்கள் இப்பிரச்சனையால் அதிக அளவில் பொதுமக்கள்முன் தங்கள் மரியாதையை இழந்து விடுகின்றனர். இது ஏன் நிகழ்கிறது?

கண்காணிக்கப்படாத அதிகாரத்தை மனித இயல்பால் கையாள முடியாது

ஆபிரகாம் லிங்கன் இவ்வாறு கூறியுள்ளார்: "கிட்டத்தட்ட எல்லா மனிதர்களும் தங்கள் இன்னல்களைத் தாங்கிக் கொள்வார்கள். ஆனால், ஒரு மனிதனின் உண்மையான நடத்தையைப் பரிசோதித்துப் பார்க்க வேண்டும் என்றால், அவனுக்கு அதிகாரத்தை வழங்கிப் பாருங்கள்." அதிகாரத்தை ஒரு மாபெரும் ஆற்றோடு ஒப்பிடலாம்; அது தன் எல்லைக்குள் ஓடும்வரை அழகாகவும் பயனுள்ளதாகவும் இருக்கிறது. ஆனால் கரையைத் தாண்டிப் பாய்ந்தோடும்போது, அது அழிவை ஏற்படுத்துகிறது. அதிகாரத்திலுள்ள அபாயம் என்ன—வென்றால், அதை வைத்திருப்பவர்கள் அந்த அதிகாரத்தைப் பாதுகாப்பதைத்

தங்கள் முன்னுரிமையாக ஆக்கிவிடுகின்றனர். எனவே, தங்களுக்கு இந்த அதிகாரத்தை வழங்கிய ஆற்றல்களில் ஏற்படவிருக்கும் எந்தவொரு மாற்றத்தையும் அவர்கள் இயல்பாக எதிர்ப்பார்கள். அதிகாரம் அதிகார துஷ்பிரயோகத்திற்கு வழிவகுக்கிறது, அதிகார துஷ்பிரயோகம் அதிகார இழப்பிற்கு வழிவகுக்கிறது என்று வரலாறு நமக்குக் கூறுகிறது.

1989இல் ஜார்ஜ் புஷ் தன் துவக்க உரையில், "நமக்கு அதிகாரம் கொடுக்கப்பட்டுள்ளது நம் சொந்தக் குறிக்கோள்களில் முன்னேறுவதற்காகவோ, உலகில் ஒரு மாபெரும் நிகழ்ச்சியை நடத்திக் காட்டுவதற்காகவோ, அல்லது நம் பெயரை நிலை நாட்டுவதற்காகவோ அல்ல. அதிகாரத்திற்கு ஒரே ஒரு பயன் மட்டுமே உள்ளது — மக்களுக்குச் சேவை செய்வது," என்று கூறினார்.

தலைவர்கள் தங்கள் மக்களிடமிருந்து எளிதில் பிரிக்கப்பட்டுவிடலாம்

பிராங்க்லின் டி. ரூஸ்வெல்ட் இறந்தபோது ஹேரி ட்ரூமேன்மீது அதிபர் பதவி திணிக்கப்பட்ட சமயத்தில், சேம் ரேபர்ன் ஒரு தந்தையைப் போல் அவருக்கு சில அறிவுரைகளை வழங்கினார்: "இப்போதிலிருந்து உன்னைச் சுற்றி ஏராளமான மக்கள் இருக்கப் போகின்றனர். அவர்கள் உன்னைச் சுற்றி ஒரு சுவரை எழுப்பி, அவர்களது கருத்துக்களைத் தவிர வேறு எந்தக் கருத்துக்களும் உன்னை அணுகாதவாறு பார்த்துக் கொள்ள முயற்சிப்பார்கள். ஹேரி, நீ மாபெரும் மனிதன் என்று அவர்கள் உன்னிடம் கூறுவார்கள். ஆனால் நீ அத்தகையவன் இல்லை என்பது உனக்கும் எனக்கும் தெரியும்."

ஹூபர்ட் எச். ஹம்ப்ரி இவ்வாறு கூறியுள்ளார்: "தன்னிடம் அளிக்கப்படும் உண்மை நிரம்பியுள்ள விமர்சனத்தை எதிர் கொள்ளாமல் ஆட்சி செய்யக்கூடிய எந்தவொரு கட்சியோ, எந்த—வொரு தலைமை அதிகாரியோ, எந்தவொரு அமைச்சரவையோ, அல்லது எந்தவொரு சட்டமன்றமோ இந்த நாட்டிலோ அல்லது வேறு எந்த நாட்டிலோ இல்லை." இது தலைமைத்துவப் பதவி வகிக்கும் ஒவ்வொரு மனிதருக்கும் தெரியும்.

நாணயத்தை உருவாக்குங்கள்

தாங்கள் தலைவர்களாக வெற்றி பெறுவதற்குத் தங்களுக்குப் பெரிதும் உதவிய மிக முக்கியமான பண்புநலன் எது என்ற

கேள்விக்கு அமெரிக்காவின் முதன்மைத் தொழிற்தலைவர்கள் மற்றும் அரசாங்கத் தலைவர்கள் அளித்த விடைகள் 'புரோஃபைல்ஸ் ஆஃப் லீடர்ஷிப்' என்ற புத்தகத்தில் வெளிப்படுத்தப்பட்டுள்ளது. அவர்களது ஒருமித்த விடை: நாணயம்.

தொழிலில் வெற்றி பெற மிகவும் தேவையான மனிதப் பண்பு நாணயம் என்று சமீபத்தில் மேற்கொள்ளப்பட்ட ஆய்வில் 1,300 முதுநிலை உயரதிகாரிகள் கருத்துத் தெரிவித்தனர். அவர்களில் 71 சதவீதத்தினர், ஓர் உயரதிகாரியின் ஆற்றலை மேம்படுத்தக் காரணமான பதினாறு பண்புகள் இடம்பெற்றிருந்த ஒரு பட்டியலில் நாணயத்திற்கு முதலிடம் அளித்தனர். நாணயம் என்பது 'முழுமையான, ஒன்றுபட்ட நிலை' என்று அகராதி வரையறுக்கிறது. மக்களிடம் நாணயம் இருக்கும்போது அவர்களது வார்த்தைகளும் அவர்களது நடவடிக்கைகளும் ஒத்திருக்கும். அவர்கள் எங்கிருந்தாலும் சரி, யாருடன் இருந்தாலும் சரி, அவர்கள் அவர்களாகவே இருப்பார்கள். நாணயமான மனிதர்களிடம் பிரிவினை விசுவாசம் இருப்பதில்லை (அது வஞ்சகமாகிவிடும்); அவர்கள் நடிப்பதுமில்லை (அது உள்ளொன்று வைத்துப் புறமொன்று பேசுவதாகிவிடும்). நாணயமான மனிதர்கள் 'முழுமை'யான மனிதர்கள். நாணயமான மக்களிடம் மறைப்பதற்கோ பயப்படுவதற்கோ ஒன்றும் கிடையாது.

ஒரு தலைவரின் நாணயம் தினமும் பல உறுதியான, தெளிவான வழிகளில் வெளிப்படுத்தப்பட வேண்டும். நான் வழிநடத்தும் மக்களிடம் நான் வெளிப்படுத்தப் பெரிதும் முயற்சிக்கும் ஐந்து விஷயங்கள் இவை.

1. நான் எதைக் கற்றுக் கொடுக்கிறேனோ, அதையே நானும் பின்பற்றி வாழ்வேன். என்னவாக இருக்க வேண்டும் என்று முடிவெடுப்பது என்ன செய்ய வேண்டும் என்று முடிவெடுப்பதைவிட மிக முக்கியமானது. நாம் இளஞர்களைப் பார்த்து அடிக்கடிக் கேட்கும் கேள்வி, "நீ வளர்ந்த பிறகு என்ன செய்யப் போகிறாய்?" என்பது. ஆனால் அதைவிட முக்கியமான கேள்வி, "நீ என்னவாக ஆகப் போகிறாய்?" என்பது. நாம் தொழிலைத் தேர்ந்தெடுப்பதற்கு முன், நடத்தை குறித்து முடிவெடுக்க வேண்டும்.

என் தலைமைத்துவக் காலத்தின் ஆரம்ப நாட்களில், ஹோவர்டு ஏ. வால்ட்டர் எழுதிய இக்கவிதையை நான் படித்து அதன் கொள்கைகளை ஏற்றுக் கொண்டு நடைமுறைப்படுத்தினேன்:

நடத்தை

நான் உண்மையானவனாக இருப்பேன், ஏனெனில்
என்மீது நம்பிக்கை வைத்திருப்பவர்கள்
இருக்கிறார்கள்;

நான் தூய்மையானவனாக இருப்பேன், ஏனெனில்
என்மீது அக்கறை கொண்டுள்ளவர்கள்
இருக்கிறார்கள்;

நான் வலிமையானவனாக இருப்பேன், ஏனெனில்
துன்பப்படுபவர்கள் இருக்கிறார்கள்;

நான் துணிவுள்ளவனாக இருப்பேன், ஏனெனில்
துணிவதற்கு ஏராளமான விஷயங்கள் உள்ளன;

நான் எல்லோருடைய நண்பனாகவும் இருப்பேன்
- என் எதிர்களுக்கும், நண்பர்கள்
இல்லாதவர்களுக்கும்;

நான் கொடுத்துக் கொண்டிருப்பேன், பரிசை
மறந்துவிடுவேன்;

நான் பணிவுடையவனாக இருப்பேன், ஏனெனில்
என் பலவீனம் எனக்குத் தெரியும்;

நான் அன்பு செலுத்துவேன்; பிறரை உயர்த்துவேன்.

2. நான் எதைக் கூறுகிறேனோ, அதையே செய்வேன். நான் என்கீழ் வேலை செய்பவரிடம், என் சக ஊழியரிடம், அல்லது என் மேலதிகாரியிடம் ஏதேனும் வாக்குறுதியளித்தால், என் வார்த்தையைக் காப்பாற்ற விரும்புகிறேன். தங்கள் நிறுவனத்தால் வேலையில் இருந்து நீக்கப்பட்ட அல்லது முன்னதாகவே இராஜினாமா செய்ய வற்புறுத்தப்பட்ட இருபத்தோரு உயரதிகாரிகளிடம் வடக்குக் கரோலினாவின் கிரீன்ஸ்பாரோவிலுள்ள 'சென்டர் ஃபார் கிரியேட்டிவ் லீடர்ஷிப்' என்ற மையம் ஆய்வு நடத்தியது. நம்பிக்கைத் துரோகம்தான் அதில் முன்னிலையில் இருந்தது. அதாவது, சொன்ன சொல்லைக் காப்பாற்றாத செயல்.

3. நான் பிறரிடம் நேர்மையுடன் நடந்து கொள்வேன். நான் உண்மைகளைத் திரிப்பதையோ அல்லது ஒரு பிரச்சனையை மூடி மறைப்பதையோ என்னுடன் வேலை செய்பவர்கள் எப்போதேனும் கண்டுபிடித்தால், உடனடியாக நான் என்னுடைய

நம்பகத்தன்மையை இழந்துவிடுவேன். மேலும், அதை எளிதில் சரிசெய்ய முடியாது.

'நிர்வாக உத்திகளில் உண்மைகள்' என்ற திட்டத்தை பிராக்டர் & கேம்பில் மற்றும் நாசாவில் உருவாக்கிய பிரபல உளாவியலாளர் டாக்டர் வில்லியம் ஷுல்ட்ஸ், சிறந்த உற்பத்திக்கு முக்கியமானது, "மக்கள் சிறப்பாக இணைந்து வேலை செய்வது" என்று நம்புகிறார். மேலும், "பரஸ்பர நம்பிக்கை மற்றும் நேர்மையைப் போல் மக்களிடையே ஒத்திசைவை அதிகரிப்பது" வேறேதும் இல்லை என்றும் அவர் நம்புகிறார். "தொழிலில் உள்ள மக்கள் வெறுமனே உண்மையை மட்டும் கூறினால் போதும், அவர்களது பிரச்சனைகளில் 80 முதல் 90 சதவீதம் மாயமாய் மறைந்துவிடும்," என்று அவர் கூறுகிறார். நம்பிக்கையும் நேர்மையும் மட்டும்தான் அனைவரும் செழிப்புறும் விதத்தில் தனிநபர்கள் இணைந்து ஒத்துழைக்க வழிவகுக்கின்றன.

4. எனக்கு எது சிறந்தது என்று பார்ப்பதற்கு முன், மற்றவர்களுக்கு எது சிறந்தது என்று பார்ப்பேன். நான் வழிநடத்தும் நிறுவனமும் என்னுடன் வேலை செய்யும் மக்களும் என் முன்னுரிமைகளாக இருக்க வேண்டும். நான் என்னுடைய நலனைக் காட்டிலும் என் நிறுவனத்தின் நலனை முன்னிறுத்தும்போது, என்னை வேலைக்கு அமர்த்தியவர்களிடம் நான் நாணயமாக நடந்து கொள்கிறேன். நான் என்னுடைய நலனைக் காட்டிலும் என்னுடன் வேலை செய்யும் மக்களின் நலனை முன்னிறுத்தும்போது, நான் நட்பையும் விசுவாசத்தையும் உருவாக்குகிறேன். கீழே கொடுக்கப்பட்டுள்ளத் தலைமைத்துவப் பிரமிடை நான் எப்போதும் பின்பற்ற முயற்சித்து வருகிறேன்.

5. நான் ஒளிவு மறைவின்றி இருப்பேன். மக்களுடன் வேலை செய்யும்போது என்னிடம் இரண்டு விருப்பத்தேர்வுகள் உள்ளன என்பதை நான் நெடுநாட்களுக்கு முன் உணர்ந்து கொண்டேன். நான் என் கைகளை மூடிக் கொள்ளலாம் அல்லது அவற்றை திறந்து வைக்கலாம். இரண்டு விருப்பத் தேர்வுகளுக்கும் வலிமைகளும் உள்ளன, பலவீனங்களும் உள்ளன. நான் என் கைகளை மூடிக் கொண்டால், எனக்குக் காயம் ஏற்படாது, ஆனால் அதிக உதவியும் கிடைக்காது. என் கைகளைத் திறந்து வைத்தால், நான் காயப்படக்—கூடும், ஆனால் எனக்கு உதவியும் கிடைக்கும். என் முடிவு என்னவாக இருந்து வந்துள்ளது? நான் என் கைகளைத் திறந்து கொண்டு, மற்றவர்களும் என்னுடன்

இணைந்து பயணத்தை அனுபவிக்க அனுமதி அளித்துள்ளேன். பிறருக்கு நான் கொடுக்கும் மாபெரும் பரிசு ஒரு வேலை அல்ல, ஆனால் என்னையே நான் அவர்களுக்குப் பரிசாகத் தருகிறேன். இது உண்மையான தலைவர்கள் அனைவருக்கும் பொருந்தும்.

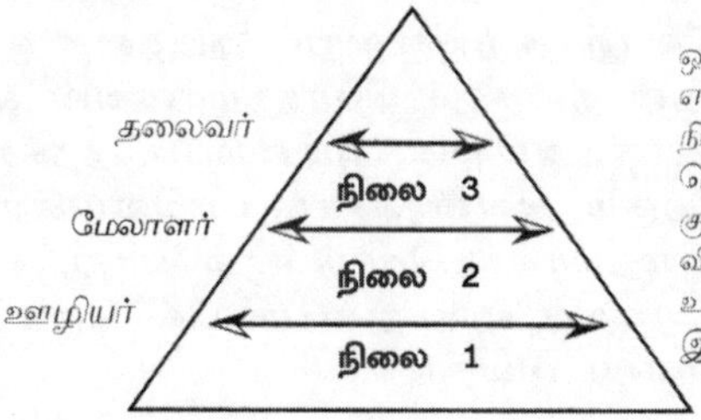

ஒரு நிறுவனத்தில் எவ்வளவு உயர்ந்த நிலைக்கு ஒருவர் செல்கிறாரோ, அவ்வளவு குறைந்த அளவில் தனிப்பட்ட விருப்பத்தேர்வுகளும் உரிமைகளும் அவரிடம் இருக்க வேண்டும்.

இப்போது விலையைக் கொடுங்கள், பிறகு விளையாடி மகிழுங்கள்

மக்கள் பின்பற்றுவதற்கான இரண்டு பாதைகள் உள்ளன. அவர்கள் இப்போது விளையாடிக் களித்துவிட்டு, பின்னர் அதற்கான விலையைக் கொடுக்கலாம், அல்லது இப்போது விலையைக் கொடுத்து விட்டுப் பிறகு விளையாடி மகிழலாம். உங்கள் விருப்பத்தேர்வு எதுவாக இருந்தாலும், ஒரு விஷயம் உறுதி. வாழ்க்கை ஒரு விலையை எதிர்பார்க்கும்.

என் தந்தை எனக்கு இந்த முக்கியமான ஒழுங்கைக் கற்றுக் கொடுத்தார். ஒவ்வொரு வாரமும் அவர் அடுத்த ஏழு நாட்களுக்கான வேலைகளைப் பட்டியலிடுவார். அவற்றில் பல வேலைகள் அந்த வாரத்தில் எப்போது வேண்டுமானாலும் செய்து முடிக்கப்படக் கூடியவை. அவை அனைத்தையும் சனிக்கிழமை நண்பகலுக்குள் செய்து முடிக்க வேண்டியது எங்கள் இலக்கு. செய்து முடித்தால், குடும்பத்துடன் நாங்கள் ஏதாவது வேடிக்கையாகச் செய்யலாம். செய்து முடிக்காவிட்டால், வேடிக்கை மறுக்கப்படும்; குறிப்பிட்ட அந்நபர், வீட்டிலேயே இருந்து அந்த வேலையை முடிக்க வேண்டும். விலையை முதலில் கொடுத்துவிட்டு, குறித்த நேரத்தில் வேலையை முடிக்க வேண்டும் என்பதை நான் உணர்ந்து கொள்ள, ஓரிரு முறைகளே நான் காலக்கெடுவத் தவறவிட வேண்டியிருந்தது.

இப்பாடம் எனக்கு விலை மதிப்பற்றதாக அமைந்துள்ளது. இதை நான் என் குழந்தைகள் எலிசபெத்துக்கும் ஜோயல் போர்ட்டருக்கும் கற்றுக் கொடுத்துக் கொண்டிருக்கிறேன். 'இலவச உணவு' என்று ஒன்று கிடையாது என்பதையும், வாழ்க்கை

என்பது பரிசு அல்ல — அது ஒரு முதலீடு என்பதையும் அவர்கள் உணர்ந்து கொள்ள வேண்டும் என்று நான் விரும்புகிறேன். எவ்வளவு விரைவாக அவர்கள் தங்கள் விருப்பங்களைத் தங்கள் கட்டுப்பாட்டிற்குள் கொண்டுவந்து, வாழ்வின் எதிர்பார்ப்புகளிடம் அவற்றை ஒப்படைக்கிறார்களோ, அவ்வளவு அதிக வெற்றிகரமாக அவர்கள் உருவெடுப்பார்கள். ஜான் ஃபாஸ்டர் இவ்வாறு கூறியுள்ளார்: "நடத்தை குறித்த முடிவு இல்லாத மனிதன் தனக்குச் சொந்தமானவன் என்று ஒருபோதும் கூற முடியாது. அவனை அடிமைப்படுத்தக்கூடிய எந்தவொரு விஷயத்திற்கும் அவன் சொந்தமாகிவிடுகிறான்." "நாம் விலையைத் தாமதமாகக் கொடுக்கும்போது, விலை அதிகமாக இருக்கும்," என்று என் நண்பர் பில் கிளாசென் எனக்கு அடிக்கடி நினைவூட்டுவார்.

"காலப்போக்கில் தன் மனத்தின் ஆழத்தில், கட்டுப்பாட்டின் அவசியத்தைப் போற்றாத ஒரு மனிதனை நான் இன்றுவரை கண்டதில்லை. ஒரு மனிதனின் பெருமைக்குரிய நேரம் — தான் விரும்பும் அனைத்தையும் மிகப் பெரிய அளவில் நிறைவேற்றிவிட்டத் தருணம் — ஒரு நல்ல விஷயத்திற்காகத் தன் இதயத்தைக் கொட்டி உழைத்து, போர்க்களத்தில் வெற்றி வீரனாகக் களைத்துப் படுத்துக் கிடக்கும் அத்தருணம்தான்," என்று வின்ஸ் லொம்பார்டி கூறினார்.

உணர்ச்சியால் வழிநடத்தப்படுவதற்கு மாறாக நடத்தையால் வழிநடத்தப்படுபவர் ஆகுங்கள்

உலகில் செயல்படுத்தப்பட்ட முக்கியமான விஷயங்களில் பெரும்பாலானவை, ஒன்று மிகவும் சுறுசுறுப்பான மனிதர்களால் செய்யப்பட்டன அல்லது மிகவும் நோய்வாய்ப்பட்டவர்களால் செய்யப்பட்டன. "இந்நாட்டில் செய்யப்படும் 90 சதவீத வேலைகள், உடல்நலம் குன்றிய மக்களால்தான் செய்யப்படுகின்றன," என்று ராபர்ட் தார்ன்டன் கூறியுள்ளார்.

நமக்கு வளர்ச்சியை அளித்து நம்மை வெற்றி பெறச் செய்வது நாம் செய்ய விரும்பும் செயல்களை செய்வதல்ல, ஆனால் நாம் செய்ய வேண்டிய செயல்களைச் செய்வதுதான். ஜான் லூதர் இவ்வாறு கூறியுள்ளார்: "கச்சிதமான வேலை என்று ஒன்று கிடையாது. எந்தவொரு பதவியிலும், உடனடியாக இல்லாவிட்டாலும்கூட, இறுதியாக நாம் மிகவும் பொறுப்புடன் செய்ய வேண்டிய கடமைகள் நிச்சயமாக இருக்கும் என்பதை நீங்கள் கண்டுகொள்வீர்கள்." வெற்றி என்பது நீங்கள் மகிழ்ச்சியோடு

அனுபவிக்கும் விஷயங்களை நீங்கள் எவ்வளவு சிறப்பாகச் செய்கிறீர்கள் என்பதை மட்டும் சார்ந்ததல்ல, ஆனால் உங்களுக்கு விருப்பமில்லாத கடமைகளையும் நீங்கள் எவ்வளவு தூரம் உங்கள் மனசாட்சிக்கு உட்பட்டுச் செய்கிறீர்கள் என்பதையும் சார்ந்தது.

உச்சஸ்தாயியில் பாடும் திறமை பெற்றிருந்த ஓப்பெராப் பாடகர் லூசியானோ பவரொட்டி அப்படிப்பட்ட ஒரு வெற்றியாளர். அவரை நேசிக்கும் மக்கள் அவரை அடிக்கடி 'புதிய கரூஸோ' என்று அழைக்கிறார்கள். ஒரு செய்தித்தாள் பேட்டியில், ஆறு அடி உயரமும் முன்னூறு பவுன்ட் எடையும் கொண்டிருந்த பவரோட்டி, "பாடகராக இருப்பதில் உள்ள மிகக் கடினமான விஷயம் என்னவென்று உங்களுக்குத் தெரிய வேண்டுமா? விதிவிலக்கின்றி உங்கள் வாழ்வின் ஒவ்வொரு கணத்திலும் உங்களையே நீங்கள் அர்ப்பணித்துக் கொள்வதுதான். உதாரணத்திற்கு, மழை பெய்தால் வெளியே போகாதே; இதைச் சாப்பிடு, இதைச் செய், ஒரு நாளைக்குப் பத்து மணிநேரம் தூங்கு என்று ஏகப்பட்டக் கட்டுப்பாடுகள். இது அவ்வளவு சுதந்திரமான வாழ்க்கை அல்ல. ஒரு குதிரை மேல் ஏறிக் குதிக்க முடியாது. நீச்சல் அடிக்கச் செல்ல முடியாது," என்று கூறினார்.

வெற்றி பெறாத மக்கள் செய்யாத விஷயங்களை வெற்றி பெற்றுள்ள மக்கள் செய்ய விருப்பம் உடையவர்களாக இருப்பார்கள். நான் பார்த்தவரையில், உணர்ச்சியால் வழிநடத்தப்படுவதற்கு மாறாக நடத்தையால் வழிநடத்தப்படுவதைப் பற்றிய விஷயம், வித்தியாசத்தை ஏற்படுத்தும் பல விஷயங்களில் ஒன்று. இவற்றுக்கு இடையே உள்ள வேறுபாடு இதுதான்:

நடத்தையால் வழிநடத்தப்படுபவர்கள்:	**உணர்ச்சியால் வழிநடத்தப்படுபவர்கள்:**
சரியான காரியத்தைச் செய்வார்கள், நல்லவிதமாக உணர்வார்கள்.	பிறகு நன்றாக உணர்வார்கள், பிறகு சரியான காரியத்தைச் செய்வார்கள்.
எடுத்தக் காரியத்தை நிறைவேற்றத் துடிப்பார்கள்.	அவர்கள் வசதிப்படி வேலை செய்வார்கள்.

கொள்கை சார்ந்த முடிவுகளை எடுப்பார்கள்.	மனப்போக்கு தங்கள் நடவடிக்கையைக் கட்டுப்படுத்த அனுமதிப்பார்கள்.
செயல்பாட்டைக் கொண்டு மனப்போக்கைக் கட்டுப்படுத்துவார்கள்	மனப்போக்கைக் கொண்டு செயல்பாட்டைக் கட்டுப்படுத்துவார்கள்
நம்புவார்கள், பிறகு அதைப் பார்ப்பார்கள்.	பார்ப்பார்கள், பிறகு அதை நம்புவார்கள்.
செயல்வேகத்தை உருவாக்குவார்கள்.	செயல்வேகத்திற்காகக் காத்திருப்பார்கள்.
"என் பொறுப்புகள் என்னென்ன?" என்று கேட்பார்கள்.	"என் உரிமைகள் என்னென்ன?" என்று கேட்பார்கள்.
பிரச்சனைகள் எழும்போதும் தொடர்ந்து செயல்படுவார்கள்.	பிரச்சனைகள் எழும்போது விலகிவிடுவார்கள்.
சீராகச் செயல்படுபவர்கள்.	எப்போதும் ஒன்றுபோல் செயல்பட மாட்டார்கள்.
தலைவர்கள்.	பின்பற்றுபவர்கள்.

காலம் சென்ற லூயி லாமர், எல்லாக் காலங்களிலும் சிறப்பாக விற்பனையாகும் புத்தகங்களின் ஆசிரியர். அவரது புத்தகங்களின் சுமார் 230 மில்லியன் பிரதிகள் உலகம் முழுவதிலும் அச்சில் உள்ளன. நூற்றுக்கும் மேற்பட்ட அவரது புத்தகங்கள் ஒவ்வொன்றும் இன்றும் அச்சில் உள்ளன. அவரது எழுத்துப் பாணிக்கான முக்கியமான விஷயத்தைப் பற்றிக் கேட்டபோது, "எழுதத் துவங்குங்கள். அது எதுவாக இருந்தாலும் பரவாயில்லை. குழாயைத் திறக்கும்வரை தண்ணீர் பாய்வதில்லை," என்று அவர் விடையளித்தார்.

இது வாழ்க்கைக்கு ஒரு நல்ல அறிவுரை. சில சமயங்களில், நாம் செய்ய வேண்டியதெல்லாம் வெறுமனே ஏதாவது செய்ய வேண்டியது மட்டும்தான். யாருக்காவது உதவுங்கள். சில நேரங்களில், செயலில் இறங்குவது நம் வாழ்க்கையில் சக்தியை உருவாக்கும். நாம் இதை நம் வாழ்க்கையின் வழிகாட்டிக் கொள்கையாக சுவீகரித்துக் கொள்ள வேண்டும்: “குழாயைத் திறக்கும்வரை தண்ணீர் பாய்வதில்லை.”

தனிச்சிறப்புமிக்கத் திறமையைக் காட்டிலும் ஒருவரது நடத்தை அதிகமாகப் போற்றிப் பாராட்டப்பட வேண்டும். பெரும்பாலான திறமைகள், ஒரு குறிப்பிட்ட அளவுக்கு, நமக்குக் கிடைத்த வரப்பிரசாதங்கள். இதற்கு நேர்மாறாக, நல்ல நடத்தை நம்மிடம் கொடுக்கப்படுவதில்லை. நாம் அதை நம் எண்ணங்கள், விருப்பத்தேர்வுகள், துணிச்சல், மற்றும் உறுதியான தீர்மானம் ஆகியவற்றின் மூலம் படிப்படியாக உருவாக்க வேண்டும். ஒரு கட்டுப்பாட்டுடன்கூடிய வாழ்க்கைமுறையால் மட்டுமே இதைச் சாதிக்க முடியும்.

ஸ்டீவன் கவி இவ்வாறு கூறியுள்ளார்:

> எனக்கு வேண்டியவற்றை அடுத்தவர்களைச் செய்ய வைப்பது எப்படி, அவர்களைச் சிறப்பாக வேலை செய்ய வைப்பது எப்படி, அதிக ஊக்குவிப்புடன் இருக்கச் செய்வது எப்படி, என்னையும், அவர்கள் ஒருவருக்கொருவரையும் விரும்பச் செய்வது எப்படி, போன்ற பிற மனிதர்கள்மீது தாக்கத்தை ஏற்படுத்தக்கூடிய வியூகங்களையும் உத்திகளையும் நான் பயன்படுத்த முயற்சிக்கும் அதே நேரத்தில், என் நடத்தை அடிப்படையிலேயே குறைபாட்டுடன் இருந்து, வஞ்சகம் மற்றும் உண்மையின்மை ஆகியவை அதில் கலந்திருந்தால், காலப்போக்கில் நான் வெற்றிகரமான மனிதனாக விளங்க முடியாது. என் வஞ்சகத்தன்மை நம்பிக்கையின்மையை வளர்க்கும். அதன் பிறகு, நல்ல மனித உறவுகளுக்கான உத்திகள் உட்பட, நான் செய்யும் அனைத்தும் சூழ்ச்சித் திட்டம் என்ற கண்ணோட்டத்தில் பார்க்கப்படும்.
>
> நோக்கங்கள் எவ்வளவு சிறப்பானவையாக இருந்தாலும், சொல் அலங்காரம் எவ்வளவு நன்றாக இருந்தாலும், அது எந்தவொரு வித்தியாசத்தையும் ஏற்படுத்தப் போவதில்லை. குறைந்த நம்பிக்கை

அல்லது நம்பிக்கையின்மை இருக்குமிடத்தில் நிரந்தரமான வெற்றிக்குத் தேவையான அடித்தளம் இருக்க முடியாது. அடிப்படை நற்குணங்கள் மட்டுமே உத்திகளுக்கு உயிரோட்டம் அளிக்கின்றன.

பத்து

தலைமைத்துவத்தின் மிக முக்கியமான படிப்பினை:

ஊழியர் மேம்பாடு

மக்கள் வளர்ச்சியும், மக்கள் உருவாக்கமும்தான் தலைமைத்—துவத்தின் தலையாய கடமை. அத்தியாயம் 7 பொதுவான மக்கள் உருவாக்கத்தைப் பற்றி வலியுறுத்தியது. இந்த அத்தியாயம் ஊழியர்களை உருவாக்குவதை மையப்படுத்தி அமைக்கப்பட்டுள்ளது. ஆனால், இந்த முக்கியமான விஷயம் குறித்து ஒரே அத்தியாயத்தில் ஆழமாக அலசிப் பார்ப்பது இயலாத காரியம். தலைமைத்துவத்—திற்கான ஓர் அடித்தளத்தை நிர்மாணித்துத்தர உதவுவதுதான் இப்புத்தகத்தின் குறிக்கோள். எனவே, உங்களுக்குள் இருக்கும் தலைவரை உருவாக்க உதவும் நோக்கத்தில் நான் அடிப்படை விஷயங்களை மட்டுமே கையாண்டுள்ளேன். உங்களைச் சுற்றிலும் தலைவர்களை உருவாக்குவதற்கு நான் இன்னொரு புத்தகத்தை எழுதியுள்ளேன்.

எனக்கு நாற்பது வயதானபோது, நான் என் வாழ்க்கையை மறுபரிசீலனை செய்யத் துவங்கினேன். அந்த நேரத்தில் நான் செய்து கொண்டிருந்த அனைத்து விஷயங்களையும் நான் பட்டியலிட்டேன். அதில் இருந்தவற்றில் சில:

- 3,500 பேர் அடங்கிய ஒரு பிரார்த்தனைக் கூட்டத்தின் முதுநிலைப் பாதிரியார்
- பதிமூன்று பாதிரியார்களைக் கண்காணித்து உருவாக்குதல்
- ஆயிரக்கணக்கான மக்களுக்கு வளங்கள் குறித்த ஆவணங்களை உருவாக்கும் 'இன்ஜாய்' நிறுவனத்தின் தலைவர்

- தேசிய அளவிலும் சர்வதே அளவிலும் வருடத்திற்கு 400 உரைகள் வழங்கும் திட்டம் அடங்கிய கால அட்டவணை
- 'இன்ஜாய்' உறுப்பினர்களுக்காக மாதம் ஒரு தலைமைத்துவ ஒலிநாடாவை உருவாக்குதல்
- ஒவ்வொரு பதினெட்டு மாதங்களுக்கும் ஒரு புத்தகம் எழுதுவது
- மற்றுமொரு கல்விப் பட்டப் படிப்பில் ஈடுபட்டிருத்தல்
- மிக முக்கியமாக, என் மனைவி மார்கரெட் மற்றும் என் குழந்தைகள் எலிசபெத் மற்றும் ஜோயல் போர்ட்டருக்காக நேரத்தைச் செலவிடுதல்.

என் பட்டியலை எழுதி முடித்த பிறகு, என் முடிவு இரண்டு பகுதிகளாக இருந்தது: என்னிடம் அதற்கு மேல அதிக நேரம் இல்லை, எனவே, இன்னும் கடினமாக உழைக்க முடியாது. உற்பத்தியில் என் எதிர்கால வளர்ச்சி, மற்றவர்கள் மூலமாக வேலை பார்க்கும் என் திறனால் தீர்மானிக்கப்படும்.

இந்த இரண்டு உண்மைகளும், நான் கற்றதிலேயே மிகவும் முக்கியமான தலைமைத்துவப் படிப்பினையைத் தேடிக் கண்டுபிடிக்க என்னை ஊக்குவித்தன:

ஒரு தலைவரின் வெற்றி நிலை
அவருக்கு மிகவும் நெருக்கமாக உள்ளவர்களால் தீர்மானிக்கப்படுகிறது

நிக்கோலோ மாச்சியாவெல்லி இவ்வாறு கூறியுள்ளார்: "ஒரு தலைவரின் அறிவுக்கூர்மையை மதிப்பீடு செய்வதற்கான முதல் வழிமுறை அவரைச் சுற்றி இருக்கும் மனிதர்களைப் பார்ப்பது." இது அறிவுக்கூர்மை குறித்தப் பிரச்சனை என்று என்னால் உறுதியாகக் கூற முடியாது. ஆனால், இது தலைமைத்துவத்திற்கான பரிசோதனை என்று உறுதியாகக் கூற முடியும். தொடர்ந்து தனிப்பட்ட முறையிலும் வளர்ந்து, தன் நிறுவனத்திற்கும் வளர்ச்சியை ஏற்படுத்தும் தலைவர்கள், பலர்மீது தாக்கத்தை ஏற்படுத்தித் தங்களைச் சுற்றி ஒரு வெற்றிகரமான குழுவை உருவாக்குவார்கள். குழுவில் உள்ளவர்கள் எவ்வளவு சிறப்பாக இருக்கிறார்களோ, தலைவரும் அவ்வளவு சிறப்பாக இருப்பார். ஒருவர் வெற்றி பெற வேண்டும் என்று ஏராளமானோர் விரும்பாவிட்டால், வெகு சிலரே வெற்றி பெறுவார்கள். "ஒரு வேலையை நீங்கள் தனியொருவராகச் செய்வதைவிட, அதைச்

சிறப்பாகச் செய்ய மற்றவர்களால் உங்களுக்கு உதவ முடியும் என்று நீங்கள் உணர்ந்து கொள்ளும்போது அது உங்கள் வளர்ச்சியில் ஒரு பெரும் அத்தியாயமாக விளங்கும்," என்று ஆன்ட்ரூ கார்னகி கூறினார்.

உற்பத்தியை அதிகரிக்கக்கூடிய ஒரு மக்கள் குழுவை ஒரு மாபெரும் தலைவர் உருவாக்கும்போது, அவரது தாக்கமும் ஆற்றலும் அதிகரிப்பதற்கு (தனியாக வேலை செய்வது) மாறாகப் பெருகத் (பிறர் மூலமாக வேலை செய்வது) துவங்குகின்றன.

ஆல்டாஸ் கம்ப்யூட்டர் சிஸ்டம்ஸ் நிறுவனத்தின் நிறுவனரும் தலைமை அதிகாரியுமான டேவிட் ஜாக்சன், "என் அனுபவத்தில், ஒருவர் என்பதிலிருந்து இருவராக ஆகும்போதுதான் ஒரு நிறுவனத்தில் திருப்புமுனை ஏற்படுகிறது. அதன் பிறகு, ஒருவர் உணவருந்தும்போது, அடுத்தவர் தொலைபேசி அழைப்பிற்குப் பதில் கூறலாம்," என்று கூறினார்.

மக்களை வழிநடத்துவதிலும், அவர்களை உருவாக்குவதிலும் கிடைத்த மோசமான அனுபவங்களில் கிடைத்தப் 'போர்க் கதைகள்' அனைத்துத் தலைவர்களிடமும் இருக்கும் கீழ்க்கூறப்பட்டுள்ள இந்த நகைச்சுவையான எடுத்துக்காட்டு நம்மை வாய்விட்டுச் சிரிக்க வைத்து, நம்மைச் சுற்றி ஒரு வெற்றிகரமான குழுவை உருவாக்கத் துவங்க நமக்கு இரண்டாம் சுற்று வாய்ப்பை அளிக்கும்.

இது கிட்டதட்ட அனைவரும் அறிந்த விஷயம்தான். ஒரு தலைவர் இவற்றைத் தவிர வேறு எதையும் செய்வதில்லை. அவர் செய்வதெல்லாம், என்ன செய்ய வேண்டும் என்று முடிவெடுப்பது; யாரையேனும் அதைச் செய்யச் சொல்வது; அது ஏன் செய்யப்பட வேண்டும் அல்லது அது ஏன் வேறொரு விதமாகச் செய்யப்பட வேண்டும் என்பதற்கான காரணங்களைக் காதுகொடுத்துக் கேட்பது; வேலை முடிக்கப்பட்டுவிட்டதா என்பதை உறுதி செய்வது; அது செய்துமுடிக்கப்படவில்லை என்பதைக் கண்டறிவது; அதற்கான காரணத்தை விசாரிப்பது; அதைச் செய்து முடித்திருக்க வேண்டியவர் கூறும் சாக்குப்போக்குகளைக் கேட்பது; பின்னர் அவ்வேலை முடிக்கப்பட்டுவிட்டதா என்பதை மீண்டும் உறுதி செய்வது; தவறாகச் செய்து முடிக்கப்பட்டுள்ளதைக் கண்டறிவது; அது எப்படிச் செய்யப்பட்டிருக்க வேண்டும் என்று சுட்டிக் காட்டுவது; செய்து முடித்தாகிவிட்டதென்றால், அது அந்த நிலையிலேயே இருக்கட்டும் என்று விட்டுவிட முடிவு செய்வது; ஒரு வேலையைக்கூடச் சரியாகச் செய்ய முடியாத ஒருவரை

வேலையிலிருந்து நீக்குவதற்கான நேரம் வந்துவிட்டதோ என்று யோசிப்பது; ஒருவேளை அந்நபருக்கு மனைவியும் ஒரு பெரிய குடும்பமும் இருக்கலாம் அல்லது அவருக்குப் பதிலாக வரும் நபர் அவரைப் போல மோசமாகவோ அல்லது அவரைவிட மோசமாகவோ இருக்கலாம் என்று குழப்பிக் கொள்வது; தானே முதலில் அந்த வேலையைச் செய்திருந்தால் எவ்வளவு எளிதாகவும் சிறப்பாகவும் விஷயம் முடிக்கப்பட்டிருக்கும் என்று கருதுவது; தான் அதை இருபது நிமிடங்களில் சரியாகச் செய்து முடித்திருக்க முடியும் என்று நினைத்துப் பார்ப்பது; அதைத் தவறாகச் செய்வதற்கு ஒருவருக்கு ஏன் மூன்று வாரங்கள் பிடித்தது என்பதைக் கண்டுபிடிக்க இப்போது இரண்டு நாட்கள் செலவு செய்து கொண்டிருப்பது.

மக்களை உருவாக்குவதில் எழும் அனைத்துப் பிரச்சனைகளையும் தாண்டி, இரண்டு விஷயங்கள் உறுதியாகத் தெரிகின்றன. முதலில், ஒரு குழுவை உருவாக்கும்போதுதான் நாம் தொடர்ந்து வெற்றி பெறுகிறோம். "நீங்கள் ஒரு வருடத்திற்குத் திட்டமிடுகிறீர்கள் என்றால் அரிசியைப் பயிரிட்டு வளர்த்தெடுங்கள். நீங்கள் இருபது வருடங்களுக்குத் திட்டமிடுகிறீர்கள் என்றால் மரங்களை நட்டு வளர்த்தெடுங்கள். நீங்கள் பல நூற்றாண்டுகளுக்குத் திட்டமிடுகிறீர்கள் என்றால் மனிதர்களை வளர்த்தெடுங்கள்," என்று ஒரு சீனப் பழமொழி கூறுகிறது. இரண்டாவது, ஒரு குழுவை உருவாக்கும் போதுதான் நாம் தொடர்ந்து பெருகுகிறோம்.

ஒரு வெற்றிக் குழுவின் அடையாளம்

வெற்றி பெறும் குழுக்கள் . . .

- மாபெரும் தலைவர்களைக் கொண்டிருக்கும்
- சிறந்த மக்களைத் தேர்ந்தெடுக்கும்
- வெற்றி பெறுவதற்காக உழைக்கும்
- குழுவின் பிற உறுப்பினர்களை அதிக வெற்றி பெறச் செய்யும்
- தொடர்ந்து மேம்படும்

வெற்றி பெறும் குழுக்கள் மாபெரும் தலைவர்களைக் கொண்டிருக்கும்

தலைமைத்துவத்தில்தான் எல்லாமே எழுகின்றன, அதில்தான் எல்லாமே முடிவடைகின்றன. நீங்கள் விரும்புவதை மற்றவர்களைச் செய்ய வைப்பதற்கு இரண்டு வழிகள் உள்ளன: அதைச் செய்ய அவர்களை வற்புறுத்தலாம், அல்லது அவர்களை ஒப்புக் கொள்ளச் செய்யலாம். வற்புறுத்தல் என்பது அடிமைத்தனத்தின் வழிமுறை; ஒப்புக் கொள்ள வைக்கும் முறை சுதந்திர மனிதனுக்குரியது.

ஒருவரை ஒப்புக் கொள்ளச் செய்வதற்கு, மக்களை எது உத்வேகப்படுத்துகிறது, எது ஊக்குவிக்கிறது என்பது குறித்தப் புரிதல் தேவை. அதாவது, மனித இயல்பைப் பற்றிய அறிவு அவசியம். மாபெரும் தலைவர்களிடம் இந்த அறிவு உள்ளது.

சமீபத்தில் எடுக்கப்பட்ட ஒரு கணிப்பில், எழுபது உளவியலாளர்—களிடம், "மனித இயல்பைப் பற்றி ஒரு மேற்பார்வையாளர் அறிந்திருக்க வேண்டிய மிக இன்றியமையாத விஷயம் எது?" என்று கேட்கப்பட்டது. ஊக்குவிப்பு — அதாவது, மக்களை எது இவ்வாறு சிந்திக்க வைக்கிறது, உணர வைக்கிறது, நடந்துகொள்ள வைக்கிறது என்பது பற்றியப் புரிதல் தலையாயது என்று மூன்றில் இரண்டு பங்கு உளவியலாளர்கள் கூறினர்.

மக்களை எது ஊக்குவிக்கிறது என்பதை நீங்கள் புரிந்துகொண்டால், அவர்களைக் கையாள்வதற்கு ஏற்ற, சக்தி வாய்ந்த ஒரு கருவி உங்கள் கட்டுப்பாட்டில் இருக்கும்.

ஆயிரக்கணக்கான மக்களின் தனிப்பட்ட வரலாறுகளை 1961ஆம் ஆண்டிலிருந்து 'பீப்பிள் மேனேஜ்மென்ட்' ஆராய்ந்து வருகிறது. மக்கள் தாங்கள் சிறப்பாகச் செய்வதாகக் கருதும், தங்களுக்கு ஆழ்ந்த திருப்தியை அளிக்கும் ஏதோ ஒரு செயலைச் செய்து முடிக்கும் ஒவ்வொரு சமயத்திலும் ஒரு குறிப்பிட்ட நடத்தையை மீண்டும் மீண்டும் வெளிப்படுத்துகின்றனர் என்பதை அவர்கள் கண்டறிந்தனர். மேலும், மிகச் சிறந்த தலைவர்கள் இந்த நடத்தையைக் கீழ்க்கண்ட வழிகளில் தங்களுக்குச் சாதகமாகப் பயன்படுத்துகின்றனர் என்பதையும் அவர்கள் கண்டுபிடித்தனர்.

மிகச் சிறந்த தலைவர்கள் சரியான சுற்றுச்சூழலை உருவாக்குகிறார்கள்

அவர்கள் தங்கள் குழுவை நம்புகின்றனர். இது வெற்றிக்கான ஒரு சூழலை உருவாக்குகிறது. உங்கள் ஊழியர்களை உங்கள்மீது விசுவாசம் கொள்ளச் செய்வதற்கும் அதைத் தக்க வைத்துக் கொள்வதற்கும் சிறந்த வழி, உங்கள் வார்த்தைகளாலும்

நடவடிக்கைகளாலும் உங்களுக்கு அவர்கள் மீதுள்ள அக்கறையை வெளிப்படுத்தி அவர்களைக் கவனித்துக் கொள்வது. சேம் வால்ட்டன் இவ்வாறு கூறுகிறார்: "ஈடு இணையற்றத் தலைவர்கள் தங்கள் ஊழியர்களின் சுயமதிப்பை உயர்த்துவதற்குத் வலியப் போய்த் தங்களால் ஆன அனைத்தையும் செய்வார்கள். மக்கள் தங்கள்மீது நம்பிக்கை கொண்டால், அவர்களால் சாதிக்க முடிந்த விஷயங்களைப் பார்த்து வியந்து போவோம்."

மிகச் சிறந்த தலைவர்கள் மனிதர்களின் அடிப்படைத் தேவைகளை அறிந்தவர்கள்

ஒவ்வொருவரிடமிருந்தும் என்ன எதிர்பார்க்கப்படுகிறது என்பதையும், ஒவ்வொருவருக்கும் அவர்களுக்கான வாய்ப்புக் கிடைக்கும் என்பதையும், ஒவ்வொருவரும் மற்றவர்களோடு எப்படி இணைந்து பழகுகின்றனர் என்பதையும், அவரவருக்குத் தேவைப்படும் இடத்தில் தேவையான வழிகாட்டுதல் அளிக்கப்படும் என்பதையும், அவரவர்களுடைய பங்களிப்பிற்கு ஏற்றாற்போல் ஒவ்வொருவருக்கும் வெகுமதி வழங்கப்படும் என்பதையும் வெற்றி பெறும் குழுவினர் அவசியம் தெரிந்து வைத்திருக்க வேண்டும் என்று அலபாமா பல்கலைக்கழகத்தின் தலைசிறந்த கால்பந்துப் பயிற்சியாளர் பால் பிரையன்ட் கூறினார்.

மிகச் சிறந்த தலைவர்கள் அந்த 'மூன்று விஷயங்களை'த் தங்கள் கட்டுப்பாட்டில் வைத்திருப்பார்கள்

நிறுவனத்தின் அனைத்துப் பகுதிகளிலும் முக்கியப் பங்காற்ற வேண்டும் என்று விரும்பும் எந்தவொரு தலைவரும் ஏராளமான பொறுப்புகளை ஏற்றுக் கொள்ள முற்படக்கூடும். ஆனாலும், ஒரு தலைவரின் அதிகாரத்திற்கும் வெற்றிக்கும் மூன்று விஷயங்கள் மிகவும் முக்கியமானவை:

1. நிதி: ஏனெனில், எந்தவொரு நிறுவனத்திலும் உயரதிகாரக் கட்டுப்பாட்டை நிலைநிறுத்துவதில் தலையாயப் பொறுப்பு உடையவர்கள் நிதித் துறையில் உள்ளவர்களே.

2. ஊழியர்கள்: ஏனெனில், தேர்ந்தெடுக்கப்படும் மக்கள்தான் ஒரு நிறுவனத்தைத் தீர்மானிக்கின்றனர்.

3. திட்டமிடுதல்: ஏனெனில், திட்டம்தான் ஒரு நிறுவனத்தின் எதிர்காலத்தைத் தீர்மானிக்கிறது.

மிகச் சிறந்த தலைவர்கள் 'ஏழு கொடிய பாவங்க'ளைத் தவிர்த்துவிடுகிறார்கள்

1. மதிக்கப்படுவதற்குப் பதில் விரும்பப்படுவதற்கு முயற்சிப்பது.
2. தன் குழு உறுப்பினர்களிடம் ஆலோசனை மற்றும் உதவி கேட்காதது.
3. திறமைகளுக்குப் பதில் விதிகளை வலியுறுத்துவதன்மூலம் தனித்திறமைகளைத் தடை செய்வது.
4. விமர்சனங்களை ஆக்கபூர்வமாக வைத்துக் கொள்ளாதது .
5. குழு உறுப்பினர்களிடம் பொறுப்பு மனப்பான்மையை உருவாக்காதது.
6. எல்லோரையும் ஒரே விதமாக நடத்துவது.
7. தெரிவிக்க வேண்டியவற்றை மக்களுக்குத் தெரிவிக்காமல் இருப்பது

டீ. பூன்ஸ் பிக்கென்ஸ் இவ்வாறு கூறியுள்ளார்: "தவறுகளைத் தவிர்ப்பதற்குப் பல வழிகள் உள்ளன, ஆனால் பேரழிவிலிருந்து விலகி நிற்க மிகச் சிறந்த வழி எல்லோருக்காகவும் நீங்கள் இருப்பது. ஒவ்வொரு முடிவையும் நீங்கள் எடுக்க வேண்டியதில்லை, ஆனால் நீங்கள் எப்போதும் அணுகக்—கூடியவராக இருக்க வேண்டும். உங்கள் மக்கள் சாமர்த்தியக்—காரர்களாக இருந்தால் உங்களிடம் தகவல்களைத் தெரிவிப்பார்கள். உங்களுக்கு விஷயம் தெரிந்திருந்தால், எடுக்கப்படும் முடிவில் நீங்களும் ஓர் அங்கம் வகிக்கிறீர்கள். இது சரியாக அமைந்துவிட்டால், உங்களால் உங்கள் மக்களுக்கு எளிதில் ஆதரவாக விளங்க முடியும். இது சந்தேகத்தைக் களைந்தெறியும்."

வெற்றி பெறும் குழுக்கள் நல்ல மக்களைத் தேர்ந்தெடுக்கும்

தான் புதிதாகத் துவங்கிய தன் கணினி நிறுவத்திற்கு ஊழியர்களை நியமித்தபோது, எச். ராஸ் பெராட், அவரால் கண்டுபிடிக்க முடிந்த சிறந்த மக்களை வேலைக்கு அமர்த்தினார். அவரது வழிகாட்டிக் கொள்கை இது: "கழுகுகள் கூட்டமாக வருவதில்லை. நீங்கள் அவற்றை ஒவ்வொன்றாகக் கண்டுபிடிக்க வேண்டும்." அதாவது, பலவீனமான தனிநபர்களைக் கொண்டு

உங்களால் ஒரு வலிமையான குழுவை உருவாக்க முடியாது என்று அவர் கூறினார்.

சிறந்த நிர்வாகிகளுக்கான மூன்று விதிகள் மட்டுமே உள்ளன என்று அட்லய் ஈ. ஸ்டீவென்சன் கூறினார். அவை: நல்ல மக்களைத் தேர்ந்தெடுங்கள், வேலை நேரத்தை விரயம் செய்யக்கூடாது என்று அவர்களிடம் கூறுங்கள், பிறகு பரிபூரணமாக அவர்களுக்கு ஆதரவாக இருங்கள்.

எந்தவொரு நிறுவனத்தின் வெற்றியின் 60 முதல் 80 சதவீதம் கீழ்க்கண்ட மூன்று காரணிகளைச் சார்ந்துள்ளது என்று பாப் பியல் கூறுகிறார்:

- ஒரு தெளிவான திசை
- சரியான குழு உறுப்பினர்கள்
- ஆரோக்கியமான நிதிகள்

அதனால்தான், வெகு சில விஷயங்கள் மட்டுமே சரியான மக்களை சரியான இடங்களில் வைப்பதைப் போல் முக்கியத்துவம் வாய்ந்தவையாக இருக்கின்றன.

சமீபத்தில் நான், "யாரை வேலைக்கு அமர்த்தக்கூடாது" என்ற தலைப்பிட்ட ஒரு நகைச்சுவையான கட்டுரையைப் படித்தேன். கீழ்க்கண்டவர்களை ஒருபோதும் வேலைக்கு எடுத்துக் கொள்ளாதீர்கள் என்று அதில் கூறப்பட்டிருந்தது.

- இவர்களில் யாராவது ஒருவருடன் வரும் ஒருவர்: (1) அடிமை (2) டேப் ரெக்கார்டருடன் வரும் வழக்கறிஞர் (3) மெய்க்காப்பாளர் (4) கரடி பொம்மை (5) காவலர் (6) தாயார்.
- இதற்கு முன் தான் வேலை பார்த்த மூன்று அதிகாரிகளைக் காட்டிலும் தான் பெரிய சாமர்த்தியசாலி என்று தற்பெருமை பேசுபவர்.
- நாற்பதுக்கும் மேலான பக்கங்களைக் கொண்ட வாழ்க்கை மற்றும் வேலைக் குறிப்புப் பட்டியலை உடையவர்.
- க்ரேயான் பென்சிலைக் கொண்டு எழுதப்பட்ட வாழ்க்கை மற்றும் வேலைக் குறிப்புப் பட்டியலை உடையவர்.
- உங்கள் கேள்விகளால் சீற்றமடைபவர்.
- இடையிடையே கொச்சை வார்த்தைகளைப் பயன்படுத்துபவர்.

- அவரைப் பற்றி விசாரிப்பதற்காக அவருக்கு தெரிந்த ஒரு தனிநபர் பற்றியக் குறிப்பைக் கேட்கும்போது விம்மி அழுபவர்.
- தன் தலைமுடி மற்றும் கண்களின் நிறத்தை முடிவு செய்யும் திறனற்றவர்.
- நீதிமன்ற உத்தரவுப்படி, நிரந்தரமான போதைப் பொருள் ஊசி போட்டுக் கொள்பவர்.
- தன் கைவசம் உள்ள சில குழந்தைத்தனமான நகைச்சுவைகளால் உங்களைக் கவர முயற்சிப்பவர்.
- சம்பள எதிர்பார்ப்பு என்ற கேள்விக்குக் கீழே, “முழு சம்பளமும் எனக்கு இப்பொழுதே வேண்டும்,” என்று கிறுக்கி வைப்பவர்.

நீங்கள் சிரித்துக் கொண்டிருக்கும்போது, மர்ஃபி விதிப்படி, காலியிடம் நிரப்பப்பட்டப் பிறகு, அந்த இடத்துக்குப் பொருத்தமான ஒருவரின் பயோ டேட்டா உங்கள் கைக்கு வந்து சேரும். இருந்தாலும், சரியான மக்களை சரியான இடங்களில் வேலைக்கு வைப்பது உங்கள் நிறுவனத்தின் வெற்றிக்கு இன்றியமையாதது. உங்கள் குழுவிற்குப் பொருத்தமான நபர்களைப் பெற உதவும் ஐந்து கொள்கைகள் பின்வருமாறு:

1. நிறுவனம் எவ்வளவு சிறியதாக உள்ளதோ, வேலைக்கு ஆளெடுப்பது அவ்வளவு அதிக முக்கியத்துவம் வாய்ந்ததாகிறது

பல நேரங்களில், சிறு நிறுவனங்கள் தாங்கள் சிறிய நிறுவனமாக இருப்பதால் தகுதிக் குறைவான ஊழியர்களைக் கொண்டு சமாளித்துவிடலாம் என்ற தவறான சிந்தனையைக் கொண்டுள்ளன. உண்மை இதற்கு நேர் எதிரானது. நூறு ஊழியர்களைக் கொண்ட ஒரு நிறுவனத்தில், ஒருவர் தகுதியற்றவராக, தரமற்றவராக இருந்தால், இழப்பு 1 சதவீதம் மட்டுமே. ஆனால் இரண்டு ஊழியர்களைக் கொண்ட ஒரு நிறுவனத்தில், ஒருவர் தரமற்றவராக இருந்தால், இழப்பு 50 சதவீதம். ஆனாலும், நல்ல செய்தி என்னவென்றால், நூறு பேரைத் தேர்ந்தெடுப்பதைக் காட்டிலும், ஒரு சிறந்த நபரைத் தேர்ந்தெடுப்பது மிகவும் எளிது.

2. எப்படிப்பட்ட நபர் உங்களுக்குத் தேவை என்பதை அறிந்திருங்கள் (தனிப்பட்டத் தேவைகள்)

என்னிடம் வேலைக்குச் சேர வாய்ப்புள்ள நபரிடம் நான் எதிர்பார்க்கும் முக்கியமான 20 தனிப்பட்டத் தேவைகள் கீழே பட்டியலிடப்பட்டுள்ளன:

1. நேர்மறையான மனப்போக்கு — சூழ்நிலைகளையும் மக்களையும் நேர்மறையான மனப்போக்குடன் பார்க்கும் திறன்.
2. * உயர் ஆற்றல் நிலை — சோர்வின்றிக் கடினமாக உழைக்கத் தேவையான வலிமையையும் தெம்பையும் பெற்றிருத்தல்.
3. தனிப்பட்ட அரவணைப்பு — மக்களைத் தன்னகத்தே இழுக்கும் ஓர் ஈர்ப்பு
4. நாணயம் — நம்பிக்கைக்கு உகந்தவர், நல்ல ஆரோக்கியமான நடத்தை, வார்த்தைகளும் நடவடிக்கைகளும் சீராக இருத்தல்
5. பொறுப்பு — எப்போதும் வேலயை நிறைவேற்றுபவர், சாக்குப்போக்குகள் கிடையாது; வேலை பகிர்ந்தளிக்கப்பட்டால் அதை நிறைவேற்றும் பொறுப்பைக் கொண்டவர்.
6. நல்ல சுயபிம்பம் — தன்னைப் பற்றியும், பிறரைப் பற்றியும், வாழ்க்கையைப் பற்றியும் நல்ல உணர்வைக் கொண்டுள்ளவர்.
7. * மன ஆற்றல் — வேலை விரிவடையும்போது, தொடர்ந்து கற்றுக் கொள்ளும் திறன் கொண்டவர்.
8. தலைமைத்துவத் திறன் — பிறர்மீது அதிகத் தாக்கத்தை ஏற்படுத்துபவர்.
9. பின்பற்றக்கூடிய திறன் — பணிந்து போகத் தயாராக இருப்பவர், குழுவிற்காக விளையாடுபவர், தலைவரைப் பின்பற்றுபவர்.
10. * தனிப்பட்டப் பிரச்சனைகள் இல்லாமை — தனிப்பட்ட வாழ்வும், குடும்ப வாழ்வும், தொழில் வாழ்க்கையும் ஒழுங்கான நிலையில் உள்ளன.
11. மக்களைக் கையாளக்கூடிய திறமைகள் — மக்களைக் கவர்ந்திழுத்து, அவர்களை உருவாக்கக்கூடிய திறன்.

12. நகைச்சுவை உணர்வு — வாழ்க்கையை அனுபவிப்பவர், தன்னைப் பற்றி அதிகமாக அலட்டிக் கொள்ளாதவர்.

13. * மீண்டு எழுதல் — பிரச்சனைகள் எழும்போது அதிலிருந்து மீண்டு எழும் திறனைக் கொண்டவர்.

14. * சாதனைப் பட்டியல் — இரண்டு அல்லது அதற்கு மேற்பட்ட சூழ்நிலைகளில் அனுபவமும் வெற்றியும் பெற்றுள்ளவர்.

15. மாபெரும் விருப்பம் — வளர்ச்சி மற்றும் சுயமேம்பாடு குறித்துத் தீவிரமான விருப்பம் கொண்டவர்.

16. சுயகட்டுப்பாடு — 'விலையைக் கொடுக்க'த் தயாராக இருப்பவர், வெற்றியைக் கையாளக்கூடியவர்.

17. படைப்பு சக்தி — தீர்வுகளைக் கண்டுபிடித்துப் பிரச்சனைகளைத் தீர்க்கும் திறன்.

18. வளைந்து கொடுக்கக்கூடிய திறன் — மாற்றத்தைக் கண்டு அஞ்சாதவர்; நிறுவனம் வளரும்போது அதற்கேற்றவாறு வளைந்து கொடுத்துச் செல்பவர்.

19. இலட்சிய உணர்வு — தன் சொந்த விருப்பங்களைத் தாண்டி, பெரும் இலட்சியத்தைக் காணும் திறன்.

20. * உள்ளுணர்வுத் திறன் — திடமான குறிப்புகளும் தகவல்களும் இல்லாதபோதும்கூட, பகுத்தறிந்து தன் உள்ளுணர்வால் ஒரு சூழ்நிலையை உணர்ந்துகொள்ளும் திறன்.

* குறியிடப்பட்டுள்ள விஷயங்களைக் கற்றுக் கொடுக்க முடியாது. பிற விஷயங்களை ஒரு முறையான தனிநபர்ப் பயிற்சியாளர், சுற்றுச்சூழல், கற்றுக் கொள்ளத் தயாராக இருத்தல் ஆகியவற்றைக் கொண்டு கற்றுக் கொடுக்க முடியும். மேற்கூறப்பட்டுள்ளவற்றில் உள்ள பெரும்பாலான பண்புநலன்களை, ஓரிரு நேர்முகத்தேர்வுகள் மற்றும் பரிசோதனைகள் மூலம் மதிப்பீடு செய்ய முடியும்.

3. வேலைக்கு என்னென்ன தேவைப்படுகிறது என்பதை அறிந்திருங்கள்

சில குறிப்பிட்டத் திறமைகளையும் ஆளுமைப் பண்புக்கூறு—களையும் எதிர்பார்க்கும் சில குறிப்பிட்ட சிறப்பியல்புகள்

ஒரு வேலையில் இருக்கும். சரியான நபரை ஒரு தலைவர் தேர்ந்தெடுப்பதற்கு இந்தப் பத்துப் பொதுக் கேள்விகளும் உதவும். இந்த வேலைக்கு எது தேவை?

1. முன்னின்று வேலை செய்பவரா அல்லது தன்னை வெளிப்படுத்திக் கொள்ளாமல் பின்னாலிருந்து வேலை செய்பவரா?
2. பரந்த பொது அறிவும் பல திறமைகளும் கொண்ட ஒருவரா அல்லது ஒரு வல்லுனரா?
3. ஓர் உற்பத்தியாளரா அல்லது ஒரு பராமரிப்பாளரா?
4. மக்களுடன் இணைந்து வேலை செய்யக்கூடியவரா அல்லது மனிதர்களைக் காட்டிலும் காகிதங்களுடன் இணைந்து வேலை செய்ய விரும்புபவரா?
5. ஒரு தலைவரா அல்லது ஓர் ஆதரவாளரா?
6. அனுபவம் வாய்ந்த ஒருவரா அல்லது அனுபவமற்ற ஒருவரா?
7. படைப்பு சிந்தனை கொண்டவரா அல்லது கண்ணுக்குப் புலப்படாதவற்றைக் குறித்துச் சிந்திப்பவரா?
8. தொடர்ந்த மேற்பார்வை தேவைப்படுபவரா அல்லது சிறிதளவு மேற்பார்வை போதுமா?
9. குழுவுடன் இணைந்து வேலை செய்பவரா அல்லது தனித்து வேலை செய்பவரா?
10. குறுகிய கால அர்ப்பணிப்பா அல்லது நீண்ட கால அர்ப்பணிப்பா?

உங்கள் வேலைக்கு எப்படிப்பட்ட நபர் தேவை என்பதையும், அந்த வேலைக்கான தேவைகள் என்னென்ன என்பதையும் நீங்கள் எவ்வளவு அதிகம் அறிந்து வைத்திருக்கிறீர்களோ, சரியான நபரை வேலைக்கு எடுக்கும் வாய்ப்பு அவ்வளவு அதிகமாக இருக்கும். கர்ட் ஐன்ஸ்டிரன் இவ்வாறு கூறுகிறார்: "தவறான மனிதர்களைப் பணியில் அமர்த்துவதால் உங்கள் நிறுவனம் குறைந்தபட்சம் இரண்டு வருடச் சம்பளத்தைச் செலவிட நேரிடும். பல நேரங்களில் அதையும்விட அதிக விலை கொடுக்க வேண்டியிருக்கலாம். அது பணமாகக் கொடுக்கப்படுவதில்லை, மாறாக, பகைமை மிக்க உறவுகள், மோசமான மக்கள் தொடர்பு,

நம்பிக்கையின்மை ஆகியவற்றை விலையாகக் கொடுக்க வேண்டிய நிலை ஏற்படும்."

தலைமைத்துவக் கருத்தரங்குகளில் என்னிடம் அடிக்கடிக் கேட்கப்படும் கேள்விகளில் ஒன்று, "யாரை வேலைக்கு எடுப்பது என்பதை எப்படி அறிந்து கொள்வது?" என்பது. நான் எப்போதும் சிரித்துக் கொண்டே, "உங்களால் உறுதியாகத் தெரிந்துகொள்ள முடியாது," என்று கூறுவேன். என் சாதனைப் பட்டியல் இதை உறுதி செய்கிறது! ஊழியர்களைத் தேடும்போது நான் பின்பற்றும் சில வழிமுறைகள் இவை:

- ஒருவரைத் தேடுவதற்குமுன் உங்களுக்கு எது தேவை என்பதை அறிந்துகொள்ளுங்கள்.
- எந்தத் துறையில் நீங்கள் வேலைக்கு ஆள் தேடுகிறீர்களோ அந்தத் துறையைச் சார்ந்தவர்களைத் தேடுவதற்குப் போதுமான நேரத்தைச் செலவிடுங்கள்.
- அந்த நபரைப் பற்றி அறிந்த, அல்லது அவர் அதற்குமுன் வேலை செய்த இடங்களில் அவரைப் பற்றி விசாரியுங்கள்.
- பல நேர்முகத் தேர்வுகளை நடத்துங்கள்.
- உங்கள் கூட்டாளிகளை சில நேர்முகத் தேர்வுகளில் உங்களுடன் சேர்த்துக் கொண்டு, அவர்களது கருத்துக்களைக் கேட்டறியுங்கள்.
- விண்ணப்பதாரரின் வாழ்க்கைத் துணையிடம் நேர்காணல் நடத்துங்கள்.
- விண்ணப்பதாரரின் சாதனைப் பட்டியலைச் சரி பாருங்கள்.
- முடிந்தால், அந்த வேலைக்கு அந்நபர் சரியான பொருத்தம்தானா என்பதைக் கண்டறிய ஒரு பரிசோதனை ஓட்டத்தை நடத்துங்கள்.
- "நீங்கள் பார்த்துக் கொண்டிருந்த வேலையிலிருந்து ஏன் நின்றுவிட்டீர்கள்?", "உங்களால் என்ன பங்களிப்பை வழங்க முடியும்?", "அதற்கான விலையைக் கொடுக்க நீங்கள் தயாரா?" போன்ற கடினமான கேள்விகளைக் கேளுங்கள்.
- உங்கள் உள்ளுணர்வுகளை நம்புங்கள்.

எழுத்தில் சிலவற்றை மட்டுமே வடிக்க முடியும். காகிதத்தில் பார்க்க நன்றாக இருந்து, ஆனால் உள்ளூர நன்றாக உணரவில்லை

என்றால், மெதுவாகச் செல்லுங்கள். உண்மையில், நீங்கள் சற்று விலகி நின்று, உங்கள் கூட்டாளியிடம் அந்த வேலையை விட்டுவிடுங்கள். பிறகு உங்கள் இருவரின் முடிவுகளையும் ஒப்பிட்டுப் பாருங்கள். தனிப்பட்ட முறையில், பார்க்கவும் நன்றாக இருந்து, உணரவும் நன்றாக இருந்தால் மட்டுமே நான் ஒருவரை வேலைக்காகத் தேர்வு செய்வேன்.

4. உங்கள் குழுவில் பணிபுரியத் தகுதியுள்ள ஒருவர் எதை விரும்புகிறார் என்பதை அறிந்துகொள்ளுங்கள்

தாங்கள் செய்யும் வேலை தங்களுக்குப் விருப்பமானதாக இருக்கும்போது, மக்கள் கடினமாக உழைப்பார்கள், வேலையில் நீடித்திருப்பார்கள், வேலையைச் சிறப்பாகச் செய்வார்கள். இந்த உண்மையை உணர்ந்து கொண்டுள்ள நான், என் குழுவில் பணியாற்றத் தகுதியுள்ள ஒருவர், தலைவராக என்னைப் பற்றியும், என் குழுவில் உள்ள மற்றவர்களைப் பற்றியும், குழுவின் முன்னோக்கு மற்றும் தேவைகள் குறித்தும் நல்லவிதமான உணர்வைக் கொண்டுள்ளார் என்பதை எப்போதும் உறுதி செய்து கொள்கிறேன். “இதுதான் சரி என்ற உணர்வு ஏற்படவில்லை என்றால், இங்கு வராதீர்கள்,” என்று நான் எப்போதும் அவர்களிடம் கூறுகிறேன். குழுவில் இருக்க விருப்பமில்லாத ஓர் ஊழியரை, பணமோ, கவனிப்போ, சலுகைகளோ, வாக்குறுதிகளோ ஊக்கப்படுத்தாது என்பதை நான் அறிவேன். அவருடைய வாழ்க்கைத் துணையும் அவரது வேலையைப் பற்றி நல்லவிதமாக உணர்வது முக்கியம். தன் வாழ்க்கைத் துணை மகிழ்ச்சியாக இல்லையென்றால், ஓர் ஊழியரின் நேர்மறையான உணர்வுகள் மெல்ல மெல்ல மறைந்துவிடும்.

5. சிறந்தவர்களை அவ்வளவு செலவு செய்து வேலைக்கு எடுப்பது உங்களுக்கு சிரமமாக இருந்தால், சிறப்பாக உருவாகக்கூடிய இளைஞர்களைப் பணியில் அமர்த்துங்கள்

பிறகு:

> அவர்கள்மீது நம்பிக்கை வையுங்கள் — அது துணிச்சலான செயல்களை மேற்கொள்ள அவர்களை ஊக்குவிக்கும்.
>
> அவர்களுக்கு செய்துகாட்டுங்கள் — அது நன்மதிப்பை உருவாக்கும்.

அவர்களை நேசியுங்கள் — அது உறவுகளை வலுப்படுத்தும்.

அவர்களை அறிந்துகொள்ளுங்கள் — அது அவர்களது தனிமேம்பாட்டிற்கு உதவும்.

அவர்களுக்குக் கற்றுக் கொடுங்கள் — அது வளர்ச்சியை அதிகரிக்கும்.

அவர்களை நம்புங்கள் — அது விசுவாசத்தை உருவாக்கும்.

அவர்களை விரிவாக்குங்கள் — அது சவால்களைக் கொடுக்கும்.

அவர்களை உயர்த்துங்கள் — அது விளைவுகளை உறுதி செய்யும்.

வெற்றி பெறும் குழுக்கள் வெற்றி பெறுவதற்காக உழைக்கும்

வெற்றி பெறுவதற்காக விளையாடுவதற்கும், தோற்றுப் போகாமல் இருக்க விளையாடுவதற்கும் இடையே உள்ள வேறுபாடுதான் வெற்றிக்கும் சாதாரண நிலைக்கும் உள்ள வேறுபாடு. நான் ஓஹையோவில் வளர்ந்தேன். அப்போது 'பிக் டென்' கால்பந்து அணியின் இரசிகனானேன். ஒவ்வொரு வருடமும் ரோஸ் பவுல் என்னுமிடத்தில் நடைபெறும் மாபெரும் விளையாட்டுப் போட்டியில் வழக்கமாக பிக் டென் அணிகள் தோற்பதை காலப்போக்கில் நான் கவனித்தேன். ஏன்? 'பாக் டென்' அணியினர் தொடர்ந்து சிறப்பாக விளையாடினார்களா? இல்லை, வெற்றியின் எல்லை திறமையின் விளைவு அல்ல. அது ஒவ்வோர் அணியும் போட்டியை எவ்வாறு அணுகினர் என்பதன் விளைவு. பிக் டென் அணியினர் தற்காப்பு எண்ணத்துடன் விளையாடி, தோற்றுவிடாமல் இருக்க முயற்சித்தனர். பாக் டென் அணியினர் ஆக்கிரமிப்பு எண்ணத்துடன் விளையாடி, வெற்றி பெற முயற்சித்தனர்.

எங்கள் குழுவில் சேரும் ஒவ்வொரு ஊழியருக்கும் நான் ஒரு சிறிய பலகையைக் கொடுத்து, அதைத் தங்கள் அலுவலகச் சுவரில் பார்வைக்காகத் தொங்கவிடும்படிக் கூறுவேன். அப்பலகையில், "நான் பிழைக்க வேண்டும் என்று கவலை கொள்ளத் தேவையில்லை," என்று எழுதப்பட்டிருக்கும். அதை அவர்களிடம் கொடுக்கும்போது, பிழைப்பவர்களாக இருக்க வேண்டாம் என்று நான் அவர்களை ஊக்குவிப்பேன். துணிவான

காரியங்களை மேற்கொள்ளவும், கடினமான முடிவுகளை எடுக்கவும், கத்தி முனையில் நடக்கவும், ஒரு வித்தியாசத்தை ஏற்படுத்தவும் நான் அவர்களுக்கு நினைவு படுத்துவேன். பாதுகாப்பாக விளையாடுகிறேன் என்ற பெயரில், மக்கள் தொடர்ந்து வாய்ப்புகளைத் தவறவிடுகின்றனர். அதனால் அவர்கள் அவ்வளவாக முன்னேறுவதும் இல்லை. இது எனக்குப் பிடித்த ஒரு கவிதை. சுவாரசியமற்ற, பாதுகாப்பான அந்த மனிதர்—களைப் பற்றி இது விளக்குகிறது.

எச்சரிக்கையான மனிதன் ஒருவன் இருந்தான்,
அவன் ஒருபோதும் சிரித்ததுமில்லை,
விளையாடியதும் இல்லை.
துணிந்து ஒரு செயலும் செய்ததில்லை, முயற்சித்ததும் இல்லை,
ஒருபோதும் பாடியதுமில்லை, பிரார்த்தித்ததும் இல்லை.
ஒரு நாள் அவன் இவ்வுலகைவிட்டுச் சென்றபோது,
அவனது காப்பீடு மறுக்கப்பட்டது.
அவன் ஒருபோதும் உண்மையிலேயே வாழவில்லை என்பதால்,
அவன் ஒருபோதும் உண்மையிலேயே மடியவில்லை
என்று அவர்கள் விளக்கினர்.

அமெரிக்கா நெடுகிலும் உள்ள ஊழியர்களிடம் மேற்கொள்ளப்பட்ட ஓர் ஆய்வில், தாங்கள் தங்கள் வேலையில் இன்னும் கடினமாக உழைக்க முடியும் என்று 85 சதவீதத்தினர் தெரிவித்தனர். 'தாங்கள் விரும்பினால்' தங்கள் ஆற்றலை இருமடங்காக்க முடியும் என்று பாதிக்கும் மேற்பட்டோர் கூறினர். தோற்கும் அணிகளைவிட வெற்றி பெறும் அணிகள் அரிதாகவே அதிகத் திறமையுடன் விளங்குகின்றன. ஆனால், வெற்றி பெறும் அணியினரிடம் எப்போதுமே அதிக அர்ப்பணிப்பு உள்ளது. அவர்கள் வெற்றி பெற விரும்புகின்றனர். அவர்கள் அதற்கான விலையைக் கொடுத்து, வெற்றியை நோக்கிச் செல்கின்றனர். இவர்கள் எப்படி இவ்வளவு அதிர்ஷ்டக்காரர்கள் ஆனார்கள் என்று அந்தக் கூரையற்ற மைதானத்தில் கூடியிருக்கும் கூட்டம் வியந்து கொண்டிருக்கலாம். ஆனால், தாங்கள் வெற்றி பெற விளையாடியது அந்தக் குழுவின் உறுப்பினர்களுக்குத் தெரியும்.

வெற்றி பெறும் குழுக்கள் தங்கள் குழுவின் பிற உறுப்பினர்களையும் அதிக வெற்றி பெறச் செய்யும்

வேறு வார்த்தைகளில் கூறுவதானால், தங்கள் குழுவில் உள்ள பிற உறுப்பினர்களால், குழுவின் ஒவ்வொரு உறுப்பினரும் தாங்கள் தனித்து விளையாடுவதைக் காட்டிலும் சிறப்பாக

விளையாடுகின்றனர். மிகச் சிறந்த தலைமைப் பயிற்சியாளரான வின்ஸ் லொம்பார்டி, "அடிப்படைகளைக் கற்றுக் கொடுப்பதிலிருந்து துவங்குங்கள். விளையாட்டின் அடிப்படைகளும், தன் நிலையில் எப்படி விளையாட வேண்டும் என்பதும் ஒவ்வொரு விளையாட்டு வீரருக்கும் தெரிந்திருக்க வேண்டும். அடுத்து, அவர் இருக்க வேண்டிய இடத்தில் அவரை வைத்திருங்கள். அதுதான் ஒழுங்கு. வீரர்கள் ஒரு குழுவாக விளையாட வேண்டும், தனிநபர்கள் அடங்கிய ஒரு கூட்டமாக அல்ல. பிறகு, ஒருவர்மீது ஒருவர் அக்கறை கொள்ள வேண்டும். ஒருவரை ஒருவர் நேசிக்க வேண்டும். பெரும்பாலான மக்கள் அதைக் குழு உணர்வு என்று அழைக்கின்றனர்," என்று கூறுகிறார்.

நிறுவனத்தின் ஒட்டுமொத்தச் சூழ்நிலையை மனத்தில் கொள்ளாமல், ஒரு தனிநபர் அல்லது நிறுவன நடத்தையை மாற்ற முயற்சிப்பது ஏமாற்றத்தைக் கொண்டுவருவது உறுதி என்று ராபர்ட் டபிள்யூ. கீடெல் கூறுகிறார். உட்டி ஆலன் ஒருமுறை இவ்வாறு கூறினார்: "சிங்கமும் ஆட்டுக்குட்டியும் அருகருகே படுத்திருக்கலாம். ஆனால் ஆட்டுக்குட்டியால் நிம்மதியாகத் தூங்க முடியாது."

என்ன செய்வது? ஒரு குழுவில் வலிமை வாய்ந்தவர்களும் இருப்பார்கள், பலவீனமானவர்களும் இருப்பார்கள். அவர்கள் இருவருமே பங்களிக்கும் விதத்தில் குழுவாகச் சேர்ந்து பணியாற்றும் செயல் வடிவத்தை நிறுவனத்திற்குள் உருவாக்கி, சிங்கத்தின்மீதும் ஆட்டுக்குட்டியின்மீதும் கவனம் செலுத்துங்கள். பாஸ்டன் செல்டிக்ஸ் அணி பதினாறு முறை சாம்பியன்ஷிப் பட்டத்தை வென்றிருந்தாலும், அவர்களது அணியில் எந்தவொரு தனிநபரின் சாதனைகளும் முன்னிறுத்தப்படுவதுமில்லை, அவர்களது தனிநபர்ப் புள்ளி விபரங் களின் அடிப்படையில் அவர்களுக்கு ஊதியம் கொடுக்கப்படுவது மில்லை. கூடைப்பந்து விளையாட்டின் ஒவ்வோர் அம்சத்திற்கும் நெருக்கமான கூட்டியக்கம் தேவை என்பதை செல்டிக்ஸ் அணி புரிந்து கொண்டுள்ளது.

குழுவைச் சிறப்பானதாக உருவாக்குவதற்குப் பல வழிகள் உள்ளன.

ஒவ்வோர் உறுப்பினருக்கும் முக்கியமானது எது என்பதைத் தெரிந்து கொள்ளுங்கள்

ஒவ்வோர் உறுப்பினருக்கும் ஒரு தனிப்பட்ட நோக்கம் இருக்கும். அதாவது, குழுவில் அவர் ஓர் உறுப்பினராக இருக்க

விரும்புவதற்கான 'உண்மையான காரணம்' அதுதான். அத்தனிப்பட்ட நோக்கம்தான் ஒவ்வோர் உறுப்பினரையும் ஊக்குவிப்பதற்கான முக்கியமான கருவி.

குழுவின் குறிக்கோளுக்கான வரைபடத்தைத் தயார் செய்யுங்கள்

முன்னோக்கைத் தெளிவுபடுத்துங்கள். நிறுவனத்திற்கான வழிகாட்டிக் கொள்கைகள், பெயர்கள், அடையாளக் குறியீடுகள், மற்றும் முழக்கங்களை உருவாக்குங்கள். இது குழுவில் உறுப்பினர் களாக இருப்பதன் பெருமையை ஊக்குவிக்கும்.

ஒவ்வொரு உறுப்பினருடைய பாத்திரத்தையும் வரையறை செய்யுங்கள்

குழுவிற்குள் ஒவ்வொருவருடைய பாத்திரத்தையும் தெளிவாக அடையாளம் காண்பதன்மூலம் தேவையற்றப் போட்டியைத் தவிர்க்க முடியும். ஊழியர்களிடையே பரவலாக உள்ள 'நியாயம்' குறித்தப் பிரச்சனையையும் இது தவிர்க்கும். ஒவ்வோர் உறுப்பினரும் குழுவிற்குத் தாங்கள் வழங்கும் பங்களிப்பிற்காகப் பாராட்டப் படுவார்கள்.

குழுவிற்கான ஓர் அடையாளத்தை உருவாக்குங்கள்

உங்கள் குழுவின் வரலாற்றையும் மதிப்புகளையும் ஆய்வு செய்து, அதைப் பிரபலப்படுத்துவதன்மூலம், உங்கள் குழுவின் மதிப்பை நிலைநாட்டுங்கள். ஒரு குழுவாகப் பல நினைவுகளை உருவாக்குங்கள்.

'நாம்' மற்றும் 'நம்' என்ற வார்த்தைகளைத் தாராளமாகப் பயன்படுத்துங்கள்

தாங்கள் ஒரு குழுவாக இணைந்து செய்யும் விஷயங்களுக்குத் தாங்கள் உரிமைதாரர்கள் என்ற உணர்வைக் குழு உறுப்பினர்—களிடையே ஏற்படச் செய்வதும் குழு உருவாக்கத்தின் ஒரு நோக்கம். குழு சிறப்புடன் செயல்படும்போது, தனிநபர்களைக் குறிப்பிட்டுக் கூறாமல், அனைவருடைய மொத்த முயற்சியையும் பாராட்டுவது முக்கியம்.

எல்லோருடனும் கருத்துப் பரிமாற்றம் வைத்துக் கொள்ளுங்கள்

முக்கியமானவர்களோடு மட்டுமல்லாமல், அனைவரோடும் தகவல்களைப் பகிர்ந்து கொள்ளுங்கள். உங்கள் குழு உறுப்பினர்கள் தங்கள் நலனைப் பின்னுக்குத் தள்ளிவிட்டுக் குழுவின் நலனை முதன்மைப்படுத்தும்போது, ஒரு தலைவர் என்ற முறையில் நீங்கள் வெற்றி பெற்றுவிட்டீர்கள் என்று உங்களுக்குத் தெரியும்.

எட்மன்ட் ஹிலாரியும் அவரது ஷெர்ப்பா வழிகாட்டியான டென்சிங்கும் எவரெஸ்ட் மலைமீது ஏறிய வரலாற்று நிகழ்வு நினைவிருக்கிறதா? கீழே இறங்கி வரும்போது, திடீரென்று ஹிலாரியின் கால் தவறிவிட்டது. டென்சிங் கயிற்றை இறுக்கமாகப் பற்றிக்கொண்டு, தன் பனிக் கோடாலியைப் பனிக்குள் சொருகி, தாங்கள் இருவரும் விழாமல் பார்த்துக் கொண்டார். பின்னர், ஹிலாரியின் வாழ்க்கை—யைக் காப்பாற்றியதற்காக அவர் எந்தவொரு சிறப்புப் பெருமையையும் ஏற்றுக்கொள்ள மறுத்துவிட்டார். அதை அவர் தன் வேலையின் ஒரு பகுதியாகவே பார்த்தார். "மலை ஏறுபவர்கள் எப்போதும் ஒருவருக்கு ஒருவர் உதவி செய்து கொள்வார்கள்," என்று அவர் கூறினார்.

வெற்றி பெறும் குழுக்கள் தொடர்ந்து மேம்படும்

ஒரு நிறுவனம் தான் மேம்படுவதை நிறுத்திவிட்டால், அதன் வளர்ச்சி நின்றுவிடும். ஒரு தொழில்முறைக் கால்பந்து அணியோ, கூடைப்பந்து அணியோ, அல்லது பேஸ்பால் அணியோ தொடர்ந்து பல வருடங்கள் உலக சாம்பியன் பட்டத்தை ஏன் வெல்ல முடிவதில்லை? அதற்கு முக்கியமான காரணம், எல்லா வீரர்களையும், பயிற்சி—களையும், உத்திகளையும் கடந்த வருடத்தைப் போலவே அந்த வருடமும் அதே போன்று வைத்துக் கொள்ள முற்படுவதுதான். தாங்கள் முன்பு இருந்ததைப்போல் எப்போதும் இருந்தால், தொடர்ந்து தாங்கள் முதலிடத்தில் இருக்க முடியும் என்று ஏராளமானோர் நினைக்கின்றனர். அது உண்மை அல்ல. ஒன்று, தற்போது இருப்பவர்கள் தொடர்ந்து வளர்ந்து கொண்டும் மேம்பட்டுக் கொண்டும் இருக்க வேண்டும், அல்லது சிறப்பாகப் பணியாற்றக்கூடிய ஆற்றலுள்ளவர்கள் நிறுவனத்திற்குள் கொண்டுவரப்பட வேண்டும். தொடர் வெற்றி என்பது தொடர் மேம்பாட்டின் விளைவு.

ஒரு தலைவரின் முதல் குறிக்கோள் மக்களை உருவாக்குவது, அவர்களைத் தவறவிடுவதல்ல.

விரிவான வருடாந்திர மதிப்பீடுகளைக் காட்டிலும் தினசரிப் பயிற்சி செயல்பாட்டை மேம்படுத்தும் ஆற்றல் மிக்கது என்று ஆய்வுகள் தெரிவிக்கின்றன. இப்பயிற்சி முறையில் இரண்டு முக்கிய அம்சங்கள் உள்ளன: குறிப்பிட்ட நோக்கங்களை அமைத்துக் கொள்வது மற்றும் முன்னேற்றம் குறித்தப் பரிசீலனைகளை அடிக்கடி மேற்கொள்வது.

நோக்கங்கள் மூன்று விஷயங்களைத் தெளிவுபடுத்த வேண்டும் — இறுதி முடிவுகள், மேலாளர் எதிர்பார்க்கும் சாதனையின் அளவு, மற்றும் கால அட்டவணை. ஓர் ஊழியரிடம் எத்தனை நோக்கங்கள் கொடுக்கப்பட வேண்டும்? அதிகமானவற்றைக் கொடுக்காமல் வெகு சிலவற்றைக் கொடுப்பது சிறந்தது என்பது எங்கள் அனுபவத்தில் நாங்கள் கண்டது. உங்கள்கீழ் வேலை செய்பவர் அதிகமான வேலைச் சுமையால் திக்குமுக்காடிக் கொண்டிருந்தால், எல்லா நோக்கங்களையும் அவர் நிறைவேற்ற வேண்டும் என்று எதிர்பார்ப்பது நியாயமற்றது. நோக்கங்கள்தான் முதல்நிலை அளவீட்டுக் கருவி என்பதை நினைவில் கொள்ளுங்கள்.

இறுதி முடிவுகள் என்று நாம் கூறுவது, உங்கள்கீழ் வேலை பார்ப்பவரின் செயல்பாட்டின் விளைவால் ஒரு வேலையில் நாம் காணும் வித்தியாசம். அடிக்கடி, தாங்கள் எவ்வளவு சாதித்திருக்—கிறோம் என்பதற்குப் பதில், தாங்கள் எவ்வளவு முயற்சி மேற்கொள்கின்றோம் என்பதன் அடிப்படையில் தாங்கள் மதிப்பீடு செய்யப்பட வேண்டும் என்று ஊழியர்கள் எதிர்பார்க்கின்றனர். குறிப்பாக, இது பலவீனமாகச் செயல்படும் ஊழியர்களைப் பொறுத்தவரை முற்றிலும் உண்மை. குறிப்பிட்ட சில விளைவுகள் எதிர்பார்க்கப்படுகின்றன என்பதையும், தன்கீழ் வேலை பார்ப்பவர் அதற்கான பொறுப்பை ஏற்றுக் கொள்ள வேண்டும் என்பதையும் ஒரு மேலாளர் தெளிவுபட எடுத்துரைப்பது இன்றியமையாதது. பரஸ்பரமாக ஏற்றுக்கொள்ளத்தக்க இலக்குகளை அமைக்க ஒரு மேலாளர் முயற்சிக்க வேண்டும். ஆனாலும், ஊழியர்கள் அவற்றை ஒப்புக்கொள்ள மறுக்கும்போது, இலக்குகளை நிர்ணயிப்பதை அந்த மேலாளர் எந்தவிதமான தயக்கங்களும் இன்றி வலியுறுத்த வேண்டும். நோக்கங்களை நிறைவேற்றுவதற்கான அளவுகோல் வெறும் முயற்சி மட்டுமல்ல, செயல்பாடும்தான் என்பதை நினைவில் கொள்ளுங்கள்.

அடிக்கடி மேற்கொள்ளப்படும் வேலை மேம்பாட்டுப் பரிசீலனை கள் மூன்று விஷயங்களைச் சாதிக்கும். முதலில், நோக்கங்களை அடைவது ஒருவரின் தொழில் முன்னேற்றத்திற்கு முக்கியம் என்பதைத் தொடர்ந்து நினைவூட்டும் ஒரு கருவியாக

விளங்குகிறது. இரண்டாவதாக, நோக்கங்களை நோக்கி இயங்கும் நேர்மறையான செயல்பாடுகளை அடையாளம் கண்டுகொள்ள இப்பரிசீலனைகள் மேலாளருக்கு ஒரு வாய்ப்பளிக்கும். மூன்றாவதாக, முன்னேற்றம் ஏற்படவில்லை என்றால், திருப்திகரமான செயல்பாடு இல்லாமைக்— கான காரணங்களைக் கேட்டறிந்து, அந்த ஊழியரைச் சரியான திசையில் செல்ல வைக்க முயற்சிக்க முடியும். இங்கு பரிசீலனை நேரம் பிரச்சனைகளுக்குத் தீர்வு காணும் நேரமாக மாறுகிறது.

ஓர் ஊழியரிடம் முன்னேற்றம் காணப்படுகிறதோ இல்லையோ, பரிசீலனைகள் ஒரு மேலாளரையோ அல்லது உயரதிகாரியையோ, செயல்முறையைத் தங்கள் கட்டுப்பாட்டில் வைத்திருக்க உதவும். இக்கணம் உங்கள்கீழ் மூன்று பேர் வேலை பார்க்கிறார்கள் என்றால், அதில் ஒருவரது வேலை உங்களுக்குத் திருப்திகரமாக இல்லை என்பதற்கு வாய்ப்புகள் உள்ளன. வழக்கமாக இச்சூழ்நிலையில், கீழ்க்காணும் பட்டியலில் உள்ள ஒன்று அல்லது அதற்கு மேற்பட்ட விஷயங்கள் இருக்கும்:

- அந்நபர் தலைசிறந்த முறையில் செயல்படாவிட்டாலும், மிக மோசமாகச் செயல்படுவதில்லை; அதனால் நீங்கள் அவரை வேலையில் தக்க வைத்துக் கொள்கிறீர்கள்.
- அந்த வேலையைப் பார்க்கக்கூடிய வேறு யாரோ ஒருவரைக் கண்டுபிடிப்பது என்பது நேர்காணல் செய்வது, நியமனம் செய்வது (ஒரு துணிச்சலான காரியம்), புதிய ஊழியருக்குப் பயிற்சியளிப்பது என்று ஏகப்பட்ட வேலைகளை உள்ளடக்கியது. அதற்கு உங்களிடம் நேரம் இல்லை.
- அந்த நபர் நிச்சயமாகத் தன் வேலையைச் செய்வதில்லை, ஆனாலும் உங்களுக்கு அவரைப் பிடித்திருக்கிறது (நீங்கள் அவருக்காக வருந்துகிறீர்கள் என்பதற்கான சாத்தியக்கூறு அதிகம்).
- அந்நபரை வேலையிலிருந்து நீக்குவதற்குத் தேவையான அனைத்து ஆவணங்களும் உங்களிடம் இல்லை. அவரைப் பற்றி நீங்கள் செய்த கடைசி மதிப்பீட்டில் நீங்கள் அவரை மிகவும் புகழ்ந்து மதிப்பிட்டிருந்தீர்கள். அவரது வேலை திருப்திகரமாக இல்லை என்பதை உண்மையில் அவரிடம் ஒருபோதும் நீங்கள் தெரிவித்ததுகூட இல்லை.

இதன் விளைவு? எதுவும் நிகழ்வதில்லை. ஒன்றை நினைவில் கொள்ளுங்கள். இதில் நீங்களும், வேலையிலிருந்து நீக்கப்பட வேண்டிய அந்த நபரும் மட்டும் தனியாக இல்லை. பல தலைவர்கள் உணரத் தவறும் உண்மைகள் இவை:

- நிறுவனத்திலுள்ள மற்ற ஊழியர்களும் இச்சூழ்நிலையைப் பற்றி நன்றாக அறிவார்கள். சாராசரிக்கும் கீழே உள்ள செயல்பாட்டை யாராலும் மறைத்து வைக்க முடியாது.
- அந்நபரை வேலையிலிருந்து நீக்கத் தவறியது உங்கள் தொழில் வாழ்க்கையில் ஊறு விளைவிக்கும். ஒரு தலைவர் என்ற முறையில், உங்கள் முதல் மற்றும் மாபெரும் பொறுப்பு உங்கள் நிறுவனம், மற்றும் அதன் நலன் குறித்ததே. ஒரு மனிதரின் தலைமைத்துவப் பதவி அவரது நிறுவனத்தின் நலனை முன்வைக்காமல் தன் சொந்த நலனை முன்னிறுத்தும்போது, அத்தலைவர் அந்நிறுவனத்திற்குச் சுமையாகிவிடுகிறார்.
- பிற ஊழியர்களின் மனோபலமும் குறைந்துவிடுகிறது. ஏனெனில், அவர்கள் கடினமாக உழைத்துக் கொண்டிருக்கும் போது, சராசரிக்கும் குறைவாக வேலை பார்ப்பவர் வேலையில் இருப்பது அவர்களது மனோபலத்தைப் பாதிக்கும்.

நீங்கள் வேலையைவிட்டு நீக்கும் மக்கள் உங்கள் வாழ்வைத் துயரம் மிக்கதாக ஆக்குவதில்லை; நீங்கள் வேலையைவிட்டு நீக்காதவர்கள்தான் உங்கள் பிரச்சனைக்குக் காரணமாகிவிடுகின்றனர் என்பதை நினைவில் கொள்ளுங்கள். ஒரு குறிப்பிட்ட ஊழியர்மீது உங்களுக்குத் தீவிரமான சந்தேகம் இருந்து, அவருடன் வெற்றி ஏதுமின்றி நீங்கள் வேலை செய்திருந்தால், அவர் வேறு ஏதேனும் ஓர் இடத்தில் பணியாற்றுவது நல்லது.

வேலையைவிட்டு ஒருவரை நீக்கும்போது, அதைச் சரியாகக் கையாள்வது எப்படி? "தன் பதவியில் தோற்றுக் கொண்டிருக்கும் ஒரு மனிதரை நீங்கள் வேலையைவிட்டு நீக்கும்போது, உண்மையிலேயே நீங்கள் அவரை அத்தோல்வியிலிருந்து விடுபடச் செய்கிறீர்கள். அதோடு, அவர் வெற்றி பெறக்கூடிய வேறொரு பதவியைத் தேடிக் கொள்ள அவரை விடுவிக்கிறீர்கள். முறையாக விடுவிக்கப்பட்டால், ஒரு புதிய முயற்சி குறித்த மகிழ்ச்சியான எதிர்பார்ப்பைக்கூட அவருக்குள் புகுத்த முடியும்," என்ற

இக்கண்ணோட்டத்தைக் கொண்டிருப்பது அதைச் சரியாகச் செய்ய உங்களுக்குத் துணை புரியும் என்று பாப் பியல் கூறுகிறார்.

நேர்முகத் தேர்வை நன்றாக நடத்தி, சிறப்பாக நியமனம் செய்து, அதன் பிறகு அவர்களது மற்றும் உங்களது மாபெரும் ஆற்றலை அடைவதற்கு அவர்களை உருவாக்கத் துவங்குவதுதான் எல்லோருக்கும் உகந்த சூழல் என்பது வெளிப்படை. ஆற்றலில் மூன்று நிலைகள் உள்ளன:

1. நான் என் ஆற்றலை உச்சபட்ச நிலைக்கு எடுத்துச் செல்கிறேன் (என் ஆற்றலை நான் எனக்குள் கொட்டுகிறேன்).
2. நான் பிறரது ஆற்றலை உச்சபட்ச நிலைக்கு எடுத்துச் செல்கிறேன் (என் ஆற்றலை நான் முக்கியமான மனிதர்களிடத்தில் கொட்டுகிறேன்).
3. அவர்கள் என் ஆற்றலை உச்சபட்ச நிலைக்கு எடுத்துச் செல்கிறார்கள் (தங்கள் ஆற்றலை அவர்கள் என்மீது கொட்டுகிறார்கள்).

உற்பத்தியாளர்கள் ஒன்றாம் நிலையில் மட்டுமே விஞ்சி நிற்கிறார்கள்.

தலைவர்கள் முதலாம் மற்றும் இரண்டாம் நிலைகளில் சிறந்து விளங்குகிறார்கள்.

அதிர்ஷ்டக்காரத் தலைவர்கள் முதலாம் மற்றும் இரண்டாம் நிலைகளில் சிறந்து விளங்கி, மூன்றாம் நிலையை அனுபவிக்கிறார்கள்.

இப்போது ஒரு கணத்தை எடுத்துக்கொண்டு, ஒரு தலைவராக உங்கள் வலிமைகள் என்னென்ன என்பதை மதிப்பீடு செய்யலாம். ஒரு தலைவருக்கு முக்கியமானவை என்று நாம் இப்புத்தகத்தில் விவாதித்து வந்துள்ள பகுதிகளை நீங்கள் பரிசீலனை செய்ய இந்த மதிப்பீடு உங்களுக்கு உதவும். அதோடு, உங்கள் வளர்ச்சிக்கு நீங்கள் முக்கியமாகக் கவனம் செலுத்த வேண்டிய பகுதிகளையும் இது வலிமைப்படுத்தும். இக்கணத்தில் நீங்கள் உங்கள் திறனை எப்படிப் பார்க்கிறீர்கள் என்பதற்கு ஏற்றாற்போல் எண்களை வட்டமிடுங்கள்.

1	2	3	4	5
வல்லுனர் வலிமை	திருப்தி	வளர்ச்சி தேவை		கடினம்

ஒப்பற்றுத் திகழும் தலைவர்கள் பகிர்ந்துகொள்ளும் பொதுவான வலிமைகள்

கனவு காணுதல் 1 2 3 4 5

உங்களுடைய ஒரு கனவை, நீங்கள் அதை நடத்திக் காட்டத் தாயாராகும்வரை ஒருபோதும் விட்டுக் கொடுக்காதீர்கள்.

தலைவர்களுடன் இணைந்து வேலை செய்யும்போது, "மனிதன் கனவை உருவாக்குகிறானா அல்லது கனவு மனிதனை உருவாக்குகிறதா?" என்று என்னை நானே அடிக்கடிக் கேட்டுக் கொள்வேன். என் முடிவு: இரண்டுமே சம அளவில் உண்மை.

இலக்குகளை நிர்ணயித்தல் 1 2 3 4 5

ஓர் இலக்கு என்பது காலக்கெடுவுடன்கூடிய ஒரு கனவு.

உங்களுக்கு என்ன வேண்டும், நீங்கள் எங்கே போய்க் கொண்டிருக்கிறீர்கள் என்பது உங்களுக்குத் தெரியவில்லை என்றால், உங்களுக்கு எதுவும் கிடைக்கப் போவதுமில்லை, நீங்கள் எங்கும் சென்று அடையப்போவதும் இல்லை.

தாக்கத்தை ஏற்படுத்துதல் 1 2 3 4 5

தாக்கத்தை ஏற்படுத்தக்கூடிய அதிகாரத்தின் சாராம்சமே அடுத்தவரை அதில் பங்குகொள்ளச் செய்வதில்தான் இருக்கிறது.

தங்கள்மீது நீங்கள் எவ்வளவு அக்கறை கொண்டிருக்கிறீர்கள் என்பதை மக்கள் அறியாதவரை, நீங்கள் எவ்வளவு அறிந்துள்ளீர்கள் என்பதைப் பற்றி அவர்களுக்கு அக்கறை இருப்பதில்லை.

தனிப்பட்ட ஒழுங்கமைப்பு 1 2 3 4 5

"ஒழுங்குபடுத்துதல் என்பது நீங்கள் ஏதேனும் ஒன்றைக் குழறுபடியாகாமல் செய்வதற்காக மேற்கொள்ளப்படும் ஒரு செயல்." — 'வின்னீ த பூ' கேலிச்சித்திரத்தில் கிறிஸ்டபர் ராபின்.

முன்னுரிமைப்படுத்துதல் 1 2 3 4 5

"தனக்குப் பொருத்தமில்லாத வேலைகளை மேற்கொள்வதில் தன் ஆற்றலை விரயம் செய்யாமலிருப்பவர் அறிவார்ந்த மனிதர். தன்னால் சிறப்பாகச் செய்ய முடியும் விஷயங்களிலிருந்து மிகச் சிறப்பானதைத் தேர்ந்தெடுத்து அதை உறுதியுடன் பின்பற்றுபவர் அதைவிட அறிவார்ந்த மனிதர்." — வில்லியம் கிளாட்ஸ்டோன்

பிரச்சனைகளுக்குத் தீர்வு காணுதல் 1 2 3 4 5

“பெரும்பாலானவர்கள் தடைகளைப் பார்க்கிறார்கள்; வெகு சிலரே குறிக்கோள்களைப் பார்க்கின்றனர்; அந்த வெகு சிலரின் வெற்றிகளை வரலாறு பதிவு செய்யும் அதே நேரத்தில், எல்லோராலும் மறக்கப்—படுவதுதான் அந்தப் பெரும்பாலானவர்களுக்குக் கிடைக்கும் வெகுமதி.” — ஆல்ஃபிரெட் ஆர்மன்ட் மான்ட்டபெர்ட்

துணிச்சலான செயலை மேற்கொள்ளுதல் 1 2 3 4 5

வெற்றிக்கான சாத்தியக்கூறைக் கொண்டு துணிகரச் செயல்களை மதிப்பீடு செய்யக்கூடாது. ஆனால், இலட்சியத்தின் மதிப்பைக் கொண்டே அவற்றை மதிப்பீடு செய்ய வேண்டும்.

முடிவெடுத்தல் 1 2 3 4 5

நீங்கள் செய்யும் செயல்கள் உங்களுக்குச் சரியானவையாக இருக்காமல் உங்கள் நிறுவனத்திற்குச் சரியானவையாக இருக்கும்போது, நீங்கள் எடுக்கும் முடிவுகள் எப்போதும் சிறப்பாகவே இருக்கும்.

படைப்புத்திறன் 1 2 3 4 5

எப்போதுமே ஒரு சிறந்த வழி இருக்கும் . . . அதைக் கண்டுபிடிப்பது தான் உங்களுக்கான சவால்.

“மனிதனுடைய மனம் ஒருமுறை ஒரு புதிய கருத்தால் விரிவடைந்துவிட்டால், ஒருபோதும் தன் பழைய பரிமாணத்தை அது திரும்பப் பெறுவதில்லை.” — ஆலிவர் வென்டால் ஹோம்ஸ்

வேலைக்கு ஆள் எடுத்தல்/ வேலையைவிட்டு நீக்குதல் 1 2 3 4 5

“சிறந்த நிர்வாகிகளுக்கு மூன்று விதிகள் மட்டுமே உள்ளன என்று அட்லய் ஈ. ஸ்டீவென்சன் கூறியுள்ளார். அவை: நல்ல மக்களைத் தேர்ந்தெடுங்கள், வேலை நேரத்தை விரயம் செய்யக்கூடாது என்று அவர்களிடம் கூறுங்கள், பிறகு பரிபூரணமாக அவர்களை ஆதரியுங்கள். நல்ல மக்களைத் தேர்ந்தெடுப்பதுதான் மிகவும் முக்கியம்.” — அட்லய் ஏ. ஸ்டீவென்சன்

"தன் பதவியில் தோற்றுக் கொண்டிருக்கும் ஒரு மனிதரை நீங்கள் வேலையைவிட்டு நீக்கும்போது, உண்மையிலேயே நீங்கள் அவரை அத்தோல்வியிலிருந்து விடுபடச் செய்கிறீர்கள். அதோடு, அவர் வெற்றி பெறக்கூடிய வேறொரு பதவியைத் தேடிக் கொள்ள அவரை விடுவிக்கிறீர்கள்." — பாப் பியல்

மதிப்பீடு செய்தல் 1 2 3 4 5

தங்கள் செயற்திற ஆற்றலை அடையும் மக்கள், "நான் தவறாக எதைச் செய்து கொண்டிருக்கிறேன்?" என்று கேட்பதற்கு மாறாக, "நான் சிறப்பாக எதைச் செய்து கொண்டிருக்கிறேன்?" என்று கேட்பதில் அதிக நேரத்தைச் செலவிடுகின்றனர்.

எப்படி என்று தெரிந்திருக்கும் ஒரு நபரிடம் எப்போதும் ஒரு வேலை இருக்கும்; ஆனால், ஏன் என்று தெரிந்திருக்கும் ஒரு நபர் உயரதிகாரியாக இருப்பார்.

மேற்கூறப்பட்டவற்றில் நான்கு பகுதிகளில் நீங்கள் வலிமை மிக்கவராகவோ அல்லது வல்லுனராகவோ இருந்தால், நீங்கள் முதலாம் நிலையில் இருக்கிறீர்கள். எட்டுப் பகுதிகளில் நீங்கள் வலிமை மிக்கவராகவோ அல்லது வல்லுனராகவோ இருந்தால், நீங்கள் இரண்டாம் நிலையில் இருக்கிறீர்கள். எல்லாப் பகுதிகளிலும் நீங்கள் வலிமை மிக்கவராகவோ அல்லது வல்லுனராகவோ இருந்தால், நீங்கள் மூன்றாம் நிலையில் இருக்கிறீர்கள். அதாவது, நீங்கள் உங்களையும் மிஞ்சி உயர்ந்து வளர்வதற்கான, உங்களுக்கு ஆதரவளிக்கும் ஒரு வலிமை வாய்ந்த குழு உங்களிடம் உள்ளது என்று பொருள்.

என் வாழ்வின் இக்கட்டத்தில், நான் மூன்றாம் நிலையில் வாழ்ந்து கொண்டிருப்பதற்கு அதிர்ஷ்டம் செய்திருக்கிறேன். என்னருகில் இருப்பவர்களால் நான் என் சொந்த வளங்களையும் தாண்டி வளர்ந்துள்ளேன்; அதிகரிப்பதற்கு மாறாகப் பெருகிக் கொண்டிருக்கிறேன். நான் என்றென்றும் அவர்களுக்கு நன்றியுடைய— வனாக இருப்பேன். அவர்கள் துணையோடு தொடர்ந்து நான் தலைமையேற்று வழிநடத்துவேன். அவர்களால் நான் தொடர்ந்து வளர்வேன்.

மதிப்புமிக்க சில மக்கள் இவர்கள்:

மார்கரெட் மேக்ஸ்வெல் — என் மனைவி மற்றும் சிறந்த தோழி. அவரைத் திருமணம் செய்ததுதான் நான் எடுத்துள்ள முடிவுகளிலேயே மிகவும் சிறந்தது.

ஸ்டீபன் எஃப். பாபி — என் சக ஊழியர் மற்றும் எனக்குத் தெரிந்தவரை மிகவும் அறிவார்ந்த மனிதர்.

டிக் பீட்டர்சன் — எனக்கு உதவி செய்வதையே தன் வாழ்வின் இலட்சியமாகக் கொண்ட என் நெருங்கிய நண்பர்.

டேன் ரெய்லேன்டு — ஈடு இணையற்ற விசுவாசமும் ஆற்றலும் கொண்ட, என் சபையின் நிர்வாகப் பாதிரியார்.

பார்பரா புரூமேகின் — ஒரு சேவகரின் இதயமும், உயர்தரத் திறமைகளும் கொண்ட என் தனிப்பட்ட உதவியாளர்.

மெல்வின் மேக்ஸ்வெல் — என் வாழ்வின் கதாநாயகனும், தலைமைத்துவத்தில் என் தனிப்பயிற்சியாளருமான என் தந்தை.

முடிவுரை

இவ்வுலகிற்கு இத்தகையத் தலைவர்கள் தேவை . . .

- சரியான நேரத்தில் சரியான காரணங்களுக்காகத் தங்கள் செல்வாக்கைப் பயன்படுத்துபவர்கள்;
- பழியில் அதிகப் பங்கையும், பெருமையில் குறைவான பங்கையும் எடுத்துக் கொள்பவர்கள்;
- பிறரை வழிநடத்த முயற்சிக்கும் முன், தங்களை வெற்றிகரமாக வழிநடத்துபவர்கள்;
- எல்லோருக்கும் பரிச்சயமான விடையைத் தேடாமல், தொடர்ந்து சிறந்த விடையைத் தேடுபவர்கள்;
- தாங்கள் வழிநடத்தும் மக்கள் மற்றும் நிறுவனங்களின் மதிப்பை அதிகரிப்பவர்கள்;
- தங்கள் சொந்த நலனுக்காக இல்லாமல், பிறரது நன்மைக்காக உழைப்பவர்கள்;
- தங்களைத் தங்கள் தலையாலும், பிறரைத் தங்கள் இதயத்தாலும் கையாள்பவர்கள்;
- சரியான வழியத் தெரிந்துள்ளவர்கள், அந்த வழியைப் பின்பற்றுபவர்கள், அதே வழியைப் பிறருக்குக் காட்டுபவர்கள்;
- அச்சுறுத்துவதற்கும் வஞ்சிப்பதற்கும் மாறாக, உத்வேகமூட்டி ஊக்குவிப்பவர்கள்;
- மக்களுடைய பிரச்சனைகளைத் தெரிந்து கொள்வதற்காக அவர்களோடு வாழ்பவர்கள்; அப்பிரச்சனைகளைத் தீர்ப்பதற்காகக் கடவுளோடு வாழ்பவர்கள்;
- தங்கள் பதவியைவிடத் தங்கள் மனநிலை மிக முக்கியம் என்பதை உணர்ந்தவர்கள்;

- கருத்துக் கணிப்பைப் பின்பற்றாமல், புதிய கருத்துக்களை உருவாக்குபவர்கள்;
- தங்கள் நடத்தையின் பிரதிபலிப்புதான் ஒரு நிறுவனம் என்பதைப் புரிந்துள்ளவர்கள்;
- பொறுப்புகளைச் சுமக்கும் நேரங்களில் தவிர, மற்ற நேரங்களில் தங்களைப் பிறரை விட உயரத்தில் வைக்காதவர்கள்;
- மாபெரும் விஷயங்களில் உண்மையாக இருப்பதைப் போலவே, சிறிய விஷயங்களிலும் உண்மையைக் கடைப்பிடிப்பவர்கள்;
- பிறர் தங்களை ஒழுங்குபடுத்தாமல் இருக்கும் பொருட்டு, சுயகட்டுப்பாட்டுடன் இருப்பவர்கள்;
- பின்னடைவுகளை எதிர்கொண்டு, அவற்றை முன்னேற்றத்திற்கான படிகளாக்கிக் கொள்பவர்கள்;
- உலகின் போக்குகள் எதுவாக இருந்தாலும், சரியான திசையைக் காட்டும் ஓர் ஒழுக்க நெறியைப் பின்பற்றுபவர்கள்.

நாகலட்சுமி சண்முகம்

மொழிபெயர்ப்பாளர்

நாகலட்சுமி மிகச் சிறந்த ஊக்குவிப்புப் பேச்சாளர். மக்களிடம் பரிபூரண மாற்றம் கொண்டுவரும் கருத்தரங்குகளை இவர் நடத்தி வருகிறார். இந்தியாவின் முதல் Passion Test பயிற்றுவிப்பாளரான இவர், தங்களுடைய வாழ்வின் நோக்கத்தையும் இலட்சியக் கனவுகளையும் கண்டுகொள்ள ஆயிரக்கணக்கானவர்களுக்கு உதவியுள்ளார். அமெரிக்காவின் தலைசிறந்த ஊக்குவிப்புப் பயிற்சியாளர்களில் ஒருவரும் Chicken Soup for the Soul புத்தகங்களின் இணையாசிரியருமான ஜாக் கேன்ஃபீல்டிடம் அமெரிக்கா சென்று நேரடிப் பயிற்சி பெற்றவர். ஜாக் கேன்ஃபீல்டின் உலகப்புகழ் பெற்ற 'வெற்றிக் கொள்கைகளை' மக்களுக்கு கற்றுக் கொடுக்க உலகெங்கிலும் இருந்து தேர்ந்தெடுக்கப்பட்ட 100 பேரில் நாகலட்சுமியும் ஒருவர். தற்போது இந்தியா முழுவதும் பயணம் செய்து இவர் கருத்தரங்குகளை நடத்தி வருவதோடு சொற்பொழிவுகளையும் ஆற்றி வருகிறார்.

முழுநேரப் பேச்சாளராக ஆவதற்கு முன்பு, பத்து வருடங்கள் கணினித் துறையில் தலைமைப் பொறுப்பு உட்பட, பல பதவிகளை வகித்தவர்.

தமிழக நாடகத் துறையின் முன்னோடி மேதைகளான டிகேஎஸ் சகோதரர்களில் ஒருவரான திரு முத்துசாமி அவர்களின் பேத்தியான நாகலட்சுமியிடம் இருந்த இயல்பான தமிழ்ப் பற்றும் புலமையும் அவரைத் தமிழ் மொழிபெயர்ப்புத் துறைக்கு இழுத்து வந்துள்ளது. தரணியெங்கும் உள்ள தலைசிறந்த விஷயங்கள் எல்லாம் தமிழாடை உடுத்திப் பவனி வரவேண்டும் என்பது இவரது பேரார்வம். அதற்குத் தன் சிறு பங்களிப்பு முயற்சியாக உலகின் சிறந்த சுயமுன்னேற்றப் புத்தகங்களைத் தமிழில் மொழிபெயர்த்து வருகிறார். இவர் இதுவரை மொழிபெயர்த்த புத்தகங்களில் டாக்டர் ஜோசப் மர்ஃபியின் 'ஆழ்மனத்தின் அற்புத சக்தி' என்னும் உலகப்பிரசித்த பெற்ற புத்தகமும் அடங்கும்.

நாகலட்சுமி தற்போது தனது கணவருடனும் இரு குழந்தைகளுடனும் மும்பையில் வசித்து வருகிறார்.